रुक जाना नहीं...

हजारोंच्या जीवनात आशेचे दीप उजळवणारे
दृष्टिहीन उद्योगपती **डॉ. भावेश भाटिया** यांची जीवनगाथा

डॉ. भावेश भाटिया

शब्दांकन
डॉ. सचिन पाचोरकर

अनुवाद
सुप्रिया वकील

मेहता पब्लिशिंग हाऊस

Please contact us at **Mehta Publishing House Pvt. Ltd.**
✆ +91 020-24476924 / 24460313 / Mob. No. 9545000513
Email : production@mehtapublishinghouse.com
Website : www.mehtapublishinghouse.com

- *या पुस्तकातील लेखकाची मते, घटना, वर्णने ही त्या लेखकाची असून त्याच्याशी प्रकाशक सहमत असतीलच असे नाही.*

RUK JANA NAHI by DR. BHAVESH BHATIA

Translated into Marathi Language by Supriya Vakil

रुक जाना नहीं... / अनुवादित आत्मचरित्र

शब्दांकन : डॉ. सचिन पाचोरकर

अनुवाद : सुप्रिया वकील

Email : author@mehtapublishinghouse.com

मराठी अनुवादाचे व प्रकाशनाचे हक्क : मेहता पब्लिशिंग हाऊस प्रा. लि.

संस्थापक : सुनील अनिल मेहता

प्रकाशक : मेहता पब्लिशिंग हाऊस प्रा. लि.,
१९४१, सदाशिव पेठ, माडीवाले कॉलनी, पुणे – ४११०३०.

मुद्रक : ट्रिनिटी अ‍ॅकॅडमी फॉर कॉर्पोरेट ट्रेनिंग लिमिटेड

मुखपृष्ठ : चंद्रमोहन कुलकर्णी

प्रकाशनकाल : डिसेंबर, २०२० / डिसेंबर, २०२० / ऑगस्ट, २०२२ /
पुनर्मुद्रण : मे, २०२६

किंमत : ₹ ४९५

P Book ISBN 9789353174972
E Book ISBN 9789353174989
E Books available on : amazonkindle Apple Books Google Play Books

---

प्रस्तावना

आपल्या सर्व दृष्टिबाधित बंधूभगिनींमध्ये आत्मविश्वास जागृत करून, त्यांची संपूर्ण प्रतिभा व पुढे जाण्याच्या महत्त्वाकांक्षेनुसार त्यांच्यासाठी अधिकाधिक संधी उपलब्ध करून देण्यासाठी 'रिलायन्स फाउंडेशन' सदैव प्रयत्नशील आहे.

डॉ. भावेश भाटिया यांची कहाणी ही गोष्ट सिद्ध करते की, अविरत परिश्रम व कठोर तपश्चर्येनं आणि परिवार व स्नेहीजनांच्या साथीने प्रत्येक व्यक्ती कुठल्याही आव्हानावर मात करून, इतरांसाठी प्रेरणास्रोत बनू शकते!

डॉ. भावेश भाटिया व 'सनराइज कॅन्डल्स'शी जोडले जाण्याचा 'रिलायन्स फाउंडेशन'ला सदैव अभिमान आहे आणि व्यक्तिश: मीसुद्धा त्यांनी बनवलेल्या मेणबत्त्या अतिशय आनंदाने व अभिमानाने वापरते.

डॉ. भावेश भाटिया यांचे अनुकरणीय प्रयत्न आणि कौतुक करण्याजोगे कर्तृत्व अनेक लोकांना त्यांच्या जीवनात उत्तुंग कामगिरी साकारण्यासाठी योग्य दिशा व प्रकाश दाखवेल, त्या माध्यमातून ते स्वत:च्या व इतरांच्याही आयुष्यात परिवर्तनाची पहाट जागवू शकतील अशी आम्हाला मनापासून आशा आहे.

डॉ. भावेश भाटिया यांची कहाणी योग्यरीत्या सादर केल्याबद्दल आणि समाजात उमेद व आशावादाचा संदेश प्रसारित केल्याबद्दल मी डॉ. सचिन पाचोरकरजी यांचे अभिनंदन करते!

डॉ. भावेश भाटिया यांना सुखी-समाधानी आयुष्य लाभावे व भविष्यातही त्यांना यश लाभावे, अशी शुभेच्छा मी व्यक्त करते!

– नीता मुकेश अंबानी
संस्थापक व चेअरपर्सन,
रिलायन्स फाउंडेशन

मनोगत

फेब्रुवारी २०१३ मध्ये, मी एका प्रशिक्षण कार्यक्रमासंदर्भात महाबळेश्वरला गेलो होतो. त्या वेळी आर्या हायासिंथ - त्या 'कॉर्पोरेट ट्रेनर' आहेत - यांच्या माध्यमातून माझी डॉ. भावेशजी व नीता भाभी यांच्याशी पहिल्यांदा भेट झाली. आमची ती भेट आजही माझ्या मनात ताजी टवटवीत आहे, अगदी कालच घडल्यासारखी! डॉ. भावेश त्यांची संघर्षमय जीवनकथा सांगत होते... त्यांच्या प्रत्येक शब्दांत जी उत्कटता होती, त्यावरून लक्षात येत होतं की, डॉ. भावेश एक असामान्य व्यक्ती आहेत. ते दृष्टिहीन आहेत, कितीही खडतर परिस्थिती असो वा कुठलेही संकट समोर उभे ठाकले तरीही, त्याला नामोहरम करण्याचा त्यांचा निर्धार इतका पक्का होता की, यश त्यांच्या पायाशी लोळण घेणारच होते!

२०१३ सालानंतरही डॉ. भावेशजींशी अनेकदा भेटीचा योग आला आणि आमच्या थोड्याशा ओळखीचे रूपांतर मैत्रीच्या दृढ भावबंधांत झाले. तीन वेळा 'राष्ट्रपती पुरस्कार' मिळवणाऱ्या डॉ. भावेशजींचं जीवनचरित्र लिहिण्याची संधी मला मिळाली हे मी माझं भाग्य समजतो. मी ज्या वेळी डॉ. भावेशजींच्या नजरेतून 'सनराइज कॅन्डल्स' पाहण्याचा प्रयत्न केला, तेव्हा माझ्या लक्षात आलं, की हा संपूर्ण प्रकल्प डॉ. भावेशजींसाठी व्यवसाय राहिलेला नसून, तो जणू यज्ञ बनला आहे. मी या पुस्तकामध्ये डॉ. भावेशजींचे संपूर्ण आयुष्य शब्दबद्ध आणि त्यांच्या बहुपेडी प्रतिभेला लेखणीच्या माध्यमातून स्पर्श करण्याचा प्रयत्न केला आहे.

हे पुस्तक वाचकांना नक्कीच विचार करायला लावेल, की खऱ्या अर्थाने दृष्टिबाधित कोण आहे? डॉ. भावेशजींसारख्या व्यक्ती – ज्या डोळे नसूनही संपूर्ण जग प्रकाशमय करत आहेत, आणि आपण – जे डोळे असूनही आयुष्यात शोधाशोध करण्याचा प्रयत्न करत आहोत! डॉ. भावेशजींचे संपूर्ण आयुष्य ऊर्जा व सकारात्मकतेने परिपूर्ण आहे. त्यांची विलक्षण जीवनकथा शब्दबद्ध करताना माझे मन कृतज्ञतेने काठोकाठ भरले आहे.

नीता भाभी व कुणाल यांच्या सहकार्यामुळेच मी हे पुस्तक लिहू शकलो.

त्यांच्या या पुस्तकाबद्दलच्या उत्सुकतेमुळे मला हे पुस्तक लिहून पूर्ण करण्याचे प्रोत्साहन मिळत होते. 'सनराइज कॅन्डल्स'च्या संपूर्ण टीमकडून मिळालेल्या सहकार्याचा मी विशेष उल्लेख करतो.

डॉ. भावेशजींबद्दलच्या माझ्या मनातील भावना व्यक्त करण्यासाठी माझ्याजवळ शब्द नाहीत. या जन्मात मी त्यांचे ऋण कसे फेडणार? हे पुस्तक लिहीत असताना मी त्यांच्याकडून जे काही शिकलो, ती माझ्या वैयक्तिक आयुष्यातील सर्वांत मोठी कमाई आहे.

'मराठा विद्या प्रसारक समाज' या आमच्या संस्थेच्या सरचिटणीस श्रीमती निलिमाताई पवार यांच्या शुभेच्छांमुळे मला सदैव प्रेरणा मिळाली. हे पुस्तक लिहीत असताना मला त्यांचे व संस्थेतील सर्व सहकाऱ्यांचे प्रोत्साहन लाभले. त्याबद्दल धन्यवाद.

हे पुस्तक लिहिताना मला मदत करणारे परदेशीजी, प्रसूनजी, माझे आई-वडील व पत्नी यांचे मी आभार मानतो.

हे जीवनचरित्र सर्वांना एक नवी दिशा, आशेचा एक नवा किरण व प्रकाश प्रदान करेल अशी मला आशा आहे.

– डॉ. सचिन पाचोरकर

अनुक्रमणिका

१

रचिला पाया

३ डिसेंबर २०१६. विज्ञान भवन, मौलाना आझाद रोड, दिल्ली. दुपारचा दीड वाजला होता. माइकवरून आवाज घुमला. ''यावेळचा सर्वश्रेष्ठ नियोक्ता'चा राष्ट्रपती पुरस्कार दिला जात आहे – नीता भावेश भाटिया, सनराइज कॅन्डल्स, मोळेश्वर गाव, महाबळेश्वर, यांना...'' हे शब्द कानावर पडले आणि विज्ञान भवनात अवघे विश्व टाळ्यांचा कडकडाट करत आहे, असं वाटलं. विज्ञान भवनात माननीय राष्ट्रपती श्री. प्रणव मुखर्जी यांच्या हस्ते नीताला राष्ट्रपती पदक व प्रशस्तिपत्र देऊन सन्मानित केले जात होते, तो माझ्या जीवनातील सर्वांत अनमोल क्षण होता. २०१४ साली, म्हणजे दोनच वर्षांपूर्वी मला याच विज्ञान भवनात 'सर्वश्रेष्ठ अंध स्वयंरोजगारा'साठी राष्ट्रपती पुरस्कार मिळाला होता. मला पहिल्यांदा राष्ट्रीय पुरस्कार मिळाल्याचा जो आनंद झाला होता, त्यापेक्षा कितीतरी जास्त आनंद नीताला या पुरस्काराने सन्मानित

केले तेव्हा झाला. २०१६ सालचा 'राष्ट्रपती पुरस्कार' सनराइज कॅन्डल्सला जाहीर झाला तेव्हा मोळेश्वरच्या आमच्या केंद्रात दिवाळीच साजरी झाली होती. माझे सर्व दृष्टिबाधित मित्र माझ्यावर कौतुकाचा वर्षाव करत होते. आमच्या गावात मिठाया वाटल्या जात होत्या. आमचे स्नेही व परिचित लोकांची शुभेच्छा देण्यासाठी गर्दी उसळली होती.

मी पुणे ते दिल्ली विमानाची तिकिटे काढण्यासाठी एजन्सीला फोन केला होता, त्याचवेळी मी नीताला म्हटलं होतं की, "या पुरस्काराची खरी मानकरी तू आहेस. तू पुरस्कार घेण्यासाठी मंचावर जाण्याचं वचन देत असशील, तरच आपण दिल्लीला जायचं."

हा पुरस्कार नीताने स्वीकारणंच योग्य होतं, कारण माझ्यासह अगणित दृष्टिबाधित मित्रांना त्यांच्या पायांवर उभे करण्यासाठी हा पुरस्कार होता.

या पुरस्कारासाठी जवळजवळ ५८ हजार नामांकने होती. त्यामध्ये दिव्यांगांना रोजगाराच्या संधी उपलब्ध करून देणाऱ्या काही नामांकित कंपन्याही होत्या. या हजारो कंपन्यांना मागे टाकून, आज 'सनराइज कॅन्डल्स'ला हा पुरस्कार दिला जात होता आणि नीता कंपनीची उपाध्यक्ष या नात्याने हा पुरस्कार स्वीकारत होती.

भारत सरकारच्या सामाजिक न्याय व अधिकारिता मंत्रालयाच्या वतीने दर वर्षी ३ डिसेंबर या 'विश्व अपंग दिनी' दिव्यांग व दिव्यांगांच्या कल्याणासाठी काम करणाऱ्या संस्था, व्यक्ती, कंपन्या व संघटनांना त्यांच्या अभूतपूर्व कार्यासाठी विविध श्रेणींत राष्ट्रपतींच्या हस्ते हे राष्ट्रीय पुरस्कार दिले जातात. हा त्यांच्या कार्याचा सर्वोच्च सन्मान असतो. 'सनराइज कॅन्डल्स' या आमच्या कंपनीला देशाचे प्रथम नागरिक असलेल्या माननीय राष्ट्रपतींच्या हस्ते राष्ट्रीय पुरस्कार मिळणे, तो सुद्धा सर्वश्रेष्ठ नियोक्त्याचा... ही गोष्ट आमच्यासाठी नोबेल पुरस्कारासमान होती.

हा सन्मान होता, आम्ही २४ वर्षांपूर्वी सुरू केलेल्या एका 'मिशन'चा... माझ्यासारख्या एका दृष्टिबाधित व्यक्तीने इतर दृष्टिबाधित व्यक्तींसाठी पाहिलेल्या स्वप्नाचा... आणि नीताविना हे स्वप्न कदाचित साकार होऊ शकलं नसतं. त्यामुळे हा पुरस्कार स्वीकारण्यासाठी नीता मंचावर गेली, तेव्हा माझ्या आनंदाला पारावार उरला नव्हता. विज्ञान भवनात इतरही काही पुरस्कार दिले जात होते, त्या वेळी मी कुठल्या विचारात हरवलो होतो कोण जाणे! माझं संपूर्ण बालपण माझ्या मनात फेर धरून नाचत होतं... आणि मी भूतकाळाच्या पानांत स्वत:ला पाहू लागलो...

एके दिवशी मी संध्याकाळी शाळेतून घरी आलो, ते शाळेचं दप्तर एका कोपऱ्यात आदळलं आणि उशीत तोंड खुपसून ढसाढसा रडू लागलो. त्या वेळी मी पहिलीत होतो. त्याआधी मी दोन वर्षं बालवाडीत होतो, तेव्हा मला शाळेत जायला खूप आवडायचं. पण आता पहिलीच्या वर्गात बरेच नवीन विद्यार्थी आले होते, त्यांच्याशी माझी ओळखही नव्हती.

माझ्या रडण्याचा आवाज ऐकून आई माझ्याजवळ आली. तिने माझ्या डोक्यावरून प्रेमाने हात फिरवला. मी पायांतले बूटसुद्धा काढले नव्हते. तिने अतिशय प्रेमानं माझ्या पायांतले बूट काढले, मोजे उतरवले. ते बाजूला ठेवत ती म्हणाली,

"काय झालं? आज कुणाशी तरी भांडण झालं वाटतं..."

मग ती माझ्या डोक्यावरून व पाठीवरून प्रेमाने हात फिरवू लागली... आणि मला खूप सुरक्षित वाटू लागलं. पण सहानुभूती मिळाल्यामुळे बहुधा, मला आणखी कढ येऊ लागले. मी रडत रडत तिला म्हणालो,

"मी उद्यापासून शाळेला जाणार नाही. सगळेजण मला 'आंधळा-आंधळा' असं म्हणून चिडवतात..."

अखिल ब्रह्मांडात फक्त मीच सर्वाधिक दु:खी असल्यासारखा मी तिला बिलगून रडू लागलो...

माझी आई मात्र शांत होती. तिने जराही विचलित न होता माझ्या डोळ्यांतून वाहणाऱ्या अश्रुधारा तिच्या साडीच्या पदरानं टिपल्या आणि ती जे म्हणाली ते आजही जसंच्या तसं माझ्या लक्षात आहे.

"हे बघ बाळा, आपल्याला सगळ्यांनाच माहीत आहे की तुझे दोन्ही डोळे जन्मत:च अतिशय कमजोर आहेत. डॉक्टरांच्या म्हणण्यानुसार तू कदाचित आयुष्यात कधीही पुस्तकं किंवा फळ्यावरचं वाचू शकणार नाहीस. आम्ही तुला वर्गात पहिल्या बाकावर बसवून तुला फळ्यावर लिहिलेलं शिकवण्याचा कितीतरी वेळा प्रयत्न केला आहे. तू पाचव्या वर्षापासूनच हा जाडजाड काचांचा चष्मासुद्धा घालत आहेस. पण बाळा, डॉक्टरकाकांनी सांगितलंय की, तुला हा जो डोळ्यांचा त्रास आहे, तो हजारांत नव्हे, तर लाखांत एखाद्याला असतो. तुझ्या दोन्ही रेटिनांवर बरेच डाग आले आहेत, त्यामुळे तुझ्या डोळ्यांत प्रतिबिंब तयार होऊ शकत नाही आणि तुझ्या डोळ्यांतून मेंदूकडे जाणाऱ्या शिरा सुकू लागल्या आहेत. ज्यावर जगभरात कुठेही उपचार उपलब्ध नाहीत."

ही गोष्ट मला समजावून सांगितल्यानंतर आईने मला पुढे जे सांगितलं त्यातला शब्दन्‌शब्द आजही माझ्या स्मरणात आहे.

"भावेश, एक गोष्ट कायम लक्षात ठेव. तू हे जग पाहू शकत नाहीस, ठीक आहे. पण त्यामुळं वाईट वाटून घेण्याचं अजिबात कारण नाही. तू हे जग पाहू

शकतोस की नाही यामुळे काहीही फरक पडत नाही; मात्र आयुष्यात असे काहीतरी करण्याचा प्रयत्न अवश्य कर... काहीतरी वेगळं करण्याचा... चाकोरीबाहेर काहीतरी करण्याचा, की जे जग तू पाहू शकत नाहीस, तेच जग तुझ्याकडे पाहू लागेल. तुझ्या हातून काहीतरी वेगळं घडवण्यासाठी परमेश्वरानं तुला असं घडवलं असेल. एक दिवस मला तुझी आई म्हणवून घेण्याचा अभिमान वाटेल याची मला पूर्ण खात्री आहे.''

मी डोळे पुसून आईचं बोलणं लक्षपूर्वक ऐकत होतो. ती पुढं म्हणाली,

''बाळा, आज जी मुलं तुला आंधळा म्हणून चिडवतात. त्रास देतात, तीसुद्धा तुझ्याच वयाची आहेत. त्यांना काय योग्य, काय अयोग्य हेही कदाचित कळत नसेल, असं बोलावं का, हेही समजत नसेल. बस, तू न वैतागता किंवा नाराज न होता वर्गातल्या सगळ्या मुलांशी मैत्री करायला सुरुवात कर. या सगळ्यांच्या मैत्रीचा तुला पुढं जाण्यासाठी खूप उपयोग होईल. आता कुणीही चिडवलं, त्रास दिला तरी माझा राजा त्यांच्याशी कधीही भांडण-मारामारी करणार नाही, रडणार नाही. भेकड माणसं रडतात. तू तर माझा बहादूर मुलगा आहेस.''

त्या दिवशी मी आईच्या मांडीवर डोकं ठेवून तिचं बोलणं लक्ष देऊन ऐकत होतो. आईचा हात माझ्या डोक्यावरून फिरत होता. तिच्या स्पर्शातून ममता आणि आत्मीयता पाझरत होती. तिचं बोलणं ऐकता ऐकता मला कधी झोप लागली तेही कळलं नाही.

आज विज्ञान भवनातील हा दिवस आणि मी शाळेतून अत्यंत व्यथित होऊन घरी आलो होतो तो दिवस, हा पल्ला बराच मोठा होता... दीर्घ पल्ला, पण माझ्यासारख्या दृष्टिबाधित माणसासाठी ही वाटचाल अत्यंत संघर्षमय व प्रचंड खाचखळग्यांची होती.

माझा जन्म मुंबईतील घाटकोपर येथे २९ डिसेंबर १९७० साली झाला. आमचा भाटिया परिवार कच्छी गुजराती आहे. माझे आजोबा श्री. जयरामदास भाटिया कच्छचे राजा चरणसिंह यांच्या जीनिंग प्रेसमध्ये मॅनेजर होते. त्या काळी त्यांना चांगला भरभक्कम पगार मिळत असे. ही साधारण १९४० सालातील गोष्ट आहे. काही वर्षे तिथे काम केल्यानंतर त्यांनी राजाच्या दिवाणाशी काही मतभेद झाल्यामुळे ती नोकरी सोडली. त्यानंतर खूप प्रयत्न करूनही त्यांना कुठेच चांगलं काम मिळालं नाही. एक वेळ तर अशी आली होती की माझे आजी-आजोबा उदरनिर्वाहासाठी चहाची टपरी चालवत होते. आजोबांची एक चुलत बहीण होती. तिचे लग्न महाराष्ट्रातील गोंदिया येथील श्री. चतुर्भुज जसानी यांच्याशी

झाले होते. श्री. चतुर्भुज जसानी कट्टर गांधीवादी होते. त्या वेळी मध्य प्रदेशातील राजनांदगाव जिल्ह्यातील बांदा येथे त्यांची एक राईस मिल होती. चतुर्भुजजींना आजोबांच्या परिस्थितीबद्दल समजल्यावर त्यांनी आजोबांना त्यांच्या राईस मिलमध्ये काम करण्यासाठी राजनांदगावला बोलावलं. मग माझे वडील श्री. चंदूभाई भाटिया त्याच राईस मिलमध्ये आजोबांसोबत काम करू लागले. माझ्या वडिलांचं बारावीपर्यंतचं शिक्षण कच्छच्या अंजार या गावात झालं होतं. माझे वडील व आई हसुमतीबेन लग्नानंतर काही वर्षे बांदा या गावात राहत होते.

त्यानंतर चतुर्भुजजींनी काही कारणाने त्यांची राईस मिल विकायचं ठरवलं, आणि आजोबांना त्यांच्या गोंदिया येथील 'माता टोली सिमेंट वर्क्स' या कंपनीत काम करण्यासाठी बोलावलं. माझ्या जन्माच्या आधी काही महिने आमचा संपूर्ण परिवार गोंदियात स्थायिक झाला होता. मी व माझा मोठा भाऊ जतिन – आमचा दोघांचाही जन्म घाटकोपर येथे आमच्या आजोळी झाला.

माझ्या आईचे वडील श्री. लालजी आसर शेअरबाजारात काम करत होते. त्यांचं एकत्र कुटुंब होतं. त्यांच्या जवळ जवळ पंचावन्न-साठ लोकांचा परिवार घाटकोपरच्या टिळक रोड, जोशी लेन येथील भाटिया भवन येथे राहात होता. लहानपणापासूनच आजोळ हे माझं आवडतं ठिकाण होतं. सुट्टी लागली की आईबरोबर घाटकोपरला आजोबांच्या घरी जाणं हे माझ्यासाठी मोठं आकर्षण असे. लहान असताना आपला सख्खा मामा कोण, चुलत मामा कोण हे कळायचं नाही आणि आजोळचे सगळे लोक इतके चांगले व प्रेमळ होते की असा फरक कधी जाणवतही नसे. सगळेच आपले वाटत असत. हे सगळे लोक कुठल्या भावबंधांनी गुंफून एकत्र राहत असतील हे मी त्या वयात समजून घेण्याचा प्रयत्न करायचो. प्रत्येकाला आपापलं काम नेमून दिलेलं होतं. साफसफाई, खरेदी, स्वयंपाक – या सगळ्याचंच मला कुतूहल वाटत असे. कधी सुटी लागतीये आणि मी घाटकोपरला जातोय असं मला होत असे. त्या काळी हावडा-मुंबई मेल गोंदियावरून जात असे. त्या ट्रेनने आम्ही मुंबईला जात असू. मला ट्रेनचा प्रवास खूप आवडत असे. आई मला बाहेरच्या दृश्याचं वर्णन सांगत असे. आमचे वडील ट्रेनची तिकिटे घेऊन आले की आमची प्रवासाची तयारी सुरू होत असे. मी मित्रांकडून कॉमिक्स आणून ती सामानात माझ्यासोबत घ्यायचो. त्या प्रवासात आईला बराच वेळ मोकळा असायचा. त्यामुळे ती मला कॉमिक्स वाचून दाखवायची आणि मी तिच्या मांडीवर पडल्या-पडल्या त्या गोष्टी ऐकण्यात गुंगून जायचो.

गोंदियाला आल्यानंतर माझे वडील 'माता टोली सिमेंट वर्क्स' या कंपनीमध्ये अकाउन्टंट म्हणून काम करू लागले. श्री. चतुर्भुज जसानी नंतर त्यांचे सुपुत्र

रणजितभाई व महेशभाई यांनी त्या कंपनीची सूत्रे हाती घेतली होती. 'माता टोली सिमेंट वर्क्स' ही कंपनी सुमारे वीस एकर परिसरात वसलेली होती. सिमेंटचे पाइप, त्या जोडण्यासाठी लागणाऱ्या कॉलर व सिमेंटच्या कुंड्या बनवण्याचे काम तिथे अखंड सुरू असे. तिथे दिवसभरात शेकडो पाइप्स तयार होत असत. सहा इंचांपासून ते अठ्ठेचाळीस इंच व्यासाचे सिमेंटचे तयार पाइप अधिक मजबूत बनवण्यासाठी पाण्याच्या मोठमोठ्या टाक्याही बांधलेल्या होत्या. कंपनीचे स्वत:चे काही ट्रक होते. ते ट्रक दिवसभर दूरवरच्या नद्यांतून वाळू भरून आणत आणि कंपनीच्या परिसरात एका कोपऱ्यात ती वाळू उतरवली जात असे. त्यामुळे तिथे वाळूच्या उंच उंच टेकड्या तयार होत असत.

माझ्या वडिलांना कंपनीकडून त्याच परिसरात एक क्वार्टर मिळालं होतं. तिथे आम्ही सर्व कुटुंबीय राहत होतो. गोंदियामधील गुजराती नॅशनल हायस्कूलमध्ये माझं दहावीपर्यंतचं शिक्षण झालं. लहानपणापासूनच, शाळेनंतरचा माझा वेळ 'माता टोली सिमेंट वर्क्स'च्या त्या वाळूच्या टेकड्यांवर खेळण्यात जात असे. मला वेळ मिळाला की मी तिथे जायचो. मला त्या वाळूत खेळायला खूप आवडायचं. वाळूच्या ढिगावरची थोडी वरची वाळू बाजूला केली की खाली ओली वाळू असे. मी त्या वाळूत वेगवेगळ्या गोष्टी करायचो, प्राणी बनवायचो, शाळेत जे काही ऐकलं असेल, ते त्या ओल्या वाळूने बनवायचा प्रयत्न करायचो. या खेळात मी इतका गुंग व्हायचो की त्या ओल्या वाळूत तासन्‌तास व्यतीत करायचो. तिथले सगळे मजूर माझ्या या कलेचं खूप कौतुक करायचे व मला शाबासकी द्यायचे. त्यामुळे मला खूप आनंद व्हायचा. वाळूत खेळून झाल्यानंतर, वेळ असेल तर मी जिथं पाइप बनायच्या, त्याही ठिकाणी जायचो.

त्या काळी मला अंधूकसं दिसायचं... रंग ओळखू यायचे नाहीत, पण समोर काहीतरी हालचाल आहे, एवढं दिसायचं. मग मी त्याचे सूत्र आवाजाशी जोडायचो आणि समोर काय चालले आहे, ते समजून घेण्याचा प्रयत्न करायचो. प्रत्येक वस्तूचं आवाजाशी सूत्र जोडलं, की ती वस्तू लक्षात ठेवणं माझ्यासाठी सोपं जायचं. त्यामुळे लहानपणापासूनच मी कुठल्याही मदतीविना चालू शकत होतो.

पाइप बनवण्याची प्रक्रिया समजून घेण्यात मला अतिशय रस होता. त्या काळी सिमेंटचे पाइप बनवण्यासाठी कोल्हापूरहून लोखंडी 'डाय' येत असत. दोन 'डाय' जोडून एक गोल बनवला जात असे. 'डाय'च्या मापानुसार लहान-मोठ्या जाडीच्या सळ्यांचा पिंजरा तयार करून तो 'डाय'मध्ये घातला जात असे. एक पाइप साधारण एका तासात बनत असे. मशिनवर फिरणाऱ्या 'डाय'मध्ये दोन्ही बाजूंनी काँक्रीट ओतून पाइप बनत असे. मग दुसऱ्या दिवशी डाय उघडून, तयार झालेला पाइप आणखी मजबूत बनवण्यासाठी पाण्याच्या टाकीत सोडला जात

असे. ही संपूर्ण प्रक्रिया सुरू असताना जे आवाज येत असत, त्याचे मला खूप कुतूहल वाटत असे. इतक्या खडखडाटातसुद्धा सगळे मजूर लयबद्धरीत्या काम कसे करतात, हे समजून घेण्याचा माझा प्रयत्न असे. मग तिथले मुकादम मला खाणाखुणांद्वारे काम कसे करावे लागते, ते समजावून सांगत... किती पाणी घालायचं, किती पाट्या सिमेंट लागेल, वाळू किती, खडी किती... हे सगळं मजुरांच्या परस्पर मेळामुळे व्यवस्थित होत असे. बहुधा मला बालपणी मिळालेल्या याच धड्यांचा उपयोग 'सनराइज इंडस्ट्रीज' उभी करताना झाला असावा.

'माता टोली सिमेंट वर्क्स'च्या त्या २० एकरांच्या परिसरालगतच ८-९ एकरांच्या जागेत एक लाकडाची वखार होती. त्या वखारीचे मालक होते नगिनभाई शहा. त्यांची मुलगी माझ्याच शाळेत होती. मी बरेचदा तिच्यासोबत खेळायला त्यांच्या वखारीत जात असे. तिथे ४-५ फूट लांबीच्या बांबूंच्या थप्प्या रचलेल्या असत. आम्ही त्या बांबूंपासून वेगवेगळ्या गोष्टी बनवायचा प्रयत्न करायचो, कधी बाग, छोटंसं घर व त्याचं आवार. काहीवेळा मी नगिनभाईंकडून एखाददुसरा बांबू मागून घरी न्यायचो. मग आई घरी नसल्याचं पाहून स्वयंपाकघरात सुरी हुडकायचो आणि पतंगाचा सांगाडा बनवण्याचा प्रयत्न करायचो. त्या वखारीत एक आरायंत्रही होतं, त्यातून भरपूर भुसा निघत असे. आम्ही तो भुसा हातांनी दाबून, त्यापासून वेगवेगळ्या वस्तू बनवायचो. नगिनभाईंच्या वखारीपासून शेतं पसरलेली होती. त्या शेतांत भटकणे हा माझा सर्वांत आवडता उद्योग असे. ती शेतं खूप दूरवर पसरलेली होती. तिथे तूर, हरभरा व पावसाळ्यात तांदूळ पिकत असे. शेतांच्या सर्व बाजूंना झाडेच झाडे होती. मी मित्रांसोबत आंब्याच्या, चिंचेच्या झाडांवर चढायचो, खूप मजा यायची.

शाळा सुटल्यावर अशाप्रकारे माझा वेळ जात असे. शाळा सुटल्यानंतर मला बाकी काही उद्योगच नसायचा... ना मी पुस्तके वाचू शकत होतो, ना फळ्यावरचा मजकूर. शाळेत गेलो तरी मला वाचन-अभ्यास करता येत नव्हतंच. शाळेत जेवढं कानावर पडायचं आणि आई मला वाचून दाखवून जेवढं समजावून द्यायची त्यावरच माझी भिस्त असे. शाळेनंतरचे माझे आवडते उद्योग म्हणजे – वाळूत खेळणे, पाइप बनवण्याची प्रक्रिया ऐकणे, शेतात भटकणे, झाडांवर चढणे, निरनिराळ्या पक्ष्यांची किलबिल ऐकणे आणि लाकडाच्या वखारीत रमणे.

माझ्यासाठी या सगळ्या गोष्टी म्हणजे शिक्षणाचं माध्यमच होतं. माझी दृष्टी कमजोर असण्याचं जे दु:ख होतं त्यातून बाहेर पडण्यासाठी मी शाळेच्या बाहेर जे काही वेगळं, 'हटके' करत होतो, त्यात मला जे शिकायला मिळत होतं, त्यानेच बहुधा माझ्या दुसऱ्या शाळेचं काम केलं असावं. या दुसऱ्या शाळेनं मला रोज नवनवे धडे दिले आणि मला नवीन व विलक्षण शिक्षण दिलं.

मला आजही आठवतं, शाळेतील मुले मला 'आंधळा-आंधळा' म्हणून चिडवायची तेव्हा मी त्यांच्याशी खूप भांडायचो आणि मग खूप दु:खी व्हायचो.

'आंधळा... आंधळा' हा शब्द मला कळायला लागल्यापासून माझ्या नावासोबत चिकटला आहे. त्या काळी माझे शिक्षकसुद्धा माझ्या दृष्टिबाधित अवस्थेबद्दल तितके जागरूक नव्हते. मी गृहपाठ पूर्ण करू शकलो नाही, तर ते मला वेगळी वागणूक द्यायचे नाहीत. मी गृहपाठ का पूर्ण करू शकलो नाही याचं कारण समजून न घेताच ते मला वर्गातल्या इतर विद्यार्थ्यांप्रमाणेच शिक्षा करायचे. माझ्या आईला दर दोन-तीन दिवसांनी शाळेत बोलावणं यायचं आणि तिला 'भावेश शिकू शकणार नाही' असं सांगितलं जायचं. पण माझ्या आईचा ठाम निर्धार होता. मी सामान्य मुलासारखंच शिक्षण पूर्ण करावं अशी तिची इच्छा होती. आईने माँटेसरीचं शिक्षण घेतलं होतं. मी केवळ श्रवणाच्या माध्यमातून माझे शिक्षण पूर्ण करू शकेन याबद्दल तिला खात्री होती. तिला जेव्हा जेव्हा वेळ मिळायचा, तेव्हा तेव्हा ती मला पुस्तके वाचून दाखवत असे. मला जास्तीत जास्त वेळ देण्याची तिची इच्छा असे, पण तिला घरातल्या कामांबरोबरच माझ्या थोरल्या भावाला – जतिनलाही सांभाळावे लागत असे.

जतिन माझ्यापेक्षा तीन वर्षांनी मोठा होता. तो स्वत:च्याच नादात असायचा. त्याचा कुत्र्यांवर विशेष जीव होता. तो नेहमी बेवारस कुत्री घरी घेऊन यायचा व त्यांच्याशी खेळायचा, त्यांना खाऊ घालायचा. आमच्या आईला हे अजिबात आवडायचं नाही. ती त्याला नेहमी रागवायची, पण जतिन कधीच तिचं ऐकायच्या मूडमध्ये नसायचा.

अखेर आईला ज्या गोष्टीची भीती वाटत होती तेच घडलं. एके दिवशी जतिनला अचानक दवाखान्यात न्यावं लागलं. आमच्या आजूबाजूच्या काही मुलांच्यात व त्याच्यात कुत्र्याच्या एका छोट्या पिल्लावरून चकमक झाली. त्या कुत्र्याच्या पिल्लाला ओढण्याच्या नादात त्याच्या पंजाचं नख जतिनच्या गळ्याला लागलं, म्हणून आई त्याला घेऊन दवाखान्यात गेली होती.

या प्रसंगानंतर काही दिवसांनी आम्ही माझ्या एका मामाच्या लग्नासाठी मुंबईला गेलो होतो. आमच्या आजोळी सगळेजण लग्नाच्या तयारीत गर्क होते. त्याचवेळी जतिनला मुंबईतील वेगवेगळ्या दवाखान्यात नेलं जात होतं.

एके दिवशी सकाळी मला आईच्या रडण्याच्या आवाजाने जाग आली. त्या वेळी मी सहा-साडेसहा वर्षांचा असेन. आई का रडतीय... मला काहीच कळत नव्हतं. काही लोक लग्नसमारंभ रद्द झाला आहे असं म्हणत होते. त्यानंतर थोड्या वेळाने पांढऱ्या कापडात गुंडाळलेल्या जतिनला रुग्णवाहिकेतून घरी आणलं,

त्या वेळी कुणीतरी मला सांगितलं, की आपण जतिनला कायमचं गमावलं आहे.

जतिनच्या गळ्याला जी जखम झाली होती. त्यामुळे त्याच्या संपूर्ण शरीरात विष पसरलं होतं. डॉक्टरांनी प्रयत्नाची पराकाष्ठा केली होती, पण ते जतिनचे प्राण वाचवू शकले नव्हते. मी मूकपणे बघत होतो... आईच्या रडण्याचा आवाज माझ्या अंतर्मनाने ऐकत होतो. त्या वेळी मी खूपच लहान असल्यामुळं मला जतिनच्या जाण्याचं दुःख कळलं नव्हतं; पण आज मागे वळून पाहतो, तेव्हा जतिनला गमावण्याच्या दुःखाने काळीज पिळवटतं.

माझा थोरला भाऊ – जतिनसोबतच्या बालपणीच्या त्या अंधूक आठवणी आयुष्यभर माझ्या काळजाच्या एका कोपऱ्यात कायम जिवंत राहतील.

जतिनच्या निधनानंतर माझे आई-वडील व मी काही दिवस घाटकोपरमध्येच राहिलो. त्या दरम्यान, आम्ही आजोबांच्या संपूर्ण परिवारासह राजावाडी हॉस्पिटलमध्ये रेबीज प्रतिबंधक इंजेक्शन घेण्यासाठी १४ दिवस रोज जात होतो. त्या काळी १४ इंजेक्शने पोटात टोचून घ्यावी लागत असत. ते इंजेक्शन घेताना खूप दुखायचं, पण मला शारीरिक वेदनेपेक्षा कैकपटीने जास्त मानसिक वेदना व्हायच्या. जतिनच्या निधनामुळे अंतर्बाह्य हादरलेली माझी आई खूप गप्प गप्प असायची. तिच्या दृष्टीने हा फार भयंकर आघात होता.

त्यानंतर काही दिवसांनी आम्ही गोंदियाला परत आलो. तिथे कितीतरी दिवस आमचे नातेवाईक व ओळखीचे लोक आमच्या घरी भेटायला येत होते, आईचं सांत्वन करून तिला धीर देत होते. त्या काळात माझे आईवडील माझ्याकडे खूपच जास्त लक्ष देत होते. आई माझी खूप काळजी घेऊ लागली होती. यापूर्वी मी आईला इतकं दुःखी आणि उदास कधीही पाहिलं नव्हतं. हो, पण दीड वर्षांपूर्वी जेव्हा मी ५ वर्षांचा होतो, तेव्हा मी पहिल्यांदा तिला रडताना ऐकलं होतं. मला नेमकं आठवतं की दादाजींच्या निधनानंतर बाराव्या दिवशी ब्राह्मण आणि नातलगांसाठी दुपारच्या जेवणाची व्यवस्था केली गेली होती. त्याच्या एक दिवस आधी आमच्या छोटयाशा घरात पहिल्यांदाच १५ किलोचा तेलाचा डबा आणला गेला होता. रात्री अर्धाएक किलो तेल वापरात आल्यानंतर एका नातेवाइकानं रात्रभर तो डबा उघडाच ठेवला होता. सकाळी आईने त्या डब्यात डोकावलं तर आत एक उंदीर मरून पडला होता. आता दुसऱ्या डब्याची व्यवस्था करण्याशिवाय अन्य पर्याय नव्हता. वडील ती व्यवस्था करण्यात गुंतले आणि मी तो दूषित तेलाचा डबा फेकण्यासाठी आईसोबत समोरच्या शेताजवळच्या झाडीकडे गेलो. ते दूषित तेल कोणी वापरू नये, यासाठी आईनं डब्यातलं तेल ओतायला सुरुवात केली. पण त्या तेलाच्या धारीचा जो वेग होता, त्याहूनही अधिक वेगात आईच्या

डोळ्यातून आसवं गळत होती. मी असहाय्यपणे आईशेजारी उभा राहून त्या दुःखी क्षणांना सहन करण्याचा प्रयत्न करत होतो. त्यानंतर मी आईला कधीही इतकं दुःखी पाहिलं नाही. जतिनच्या जाण्याचं गहिरं दुःखंही तिनं आपल्या हृदयात सामावून ठेवलं आणि केवळ माझ्यासाठी पुन्हा जगायला सुरुवात केली. असेच काही दिवस गेले. मग एके दिवशी गोंदियामधील आईच्या एका मानलेल्या भावाने आईला या अनपेक्षित आघातातून वर काढण्यासाठी, तिला त्याच्या पत्नीच्या शिवणवर्गात दाखल केलं. कधी कधी मीसुद्धा आईसोबत त्या शिवणवर्गात जाऊ लागलो. त्या ठिकाणी निर्मितीचे जणू भांडारच होते. मामीजी कपडे शिवायला शिकवण्याबरोबरच कलाकौशल्याच्या वस्तूही शिकवत असत. तिथे ग्रामोफोनच्या रेकॉर्डवर खडे, मोती, आरसे चिकटवून निरनिराळे आकार बनवले जायचे. त्या आकृत्या मी स्पर्शाने समजून घ्यायचो. मला ते खूप आवडत असे. त्या वर्गात कापडी खेळणीही बनवली जात असत. मऊ-मुलायम कापडातून वेगवेगळ्या आकाराची खेळणी बनवायला मला खूप आवडायचं.

मामीजींचा तो वर्ग आईबरोबरच माझ्यासाठीही वरदान ठरला. त्याचा माझ्या आईला जतिनच्या वियोगाच्या दुःखातून सावरण्यासाठी बराच उपयोग झाला आणि मलाही... मी बालवयातच एक वेगळ्याच प्रकारच्या सर्जनशीलतेचा विचार करायला शिकलो. त्यामुळेच मी बरेचदा शाळेला न जाता, आईसोबत तिच्या शिवण वर्गाला जाण्याचा हट्ट करायचो.

जतिन गेल्यापासून माझी प्रत्येक इच्छा पूर्ण केली जात असे. मला आठवतंय, माझी दृष्टी कमजोर असूनही आई मला गोंदियातील सिनेमागृहात सिनेमाला घेऊन जात असे. तिथे आम्ही सर्वांत पुढच्या रांगेत बसायचो आणि आई मला संपूर्ण सिनेमा समजावून सांगायची. मी लहान असताना ती कित्येकदा मला सिनेमागृहात घेऊन गेली आहे. याही बाबतीत तिने कधीही माझ्या दृष्टिबाधित अवस्थेचा अडसर येऊ दिला नाही. त्यामुळे मी मला दिसत नसूनही आईच्या मदतीने सिनेमा पाहू शकायचो. मला सामान्य मुलासारखं आयुष्य जगता यावं यासाठी आई सर्वतोपरी प्रयत्न करायची. माझ्या अभ्यासाकडेही तिचं खूप लक्ष असायचं. तिने मला चौथी व सातवीच्या शिष्यवृत्ती परीक्षेलाही बसवलं होतं. मला कॉमिक्स खूप आवडायची, या गोष्टीकडेही तिने कधीही दुर्लक्ष केलं नाही. उलट ती नेहमी वेगवेगळी कॉमिक्स विकत आणून ती मला वाचून दाखवायची.

आमच्या शाळेने एक सायकलरिक्षावरील फिरते ग्रंथालय सुरू केले होते – शारदा वाचनालय. माझी आई या ग्रंथालयाची सदस्य होती. ही सायकलरिक्षा प्रत्येक सदस्याच्या घरी येत असे व सदस्यांना पुस्तक परत करणं व बदलून घेणं या गोष्टी तिथल्या तिथे करता येत असत. त्या फिरत्या ग्रंथालयाच्या सायकलची

घंटा वाजली की मला आनंद होत असे आणि मी आईला छान छान गोष्टी असलेली पुस्तकं घ्यायला सांगायचो. त्या काळी आमच्या घरी 'धर्मयुग' यायचं. त्यातील 'डब्बूजी' हा कार्टून विभाग मला खूप आवडायचा. आई नेहमी मला ते वाचून दाखवत असे. त्या काळी 'नंदन', 'चंपक' व 'चंदामामा' ही माझी आवडती कॉमिक्स होती.

घाटकोपरच्या आजोबांनाही माझं हे कॉमिक्स प्रेम माहीत होतं. घाटकोपरहून गोंदियाला येणाऱ्या प्रत्येकासोबत आजोबा माझ्यासाठी कॉमिक्सचा गठ्ठाच्या गठ्ठा पाठवायचे. लहानपणापासूनच निर्माण झालेल्या या आवडीमुळे मी पाचवीत जाईपर्यंत माझ्याकडे एक हजारावर कॉमिक्सचा संग्रह झाला होता. माझ्या दृष्टीने हा अमूल्य ठेवा होता. मी रोज त्यांची व्यवस्थित देखभाल करायचो. मग एके दिवशी मनात विचार आला, की या सर्व कॉमिक्सच्या बळावर आपणही एक वाचनालय सुरू करूया. मी आईला हा विचार सांगितला. तिनेही ताबडतोब परवानगी दिली आणि आमच्या घराच्या ज्या कोपऱ्यात ती पुस्तके विराजमान होती, तिथेच वाचनालयाची स्थापना झाली.

मी या वाचनालयाला 'गायत्री वाचनालय' असं नाव दिलं. माझे वडील गायत्री मातेचे उपासक होते. ते आमच्या घरी नेहमी होम-हवन करत असत. गायत्री देवीचं मंदिर आमच्या क्वार्टरच्या अगदी जवळच होतं. त्यामुळे मी या वाचनालयाला 'गायत्री वाचनालय' असं नाव द्यायचं ठरवलं. माझ्याकडे कुठलीही साधनसामग्री नव्हती. मी हे वाचनालय घरीच सुरू केलं होतं. थोड्याफार जुन्या फर्निचरचा उपयोग करून त्यावर सगळी कॉमिक्स मी उत्तम प्रकारे मांडायचो. या उद्योगातून जे चार पैसे मिळायचे, त्यातून आणखी कॉमिक्स विकत घ्यायचो. गोंदिया रेल्वे स्टेशनजवळ जे बुकस्टॉल होते तिथे आईबरोबर जायचो आणि ही कॉमिक्स निम्म्या किमतीला विकत घ्यायचो. त्या काळी 'अमर चित्रकथा'मधील 'पन्ना और हाडी रानी', 'महाराणा प्रताप' अशी व्यक्तिमत्त्वे मला खूप आकर्षित करत असत. त्या गोष्टींमधून दिसणारा, समाजाप्रतिचा त्यांचा समर्पणभाव समजून घेण्याचा मी प्रयत्न करायचो. रामायणामधील अंगद व सुग्रीव अशा व्यक्तित्वांनी बनलेली एक टीम प्रभू श्रीरामांसाठी कशी साहाय्यक ठरली, हे समजून घ्यायचो.

कॉमिक्सबरोबरच मला संगीतातही विशेष रस होता. माझ्या वडिलांना शास्त्रीय संगीत खूप आवडत असे. श्री. जसानीजींनी वेगवेगळ्या कार्यक्रमांसाठी कंपनीच्या परिसरातील वेगवेगळ्या कार्यक्रमांसाठी कंपनीच्या परिसरातील अतिथीगृहामध्ये एक प्रशस्त हॉल बांधला होता. त्या हॉलमध्ये गोंदियातील मोठमोठे व्यापारी – बिडी व्यावसायिक दर महिन्यात संगीत मैफलींचे आयोजन करत असत. त्यामध्ये

गंगूबाई हनगल, शिवकुमार शर्मा, हरिप्रसाद चौरसिया असे दिग्गज कलावंत येत असत. त्या विलक्षण मैफलींबद्दल काय सांगावं! त्यामुळे माझे संगीताशी वेगळेच भावबंध जुळले.

माझे वडील गझल शौकीन होते. बुधवारी त्यांची आठवडी सुट्टी असायची. त्या दिवशी ते टेपरेकॉर्डवर गझला ऐकायचे. त्यांच्यासोबत मीही गझलांचा आस्वाद घेत असे. गझलांमधील जे उर्दू शब्द मला कळायचे नाहीत, त्यांचा अर्थ मी वडिलांना विचारायचो. गझलेतील एका शब्दातून गायक किती काय काय सांगत असतो, हे मी वडिलांकडून समजून घ्यायचो. त्या काळी अनुप जलोटांची भजने व गझलांचा खूप बोलबाला होता.

त्यांची एक गझल मला आजही आठवते, 'चाँद अंगडाईयाँ ले रहा है, चाँदनी मुस्कुराने लगी...' ही गझल ऐकल्यावर चाँद अंगडाई कशी काय घेईल, हे मला कळायचं नाही.

तसंच बेगम अख्तर यांची एक गझल होती, 'हम तो समझे थे कि बरसात में बरसेगी शराब, आई बरसात तो उसने दिल तोड दिया...'

बरसात में शराब कशी बरसेल, हे मला कळायचं नाही. मग मी वडिलांना या सगळ्याचा अर्थ विचारायचो. मग ते मला गझलकार कशाप्रकारे वातावरण निर्मिती करून आपला मुद्दा मांडतो, हे समजावून सांगायचे. गझलांमुळे मला बालपणापासूनच शब्दांमध्ये रस निर्माण झाला आणि मीही शब्दांशी खेळ, कविता रचण्याचा प्रयत्न करू लागलो. आजही रेल्वे, बस किंवा विमानप्रवासात हे मिटलेले डोळे शब्दांच्या महासागरातून मोती शोधून त्यांना कवितेच्या माळेत गुंफण्याचा प्रयत्न करत असतात.

उन्हाळ्याच्या दिवसांत गोंदियामध्ये ऊन खूप कडक असायचं. अक्षरश: झळा यायच्या. श्री. महेशभाई जसानींचा धाकटा मुलगा जयदीप माझ्याच वयाचा होता. आम्ही दोघे नेहमी एकत्र खेळायचो. एक दिवस जसानीजी आणि माझ्या वडिलांनी ठरवलं की मुलांनी उन्हात खेळण्यापेक्षा किंवा इकडंतिकडं भटकण्यापेक्षा त्यांना काहीतरी काम द्यावं हे उत्तम. मग आम्हाला कंपनीच्या ऑफिसमधील काही कामे देण्यात येऊ लागली. मात्र, जयदीप धूम ठोकायचा, पण मी मात्र वडिलांच्या भीतीने, शाळा सुटल्यानंतर संध्याकाळपर्यंत ऑफिसमध्ये थांबायचो. त्या वेळी मी साधारण तेरा-चौदा वर्षांचा असेन. कंपनीतील बहुतेक कर्मचारी अशिक्षित असल्यामुळे ते बँकेत जाताना मला सोबत नेत असत. मग मी त्यांना बँकेतील अधिकाऱ्यांशी बातचीत करायला मदत करायचो. त्या वेळी कंपनीचं खातं बँक ऑफ इंडियाच्या गोंदिया शाखेत होतं. बँकेत कंपनीच्या बऱ्याच मुदत ठेवी असल्यामुळे बँक

कंपनीकडून ड्राफ्टचे कमिशन घेत नसे. मात्र, काही नवे नियम आल्यामुळे बँक कंपनीकडे ड्राफ्टसाठी कमिशनची मागणी करू लागली. त्यामुळे मला ऑफिसकडून पुन्हा बँकेत पाठवले जायचे आणि मी बँकेच्या मॅनेजरना भेटून त्यांना माझे म्हणणे पटवून द्यायचा प्रयत्न करायचो. आपण बँकेत जाऊन मॅनेजरशी बोलतो या गोष्टीनं मला खूप बरं वाटायचं. त्यामुळे मला आत्मविश्वास लाभायचा. या सगळ्यामुळे जसानीजींच्या ऑफिसमधील बरीच कामे माझ्यावर सोपवण्यात आली होती.

एक प्रसंग माझ्या आजही स्मरणात आहे. एके दिवशी ऑफिसमधील पेन्सिल संपली, म्हणून मी पेन्सिल विकत आणण्यासाठी एका कर्मचाऱ्याला ऑफिसच्या गल्ल्यातले वीस पैसे दिले. संध्याकाळी हिशोब करताना वीस पैशांचा फरक लागला. मग जसानीजींना मी त्यांच्या परवानगीशिवाय वीस पैसे खर्च केल्याचं समजलं, तेव्हा त्यांनी मला त्यांच्या केबिनमध्ये बोलावून चांगलंच झापलं. त्यांचं म्हणणं होतं, की जो अधिकार तुम्हाला दिला गेलेला नाही, त्याचा तुम्ही वापर करायचा नाही.

जसानीजी फक्त वीस पैशांसाठी मला रागवत आहेत, असं मला वाटलं. त्या दिवशी संध्याकाळी घरी परत गेल्यानंतर मी आईला हा प्रसंग सांगितला आणि पुन्हा त्या ऑफिसमध्ये पाय टाकणार नाही, असं सांगितलं.

पण माझं म्हणणं ऐकल्यावर आईनं मला समजावलं, की हा फक्त वीस पैशांचा मुद्दा नाहीये. हा मुद्दा आहे व्यापारात नियम व सुव्यवस्था राखण्याचा. तू याबद्दल चिडण्यापेक्षा यातून धडा घे.

बालपणी वीस पैशाची पेन्सिल विकत आणण्याच्या प्रसंगाने मला जी शिकवण दिली, ती आजही मला व्यापारात उपयोगी पडत आहे.

त्या ऑफिसमध्ये काम करत असताना, काहीवेळा मी सिमेंट पाइपची डिलिव्हरी देण्यासाठी ट्रकसोबत जायचो. त्या वेळी कंपनीचे ट्रक गडचिरोली, आलापल्ली, सिरोंचा वगैरे ठिकाणी जात असत. मीही त्यासोबत जायचो व माझा फिरण्याचा शौक पूर्ण करायचो. निरनिराळ्या ठिकाणी जाणं, तेथील काम समजून घेणं मला खूप आवडायचं.

जसानीजींची एक वीटभट्टीसुद्धा होती. मी बरेचदा तिथेही जायचो. मातीपासून विटा कशा बनवल्या जातात, ते समजून घ्यायचो. बरेचदा पावसामुळे माती खराब होते. मग ती कशा प्रकारे 'रिसायकल' केली जाते, याचीही मी माहिती घ्यायचो. अशा कुठल्याही प्रकारच्या ज्ञानप्राप्तीमध्ये माझी कमजोर दृष्टी कधीही आड आली नाही. उलट मी सदैव कामात गर्क राहिलो. माझ्या आईचे प्रोत्साहन व तिचे सकारात्मक विचार माझ्यासाठी वरदान ठरले असावेत.

मी पाहू शकत नाही, या गोष्टीची तिने मला कधीही जाणीव होऊ दिली नाही; उलट सामान्य मुलगा करू शकेल अशी प्रत्येक गोष्ट करण्यासाठी ती मला प्रेरित करायची. मला डोळ्यांचा त्रास आनुवंशिक आला होता. आईने तिचे वडील व थोरल्या भावाला डोळ्यांच्या अशाच त्रासांनी त्रस्त झालेलं पाहिलं होतं. माझ्या जन्माच्या आधी, लिथो प्रेसमध्ये काम करताना वडिलांच्या डोळ्यांत ॲसिड गेल्यामुळं त्यांच्या डोळ्यांचं ऑपरेशन करावं लागलं होतं. या सगळ्या वेदना आईनं पाहिल्या होत्या. आणि मीही जन्मत:च 'रेटिना मॅक्युलर डिजनरेशन'चा शिकार ठरलो होतो. पण त्यामुळे आईने मला कधीही सहानुभूती दाखवली नाही किंवा कोणत्याही कामातून सूट दिली नाही. आईने मला कपडे धुणे, भांडी घासणे या कामांपासून स्वयंपाक करण्यापर्यंत सगळी कामे शिकवून मला स्वयंपूर्ण बनवले. आईची ही शिकवण आजही माझ्या लक्षात आहे, की स्वत:ची दैनंदिन कामे करताना कसलीही लाज वाटता कामा नये. कोणतेही काम लहान किंवा मोठे नसते. प्रत्येक काम संपूर्ण निष्ठेनं व मेहनतीने करणे आवश्यक असते.

आई दर दोन-तीन दिवसांनी माझ्या शाळेत येऊन शिक्षकांना भेटायची आणि माझ्या अभ्यासाबाबत त्यांच्याशी चर्चा करायची. मला बरीच मुले 'नोट्स' साठी मदत करायची, पण त्यासाठी मला त्यांना लाच द्यावी लागायची. त्या मुलांना कॉमिक्स प्रचंड आवडतात, हे मला माहीत असल्यामुळे मी शाळेच्या दप्तरातून नेहमी वेगवेगळी कॉमिक्स न्यायचो. त्यामुळे मला नोट्स देण्यासाठी त्यांच्यात स्पर्धा असायची. आणि माझं काम सोपं व्हायचं. सहावीत असताना मला वर्गाचा मॉनिटर केलं होतं. मॉनिटर असल्यामुळे कधीकधी मला पाळीपाळीने मुलांचे वाचन घ्यावे लागत असे. मी नेहमी वर्गात प्रत्येक ओळीत कोण कुठं बसलं आहे, हे लक्षात ठेवायचो. आणि त्यानुसार वाचन घ्यायचो. पण एखाद्या वेळी एखादा मुलगा गैरहजर असला आणि मी त्याचं नाव घेतलं, की गोंधळ व्हायचा, वर्गात हशा उसळायचा.

आमच्या शाळेचे प्राचार्य होते श्री. राजमोहन तिवारी. ते 'रामकृष्ण मिशन'शी संबंधित होते. साडेसहा फूट उंच तिवारी सरांचा संपूर्ण शाळेत एक वेगळाच दबदबा होता. सगळे विद्यार्थी त्यांना टरकून असत. पण मी मात्र त्यांचा सर्वांत आवडता विद्यार्थी होतो. विद्यार्थ्यांमध्ये विवेकानंदांचे संस्कार रुजावेत यासाठी त्यांनी शाळेत 'विवेक वाचन' नावाची स्पर्धा सुरू केली होती. त्यासाठी आम्हाला 'रामकृष्ण मिशन'कडून एक पॉकेट बुक मिळत असे आणि तयारीसाठी तीन-चार महिन्यांचा अवधी मिळत असे. त्यानंतर आम्हाला त्या पुस्तकावर आधारित एक परीक्षा द्यावी लागत असे. मी दहावीत असताना, या 'विवेक वाचन' परीक्षेत

शंभरपैकी एक्क्याण्णव गुण मिळवून शाळेत पहिला आलो होतो. 'रामकृष्ण मिशन'तर्फे हा पुरस्कार देण्यासाठी एका समारंभाचं आयोजन केलं होतं. त्याच्या आदल्याच दिवशी लायन्स क्लबचे काही सदस्य आमच्या शाळेतील एका विद्यार्थ्याच्या कर्करोगाच्या शस्त्रक्रियेसाठी मदत गोळा करायला प्रत्येक वर्गात आले होते. पण माझ्याजवळ पॉकेटमनी नसल्यामुळे मी काहीही मदत करू शकलो नव्हतो, या गोष्टीची खंत रात्रभर माझ्या मनात होती.

दुसऱ्या दिवशी आमच्या शाळेत पुरस्कार समारंभ सुरू होण्याआधी तिवारी सरांनी त्या कर्करोगग्रस्त विद्यार्थ्याच्या आईवडिलांना मंचावर बोलावलं आणि त्यांच्या आर्थिक परिस्थितीबाबत सांगून, लायन्स क्लब व रामकृष्ण मिशनतर्फे जमा केलेला निधी त्यांच्याकडे सुपूर्द केला. त्यानंतर पुरस्कार वितरण समारंभ सुरू झाला. मला प्रथम क्रमांकाचे पारितोषिक घेण्यासाठी मंचावर बोलावण्यात आलं. मला पुरस्कार म्हणून चषक व रोख एकशे एक रुपये मिळाले होते. पुरस्कार स्वीकारल्यानंतर प्राचार्य सरांनी दोन शब्द बोलण्यासाठी माझ्या हातात माइक दिला... त्या क्षणी काय झालं कोण जाणे, माझ्या काळजातून एक आवाज आला आणि मी बक्षिसाची ती रक्कम त्या विद्यार्थ्याच्या कर्करोगावरील उपचारासाठी दिली. अचानक सगळीकडे शांतता पसरली. मला वाटलं, माझं काही चुकलं का? किंवा माझं हे कृत्य कुणाला आवडलेलं दिसत नाही... मला काही समजेना.

त्यानंतर काही क्षणांतच सगळे लोक उठून उभे राहिले आणि टाळ्यांचा जोरदार गजर घुमला. त्या प्रसंगापासून मला प्रेरणा मिळाली, की असं काम करायचं, ज्यातून गरजूंना मदत करता येईल.

बालपणाचे ते दिवस काही तरी विशेष होते, हे दिवस परत येणार नाही म्हणून मन विषन्न होते पण हे ही तितकेच खरे की आज मी जे काही आहे त्या बालपणीच्या अनुभव संपन्न दिवसामुळेच, म्हणूनच ते क्षण आठवले की वाटते,

ख्वाहिशे है मेरी की फिर से फरिश्ता हो जाऊ,
मां के आंचल से ऐसे लिपटू के बच्चा हो जाऊ,
और इन नन्हे होठों की हंसी की खातीर मुझे उस मिट्टी में
मिलाना की खिलौना हो जाऊ.

२

सायकलयात्रा : गोंदिया ते नेपाळ

माझा एक जिगरी बालमित्र होता – दिनेश कारिया. आम्ही दोघे शाळेपासून कॉलेजपर्यंत एकाच वर्गात होतो. आम्ही शाळेत असताना दिनेश अगदी सामान्य विद्यार्थी होता. शाळेत त्याच्या हजेरीपेक्षा गैरहजेरीच जास्त असायची. तो सकाळी शाळेत दिसला, तर दुपारी गायब झालेला असायचा. त्याचं अभ्यासात अजिबात लक्ष नव्हतं. त्याला हिंडायला-फिरायला आवडत असे.

पण आम्ही सातवीतून पुढच्या वर्गात गेल्यावर माझ्या लक्षात आलं, की दिनेश अभ्यासाकडे खूपच लक्ष देऊ लागला आहे. दहावीत जाईपर्यंत तर तो शाळेतला हुशार विद्यार्थी म्हणून गणला जाऊ लागला होता. याच दिनेशने पुढे गोंदियाच्या एन.एम.डी कॉलेजमध्ये शिक्षण घेतलं. आणि बारावीला तो बोर्डाच्या परीक्षेत संपूर्ण महाराष्ट्राच्या गुणवत्ता यादीत पाचवा आला. पुढे त्याने

एन.सी.सी.मध्ये चांगली कामगिरी केल्यामुळे त्याला प्रजासत्ताक दिनी राजपथावर संपूर्ण भारतातील एन.सी.सी. परेडचं प्रतिनिधित्व करण्याची संधी लाभली. त्याचं अशाप्रकारे स्वत:ला सिद्ध करणं माझ्यासाठी खूप लाभदायक ठरलं, कारण मला असा मित्र मिळावा अशी माझी इच्छा होती, जो मला अभ्यासात मदत करेल... आणि दिनेशच्या रूपाने मला तसा मित्र मिळाला.

आम्हाला शाळेत जे शिकवलं जायचं. त्या सगळ्याच्या नोट्स दिनेश मला द्यायचा. मग त्यावरून माझी आई घरी माझा अभ्यास घ्यायची. दिनेशला वर्तमानपत्र वाचायची आवड होती. शाळा सुटल्यावर आम्ही दोघे नेहमी मैदानावर खेळायला जायचो तेव्हा तो मला वर्तमानपत्र वाचून दाखवायचा. त्याच्यामुळे मलाही ती सवय लागली.

त्या काळी सगळीकडे एक बातमी होती. गोंदियातील काही तरुण सायकलवरून वैष्णोदेवीला गेले होते. त्यांच्या या उपक्रमामुळे ते सगळ्या वर्तमानपत्रांत झळकत होते. दिनेश त्या बातम्या वाचायचा आणि वर्तमानपत्रांच्या पहिल्या पानावर त्यांचे फोटो कसे आले आहेत, त्यांच्या साहसकथेबद्दल काय काय लिहिलं आहे, हे मला सांगायचा. संपूर्ण गोंदियात त्यांच्याबद्दल चर्चा होती. आपल्याच गावातल्या काही तरुणांनी काय कामगिरी फत्ते केली आहे!... आम्हाला नवल वाटायचं. त्यांना मिळणाऱ्या प्रसिद्धीमुळे दिनेश व माझ्यात उत्साह संचारत होता व आम्हालाही प्रेरणा मिळत होती.

त्या तरुणांबद्दल वर्तमानपत्रांत दररोज येत होतं व दिनेश मला ते वाचून दाखवत होता. ते ऐकून मला आपणही असं काहीतरी करावं असं वाटायचं. मग मी हा विचार दिनेश व माझा आणखी एक मित्र – पम्मी ऊर्फ पुरुषोत्तम नागदेव यांना सांगितला.

मी नेहमी माझ्या मित्रांसोबत सायकलवरून फिरायला जायचो. ते मला सायकलवर पुढे किंवा मागे बसवून नेत असत. जर आम्हाला सायकलवरून वैष्णौदेवीला जायचं असेल, तर आम्हाला गोंदिया ते वैष्णोदेवी असा सुमारे २००० किमीचा प्रवास करावा लागणार होता. इतकं अंतर दिनेशला किंवा पम्मीच्या सायकलवर मागे बसून पार करणं फारच अवघड होतं.

मग मी विचार केला, मला दिसत नसल्यामुळे मी जरी सायकल चालवू शकत नसलो, तरी मी मागे बसून दिनेशला सायकल चालवायला मदत करू शकतो. मग आम्ही आमच्या एका मित्राला गाठलं. तो आमच्याच कॉलेजमध्ये होता. त्याची सायकलची शोरूम होती. त्याच्या शोरूममधल्या कामगारांशी आम्ही

बरीच चर्चा केली. त्यांनी सगळी परिस्थिती व आमची गरज नीट समजून घेतल्यावर आम्हाला सांगितलं, की अशा प्रकारची सायकल बनवता येऊ शकेल – ज्यामध्ये मागे बसणाऱ्या व्यक्तीसाठीही वेगळे पॅडल लावले, तर इतका मोठा प्रवास सोपा होऊ शकेल.

त्यांच्याकडून हे ऐकल्यावर आमच्यात अधिकच उत्साह संचारला. मग आम्ही वैष्णोदेवीला गेलेल्या त्या तरुणांना अनेकदा भेटलो व त्यांच्याकडून बोलण्याच्या ओघात कळलेल्या या सफरीतील अडचणींचा बारकाईने विचार करून त्या समजून घेऊ लागलो.

त्यांनी दररोज किती अंतर पार केलं होतं? त्यासाठी त्यांनी तयारी कशा प्रकारे केली होती? या यात्रेदरम्यान त्यांना कोणकोणत्या अडचणी आल्या होत्या? या सायकलयात्रेसाठी त्यांनी पैशाची व्यवस्था कशी केली होती?... अशा सगळ्या प्रश्नांवर आम्ही तिघांनी बरंच विचारमंथन केलं.

याच दरम्यान, पम्मीने गोंदियाच्या लायन्स क्लबमध्ये जाऊन आमच्या या यात्रेबद्दल सांगितलं. त्या वेळी क्लबचे अध्यक्ष होते विनोद जैन. ते चार्टर्ड अकाउन्टन्ट होते. त्यांनी आमच्या या सायकलयात्रेबाबत खूप रस दाखवला आणि गोंदिया लायन्स क्लबतर्फे शक्य ते सहकार्य करण्याचं मान्य केलं.

आम्हाला सर्वप्रथम, कुठं जायचं ते ठरवावं लागणार होतं. आम्ही 'सायकलवरून जगभ्रमंती' या विषयावरचं एक पुस्तक वाचलं होतं. त्या पुस्तकात स्वातंत्र्यपूर्व काळात मुंबईतील काही पारशी तरुणांनी सायकलवरून पूर्ण केलेल्या पृथ्वी प्रदक्षिणेची कहाणी होती. ती वाचून आम्हालाही आपण जगभ्रमंती करावी असं वाटत होतं, पण परिस्थिती आम्हाला अनुकूल नव्हती.

त्या काळी सोव्हिएट संघ विखुरण्याच्या बेतात होता, त्यामुळे काही ठिकाणी युद्धाचं सावट होतं. मग आम्ही विनोदजींसोबत बसून पहिल्यांदा अफगाणिस्तान, मग भूतान अशा सगळ्या पर्यायांचा विचार केला. त्यानंतर आम्ही रस्त्यांच्या नकाशांचा अभ्यास केला, तेव्हा अखेर आम्ही नेपाळ हा पर्याय नक्की केला. आमच्या कॉलेजमधील काही प्राध्यापकांनी व एन.एस.एस.च्या अधिकाऱ्यांनीही आम्हाला नेपाळ हाच योग्य पर्याय असल्याचा सल्ला दिला, कारण नेपाळमध्ये आम्हाला पासपोर्ट व व्हिसा यांची गरज लागणार नाही असं ठिकाण होतं. भारत व नेपाळ दरम्यान नऊ सीमा आहेत. त्यांपैकी कोणत्याही मार्गे आम्ही जाऊ-येऊ शकणार होतो.

आमच्या या सायकलयात्रेचा आम्हाला हा लाभ होणार होता, की सायकलवरून दुसऱ्या देशात जाण्याचा शिक्का लागणार होता व हा एक विक्रमही होणार होता. त्याचबरोबर, त्या तरुणांच्या वैष्णोदेवीच्या सायकलयात्रेपेक्षा आमची नेपाळयात्रा

कितीतरी पट मोठी व अनोखी होणार होती. मग आम्ही ठरवलं, गोंदियाहून नेपाळच्या काठमांडूपर्यंत जायचं व तिथून गोंदियाला परत यायचं... अर्थातच सायकलवरून!

दिवाळीच्या काळात आम्ही काठमांडूत असलं पाहिजे असा आमचा बेत होता, त्यानुसार आम्ही १५ ऑक्टोबर १९८८ रोजी या सायकलयात्रेचा प्रारंभ करायचं ठरवलं. माझ्या दृष्टीने या दिवसाचं खूप महत्त्व होतं, कारण १५ ऑक्टोबर हा दिवस 'जागतिक पांढरी काठी दिन' म्हणून साजरा केला जातो... दृष्टिबाधित लोक पांढरी काठी वापरतात.

मग आम्ही आमच्या यात्रेचा आराखडा तयार केला, त्यानुसार आम्हाला दररोज १००-१२५ किमी अंतर पार करावं लागणार होतं. आमच्या या सफरीत सगळी ऐतिहासिक व प्रसिद्ध स्थळे समाविष्ट करण्याचा आमचा मानस होता. दिल्लीपासून अयोध्येपर्यंत सर्व स्थळांना या सफरीत भेट देता यावी, अशी आमची मनापासूनची इच्छा होती. अखेर आम्ही काही मित्रांच्या साहाय्याने जाण्याचा व परत येण्याचा मार्ग निश्चित केला.

त्यानंतर दिनेश, पम्मी व मी आम्ही तिघांनी सराव सुरू केला. आम्ही रोज गोंदियाच्या आजूबाजूच्या भागात २० ते ३० किमी सायकलभ्रमंती करू लागलो. मी कधी दिनेशच्या, तर कधी पम्मीच्या सायकलवर बसायचो. ते सायकल चालवून दमले की पाय वर घ्यायचे, मग मी मागून पॅडल मारायचो.

आपण जेव्हा काहीतरी वेगळं, भव्यदिव्य किंवा काहीतरी अनोखं करण्याचा प्रयत्न करतो, तेव्हा आयुष्य आपल्या हिमतीची व धीराची कठोर परीक्षा घेतं हे फार निष्ठुर वास्तव आहे. त्या दरम्यान माझ्या बाबतीतही असंच घडत होतं. कारण त्याच दरम्यान माझ्या वडिलांचे जसानीजींशी काहीतरी मतभेद झाल्यामुळे त्यांनी नोकरीचा राजीनामा दिला. गेली २५ वर्षे त्यांचा जो दिनक्रम होता, त्यात अचानक व्यत्यय आल्यामुळे त्यांच्या मन:स्थितीवरही त्याचा परिणाम झाला. त्यांच्यासाठी ती कंपनी हेच सर्वस्व होतं. ते सकाळपासून संध्याकाळपर्यंत कामात गर्क असतं. कॅशिअरपासून मॅनेजरपर्यंत सर्व कामांच्या जबाबदाऱ्या तेच सांभाळत असत. जसानीजींशी नातं असल्यामुळे माझ्या वडिलांनी त्या कंपनीची प्रगतीसाठी खूप मेहनत केली होती, पण त्यांना पगार इतका कमी होता, की घरची आर्थिक परिस्थिती बिकट असे. माझ्या वडिलांनी याबद्दल जसानीजींशी अनेकदा चर्चा केली, पण तरीही पगारवाढ न मिळाल्यामुळे, अखेर त्यातून मतभेद निर्माण झाले. मग आम्ही तिघांनी गोंदिया सोडून कायमचे मुंबईला जायचं असा निर्णय आईने घेतला.

माझ्या आयुष्यात हे सगळं अचानक घडत होतं. त्यामुळे, नेपाळची सायकलयात्रा आता आयुष्यभर स्वप्न बनूनच राहणार असं वाटू लागलं होतं. त्याचवेळी, माझ्या वडिलांची अवस्था डेरेदार झाडावरून तुटून पडलेली फांदी वाळू लागते तशी झाली होती. आपल्याच माणसांकडून उपेक्षा सोसावी लागल्यामुळे ते स्किझोफ्रेनिया या मानसिक आजाराची शिकार बनले होते.

अशा परिस्थितीत मला आईशी सायकलयात्रेबद्दल बोलणं फार अवघड वाटत होतं, तरीही मी धीर एकवटून तिच्याशी बोललो आणि शिक्षण पूर्ण होईपर्यंत गोंदियात राहण्याची व ही सायलकयात्रा पूर्ण करण्याची इच्छा व्यक्त केली.

माझ्या वडिलांचे चुलतभाऊ दिनेश व मयूर भाटिया गोंदियातच राहत असत. त्यांचं खूप मोठं कपड्याचं दुकान होतं – अशोक वस्त्र भांडार. माझ्या आईने त्यांच्याशी बोलून त्यांच्याकडे माझी राहण्याची व्यवस्था केली. दरम्यान वडिलांची तब्येत बिघडल्यामुळे आईनं मुंबईला आणखी लवकर जायचं ठरवलं, आणि मी गोंदियातच राहिलो.

पुढे मी त्या कपड्यांच्या मोठ्या दुकानात त्यांना मदत करू लागलो. कपड्यांच्या व्यवस्थित घड्या घालणे, शोरूमची सजावट, येणाऱ्या ग्राहकांचे आतिथ्य, त्यांच्याशी गोड बोलणे आणि सर्वांत महत्त्वाचे उधारी वसूल करतानासुद्धा ग्राहकांना कायम आपलेसे करणे, अशा बहुमूल्य गोष्टी मला तिथे शिकता आल्या. त्या काळी गोंदियामध्ये मयूरजींचं नेटवर्क खूप चांगलं होतं. त्यांना मी सायकलयात्रेला जाणार असल्याचं समजल्यावर, त्यांनी माझी बऱ्याच लोकांशी ओळख करून दिली, ज्यायोगे त्या सर्वांकडून वेगवेगळ्या प्रकारचे सहकार्य मिळू शकेल.

या सायकल यात्रेसाठी कोणती सायकल न्यायची हाही आमच्यासमोर प्रश्नच होता. आम्हाला रोज जे अंतर कापावं लागणार होतं ते लक्षात घेता, आम्ही नेहमीच्या सायकलऐवजी रेसर सायकल न्यावी, असा विचार केला. जास्त वेगाने ती धावू शकणार होती व आम्हाला दररोज आणखी अंतर कापता येणार होतं.

माझ्या शोरूमवाल्या मित्राने सुचवलं, की बाजारात जी नवी बीएसए मॅकवन सायकल आली आहे, ती आम्ही घ्यावी. सामान्यतः सायकलच्या टायरचा व्यास बावीस किंवा चोवीस इंच असतो. पण या सायकलच्या टायरचा व्यास २६ इंच होता. शिवाय हे टायर थोडे बारीकही होते. या सायकलची उंचीसुद्धा जास्त होती, आणि तिची बऱ्यापैकी वजन पेलण्याची क्षमता होती. दिनेश व मी आम्ही दोघेही उंच असल्यामुळे आम्हाला अशाच सायकलची गरज होती. अखेर आम्ही अशा दोन सायकली घ्यायचं ठरवलं. या सायकलना हीरो कंपनीचे १० गिअर बसवायचे होते आणि एका सायकलला मागच्या बाजूला दोन ज्यादा पॅडल

लावायचे होते, म्हणजे मला मागे बसून सायकल चालवता येणार होती.

बघता बघता सगळ्या गोष्टी ठरल्या आणि आम्ही त्या सायकल स्टोअरवाल्या मित्राला लवकरच थोडे पैसे द्यायचं कबूल केलं. मग त्याचे कामगार ही अनोखी सायकल बनवण्याच्या कामाला लागले. आम्हाला त्या सायकली विकत घेण्यासाठी कमीत कमी वीस हजार रुपयांची आवश्यकता होती. त्याबरोबरच कपडे, बूट, प्रवासादरम्यान खाण्यापिण्याची व्यवस्था आणि काही आणीबाणी उद्‌भवली तर त्यासाठी म्हणून अशी आणखी वीस ते पंचवीस हजार रुपयांची गरज होती. आम्हा तिघांपैकी कुणाही जवळ इतके पैसे नव्हते. मग आम्ही पैसे कसे उभे करायचे, यावर खूप विचार केला.

आमच्या कॉलेजचा जनरल सेक्रेटरी होता संजय नाईक. तो आम्हाला तीन वर्षे सीनिअर होता. सर्वांत आधी आम्ही त्याच्याकडे गेलो. त्याला आमची योजना सांगितली. आमच्या या यात्रेमुळे कॉलेजबरोबरच त्याचेही खूप नाव होईल हेही आम्ही त्याला पटवून दिलं. संजय आमच्या कॉलेजमध्ये लोकप्रिय होता. संपूर्ण गोंदियामध्ये सर्व स्तरातील लोकांशी त्याच्या बऱ्याच ओळखी होत्या. त्यामध्ये काही बड्या राजकीय पक्षांचे नेतेही होते.

आमची योजना ऐकल्यानंतर संजयनं डोकं लढवलं आणि सर्वांत आधी आमच्या या सायकल यात्रेचं नामकरण केलं– 'राष्ट्रीय एकात्मता यात्रा' मग पैशाचा प्रश्न सोडवण्यासाठी तो आम्हाला त्याच दिवशी रात्री त्याच्या एका मित्राच्या प्रिंटिंग प्रेसमध्ये घेऊन गेला. तिथे त्याने ३ बाय २ इंच आकाराची तीन हजार देणगी कार्डे छापून घेतली. प्रत्येक कार्डावर दहा रुपये किंमत छापून घेतली होती. एका रात्रीत ही सगळी कार्डे छापून तयार झाली.

मग दुसऱ्या दिवशी संजय आम्हा तिघांना कॉलेजच्या प्रत्येक वर्गात घेऊन गेला आणि आमच्या या यात्रेची माहिती देऊन, सर्व विद्यार्थ्यांना किमान एक कार्ड घेण्याची विनंती केली. त्याचा धाक असा होता, की सगळ्यांनी ती कार्डे चढाओढीने घ्यायला सुरुवात केली. अशाप्रकारे अखेर आमच्याजवळ पैसे गोळा होण्यास सुरुवात झाली. ते कार्ड फक्त दहा रुपयांना असल्यामुळे सगळेजण ते कार्ड घेऊ शकत होते.

संजयची पोलीस खात्यातही ओळख होती. त्याने तिथेही एक हजार कार्डे दिली. अशाप्रकारे लवकरच आमच्याजवळ तीस हजार रुपये जमा झाले. आम्हाला सायकलसाठी वीस हजार रुपयांची व्यवस्था करायची होती. पण स्पेअर पार्ट बदलल्यामुळे सायकलची किंमत बावीस ते तेवीस हजारवर गेली. उरलेले पैसे आम्हाला या प्रवासादरम्यान लागणार होते. पण चाळीस-पन्नास दिवसांची या यात्रेत उरलेल्या आठ हजार रुपयांत आम्हा तिघांची गुजराण होणं शक्य नव्हतं.

घरची आर्थिक परिस्थिती बिकट असल्यामुळे आम्ही घरी एक पैसा मागू शकत नव्हतो. मयूरजींनी नवरात्र महोत्सवात लोकांना आवाहन केलं होतं, त्याला प्रतिसाद म्हणून चार-पाच हजार रुपये जमा झाले होते, आम्ही मदत मिळवण्याचे सर्वतोपरी प्रयत्न करत होतो.

माजी नागरी उड्डाण मंत्री श्री. प्रफुल्ल पटेल त्या वेळी गोंदियाचे उदयोन्मुख युवा नेतृत्व होते. मोठमोठ्या बिडी उद्योगपतींमध्येही त्यांचं बरंच नाव होतं. आम्ही त्यांचे साहाय्यक श्री. चेतन पटेल यांच्या मदतीने प्रफुल्लजींपर्यंत पोहोचलो. आम्ही जवळजवळ अर्धा तास त्यांच्याशी चर्चा केली. त्यांनी आमच्या यात्रेचा संपूर्ण आराखडा जाणून घेतला आणि आम्हाला पाच हजार रुपयांची मदत केली. आम्ही त्यांना यात्रेच्या शुभारंभालाही आमंत्रित केलं होतं. त्यांची आम्हाला सर्वांत मोठी मदत झाली ती अशी की त्यांनी त्यांच्या सी. जे. पटेल कंपनीच्या भारतभरातील व नेपाळमधील शाखांशी आमचा संपर्क करून दिला. आमच्या सायकल यात्रेच्या मार्गावर येणाऱ्या त्यांच्या ऑफिसमध्ये – सागर, दिल्ली, लखनऊ, इत्यादी- तेथील शाखाधिकाऱ्यांना त्यांनी पत्र लिहून आम्हाला वाटेत काही अडचण आल्यास मदत करण्याबाबत कळवले. लायन्स क्लबच्या श्री. विनोद जैन यांनीसुद्धा आमच्या मार्गावर जिथे जिथे लायन्स क्लब असणार होते. तिथल्या अध्यक्ष, सचिव यांचे नाव, पत्ते दिले. नागपूरच्या पोलीस आयुक्तांनीसुद्धा आम्हाला ओळख व शिफारसपत्र दिले.

एव्हाना आमच्या सायकली तयार झाल्या होत्या. आम्ही त्या सायकलींमध्ये आवश्यक त्या कागदपत्रांखेरीज मेडिकल किट, दोन हाफ पॅन्ट व दोन-तीन टी-शर्ट असे कपडे, चादर इत्यादी ठेवण्याची व्यवस्था करावी लागणार होती. पम्मीसाठी बनवलेल्या सायकलच्या कॅरिअरवर आम्हाला एक बॅग ठेवता येणार होती. त्यामध्ये थोडे खाण्याचे पदार्थ, हवा भरण्याचा छोटा पंप, पंक्चर काढण्याचे साहित्य वगैरे गोष्टी ठेवता येणार होत्या. मात्र दुसऱ्या सायकलला– पुढच्या त्रिकोणी फ्रेमच्याच आकाराची बॅग तयार करून घेतली होती. त्यामध्ये आम्ही आमचे कपडे ठेवू शकणार होतो. माझे वडील ज्या जसानी परिवाराकडे काम करत होते, त्याच परिवारातील श्री. प्रकाश जसानी क्रीडाप्रेमी होते. त्यांनी आमच्या सायकलवर सुरक्षेच्या दृष्टिकोनातून बऱ्याच ठिकाणी रेडिअम लावून दिलं. दरम्यान, आमचा सराव सुरूच होता. आम्ही आठवड्यातून दोनदा गोंदियापासून पन्नास किलोमीटरवर असलेल्या नागझिरा अभयारण्यात जात असू. आम्ही जवळजवळ सहा वेळा कान्हा किसलीला जाऊन आलो. हे ठिकाण गोंदियापासून सुमारे अडीचशे किलोमीटरवर आहे. जाताना अडीचशे किलोमीटर व परत येताना

अडीचशे किलोमीटर. सगळं काही व्यवस्थित सुरू होतं. आपली यात्रा यशस्वी होईल, असा आता आम्हालाही आत्मविश्वास वाटू लागला होता.

यात्रेला निघण्याची तारीख १५ ऑक्टोबर जवळ येत होती, आमची तयारीही जोरात सुरू होती. निघण्याआधी दोन दिवस आम्ही पत्रकार परिषद बोलावली होती. आम्ही तिघे पहिल्यांदाच अशाप्रकारे प्रेसशी बोलणार होतो. प्रसारमाध्यमाचे सर्व लोक तिथे आले होते. त्यांनी आमच्याकडून आम्ही कोणत्या मार्गाने जाणार आहोत हे विचारून घेतले. त्यांच्या दृष्टीने एक दृष्टिहीन व्यक्ती सायकलयात्रा कशी करणार आहे याबद्दल बरेच प्रश्न होते. प्रत्येक पत्रकाराला माझ्या या सायकलयात्रेचा उद्देश काय आहे हे जाणून घ्यायचं होतं.

पण खरं सागांयचं तर मी त्याबद्दल कधी विचारच केला नव्हता. मात्र 'आपण जर ठरवलं तर कुठलीही गोष्ट अशक्य नाही,' असा माझ्यासारख्या तरुणांमध्ये असा संदेश जावा अशी माझी मनापासून इच्छा होती. मी या यात्रेचे मुख्य आकर्षण होतो. एक दृष्टिहीन व्यक्ती सायकलवरून इतकी मोठी यात्रा कशी काय करणार आहे हे जाणून घेण्याची सर्वांनाच उत्सुकता होती. आत्तापर्यंत जो निधी गोळा केला होता, त्यामध्येही माझंच नाव समोर ठेवण्यात आलं होतं.

मग आम्ही तिघे मित्र ज्या क्षणाची आतुरतेने वाट पाहत होतो, तो क्षण आला. आम्ही १५ ऑक्टोबर १९८८ ला सकाळी साडेसहा वाजता सर्व तयारीनिशी नटवरलाल माणिकलाल दयाल (एन.एम.डी.) कॉलेजच्या प्रांगणात पोहोचलो. श्री. प्रफुल्ल पटेलजी आम्हाला हिरवा झेंडा दाखवणार होते. त्यासाठी सकाळी ७ वाजताची वेळ ठरवली होती. आम्हाला वाटत होतं की, सकाळी इतक्या लवकर कुणीही येणार नाही. पण आम्ही कॉलेजमध्ये गेल्यावर पाहिलं की, कॉलेजचं प्रांगण खचाखच भरलं होतं. संपूर्ण कॉलेज आम्हाला शुभेच्छा देण्यासाठी तिथे जमलं होतं. आमचे सगळे मित्र फुलांचे हार घेऊन आले होते. सगळेजण उत्साहात होते.

तेवढ्यात कुणीतरी श्री. प्रफुल्ल पटेलजी आले आहेत असं सांगितलं. आमच्या कॉलेजचे प्राचार्य, प्राध्यापक, लायन्स क्लबचे लोक, मयूरजींचा परिवार आणि सगळे मित्र आम्हाला निरोप द्यायला आले होते. आमच्या कॉलेजच्या प्राचार्यांनी व अन्य मान्यवरांनी प्रोत्साहनपर भाषण केलं. त्यानंतर मला दोन शब्द बोलायला सांगण्यात आले. मला आयुष्यात प्रथमच इतक्या सगळ्या लोकांसमोर बोलायचं होतं. आज मी वीस-पंचवीस हजार लोकांसमोरसुद्धा सहज भाषण देऊ शकतो, पण त्या दिवशी दोन-तीन मिनिटांचे भाषण देतानासुद्धा माझे पाय थरथर कापत होते. अखेर, प्रफुल्लजींच्या अध्यक्षीय भाषणानंतर त्यांनी आम्हाला हिरवा

झेंडा दाखवला.

आम्हाला वाटलं की, आता कॉलेजच्या गेटपर्यंतच हा सोहळा सुरू राहणार. आमच्या सगळ्या मित्रांनी गेटपर्यंत सायकल अक्षरश: ओढतच नेली. त्यांना शक्य असतं, तर त्यांनी आम्हाला सायकलसहित उचलून नेलं असतं. आमच्या गळ्यात इतके हार घातले होते की, आता आणखी हार घालायला जागाच उरली नव्हती. मग लोकांनी सायकलच्या हॅन्डलवर हार बांधायला सुरुवात केली. कुणी आम्हाला स्पर्श करत होता, कुणी आलिंगन देत होता, कुणी सायकलची घंटी वाजवत होता...

आमच्या सायकलवर अगदी कमीत कमी वजन असावं यादृष्टीने आम्ही कित्येक दिवस विचार केला होता, पण त्या दिवशी हारांचं वजन वाढतच चाललं होतं. आता कुणाकुणाला नकार द्यायचा?... काही समजत नव्हतं. अशा धामधुमीत आम्ही सगळ्यांच्या गाठीभेटी घेत गेटपर्यंत पोहोचलो. आम्ही अवकाशयानात बसत असल्यासारखे, टाळ्यांच्या कडकडाटात सायकलवर बसलो. त्यातसुद्धा बरेच नातेवाईक व मित्र "अरे, असा बैस, तसा बैस" असं म्हणत आपापला सल्ला देत होते आणि मी मनातल्या मनात हसत होतो... आत्ता तुम्ही द्या सल्ला, पण पुढचे ४०-४५ दिवस प्रत्येक काम आमचं आम्हालाच करायचं आहे! आम्ही देशाचे शूर शिपाई आहोत व सीमेवर युद्धासाठी चाललो आहोत, अशा प्रकारचं वातावरण होतं ते! आम्ही टाळ्यांच्या गजरातच कॉलेजच्या गेटमधून बाहेर पडलो. तिथून ५ किलोमीटरवर कारंजा चेक पोस्ट आहे– त्याला 'फुल्चुर नाका' असेही म्हणतात. आमचे जवळजवळ ४०० ते ५०० मित्र त्यांच्या गाड्या, बाइक्स व सायकलींवरून आमच्यासोबत तिथेपर्यंत आले होते.

त्यांचा निरोप घेतल्यानंतर आम्हा तिघांच्या दृष्टीने यात्रेचा खऱ्या अर्थाने आरंभ झाला. फुल्चुर नाक्यापासून ४५ किलोमीटरवर राष्ट्रीय महामार्ग क्र. ६ आहे, तो सरळ नागपूरला जातो, पण आम्हाला आमच्या लक्ष्याच्या दिशेनं जायचं होतं, त्यामुळे आम्ही डावीकडे वळलो. सर्वांत आधी, आम्हाला हायवेपर्यंत पोहोचायलाच किमान ३ तास लागणार होते. फुल्चुर नाका सोडल्यावर आम्ही एका चहाच्या टपरीवर थांबलो. तिथे आम्ही त्या चहावाल्याला आमच्याकडचे सगळे हार देऊन टाकले. त्या बदल्यात त्याने आम्हाला मोफत चहा-नाश्ता दिला आणि बिस्किटाचे पुडेही भेट दिले.

एव्हाना दिवस वर आला होता. कडक उन्हाळ्यामुळे आम्ही घामाघूम झालो होतो. हे सगळं इतकं सोपं नाही ही गोष्ट या वेळी लक्षात आली. आम्ही एन.एच. ६ वरून डावीकडे वळल्यावर आमचा पहिला थांबा आला– देवरी नामक गाव.

त्या गावात काही लोकांनी आम्हाला थांबवलं आणि घरी नेऊन आमचा पाहुणचार केला, आम्हाला जेवू घातलं. मग आम्ही त्यांचा निरोप घेऊन पुढच्या प्रवासाला निघालो. देवरीतून आम्ही जरासे पुढे गेलो असू, तितक्यात काहीतरी ढामऽऽम्कन वाजलं आणि आम्हाला अंगावर काहीतरी चिकट चिकट पसरल्यासारखं वाटलं. मग आम्हाला समजलं की, सायकलच्या दोन्ही टायरना लहान लहान पंक्चरपासून वाचवण्यासाठी टायरच्या ट्यूबमध्ये जे सोल्यूशन भरलं होतं, ते पुढचे टायर फाटल्यामुळे आमच्या अंगावर उडालं होतं.

सायकलची शोरूमवाल्या आमच्या त्या मित्राने प्रयोग म्हणून आम्हाला हे नवीन प्रकारचं सोल्यूशन दिलं होतं. जर एखादं बारीक पंक्चर असेल तर या सोल्यूशनमुळे ते रासायनिक क्रियेद्वारे आतल्या आतच भरलं जाणार होतं. पण आत्ताचं हे पंक्चर इतकं मोठं होतं की, त्या सोल्यूशनचा काहीही उपयोग झाला नाही. आम्ही काहीतरी भव्यदिव्य करायला निघालो होतो, त्यामुळे पंक्चरही मोठमोठीच असणार होती याची त्या मित्राला कल्पना नव्हती.

आम्ही आमच्यासोबत छोटासा प्लॅस्टिकचा टब घेतला होता व वाटेत सगळीकडं पाणी मिळू शकत होतं. आमच्याजवळ तात्पुरती सोय म्हणून 'कच्चे' पंक्चर काढण्याचे स्टिकर्सही होते. आम्ही या यात्रेची तयारी करताना, पंक्चर काढणे आणि सायकलचे सर्व भाग सुटे करणे - जोडणे या गोष्टींचा इतका अभ्यास केला होता, की या यात्रेनंतर आम्ही स्वत:चे सायकल दुकान तरी नक्की उघडू शकलो असतो.

हे पंक्चरचं झंझट निस्तरण्यात बराच वेळ गेला, त्यामुळे आम्हाला देवरी व राजनांदगाव दरम्यानच्या एका छोट्या गावात पहिला मुक्काम करावा लागला.

दुसऱ्या दिवशी सकाळी माझे दोघे मित्र मला विहिरीवर घेऊन गेले आणि त्यांनी विहिरीतून पाणी शेंदून माझ्या अंगावर उडवायला सुरुवात केली. आम्ही तिघे विहिरीवर मनसोक्त अंघोळ करत या स्वातंत्र्याचा मनमुराद आनंद घेत होतो. त्यानंतर एका सद्‌गृहस्थांच्या घरी चहा-नाश्ता घेऊन आम्ही पुढे निघालो.

आपण ही यात्रा जितकी सहजसोपी समजत होतो, तितकी ती सहजसोपी नाहीये ही गोष्ट एव्हाना आम्हाला कळून चुकली होती. एव्हाना आम्ही राजनांदगाव, दुर्ग, भिलाई, रायपूर असं करत करत बिलासपूरपर्यंत आलो होतो. आम्ही ज्या ठिकाणी जायचो, तिथे सर्वप्रथम तिथल्या पोलीस ठाण्यात जायचो, कोणत्याही अप्रिय घटनेला तोंड द्यावे लागू नये यासाठी आम्ही एक योजना बनवली होती. त्यानुसार आम्ही एक फॉर्म तयार केला होता. त्यावर आमची तिघांची नावे होती. त्या फॉर्मवर आम्ही त्या पोलीस ठाण्याकडून शिक्का मारून घेत होतो. आम्ही कुठून निघत आहोत व पुढे कुठं थांबणार आहोत याची आम्ही त्यांच्या रजिस्टरमध्ये

नोंद करत होतो. त्याची एक प्रत त्यांच्याकडे व एक प्रत आमच्याकडे राहत होती. या पद्धतीमुळे आम्ही कुठपर्यंत पोहोचलो आहोत हे आमच्या घरच्यांना कळू शकणार होतं आणि आम्हालाही सुरक्षित वाटणार होतं.

त्या काळी मोबाइल फोन वगैरे सुविधा नव्हत्या आणि प्रत्येक ठिकाणी एसटीडी बूथही नव्हते. एक ट्रंककॉल लावणं ही गोष्ट युद्ध लढण्यासारखीच होती. आम्ही घरच्यांना खुशाली कळवण्यासाठीही एक योजना आखली होती. आम्ही दर तीन दिवसांनी गोंदियाला तार करून आमची खुशाली कळवत होतो.

बिलासपूरला पोहोचल्यावर आम्हाला लायन्स क्लबच्या लोकांना भेटायचं होतं. त्याकाळी फारसे पीसीओ नसल्यामुळे आमच्याजवळ त्यांचे फोन नंबर असूनही आम्हाला त्यांना फोन करणं किंवा भेटायला जाणं अवघड झालं होतं. मग आम्ही शहरात फिरून काही दुकानांत जाऊन माहिती मिळवली. लायन्स क्लबचे अध्यक्ष किंवा सदस्य बरेचदा डॉक्टर किंवा बिझनेसमन असतात. आमच्या या कल्पनेमुळे आम्हाला या लोकांचे पत्ते लवकर सापडले.

आम्ही अनेकदा विनंती करूनही गोंदिया लायन्य क्लबने आमच्या या यात्रेसंदर्भात बाकीच्या क्लबशी पत्रव्यवहार केला नव्हता, त्यामुळे प्रत्येक मोठ्या शहरात गेल्यावर तिथल्या लायन्स क्लबचे पदाधिकारी शोधणे, त्यांना आमचा परिचय करून देणे व त्यांचे सहकार्य मिळवण्याचा प्रयत्न करणे यात आमचा बराच वेळ जात होता आणि इतकं सगळं करूनही, त्या लोकांचे लक्ष आम्हाला मदत करण्यापेक्षा दुसऱ्या दिवशी वर्तमानपत्रात त्यांचा फोटो कसा येईल व या यात्रेत त्यांचे सहकार्य किती आहे हे सांगण्याकडेच जास्त असायचं.

त्या दिवशी रात्री बिलासपूरमध्ये लायन्स क्लबच्या एका सदस्याने उदार मनाने सांगितलं, की येथून जवळच माझं एक सिनेमागृह आहे. तुम्ही आज रात्री तिथे राहू शकता.

आम्ही यात्रेचं जे नियोजन केलं होतं त्यानुसार रोज पहाटे ५ वाजता आम्ही प्रवासाला सुरुवात करत असू, कारण सूर्योदयाच्या आधी हवेत थोडा गारवा असे आणि उजाडायला सुरुवात झालेली असे. त्या ऊर्जामय वातावरणात आम्ही दोन-तीन तासांचा सायकल प्रवास जलद गतीने पूर्ण करू शकायचो. तसंही आम्ही दुपारचं जेवण घेतच नव्हतो, कारण जेवल्यावर भर उन्हात सायकल चालवणे फारच कष्टप्रद व्हायचं. मग अशीच कुठेतरी फळे वगैरे मिळाली तर ती खायचो किंवा विकत घ्यायचो.

दिवसभर सायकल चालवल्यानंतर कडकडून भूक लागत असे. आमच्या मुक्कामाचे शहर अथवा गाव जवळ आले, की आम्ही तिथे पोहोचण्याआधी एखाद्या ढाब्यावर जेवून घ्यायचो. रात्री पुन्हा जेवणाची व्यवस्था होत असेल, तर

आम्ही दुसऱ्यांदा जेवायलाही तयार असायचो. आमच्याकडे पैसे कमी होते आणि यात्रा तर इतकी मोठी होती, त्यामुळे जर कुणी अगत्याने जेवण किंवा नाश्ता देऊ केला, तर ती भेट आम्ही स्वीकारत होतो.

मला आजही आठवतं, एकाही ढाबेवाल्याने आमच्याकडून जेवणाचे पैसे घेतले नव्हते. आम्ही सायकलवर जे फलक वगैरे लावले होते. त्यामुळे प्रत्येकजण या यात्रेत योगदान देऊ इच्छित होता.

बिलासपूरमधली आमची ती रात्र सिनेमागृहात डासांशी लढण्यात गेली. आमच्यापैकी फक्त दिनेशकडे मनगटी घड्याळ होतं, त्यावरून आम्हाला वेळ कळत होती. रोज सकाळी आम्ही त्या घड्याळाच्या गजराने जागे होत होतो. त्या रात्री काय झालं कोण जाणे, दिनेशने मला व पम्मीला गडबडीनं उठवलं, 'चला, सकाळ झाली.'

आत्ता तर झोपलो होतो, सकाळ इतक्या लवकर कशी काय झाली... माझ्या मनात आलं. पण मग वाटलं, की इतक्या प्रवासाचा शीण असल्यामुळे तसं वाटत असेल.

मग मी याच विचारात, त्या दोघांसोबत घाईघाईनं आवरलं आणि अर्ध्या तासात आम्ही पुढच्या प्रवासाला निघालोसुद्धा. आम्ही जवळजवळ दीड तास सायकल चालवत होतो. पण नेहमीसारखी सकाळची पक्ष्यांची किलबिल ऐकू येत नव्हती. आणि माझ्या दोन्ही मित्रांना सकाळी उजाडलेलंही दिसत नव्हतं. काय झालंय... काही कळत नव्हतं. थंडीचे दिवस असल्यामुळे कदाचित उशिरा उजाडत असेल असं त्यांना वाटत होतं. आम्ही रस्ता कापत होतो...

पुढे एक गाव लागलं. तिथे एका घराबाहेर बल्ब सुरू होता. आम्ही तिघे त्या उजेडात थांबलो, तेव्हा दिनेशने सहज घड्याळ पाहिलं.

"अरे, आत्ता तर फक्त पावणेपाच वाजले आहेत." तो म्हणाला.

मग लक्षात आलं, की त्याने आम्हाला ५ वाजल्याचं समजून ३ वाजताच उठवलं होतं. त्याबद्दल त्याने आमची माफीही मागितली. मग आमच्यात थोडी हलकीफुलकी टोलेबाजीही झाली, पण लवकरच आम्ही या व्यर्थ वादावादीला पूर्णविराम दिला आणि पुढे निघालो.

परिणामी त्या दिवशी आम्ही बिलासपूर ते अंबिकापूर हे २०८ किलोमीटरचं अंतर एका दिवसात पार केलं. ज्या ठिकाणी आम्ही संध्याकाळी थांबणार होतो. तिथे आम्ही दुपारीच पोहोचणार होतो, त्या अंबिकापूरमध्ये आम्ही रात्री मुक्काम केला.

आमच्यासाठी हा एक अनोखा अनुभव होता. आम्ही इतका मोठा पल्ला एका दिवसात सर केला होता, त्यामुळे आमचं मनोबल खूपच उंचावलं होतं.

आपण कुठे थांबायचे, लोकांना कसे भेटायचे आणि आपल्या राहण्याची-खाण्याची व्यवस्था कशी करायची हे एव्हाना आमच्या लक्षात आलं होतं! आम्ही एखाद्या लहान गावात गेलो तर तिथल्या सरपंचाला भेटायचो, एखाद्या शाळेजवळून जात असू तर तिथल्या मुलांना भेटून त्यांना आमच्या सायकलयात्रेबद्दल सांगायचो. अशाप्रकारे आम्ही दररोज नव्या नव्या लोकांना भेटत असल्यामुळे आम्ही संभाषण कुशलही बनलो होतो. ही सायकलयात्रा ही माझ्या आयुष्यातील खूप मोठा ठेवा ठरली आहे. या यात्रेमुळेच माझ्यासारख्या दृष्टिहीन व्यक्तीला लोकांना भेटणे व स्वत:ला योग्यरीत्या सादर करणे सोपे झाले. पुढे याच आत्मविश्वासाच्या बळावर मी माझे विचार, योजना व माझी स्वप्ने लोकांपर्यंत पोहोचवण्यात बऱ्याच प्रमाणात यशस्वी झालो. आता मला कितीही मोठ्या श्रोतृवृंदासमोर भाषण देणे अथवा कितीही बड्या व्यक्तींना भेटणे अशा गोष्टींची कधीही भीती वाटत नाही. ही बहुतेक त्या सायकलयात्रेची देणगी आहे.

अंबिकापूरहून आम्ही निघालो आणि पटन्याच्या दिशेने मार्गस्थ झालो. पटन्यात पोहोचण्यास थोडाच अवधी बाकी असताना अचानक पम्मीच्या सायकलच्या सीटखाली जो जोड होता, त्याचं वेल्डिंग निसटलं आणि सायकल पूर्णत: दबली. त्याला सायकल चालवताच येईना. मग आम्ही सायकल ओढत ओढत पटन्याजवळच्या एका धर्मशाळेपर्यंत गेलो. तिथे मुक्काम केला. मग दुसऱ्या दिवशी सकाळ होताच आम्ही पटन्यात बीएसए कंपनीची शोरूम शोधायला सुरुवात केली. या कंपनीची शोरूम पटन्यात सापडणं अवघड आहे याची आम्हाला पक्की खात्री होती, पण आमच्यासमोर दुसरा पर्यायच नव्हता. मग आम्हाला एका सायकलच्या दुकानात समजलं, की पटन्यात महिन्याभरापूर्वीच बीएसए कंपनीचा डेपो सुरू झाला आहे. बराच शोध घेतल्यानंतर आम्हाला तो सापडला व अखेर, बीएसएच्या डेपो मॅनेजरची भेट झाली.

त्यांनी आमच्या सायकलची अवस्था पाहिली आणि आमच्या यात्रेचा संपूर्ण वृत्तान्त ऐकला, तेव्हा त्यांना खूप आश्चर्य वाटलं. त्यांनी आमची अतिशय सन्मानपूर्वक त्यांच्या कंपनीच्या अतिथीगृहात व्यवस्था केली, आमचं आदरातिथ्य केलं. त्या दिवशी आम्हाला कितीतरी दिवसांनी पायी चालण्याची संधी मिळाली. सकाळपासून रात्रीपर्यंत सायकल चालवून-चालवून आम्ही पायी चालायचं जणू विसरलोच होतो.

मग डेपो मॅनेजर यांच्या प्रयत्नांमुळे पटना आकाशवाणीने आमची रेडिओवर मुलाखत घेतली. आम्हाला मानधनाचा चेकही मिळाला. या सुंदर आठवणी सोबत घेऊन आम्ही दोन दिवसांनी तिथून निघायचं ठरवलं. दरम्यान डेपो मॅनेजरनी

आम्हाला आमची सायकल तयार झाल्याचं सांगितलं. आम्हाला वाटलं, की त्यांनी वेल्डिंग वगैरे करून सायकल दुरुस्त केली असेल. पण तसं घडलं नाही. ते म्हणाले की, 'मी ही सायकल तुम्हाला देणार नाही.'

मग आमच्या चेहऱ्यावरचं प्रश्नचिन्ह वाचल्यावर त्यांनी सांगितलं.

"आमच्या कंपनीने ठरवलं आहे, की ही सायकल आम्ही ठेवून घेऊ व त्या बदल्यात तुम्हाला अशीच दुसरी नवी सायकल देऊ. तुमची ही सायकल तुमच्या फोटोसह आठवण म्हणून याच डेपोमध्ये ठेवण्याची आमची इच्छा आहे."

मग त्यांनी आमच्या संमतीने आम्हाला नवी सायकल दिली, पण ते एवढ्यावरच थांबले नाहीत, तर त्यांनी आम्हाला दोन-दोन लायनर, ट्यूब आणि खाण्यासाठी सुकामेवा व ५००० रुपयेही दिले. आम्हाला गोंदियातून जसा निरोप दिला होता, तशाच प्रकारे आम्हाला पटन्याच्या त्या डेपोमधूनही सन्मानपूर्वक निरोप दिला.

तिथून आम्ही मुजफ्फरपूर, मोतिहारी मार्गे रक्सौल सीमेवर पोहोचलो. भारत-नेपाळच्या त्या सीमेवर सुरक्षा जवानांनी आमचं स्वागत केलं. आम्हाला चहापान दिलं आणि भेट म्हणून नवे बूट दिले. मग आम्ही तिथल्या भव्य द्वारातून नेपाळच्या भूमीवर विजयी पाऊल ठेवलं!

तिथे फार काही फरक जाणवत नव्हता, ना भाषेची अडचण होती, ना लोकांची. सगळेजण आपलेच वाटत होते. आम्हाला वाटेत आणखी काही सायकल यात्रीसुद्धा भेटले. ते काही वर्षांपूर्वी युरोपमधून निघाले होते. ते आम्हाला नेपाळमध्ये भेटले. त्यांनी आम्हाला त्यांच्या यात्रेचे अनुभव सांगितले. आम्ही त्यांना आमच्या यात्रेबद्दल सांगितले. आम्ही एकमेकांच्या सायकलीसुद्धा चालवून पाहिल्या. आम्हा तिघांचं इंग्रजी फारसं चांगलं नसल्यामुळे आम्हाला त्यांच्याशी बोलताना भाषेची अडचण येत होती, पण आम्हाला थोडंफार इंग्रजी येत होतं आणि त्यांना थोडंफार हिंदी समजू लागलं होतं त्यामुळे वेळ मारून नेता आली.

"तुम्ही इतकी वर्षे घराबाहेर व इतके दूर आहात, तुमच्या घरच्यांनी तुम्हाला याची परवानगी कशी दिली?" मी त्यांना विचारलं.

त्यावर त्यांनी सांगितलं, "आम्ही २६-२७ वर्षांचे झालो आहोत. आता या वयात घरच्यांची परवानगी घेण्याची काय आवश्यकता आहे?"

त्यांच्या या उत्तराचं मला खूप आश्चर्य वाटलं. भारतात आपण वयाने कितीही वाढलो तरी आपण आपल्या वडीलधाऱ्यांना विचारल्याखेरीज एक पाऊलही पुढे टाकत नाही आणि युरोपमधील हे मित्र... इतक्या लहान वयात सायकलवरून हजारो किलोमीटरची भ्रमंती किती मजेत, निर्धास्तपणे करून आले होते!

आम्ही पटन्यात राहिलो होतो त्या दिवशी रात्री ते डेपो मॅनेजर आम्हाला 'यूथ हॉस्टेल'मध्ये घेऊन गेले होते. तिथेसुद्धा असे बरेच लोक होते. त्यात एक माउंट

एव्हरेस्टवाला गिर्यारोहकांचा गट होता. ते लोक पहिल्या प्रयत्नात अपयशी झाले होते, पण आता पुढच्या चढाईच्या तयारीसाठी पुन्हा नेपाळला निघाले होते. तिथेच आम्हाला ५२ लोकांचा एक 'बायकर ग्रूप'ही भेटला. ते सर्व जण राहू स्टील प्लॅन्ट मधील इंजिनिअर्स होते. ते पटन्यामार्गे काठमांडूला निघाले होते.

आम्हाला भेटल्यावर त्या सर्वांना खूप आश्चर्य वाटलं होतं... आम्ही सायकलवरून इतक्या दूरवर नेपाळला निघालो आहोत याचं त्यांना नवल वाटत होतं. त्यांनी आम्हाला आमचा मार्ग विचारला. ते लोकही रक्सौलमार्गे काठमांडूला जाणार होते.

ते म्हणाले की, तुम्ही सायकलवरून निघाला आहात, त्यामुळे आम्ही जेव्हा परतीच्या प्रवासाला लागू तेव्हा तुम्ही कदाचित काठमांडूपर्यंत पोहोचलेलेसुद्धा नसाल.

आम्ही म्हणालो, हो, असंच होणार... कारण तुम्ही बाइकवरून जाणार आहात आणि आम्ही सायकलवरून.

पण, काठमांडूला पोहोचल्यावर आम्ही दुसऱ्या दिवशी पशुपतीनाथ मंदिरात निघालो असताना, आम्हाला वाटेत तोच 'बायकर्स ग्रूप' भेटला. आम्हाला वाटलं, ते सगळं फिरून वगैरे आता परत निघाले आहेत. पण त्यांच्याशी बोलल्यावर आम्हाला समजलं, की परत जाणं वगैरे दूरच, ते आत्ता कुठं काठमांडूला पोहोचत होते. मग त्यांच्यापैकी काहीजणांकडून समजलं, की ते इतके जण असल्यामुळे कुणीच कुणाचं ऐकत नव्हतं. आमच्या लीडरला काही करताच येत नव्हतं. दोघेजण इकडं निघाले होते, तर दोघे तिकडं, कुणी वाटेतच थांबत होतं, तर कुणी पुढे निघून जात होतं, तर कुणी दारू पिऊन आहे तिथेच थांबत होता. असं करता करता ते सगळेजण काठमांडूपर्यंत पोहोचणं हे दिव्य बनलं होतं. मग, मोठ्या मुश्किलीनं ते कसेबसे काठमांडूला पोहोचले होते. त्यानंतर त्यांनी यात्रा तिथेच संपवण्याचा निर्णय घेतला होता. आता ज्याला ज्या पद्धतीने परत जायचं असेल, त्याने आपापली बाइक घेऊन परत जायचं. असं त्यांनी ठरवलं होतं. त्यांची कहाणी ऐकून आमची हसून हसून पुरेवाट झाली होती.

आम्ही रक्सौल सीमा पार करून बीरगंजला गेलो, तेथून रामानुजगंज व अखेर हतोरा या गावी पोहोचलो. तिथे एका सद्गृहस्थांनी मोठ्या मनानं आम्हाला त्यांच्या घरी आसरा दिला. त्यादरम्यान प्रचंड थंडी पडली होती. १५ ऑक्टोबरला यात्रा सुरू केल्यानंतर सुमारे तेरा दिवसांनी आम्ही हतोराला पोहोचलो होतो. आम्ही ठरवलेल्या योजनेनुसार, आम्हाला हतोरा ते काठमांडू हे अंतर पार करण्यासाठी नऊ हजार फुटांचा घाटाचा रस्ता पार करावा लागणार होता. थंडी इतकी प्रचंड

होती, की आमच्या यात्रेतील हा टप्पा सर्वांत अवघड ठरू शकणार होता. आम्ही वाटेत जास्त चढ लागू नयेत अशा मार्गांने जाण्याचा खूप प्रयत्न केला. पण काठमांडूच्या चारही बाजूंना पर्वतरांगा असल्यामुळे पर्यायच नव्हता. हतोरा ते काठमांडू हे अंतर सुमारे १७० किमी आहे. पर्वतरांगांमुळे एका बाजूला अरुंद रस्ता तर दुसऱ्या बाजूला तीन ते चार हजार फूट खोल दऱ्या होत्या. समोरून एखादे वाहन आले, की आम्ही पर्वताला चिकटून उभे राहायचो आणि ते वाहन गेलं की सायकल घेऊन पुन्हा रस्त्यावर यायचो व मार्गक्रमण सुरू करायचो. माझ्यालेखी सगळे रस्ते सारखेच होते. दिनेश मला जे सांगेल त्यावरून मी परिस्थिती समजून घेण्याचा प्रयत्न करायचो. त्या रस्त्यावरच्या चढ-उतारांमुळे आमच्या सायकलचे ब्रेक लायनर दोन-तीन वेळा खराब झाले. पण पटन्यात डेपो मॅनेजरने आम्हाला ब्रेक लायनरचे जे दोन-तीन ज्यादा जोड दिले होते, ते आमच्यासाठी वरदान ठरलं. आमच्यासमोर आणखी एक संकट उभं राहत होतं, ते म्हणजे खराब रस्ता. तो रस्ता खाचखळग्यांचा व ओबडधोबड असल्यामुळे सायकल बरेचदा पंक्चर होत होती. आम्ही आमच्याकडे जी ट्यूब होती, तीसुद्धा वापरली. पण, पंक्चर काही पाठ सोडत नव्हतं. दोन्ही सायकली सारख्या पंक्चर होत होत्या. आमची रेसर सायकल असल्यामुळे आमच्या सायकलला २६ इंच व्यासाच्या ट्यूब बसवलेल्या होत्या. आम्ही दुकानात ट्यूब विकत घ्यायला गेलो की तिथे २४ इंच व्यासाच्या ट्यूब उपलब्ध असत. या दोन टायरमध्ये एक-दीड इंचाचा फरक पडायचा, पण आम्ही त्या ट्यूब ओढूनताणून बसवायचो आणि वेळ मारून न्यायचो.

त्याच दिवशी संध्याकाळी आणखी एक संकट उभं राहिलं. थंडी व धुक्यामुळे आम्ही त्या डोंगराळ भागात रस्ता चुकलो. एव्हाना अंधार पडला होता. आम्ही सायकल चालवू शकत नसल्यामुळे सायकलच्या डायनेमोच्या मदतीने उजेड मिळवणंही शक्य नव्हतं. आम्ही त्या जंगलासारख्या भागात दिशाहीन अवस्थेत वाळलेला पालापाचोळा तुडवत हळूहळू पुढे जात होतो. तेवढ्यात पम्मीला दूरवर उजेड दिसला. त्यामुळे आम्हा तिघांच्या जिवात जीव आला. आम्ही त्या उजेडाच्या दिशेने गेलो. तिथे पोहोचल्यानर समजलं, की तो फॉरेस्ट गार्डचा तंबू होता. तिथे थंडीपासून बचाव करण्यासाठी शेकोटी पेटवलेली होती. मग आम्ही त्या फॉरेस्ट गार्डकडे रात्री तंबूत राहण्याची परवानगी मागितली. ती त्याने सहज दिली. पण पोटात भुकेचा आगडोंब उसळला होता. पंक्चरमुळे दिवसभर काहीही खाल्लेलं नव्हतं. मग आम्ही त्या गार्डला खाण्याची काही व्यवस्था होऊ शकेल का, असं विचारलं. त्यावर त्याने त्याच्या पिशवीतून किलोभर तांदूळ बाहेर काढले आणि तो म्हणाला, की ''मी आत्ताच माझा डबा संपवला आहे. फक्त हे तांदूळ आहेत.

तुम्ही म्हणत असाल, तर भात लावतो. पण, तोंडी लावण्यासाठी आमटी किंवा भाजी काहीही नाहीये.''

भुकेनं आमचे प्राण कंठाशी आले होते. आम्ही म्हणालो, ''चालेल. आज फक्त भात खाऊ.'' मग त्या सहृदयी माणसाने बाहेर पेटलेल्या शेकोटीवर भात शिजत घातला.

भात शिजेपर्यंत आम्ही आमच्या शौर्याचे किस्से हिरिरीनं सांगितले. पानात भात वाढल्यावर मी त्या गार्डकडे मीठ मागितलं. त्याने तंबूतून मिठाची छोटी डबी आणली. मग काय... आम्ही तिघे त्या वाफाळत्या गरमागरम भातावर मीठ भुरभुरलं आणि खायला सुरुवात केली. बघता बघता आम्ही सगळा भात चाटूनपुसून फस्त केला, एक शीतसुद्धा उरलं नव्हतं.

त्या दिवशी मी धडा शिकलो की सृष्टी जे काही खायला देईल ते वरदान समजून मुकाट्याने खाल्ले पाहिजे. लहान असताना मी माझ्या आवडीचं जेवण मिळालं नाही म्हणून कित्येकदा आईवर रागावलो होतो. त्या गोष्टीचा त्या दिवशी मला खूप पश्चात्ताप होत होता. त्या दिवशी मला कळून चुकलं होतं, की आपण जगण्यासाठी खावे, खाण्यासाठी जगू नये.

असेच बरेच खाचखळगे पार करत करत एक नोव्हेंबरला आम्ही काठमांडूला पोहोचलो. तिथे आम्हाला लायन्स क्लबच्या अध्यक्षांना भेटायचं होतं. ते नेपाळमधील नामांकित उद्योगपती होते. त्यांना भेटण्यासाठी आम्हाला त्यांच्या ऑफिसमध्ये तीन-चार तास वाट पाहावी लागली. अखेर आमची त्यांच्याशी भेट झाली व त्यांनी आम्हाला त्यांच्या एका कर्मचाऱ्यासोबत पशुपती धर्मशाळेत पोहोचवले. त्या ठिकाणी ते विश्वस्तही होते. ही धर्मशाळा बरीच मोठी होती. आम्ही काठमांडूत तीन दिवस राहणार होतो. आम्हाला त्या धर्मशाळेतील एक खोली देण्यात आली व तिथल्याच भोजनालयात आमच्या जेवणाखाणाचीही व्यवस्था झाली. बस, मग काय राहण्याची व जेवणाची उत्तम व्यवस्था झाल्यामुळे आम्ही चिंतामुक्त होऊन सायकलवरून काठमांडूच्या सफरीवर निघालो. पशुपती मंदिर, पॅगोडा अशा अनेक स्थळांना भेटी देत आम्ही सायकलवरून नेपाळ दर्शनाचा आनंद घेतला.

दरम्यान, सगळं काही आलबेल आहे, असं वाटत होतं, पण इथे येईपर्यंत आमच्या मैत्रीला तडे गेले होते व बरीच कटुता आली होती. त्याचं कारण होतं प्रवासी चेक. पम्मीजवळ सात-आठ हजार रुपयांचे चेक होते. पण कधीही पैसे काढायचं म्हटलं, की तो नकार देत असे. तो इतका कंजूसपणा का करतोय हे मला व दिनेशला समजत नव्हतं.

एकतर दिवसभर सायकल चालवून आम्हाला प्रचंड भूक लागत असे आणि

खाण्याची कुठलीही गोष्ट विकत घ्यायची म्हटलं, की पम्मी नकार देत असे. आम्हाला सगळ्या ठिकाणी 'डोनर' मिळत नव्हते आणि मिळाले तरी ते जास्तीत जास्त फळे किंवा ग्लुकोज पावडरची पाकिटे देत असत. साहजिकच त्यावर आमची भूक भागत नसे. कधीकधी तर उपाशी राहण्याचीसुद्धा वेळ येत असे. त्यामुळे आमच्यात आणखी वाद होत असत. पम्मी गुपचूप जाऊन खाऊन येत असे, कारण सगळे पैसे त्याच्याकडे होते. पण आम्ही खाण्यासाठी पैसे मागितले, की तो नकार देत असे. त्यामुळे कितीतरी वेळा सायकल उचलून एकमेकांच्या डोक्यात घालायची वेळ येत असे. अशावेळी ही सायकलयात्रा इथेच थांबवू या, असंसुद्धा मनात यायचं. आमचे पशुपती धर्मशाळेतील दिवस बरे गेले. कारण आम्हाला तीनदा पोटभर जेवण मिळत होतं. त्यानंतर आम्ही काठमांडूवरून पोखराला गेलो. पोखरा हे नेपाळमधील एक अतिशय सुंदर शहर आहे. आम्ही तिथे हॉटेल निलगिरीमध्ये उतरलो. आम्हाला जितक्या आहाराची गरज होती, तितका आहार न मिळाल्यामुळे मला व दिनेशला खूप अशक्तपणा जाणवू लागला होता. रोज इतका वेळ सायकल चालवण्यासाठी आम्हाला जितक्या कॅलरीज व प्रथिनांची गरज होती, तेवढं आम्हाला मिळत नव्हतं. आम्हाला जेव्हा कुणाकडून मोफत जेवण मिळायचं, तेव्हा आम्ही वर्षानुवर्षे उपाशी असल्यासारखे त्यावर तुटून पडायचो. निलगिरी हॉटेलमध्ये आम्ही अशाच प्रकारे प्रायोजित जेवणाचा आस्वाद घेत होतो. जेवताना कुठं थांबावं ते कळतच नव्हतं. आमच्या पानात गरमागरम पराठे येत होते... आणि आम्ही खात होतो. अखेर एकवेळ अशी आली, की त्या हॉटेलच्या मॅनेजरने आम्हाला सगळे पराठे संपले असल्याचं सांगितलं.

आम्ही त्याचं बोलणं ऐकून लज्जित होण्याऐवजी त्याला अत्यंत विनम्रतेनं म्हणालो की, "कृपया आम्हाला भात वाढा."

भात खाताना मनात आलं, 'आपण हे काय करतोय?' पोटातील आगीनं आम्हाला निर्लज्ज बनवलं होतं. सगळे पैसे पम्मीकडे होते. तो स्वत:च्या खाण्यापिण्याची आधीच व्यवस्था करत असे. पण आम्ही दोघे उपाशी राहत असू.

आम्ही पोखरामध्ये दोन दिवस राहिलो. तेथील सुप्रसिद्ध सरोवर व सर्व पॅगोडांना भेटी दिल्यावर, दोन दिवसांचा प्रवास करून आम्ही नवतनवा सीमेपर्यंत पोहोचलो. तिला सोनौवली सीमा असेही म्हटले जाते. त्या दिवशी इतकी कडाक्याची थंडी होती की आमची बोटे आखडली होती. नाक व कान बधिर झाले होते. थंडीमुळे श्वाससुद्धा नीट घेता येत नव्हता. सीमेवरील सिक्युरिटी केबिनमध्ये आम्ही रात्र काढली.

सकाळी उठून चहा पिऊन आम्ही सीमा पार करून उत्तर प्रदेशात आलो. तेथून दहा-पंधरा किमी.वर नवतनवा गाव होते. तिथे आम्ही लायन्स क्लबच्या अध्यक्षांच्या घरी गेलो. ते पेशाने डॉक्टर होते. त्यांनी आमचं स्वागत केलं. आम्हाला चहा-नाश्ता दिला. त्यांचा निरोप घेऊन आम्ही गोरखपूरला गेलो. तिथे आम्ही गीता प्रेस पाहायला गेलो.

गोरखपूरहून आम्ही 'बस्ती'ला निघालो. त्या दरम्यान, बस्तीला जाण्यासाठी नवा पक्का रस्ता बनला होता. त्या रस्त्यावरून सायकल चालवणं मोठं सुखद होतं. दुसऱ्या दिवशी आम्ही अयोध्येला गेलो. तेथील शरयू नदी व त्यात राहणाऱ्या कासवांबद्दल आम्ही बरंच ऐकून होतो. त्यामुळे आम्ही ते ठिकाण पाहण्यासाठी आतुर होतो.

अयोध्येत बिर्ला धर्मशाळा आहे. आम्ही तिथे उतरलो. एक दिवस अयोध्येत फिरलो व तिथून लखनऊकडे रवाना झालो. तिथे आम्ही यूथ हॉस्टेलमध्ये उतरलो आणि सायकलवरून बडा इमाम-बाडा, भूलभुलैया आदी स्थळांना भेट दिली. लखनऊ हे शहर तेहजीब व अदबसाठी प्रसिद्ध आहे. मात्र, लखनऊला पोहोचेपर्यंत आम्ही आमची तेहजीब व अदब पूर्ण विसरून गेलो होतो, परिणामी दिनेशने पम्मीला पैशाचा हिशोब अखेर विचारलाच व त्यावरून त्या दोघांमध्ये प्रचंड वादावादी व शिव्यांचं आदानप्रदान झालं. परिस्थिती हाताबाहेर जाऊ नये यासाठी मी कसंबसं त्या दोघांना शांत केलं. या सगळ्याचा पम्मीवर तसा फारसा परिणाम झालेला दिसत नव्हता. इथे येईपर्यंत सगळे पैसे संपले असल्याचं त्यानं सांगितलं. पण त्याच्याजवळ अजून किमान तेरा ते चौदा हजार रुपये उरलेले असायला हवेत, असं दिनेशचं म्हणणं होतं. कारण प्रवासी चेकव्यतिरिक्त वाटेत काही लोकांनी आम्हाला आर्थिक मदत केली होती.

दुसऱ्या दिवशी आम्ही लखनऊला बाजारात फिरत असताना पम्मी आम्हाला एका दुकानात घेऊन गेला व तिथे तो लखनऊतील जगप्रसिद्ध चिकन कलाकुसरीच्या साड्या व सलवार सूट खरेदी करू लागला. हा अशाप्रकारे कसा खर्च करतोय, याचं आम्हाला आश्चर्य वाटत होतं. पण आता पैशाच्या हिशोबावरून त्याला काही बोलण्यातच अर्थ नव्हता. तिथं त्यानं सहा-सात हजार रुपयांची खरेदी केली आणि दुकानदाराला ते सगळं सामान गोंदियाला ट्रान्सपोर्टनं पाठवायला सांगितलं. आमच्या या यात्रेसाठी आम्ही मेहनतीनं जे पैसे गोळा केले होते, ते पम्मीनं स्वत:साठी खर्च केले होते. आता आम्ही पम्मीवर विश्वास ठेवणंच बंद केलं होतं.

मग दिनेश व मी– आम्ही दोघांनी ठरवलं की या प्रवासात जे लोक भेटतील त्यांच्या भरवशावर आपण ही यात्रा पूर्ण करू या आणि बस्स, सुखरूप घरी परत

जाऊ या. आम्ही पम्मीशी पुन्हा वाद घातला नाही.

लखनऊहून आम्ही दिल्लीला गेलो. तिथे पोहोचल्याबरोबर आम्ही प्रफुल्ल पटेलजींच्या कंपनीच्या ऑफिसमध्ये गेलो. त्यांनी आम्हाला पत्र दिलं होतं. त्यामुळे तिथल्या सर्व कर्मचाऱ्यांनी आमचं अतिशय उत्साहाने स्वागत केलं. आमच्या राहण्याची व खाण्यापिण्याची व्यवस्था करण्यात आली. आम्ही सिटी बसमधून दिल्ली दर्शन करावं, अशी त्यांची इच्छा होती. पण या यात्रेदरम्यान गाडीत न बसण्याची आमची प्रतिज्ञा आहे. त्यामुळे आम्ही सायकलवरूनच फिरू असं आम्ही त्यांना सांगितलं. मग आम्ही सायकलवरून लाल किल्ला ते इंडिया गेट, राजघाट ते कुतुबमिनार अशा सर्व स्थळांना भेटी दिल्या. प्रत्येक ठिकाणी दिनेश मला त्या स्थळाचं वर्णन व त्याचे महत्त्व सांगत असे.

दोन दिवस दिल्लीत फिरल्यानंतर आम्ही त्या सर्व मित्रांचा निरोप घेऊन निघालो व मथुरेला गेलो. मथुरा येथील प्रसिद्ध गायत्री शक्तिपीठात रात्री मुक्काम करून दुसऱ्या दिवशी आम्ही आगऱ्याला पोहोचलो. तेथील सिक्युरिटीने आमच्या सायकली सांभाळण्याची जबाबदारी घेतल्यामुळे आम्ही निर्धास्त मनाने ताजमहाल पाहायला गेलो. माझ्या दृष्टीने ते स्थान 'अनुभव' करणे हीच मोठी गोष्ट होती. मी ताजमहाल प्रत्यक्ष पाहू शकत नसलो. तरी सायकलवरून इथंवर पोहोचणं हीच माझ्या दृष्टीने फार मोठी गोष्ट होती.

आगऱ्याहून निघाल्यानंतर आम्ही झाशी, ग्वाल्हेर, धौलपूर मार्गे भिंड व मुरैना – ज्याला चंबळचे खोरे म्हटले जाते – असा प्रवास करत करत सागरला पोहोचणार होतो. दिनेश सांगत होता, की इथे दूधवालेसुद्धा दोन नळ्यांच्या बंदूक लटकवून फिरतात.

आम्ही एका गावात तेथील सरपंचाच्या घरी उतरलो असता मी याबद्दल माहिती घेण्याचा प्रयत्न केला, तेव्हा समजलं, की त्यांच्याकडे हे प्रतिष्ठेचे व मोठेपणाचे प्रतीक मानले जाते. खांद्यावर बंदूक लटकवून फिरणे ही त्यांच्याकडे रीतच बनली होती. ते लोक आमच्याशी इतकं चांगल्या प्रकारे, व्यवस्थित बोलत होते, की काही तासांतच आमची भीती पूर्ण पळून गेली आणि काही बंदूकधारी गावकऱ्यांनी आम्हाला लग्नसमारंभाला आल्यासारखं आग्रह करून खाऊ घातलं. त्यांनी आमचं जे आदरतिथ्य केलं, ते आम्ही आयुष्यभर विसरू शकणार नाही.

त्यानंतर आम्ही मध्य प्रदेशातील सागर येथे पोहोचलो. तिथेही आमची सी. जे. पटेल कंपनीच्या गेस्ट हाउसमध्ये एक दिवस राहण्याची व्यवस्था झाली. तिथे राहण्याची व्यवस्था उत्तम असल्यामुळे आम्ही तेवढ्या विश्रांतीने ताजेतवाने होऊन बालाघाटला निघालो. या रस्त्यावर लाखदोन नावाचे एक गाव आहे. तेथील एका डॉक्टरांनी त्यांच्या रुग्णालयात आमची राहण्याची व्यवस्था केली. त्या छोट्याशा

गावात आम्ही रात्री जेवायला एका ढाब्यावर गेलो. तिथे पम्मीने आमच्या तिघांसाठी दोन-दोन चपात्या व फक्त एक प्लेट भाजी मागवली. नेहमीप्रमाणे दिनेशने त्यासोबत भरपूर कांदा-लिंबू व लोणचं मागवलं– ढाब्यावर हे पदार्थ बरेचदा मोफत असत. आम्ही जेवायला सुरुवात केली तेव्हा ढाब्याचा मालक आमच्या टेबलाजवळ आला. तो पंजाबी होता. त्याने आमच्या यात्रेबद्दल विचारलं. बहुधा त्याने आमच्या सायकलवरचा छोटा फलक पाहिला असावा. आमचं बोलणं ऐकून तो बहुधा खूपच प्रभावित झाला असावा. मग त्याने भोजन वाढणाऱ्या माणसाला बोलावलं आणि त्याला सांगितलं, की यांना पोटभर खाऊ घाल आणि त्यांच्याकडून बिल घेऊ नकोस. त्याच्याकडून हे वाक्य येताच मी एकट्यानं पंचवीसपेक्षा जास्त तंदूरी रोटी चापल्या. तिथला भोजन वाढणाराच नव्हे, तर बनवणारा माणूसही 'हे काय चाललंय', हे पाहायला आला. तेथील इतर ग्राहकही आश्चर्याने पाहत होते. गरमागरम रोटी येत होत्या आणि आम्ही त्या एकेक करत फस्त करत होतो. आम्ही कधी त्यांचा फडशा पाडला, तेही कळलं नाही. यातील गंमत अशी, की या संपूर्ण सायकल यात्रेदरम्यान टक्केटोणपे खाताखाता माझं अठरा किलो वजन उतरलं होतं. त्या रात्री ढाब्यावरचं ते भोजन आठवतं, तेव्हा आपण इतकं जेवलो होतो, यावर विश्वास बसत नाही.

दुसऱ्या दिवशी आम्ही बालाघाटचा रस्ता कापू लागलो. ते तिथून जवळच होतं. आम्ही बालाघाटला पोहोचेपर्यंत संध्याकाळ झाली होती. त्यानंतर बाघ नदीचा सुमारे अर्ध्या किलोमीटचा पूल पार केल्यावर रजेगाव, रावणवाडी, कटंगी मार्गे आम्ही दोन तासांत गोंदियाला पोहोचणार होतो. आम्ही बालाघाटमधून एसटीडी व पीसीओवरून काही नातेवाइकांना व मित्रांना फोन करून त्यांच्याशी बोललो व रात्रीपर्यंत आम्ही गोंदियाला पोहोचत असल्याचं सांगितलं.

आता गोंदिया अवघ्या काही तासांच्या अंतरावर होतं. पण जवळजवळ पंचेचाळीस दिवस घरापासून दूर राहिल्यानंतर आता एक एक मिनिट ढकलणं अवघड वाटत होतं. 'आता पुरे, खूप झालं' असं वाटत होतं. आमच्या सायकलला पंख फुटले असते तर त्या दिवशी आम्ही निमिषार्धात घरी पोहोचलो असतो इतके आम्ही तिघेही व्याकूळ झालो होतो. आणि ते साहजिकही होतं, कारण त्या वेळी आमचं वय काय होतं? फक्त सतरा वर्षे. पण, आमच्या लवकरात लवकर घरी पोहोचण्याच्या तीव्र इच्छेला सुरुंग लावत आमच्या सर्व मित्रांनी आम्हाला 'आजची रात्र तुम्ही बालाघाटमध्येच मुक्काम करा,' असं आग्रहपूर्वक सांगितलं. आम्ही त्या मित्रांशी सागरमधूनही बोललो होतो. आता आमची यात्रा फक्त दोन-तीन दिवसच उरली आहे हे त्यांना कळल्यावर बहुधा त्यांनी गोंदियामध्ये आमची स्वागताची तयारी सुरू केली असावी.

त्याच दिवशी रात्री दहा-साडेदहाच्या सुमाराला आमचे पन्नास-साठ मित्र व नातेवाईक बालाघाटला पोहोचले. आम्ही ज्या हॉटेलमध्ये उतरलो होतो ते संपूर्ण हॉटेल गोंदियातील लोकांनी भरून गेलं होतं. काय क्षण होता तो! कुणाकुणाला भेटू आणि किती काय काय बोलू असं होऊन गेलं होतं. त्या रात्री कुणीही झोपलं नाही. पंचेचाळीस दिवसांपूर्वी या सगळ्या लोकांनी तर आम्हाला या यात्रेसाठी शुभेच्छा देत निरोप दिला होता. त्या रात्री मित्र व नातेवाइकांची गळाभेट घेताना डोळे भरून येत होते... पण त्या अश्रूंच्या प्रत्येक थेंबातून आमचं साहस, पराक्रम, दृढ निश्चय व आत्मविश्वास प्रकट होत होता.

३० नोव्हेंबर, १९८८ सकाळी नऊच्या सुमाराला आम्हाला बालाघाटला न्यायला आलेले सगळे लोक आपापल्या मोटरसायकल व गाड्या घेऊन निघाले व त्यांच्यामध्ये आम्ही तिघे विजयध्वज फडकवत मिरवणुकीने गोंदियाच्या दिशेने निघालो. जे लोक बालाघाटला येऊ शकले नव्हते, ते चारशे-पाचशे लोक गोंदियापासून दहा किमी. अंतरावर या मिरवणुकीत सहभागी झाले. मयूरभाई, प्रकाश जसानी, चेतनभाई पटेल हेसुद्धा आले होते. सकाळी बालाघाटहून निघालेली ही मिरवणूक दुपारी आमच्या कॉलेजपाशी आली. ज्या शहरातल्या रस्त्यांवरून आम्ही असेच भटकत असायचो, जिथे आम्हाला कुणी ओळखत नव्हतं, आज त्याच रस्त्यांवरून जाताना जवळपासची दुकाने व घरांच्या छतांवरून आमच्यावर पुष्पवृष्टी केली जात होती. लोकांचे अभिनंदनपर शब्द माझ्या कानांवर पडत होते. मग मी त्या आवाजाच्या दिशेने दोन्ही हात हलवत कृतज्ञता व धन्यवाद व्यक्त करत होतो. आमची ही साहसी यात्रा यशस्वीरीत्या पूर्ण झाल्यामुळे गोंदिया शहर उत्साहात न्हाऊन निघालं होतं.

अखेर ज्या कॉलेजच्या प्रांगणात आमच्या यात्रेचा प्रारंभ झाला होता, त्या प्रांगणात आम्ही पोहोचलो. त्याचदरम्यान, मला कॉलेजच्या बेलचा बराच वेळ दुमदुमणारा आवाज ऐकू आला आणि पाहता पाहता संपूर्ण कॉलेज आम्हाला भेटायला आलं. आम्ही अत्यंत हर्षभरित झालो होतो. प्रत्येकजण येऊन आम्हाला आलिंगन देत होतं! बरेचजण पुष्पहार घेऊन आले होते. आम्ही कुणी सेलिब्रिटी बनलो आहोत असं वाटत होतं! आम्हाला स्वत:चा अभिमान वाटत होता. त्या वेळी मला तेही झाकोळलेले क्षण आठवले, जेव्हा मी या यात्रेतल्या संकटांमुळे हार मानून मध्येच ही यात्रा सोडून गोंदियाला परत जावं असं ठरवत होतो... असं कितीतरी वेळा झालं होतं, पण आज ती सगळी संकटे पार करून आम्ही यशस्वीरीत्या पूर्ण केलेली ही सायकलयात्रा मला एकाच गोष्टीचं स्मरण देत होती की,

'मंजिलों को कभी यह न बताओ,
कि तुम्हारी तकलीफें कहाँ हैं,
लेकिन तकलीफों को यह जरूर बताओ,
कि तुम्हारी मंजिलें कहाँ हैं।'

लायन्स क्लब, कॉलेजचा सगळा स्टाफ, एनएसएस व एनसीसीचे पदाधिकारी आणि मोठ्या संख्येने आलेले पत्रकार मित्र... सगळेजण आमची स्तुती करत होते. या चाळीस-पंचेचाळीस दिवसांत आम्ही एखादं युद्ध जिंकलं असावं, असं वाटत होतं. दरम्यान, आम्हाला स्थानिक पोलीस ठाण्यात बोलावणे आले. तिथे पोलीस अधीक्षक महोदयांच्या हस्ते आमचा सत्कार झाला. असं करत करत अखेर मी रात्री मयूरभाईंच्या घरी पोहोचलो. घरी गेल्यावर सर्वांत आधी मी मुंबईला फोन लावला आणि आई-वडिलांशी बोललो. या सायकलयात्रेदरम्यान मी बऱ्याच त्रासांना तोंड दिलं होतं. मी अधूनमधून आईला फोन करून तिच्याशी बोलत होतो. ती प्रत्येक वेळी मला प्रोत्साहन व धीर देत होती. पण तिने तिच्या त्रासांचा कधी उल्लेखसुद्धा केला नव्हता. माझ्या या संपूर्ण सायकल यात्रेच्या काळात, मी गोंदियातून बाहेर होतो. त्यादरम्यान माझे वडील जवळजवळ तितकेच दिवस मुंबईच्या भाटिया हॉस्पिटलमध्ये दाखल होते. ही गोष्ट आईने मला सांगितलीसुद्धा नव्हती. माझ्या या सायकलयात्रेत कसलाही व्यत्यय येऊ नये, मला वडिलांच्या तब्येतीची काळजी लागून राहू नये, म्हणून मला काहीही न सांगता माझ्या आईने संकटांचा एकटीने सामना केला होता. मात्र आता सगळं सुरळीत होऊ लागलं होतं. वडिलांची तब्येतही आता ठीक होती.

आम्हाला या यात्रेसाठी ज्या ज्या संस्थांनी वेगवेगळ्या प्रकारे मदत केली होती, त्या सगळ्या संस्था आम्हाला निमंत्रित करून आमचा सत्कार करू इच्छित होत्या. आम्ही परत आल्याच्या दुसऱ्या दिवसापासून त्याची धामधूम सुरू झाली. जिकडे पाहावं तिकडे फक्त आम्हीच... अशी अवस्था होती. माझ्यासारख्या एका दृष्टिहीन व्यक्तीने सायकलवरून इतका दीर्घ पल्ला पार करणं ही या यात्रेची खासियत होती. लोकांना याचं आश्चर्य वाटत होतं, पण माझ्या दृष्टीने ही एखाद्या सामान्य माणसाची यात्रा असेल तशीच होती, कारण माझ्या आईने मला ज्याप्रकारे घडवलं होतं, त्याचाच हा परिणाम असावा, की मला या सायकलयात्रेत माझ्या दृष्टिहीनतेचा अडथळा आला नव्हता.

माझ्या आईची नेहमी शिकवण असायची– आपल्याला संकटे व त्रासांचा सकारात्मकतेने सामना करायचा असेल, तर आपण दोन गोष्टींनी त्यांचा सामना करू शकतो– एकतर 'अंदाज से', नाहीतर 'नजर अंदाज करके'! बरेचदा आपण

त्यांच्याकडे लक्ष न देता, त्यांच्याकडे दुर्लक्ष केलं, तर त्या त्रासांतून मुक्ती मिळते.

सायकलयात्रेदरम्यान समोर उभ्या राहिलेल्या संकटांचा सामना करताना आईच्या या संस्कारांचा उपयोग झाला. अशा प्रसंगी मनातल्या भावना शब्दांत गुंफल्या जायच्या –

कौन कहता है,
कौन कहता है संग दिल को अश्क नहीं होते.
हमने तो चट्टानों से भी झरनों को निकलते देखा है ।
और कौन कहता है, तकलीफों में खुशियाँ नहीं मिलती.
हमने काँटों पे गुलाबो को महकते देखा है ।

कौन कहता है, जिंदगी में आगे बढने को
कंधा किसी का चाहिए-ही-चाहिए,
अरे, हमने तो अक्सर कंधों पे
सिर्फ जनाजों को निकलते देखा है ।

और कौन कहता है, मिट्टी ही जीवन का अंत है
हमने तो कई मजारों पे अनगिनत फूलों को खिलते देखा है,
फूलों को खिलते देखा है ।

या यात्रेनंतर आम्ही जणू 'सेलिब्रिटी'च बनलो होतो. सगळेजण आमच्याशी मैत्री करायला उत्सुक होते. या यात्रेने भावी आयुष्याचा चिरा घडवण्याचं काम केलं आणि येणाऱ्या संघर्षमय भविष्याशी दोन हात करण्यासाठी मजबूत पाया रचला.

या अनोख्या अनुभवाचा पाया इतका भक्कम होता, की त्यावर आयुष्याची गगनचुंबी इमारतसुद्धा उभारता येणार होती. काही वेगळं किंवा 'हटके' करावं असं प्रत्येकालाच वाटत असतं. पण अशा लक्षावधी-कोट्यवधी लोकांमधले काही लोकच अशा प्रकारे एखादी मोहीम फत्ते करू शकतात. आज आम्ही अशाच 'काही लोकां'मध्ये गणले जात होतो. पुढे आमच्या या सायकलयात्रेची कित्येक 'रेकॉर्ड बुक्स'मध्ये नोंद झाली.

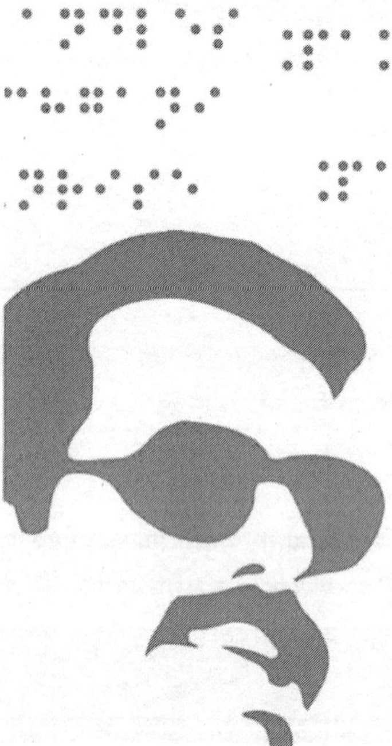

३

आईचा कर्करोग - एक संघर्ष

आमच्या या सायकलयात्रेनंतर जवळजवळ महिनाभर मी काविळीने खूप आजारी होतो. वडिलांवर मुंबईत स्क्रिझोफ्रेनियाचे उपचार व्यवस्थित सुरू होते. त्यांचा चांगला परिणामही दिसत होता. याच दरम्यान, महाबळेश्वर येथे आरोग्य भवनात व्यवस्थापक म्हणून काम पाहणारे आमचे एक ८६ वर्षांचे परिचित वार्धक्यामुळे निवृत्ती घेणार होते. त्यांच्या जागी त्यांना ट्रस्टसाठी एक विश्वसनीय व्यक्ती हवी होती. रणछोडदास कांजी चॅरिटेबल ट्रस्ट (आर. के. वाडी) हा ट्रस्ट कच्छी भाटिया समाजाचाच होता. गेली कित्येक वर्षे सामाजिक कार्यात हा ट्रस्ट अग्रेसर होता. या ट्रस्टची बऱ्याच राज्यात धार्मिक स्थळी आरोग्य भवने होती. या ट्रस्टचे एक ऑफिस मुंबईतही होते. या परिचितांनी विश्वस्तांना माझ्या वडिलांचे नाव सुचवले. त्यांनी माझ्या वडिलांसमोर

महिना साडेसहाशे रुपये पगाराचा प्रस्ताव ठेवला. ही रक्कम फारच कमी होती, पण विश्वस्ताचं म्हणणं होतं, की आम्ही तुम्हाला राहायला खोलीसुद्धा देत आहोत. माझ्या वडिलांचा आजार असा होता, की त्यांना कशात तरी गुंतवून ठेवणं गरजेचं होतं. आई-वडील दोघांनाही नव्याने आयुष्य सुरू करायचं होतं. त्यांच्यापाशी बचतीचाही आधार नव्हता, कारण वडिलांच्या गोंदियातील पगारात आमचा तिघांचा उदरनिर्वाह मोठ्या मुश्किलीने कसातरी भागत होता.

३ डिसेंबर १९८८ला ते दोघे महाबळेश्वरला आले. आर. के. वाडीमध्ये १७ बंगले होते. हे स्थान १९४२ साली साकारलं होतं. त्याच परिसरात वडिलांना १० बाय १२ ची एक खोली राहण्यासाठी देण्यात आली. त्यांच्याकडे सर्वांत महत्त्वाचे काम होते, ते म्हणजे मुंबईहून जे बुकिंग होत असे, त्यानुसार खोल्या तयार ठेवणे. त्यांच्या हाताखाली एक माळी व एक सफाई कर्मचारी होता. बंगल्यात स्वयंपाकघराची व्यवस्था असल्यामुळे, तिथे येणारे लोक पंधरा दिवस ते दोन महिन्यांपर्यंत तिथे मुक्काम करत असत. माझ्या वडिलांसाठी हे काम अगदी उत्तम होतं. काही दिवसांतच त्यांनी हे काम उत्तमरीत्या सांभाळलं.

याच दरम्यान, आईच्या वडिलांनी आमची परिस्थिती लक्षात घेऊन, आईला पैसे पाठवले. ही रक्कम चांगली मोठी होती. त्या पैशातून आईवडिलांनी महाबळेश्वरजवळच्या केशर गावात बारा एकर जमीन विकत घेतली. जमीन अत्यंत वैराण होती, पण आपल्या एकुलता एक मुलगा आहे, आज ना उद्या त्याला उपयोग होईल अशा विचाराने त्यांनी आजोबांकडून मिळालेले सगळे पैसे या जमीन खरेदीसाठी वापरले. आजोबांनी पाठवलेले पैसे फालतू गोष्टींवर खर्च होऊ नयेत अशी आईची इच्छा होती.

सगळी घडी नीट बसू लागली होती. वडील पुन्हा जबाबदारी सांभाळू लागले होते. मलाही महाबळेश्वर खूप आवडलं होतं. मी पाचवीत असताना, इंग्रजीच्या पुस्तकात माथेरान व महाबळेश्वर या डोंगराळ प्रदेशांचा उल्लेख होता. श्रीमंत लोक उन्हाळ्याच्या दिवसांत हवापालटासाठी महाबळेश्वरला जातात असं त्या धड्यात वाचलं होतं. ते वाचल्यावर मला वाटायचं, हे श्रीमंत लोक... आपल्या नशिबात कुठलं आलंय असं? महाबळेश्वरला येण्याचा मला खूप आनंद झाला होता.

महाराष्ट्रातील सातारा जिल्ह्यात अतिशय सुंदर डोंगराळ प्रदेशात महाबळेश्वर वसलेलं आहे... मुंबईपासून ३०० किमी, पुण्याहून १२० किमी व सातारा शहरापासून ६० किमी अंतरावर. समुद्रसपाटीपासून ५००० फूट उंचीवर वसलेली

महाबळेश्वरची बाजारपेठ जवळजवळ एक किलोमीटरच्या सरळ रस्त्याच्या दोन्ही बाजूंना वसलेली आहे. पावसाळ्याचे तीन महिने सोडले, तर एरवी ही बाजारपेठ सूर्यास्तानंतर पर्यटकांनी गजबजलेली असते.

महाबळेश्वरची भौगोलिक रचना अशी आहे, की एका बाजूला छत्रपती शिवाजी महाराजांच्या काळातील इतिहास सांगणारा प्रतापगड आहे, तर दुसऱ्या बाजूला पांडवांच्या वनवासादरम्यान उभारलेले ५००० वर्षांपूर्वीचे शिवमंदिर व महाबळेश्वर क्षेत्रातून उगम पावणाऱ्या कृष्णा, कोयना, वेण्णा, सावित्री व गायत्री नद्यांचे दर्शन होते. हिरवीगार जंगले व खळखळणाऱ्या झऱ्यांनी नटलेला हा संपूर्ण प्रदेश शतकानुशतके पर्यटकांना आकर्षित करत आला आहे. इतक्या विलोभनीय स्थळी राहण्याची मला संधी मिळत होती, त्यामुळे अगदी खुशीत होतो. पण परिस्थिती नेहमी तशीच कुठे राहते? संकटे माझी पाठ सोडायला तयार नव्हती.

मी एम.ए.च्या पहिल्या वर्षात असताना माझ्या आईला रक्ताचा कर्करोग झाल्याचं समजलं. आयुष्यभर मला आणि वडिलांना सांभाळणाऱ्या माझ्या आईने स्वत:ला कधी वेळच दिला नव्हता. माझं अंधत्व आणि वडिलांचा स्किझोफ्रेनियाचा आजार... या सगळ्यात तिच्यावर कामाचा प्रचंड भार पडत होता. वडिलांना त्यांच्या आजारपणामुळे खूपदा रात्री 'ॲटॅक' येत असे. ते मध्यरात्री उठून बाहेर जायचे. कुणीतरी येऊन आपल्याला ठार मारेल अशी त्यांना भीती वाटत असे. ही भीती त्यांना नेहमी घेरून असायची. त्यांना झोपेच्या गोळ्या दिल्या जायच्या, त्यामुळे ते दिवसभर झोपून असत. त्यामुळे त्यांचं ऑफिसचं कामसुद्धा आईलाच पाहावं लागायचं.

मग आईवर मुंबईच्या टाटा हॉस्पिटलमध्ये उपचार सुरू केले. हे कर्करोगावरील उपचारांसाठी प्रसिद्ध हॉस्पिटल आहे. आईला जो कर्करोग झाला होता त्याचं नाव होतं 'नॉन हॉजकिंस लिंफोमा' - आपलं रक्त जिथून तयार होतं, त्या ग्रंथी काम करेनाशा झाल्या होत्या.

मी आईला महाबळेश्वरहून बसने मुंबईला घेऊन जायचो. तिथे पहाटे ४ वाजता एल्फिन्स्टन परेलला उतरून आम्ही टाटा हॉस्पिटलमध्ये जायचो. आम्ही तिथं सकाळी खूप लवकर पोहोचायचो, त्यामुळे मी सिक्युरिटीला सांगून आईला आत लॉबीत न्यायचो. रात्रभर बसचा प्रवास करून ती खूप थकून गेलेली असायची. मग तिथली बाके एकमेकांना जोडून मी तिला आराम करायला लावायचो आणि आम्ही नऊ वाजण्याची वाट बघायचो.

हॉस्पिटलच्या समोर चहा-नाश्ता करून, त्यानंतर डॉक्टरांना भेटायचो. टाटा हॉस्पिटलमधील व्यवस्थेनुसार तुमची फाइल कोणत्या प्रकारची आहे या गोष्टीचं खूप महत्त्व असे – म्हणजे जनरल, का प्रायव्हेट. त्याचा अर्थ सरळ होता – गर्दी जास्त का कमी... तुम्हाला कुठे उपचार करून घ्यायचे आहेत?

मग तुमच्या फाइलच्या हिशोबाने उपचारांचा खर्च ठरत असे. मला वाटत होतं, की कर्करोग फार थोड्या लोकांना होतो, पण मी टाटा हॉस्पिटलमध्ये ४ वर्षांपासून ते ८० वर्षांपर्यंतच्या रुग्णांची गर्दी पाहिली. कुणी पटनाहून आलेले तर कुणी कोलकात्याहून. आपल्याला वाटतं, की माणूस मेल्यावर तो स्वर्गात किंवा नरकात जातो, पण जर कुणाला मरण्याआधी... याच जन्मात नरक म्हणजे काय हे पाहायचं असेल, तर त्याने ते टाटा हॉस्पिटलमध्ये जाऊन पाहावं. तिथे डॉक्टर्स कमी आणि रुग्ण जास्त असतात. आपला नंबर येईपर्यंत दोन-तीन तास वाट पाहायची... मग नंबर यायचा. त्यानंतर डॉक्टर तपासायचे. मग रक्त-तपासणीसाठी रक्ताचा नमुना द्यायचो. त्यामध्ये जर पांढऱ्या पेशी १०,०००च्या पुढे असल्याचं कळलं, तर आईला 'डे केअर'मध्ये दाखल करून कीमोथेरपी दिली जायची. हे सगळं पार पडल्यावर, मी पुन्हा रात्रीच्या बसने आईला घेऊन महाबळेश्वरला परत यायचो. रात्रीच्या वेळी हवेत गारवा असायचा, त्यामुळे तिला बरं वाटायचं. मग दुसऱ्या दिवशी तिला विश्रांती घेता यायची. किमोनंतर शरीरातील कर्करोगाबरोबरच पांढऱ्या रक्तपेशीही मोठ्या प्रमाणात जळून जातात. त्यांची संख्या ५०० ते ७०० पर्यंत येते. त्यामुळे जवळपास कुणी व्यक्ती शिंकली, तरी त्यामुळे संसर्ग होऊ शकतो. 'किमो'नंतर या गोष्टीची खूप काळजी घ्यावी लागत असे. मी लहान असतानाच आईने मला स्वयंपाक करायला शिकवलं होतं, त्याचा आता उपयोग झाला. मी तिला कोबी, पालक या भाज्या, गाजराचा रस वगैरे करून द्यायचो... तिच्या पांढऱ्या पेशी लवकरात लवकर वाढाव्यात म्हणून.

मग एक-दीड महिन्याने मी तिला पुन्हा 'किमो' देण्यासाठी टाटा हॉस्पिटलमध्ये न्यायचो. आम्ही बसमध्ये बसताना देवाला प्रार्थना करायचो की, तिच्या पांढऱ्या पेशींचा काउन्ट व्यवस्थित असू दे, म्हणजे आमची खेप फुकट जाणार नाही.

मला आठवतंय, हॉस्पिटलच्या बाहेर बऱ्याच हातगाड्या असत, तिथे पाच रुपयांत एका छोट्या बशीत दालचावल मिळायचं. आम्हाला ते खाणं भाग असायचं. कारण उपचारांदरम्यान आमच्याकडे पैसे नसायचे. टाटा हॉस्पिटलमधल्या त्या एक-दीड वर्षातील फेऱ्यांदरम्यान मला गरिबी आणि संकटांची झळ काय असते ते चांगलं समजलं!

पहिल्या सहा 'किमो'नंतर काही महिने आई बरी होती, पण त्यानंतर तिची

तब्येत पुन्हा बिघडल्यावर डॉक्टरांनी पुढील ३५ किमो व त्यासाठीचा खर्च लिहून दिला. पहिल्या सहा 'किमो' चाळीस हजार रुपयांत पूर्ण झाल्या होत्या. एवढी रक्कम आम्ही अगदी सहज उभी केली होती.

डॉक्टरांनी पुढच्या इलाजाच्या खर्चाचे तपशील असलेला जो कागद दिला होता. तो मी तिथे बसलेल्या एका वार्डबॉयकडून वाचून घेतला. त्याने सांगितलं की ४९५० रुपयांना एक इंजेक्शन आहे. ते ऐकल्यावर मला वाटलं की, अजून दीड ते दोन लाख रुपये लागतील, पण तेही आपण जमवू.

हॉस्पिटलमधील रोजचे रुक्ष व्यवहार टाळण्यासाठी, तिथेच अकाउन्ट उघडून आम्हाला एक कार्ड दिलं होतं, त्यात मी १५-१७ हजार रुपये जमा केले होते. आज इतक्या वर्षांनीसुद्धा तो कार्डनंबर माझ्या लक्षात आहे. बी. आर. १८६९३. रुग्णाच्या फाइलचा नंबरही हाच असे. हॉस्पिटलमध्ये कुठेही हे कार्ड 'पंच' केले की कॉम्प्युटरच्या स्क्रीनवर पैशांच्या तपशिलांसह रुग्णाचीही संपूर्ण माहिती येत असे. त्या दिवशी मी हॉस्पिटलमधील औषधांच्या दुकानात ते इंजेक्शन आणायला गेलो असता, त्यांनी कार्ड 'पंच' केल्यावर सांगितले, की तुमच्या खात्यात पैसे कमी असल्यामुळे तुम्हाला इंजेक्शन देता येणार नाही. मी त्यांना म्हणालो, ४९५० रुपयांना एक इंजेक्शन या हिशोबाने तेवढ्या पैशात तीन इंजेक्शने येतील, तरी तुम्ही खात्यात पुरेसे पैसे नाहीत असं कसं म्हणताय?

मग मला त्या दुकानाच्या खिडकीच्या आत उभ्या असलेल्या माणसाने सांगितलं, की ते इंजेक्शन ४९५० रुपयांना नाही, तर ४९५०० रुपयांना आहे. हे ऐकल्यावर माझ्या पायाखालची जमीनच सरकली. तेव्हा माझ्या लक्षात आलं की तो वॉर्डबॉय त्या रकमेतलं एक शून्य विसरला होता.

एक इंजेक्शन इतके महाग, तर ३५ इंजेक्शनचे पैसे कसे उभे करायचे? आणि फक्त ३५ इंजेक्शनचाच खर्च नव्हता. महाबळेश्वरहून मुंबईला जाणे-येणे, रक्त तपासणे, हॉस्पिटलच्या डे-केअरचे भाडे आणि त्याचबरोबर महागडी महागडी औषधे... इतके पैसे कुठून आणायचे? मग मी आजोळी फोन केला आणि त्या दिवशीच्या इंजेक्शनसाठी जेवढे पैसे कमी पडत होते, तेवढे पैसे पाठवायला मामाला सांगितलं. त्यानुसार आईचा चुलतभाऊ टॅक्सी करून शक्य तितक्या लवकर पैसे घेऊन आला आणि त्या दिवशीच्या 'किमो'ची व्यवस्था झाली. पण जेव्हा दुसऱ्यांदा इंजेक्शन घ्यायची वेळ आली, तेव्हा मित्र किंवा नातेवाईक कसे असतात ते चांगलंच कळलं! त्यांच्यापैकी बहुतेकजण काही ना काही सबब सांगून सुटका करून घेऊ इच्छित होते. त्यांच्यापैकी ज्या लोकांना मी त्यांच्याकडे पैसे उसने मागणार असं वाटायचं, ते लगेच सांगायचे, "अरे, जाऊ दे ना, आपण पंतप्रधानांना पत्र लिहू, मंत्र्यांना पत्र लिहू." कुणी म्हणायचं, शिर्डीच्या

ट्रस्टकडे जाऊ. प्रत्येकजण अंग काढून घ्यायला बघत होता. त्यांची खोटी आश्वासने व सबबी ऐकून मला फार वाईट वाटत होतं.

अखेर मी वडिलांना सारं काही सांगून टाकलं. पहिल्या सहा 'किमो' होईपर्यंत, मी त्यांना आईला कर्करोग झाल्याचंसुद्धा सांगितलं नव्हतं, कारण त्यांची तब्येत पुन्हा बिघडली तर त्यांना कसं सांभाळायचं हा माझ्यासमोर प्रश्न होता. आधीच ते मानसिकदृष्ट्या अतिशय त्रासलेले होते, त्यात त्यांना आईचा आजार व आर्थिक समस्येबद्दल सांगून मी त्यांना आणखी त्रास देऊ इच्छित नव्हतो, पण माझ्यासमोर दुसरा काही पर्यायच उरला नव्हता.

मग मी त्यांना सगळी परिस्थिती सविस्तर सांगितली आणि यातून काहीतरी मार्ग काढा असं सांगितलं. त्यांनी ट्रस्टीकडे चाचपणी करून पाहिली, पण ट्रस्टनेही पैसे देण्यास नकार दिला. अखेर मी व वडिलांनी निर्णय घेतला, की त्यांनी जी जमीन विकत घेतली होती ती विकू या. मग आम्ही जमीन अक्षरश: कवडीमोलाने विकली आणि एक लाख रुपये प्रतिएकर या भावाने त्या जमिनीचे बारा लाख रुपये ताबडतोब उभे केले. त्या वेळी आईला वाचवणे हे आमचे सर्वोच्च प्राधान्य होते. मी तर त्या वेळी माझी किडनी विकायलासुद्धा तयार होतो. मग जमीन विकून आलेल्या पैशांतून आणखी काही 'किमो' झाल्या. किमोच्या नुसत्या इंजेक्शनला ५० हजार रुपये लागत असत, त्या जोडीने जाण्यायेण्याचा खर्च, खाण्यापिण्याचा खर्च हे सगळं मिळून एका 'किमो'साठी जवळजवळ ६० ते ६५ हजार रुपये लागत असत.

कुणीतरी दिलेल्या सल्ल्यानुसार मी दक्षिण मुंबईतील काळा घोडा परिसराजवळ असलेल्या बॉम्बे डाइंग ट्रस्टच्या कार्यालयात इंजेक्शन्सच्या खर्चासाठी आर्थिक साहाय्य मागण्यासाठी गेलो. त्या वेळी माझी मनोवस्था अशी होती, की मी एकेका इंजेक्शनची व्यवस्था करण्यासाठी आकाशपाताळ एक करायला तयार होतो. बॉम्बे डाइंग ट्रस्टला जी जी कागदपत्रे हवी होती, म्हणजे वार्षिक उत्पन्न, टाटा हॉस्पिटलच्या खर्चाचे तपशील, समाजसेवकाचे शिफारसपत्र, ती सगळी माझ्याकडे होती. मग मी ती सगळी कागदपत्रे घेऊन त्यांच्या ऑफिसमध्ये गेलो. फाइल खूपच मोठी झाल्यामुळे, मी काही कागदपत्रे त्यात लावू शकलो नव्हतो. पण माझी ही चूक समोर बसलेल्या ट्रस्टी महोदयांना बहुधा सहन झाली नाही. त्यांनी ती फाइल माझ्या तोंडावर फेकली आणि 'तुला फाइलमध्ये कागद कसे लावायचे एवढंही समजत नाही?' ते माझ्यावर खेकसू लागले.

फाइलमधले कागद त्यांच्या केबिनभर पसरले. मग मी खाली वाकून, हातांनी चाचपडत ते कागद गोळा करण्याचा निष्फळ प्रयत्न करू लागलो. बहुधा त्या वेळी त्यांच्या लक्षात आलं, की मला दिसत नाही. मग ते उठले आणि माझ्यासोबत

ते कागद गोळा करू लागले. बहुधा त्यांचं मन त्यांना खात असावं. मग ते माझ्या खांद्यावर हात ठेवत म्हणाले, "दिकरा बाँधी ने लइ आवानु, आम केम चालें."

त्यानंतर त्यांनी पुन्हा माझी फाइल उघडून पाहिली व सांगितलं, की आम्ही हॉस्पिटलमध्ये तुमच्या खात्यात एका इंजेक्शनचे पैसे जमा करू.

माझ्या डोळ्यांत पाणी आलं... दुःखाने की आनंदाने... कोण जाणे? मी तिथून पुन्हा हॉस्पिटलमध्ये आलो. दुसऱ्याच दिवशी हॉस्पिटलमधल्या खात्यावर एका इंजेक्शनचे पैसे जमा झाले. कुणीतरी साईबाबा मंदिर ट्रस्टकडून मदत मिळवून दिली, तिथूनही एका इंजेक्शनचे पैसे आले. असं करत करत २२-२३ किमोथेरपी पूर्ण झाल्या. अजून १२-१३ इंजेक्शन बाकी होती. त्याच दरम्यान, माझा एक मित्र मला मुंबईत अंधेरीमधील जर्मन रेमिडीज कंपनीच्या ऑफिसमध्ये घेऊन गेला. ही कंपनी आईला लागणाऱ्या त्या इंजेक्शनची वितरक होती. माझी अवस्था पाहून त्या कंपनीच्या अधिकाऱ्याने मला ३० हजार रुपयांत ते इंजेक्शन द्यायची तयारी दाखवली. तो म्हणाला, "मला यात एक रुपयाही नफा मिळवायचा नाहीये."

त्यामुळे, मला उर्वरित इंजेक्शन्स जवळजवळ १३ इंजेक्शन्स ३० हजार रुपयांना एक याप्रमाणे मिळाली. आता प्रत्येक किमो ६५ हजार रुपयांऐवजी साधारण ५० हजार रुपयांत पूर्ण होऊ लागली होती. तरीही अजून माझ्या डोक्यावर मित्र व नातेवाइकांचं लाखो रुपयांचं कर्ज होतं. पण आईच्या पस्तीसच्या पस्तीस... सगळ्या कीमो विनाव्यत्यय पूर्ण झाल्याचा मला आनंद होता.

दर पंधरा दिवसांनी 'किमो' असायची. त्यानंतर ३-३ किमो एकाच वेळी दिल्या जाऊ लागल्या. आईची तब्येत दिवसेंदिवस बिघडत चालली होती. तिनं खाणं सोडलं होतं. मी तिला बाहेर उन्हात बसवायचो, तिच्याशी गप्पा मारायचो, तिला गाजराचा रस पाजायचो. ती बरी व्हावी यासाठी सगळे प्रयत्न करायचो. तिच्यावर जवळजवळ दीड वर्षे उपचार सुरू होते. डॉ. रीना नायर तिच्यावर उपचार करत होत्या. आम्ही आईला टाटा हॉस्पिटलमध्ये पहिल्यांदा घेऊन गेलो होतो, तेव्हाच डॉक्टरांनी 'थर्ड-स्टेज' पार झाली असल्याचं आणि जास्तीत जास्त सहा ते आठ महिने... असं सांगितलं होतं. पण लोकांची आत्मीयता आणि आईने तिच्या बालपणीच्या मैत्रिणींसह ज्यांच्या ज्यांच्याशी संबंध जोडले होते, ते सगळे आलटून-पालटून महाबळेश्वरला तिला भेटायला येत होते, त्यामुळे तिला खूप बरं वाटायचं. त्या आपलेपणाच्या वातावरणात ती आनंदी असायची, त्यामुळे तिने या आजाराच्या यातना सोसत जवळजवळ तीन-साडेतीन वर्षे काढली. पण

मी या काळात तिला कधीही दु:खी अवस्थेत पाहिलं नाही. उलट, प्रत्येक वेळी तीच मला धीर देत असायची. मला खूप त्रास होतोय हे तिला कळत होतं. पैशाची अडचण असो, की तिला मुंबईला हॉस्पिटलमध्ये घेऊन जाणे असो या सगळ्यांत माझी खूप धावपळ होत आहे असं तिला वाटायचं. बहुधा त्यामुळेच ती तिच्या यातना माझ्यापासून लपवण्याचा प्रयत्न करत असावी. तिला किमोथेरपीसाठी हॉस्पिटलच्या डे केअरमध्ये दाखल केलेलं असायचं, तेव्हा आजूबाजूच्या रुग्णांच्या किंकाळ्या माझ्या कानावर पडायच्या, पण आई अतिशय शांतपणे किमोथेरपीच्या वेदना सहन करायची. मी तिला गाजराचा रस पाजायचो, किंवा कधी कोबीची भाजी करायचो. तेव्हा ती ते अतिशय आवडीने खायची.

२० फेब्रुवारी १९९४ पहाटे साडेपाच वाजता आईने मला मोठ्याने हाक मारली. मी धावतच तिच्यापाशी गेलो. पण शेवटची घटका आली होती...

तिने माझा हात घट्ट धरला आणि तिचे प्राण गेले... माझ्या दृष्टीने युगाचा अंत झाला. मी एकटा पडलो होतो. परमेश्वराने मला दृष्टी दिली नव्हती, पण माझी आई होती... तीच माझे सर्वस्व होती. तिच्यामुळे मला दृष्टी नसल्याचं इतकं दु:ख कधी झालं नव्हतं, पण जेव्हा ती मला सोडून गेली, तेव्हा मला मी खऱ्या अर्थाने दृष्टिहीन झाल्यासारखं वाटलं!

४

एन. ए. बी. इंडिया : नवी पहाट

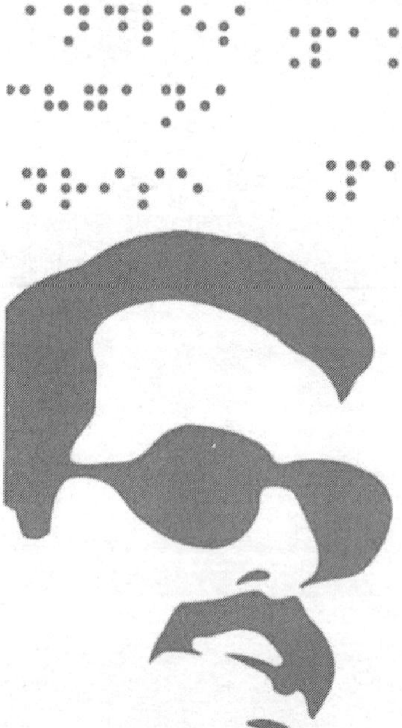

आईच्या निधनानंतर, मला सारी दुनिया उद्ध्वस्त झाल्यासारखं वाटत होतं. मी अगदी गप्प गप्प असायचो. आमच्या घरी मित्र-नातेवाईक यांची रीघ लागली होती. आमचे जवळचे नातेवाईक आमचे सांत्वन करण्यासाठी महाबळेश्वरला येत होते. माझ्या आजोळच्या लोकांनी मुंबईत एक प्रार्थनासभा ठेवली होती, कारण तिकडचा गोतावळा इतका मोठा होता, की घरचेच लोक ३००-३५० व्हायचे. एकीकडे प्रार्थना सभा आणि दुसरीकडे सगळी कर्मकांडे व तर्पण वगैरे नाशिकला. हे सगळं करता करता तेरा-चौदा दिवस असेच सरले. काही दिवस आईच्या आठवणींत गेले. डोक्यावर पैशाचं कर्ज आणि वडिलांचा आजार... आता पुढे काय करायचं?... काहीच समजत नव्हतं.

आईच्या उपचारादरम्यान मला जणू एक ध्येय लाभलं होतं, जणू जीवनाचा

उद्देश गवसला होता... जग इकडचं तिकडं झालं तरी चालेल, आईला कुठल्याही परिस्थितीत वाचवायचं. पण आईच्या अचानक जाण्यामुळे, आयुष्यात जे एक लक्ष्य होतं, ते तिच्यासोबतच संपून गेलं. आता भविष्य खरोखर लक्ष्यहीन व अंधकारमय वाटू लागलं होतं.

आई नेहमी म्हणायची, चालत राहणे हेच जीवन. थांबणे, थबकणे मृत्यूसमान असते. आईच्या याच सांगण्यावरून प्रेरणा घेऊन मी आयुष्यात पुढे जाण्याचा पुन्हा नव्याने प्रयत्न सुरू केला. महाबळेश्वर हे पर्यटनस्थळ आहे. तिथे कुठली कंपनी किंवा ऑफिस नसल्यामुळे मला काम मिळवण्यात खूप अडचणींचा सामना करावा लागला. महाबळेश्वरमध्ये हॉटेल हेच असे ठिकाण होते, तिथे मला काही काम मिळू शकणार होते. मग मी वेगवेगळ्या हॉटेलांमध्ये गेलो, तिथल्या मॅनेजरना भेटलो. पण माझ्या अंधत्वामुळे, त्यांनी मला काम द्यायचं म्हटलं तरी कुठलं काम द्यायचं असा प्रश्न होता. अखेर, खूप प्रयत्न केल्यावर मला 'रीगल' हॉटेलमध्ये टेलिफोन ऑपरेटरची नोकरी मिळाली. मला वाटलं होतं, की तिथे आठ-दहा तास काम करावे लागेल, मग त्यानंतर मला वडिलांच्या कामात मदत करता येऊ शकेल. पण मला हॉटेलमध्ये १८-२० तास काम करावे लागत असे. काही वेळा तर, मी सकाळी ८ वाजता काम सुरू करायचो, ते तिसऱ्या दिवशी रात्री १२ वाजता माझी सुट्टी व्हायची. मी ३६-३६ तास सलग काम करायचो.

महाबळेश्वरमध्ये पर्यटनाचा हंगाम असायचा, तेव्हा तर अजिबात सुटका नसायची. माझी अवस्था अक्षरशः एखाद्या वेठबिगार मजुरासारखी झाली होती. मला दुसरे कोणी नोकरी देणार नाही ही गोष्ट हॉटेलचा मालक ओळखून होता. मला नोकरीवर ठेवून घेऊन आपण खूप मोठे उपकार केले आहेत अशा समजुतीतून माझ्याकडून जास्तीत जास्त काम करवून घेतले जात असे. मी फक्त नावाला टेलिफोन ऑपरेटर होतो, बाकी मला तिथे 'फ्रंट ऑफिस'ची सगळी कामे करावी लागत असत. माझी स्मरणशक्ती चांगली असल्यामुळे मी हॉटेल व्यवसायातील बरेच काम शिकलो होतो. हॉटेलमध्ये नेहमी येणारे ग्राहक व सर्व स्टाफला मी केवळ त्यांचा आवाज ऐकून ओळखायचो. सर्व ग्राहक, ट्रॅव्हल एजन्ट व हॉटेलशी संबंधित सगळ्यांचे टेलिफोन नंबर माझ्या अचूक लक्षात राहायचे. अशाप्रकारे, हजारो नंबर स्मरणात ठेवण्याच्या क्षमतेमुळे मी एक चालतीफिरती टेलिफोन डिरेक्टरी बनलो होतो. हॉटेलच्या मालकापासून स्टाफपर्यंत कुणालाही कुठे फोन करायचा असला, की ते त्यांची डायरी पाहायचे कष्ट न घेता, मला फोन करून नंबर विचारायचे.

असेच बरेच दिवस गेले. या पिंजऱ्यातून सुटून खुल्या आभाळात मनस्वी

भरारी घ्यावी... स्वच्छंद... एखाद्या पक्षासारखी... असं मनात यायचं. याच दरम्यान, माझा एक मित्र घरी आला होता. तो म्हणाला, की हरिद्वारमध्ये बाबा रामदेव यांच्याबद्दल खूप ऐकलं आहे. त्यांच्याकडे आयुर्वेदातील अशी औषधे आहेत, जी कुठलाही आजार बरा करतात. चल, आपण त्यांच्याकडे जाऊ या. तुझ्या डोळ्यांवर तिथे नक्की इलाज असेल, मला खात्री आहे.

मी त्याला म्हणालो, "ते बघ तिथे कोपऱ्यात फायलींचे ढीग लागले आहेत."

माझ्या फायलींचे ढीग लागण्याचं एक कारण होतं. मी ॲलोपॅथी, होमिओपॅथी, आयुर्वेदिक... सगळे इलाज करून पाहिले होते. कुणी काही सुचवलं की मी ते करून पाहत होतो, त्या ठिकाणी जाऊन येत होतो. लोक इतक्या प्रेमाने व खात्रीनं सांगायचे की, 'चल, काही ना काही चांगलंच होईल,' की मी सगळं सोडून त्यांच्यासोबत जायचो. कधी ना कधी आपले डोळे बरे होतील या आशेचा किरण मनात कायम चमकत असायचा.

मला आजही आठवतंय होमिओपॅथीच्या सुवर्णपदक विजेत्या डॉक्टर श्रीमती बेस्ता यांचं क्लिनिक मुंबईत प्रिन्सेस स्ट्रीटवर होतं. त्या खूप प्रसिद्ध डॉक्टर होत्या. मी क्लिनिकमध्ये पोहोचलो, तेव्हा तिथे आधीच भलीमोठी रांग लागलेली होती. डॉक्टर चार-पाच तासांनी येणार होत्या. त्यांचे क्लिनिक पहिल्या मजल्यावर होते, पण ती रांग तिथून खाली फुटपाथपर्यंत येत असे. त्यांना फक्त पाच मिनिटे भेटता येणार होतं, पण त्याआधी इतकी भलीमोठी रांग पार करायची होती. अशा रांगेत उभे राहिल्यावर, लोकांची डॉक्टरांवरची श्रद्धा लक्षात येत असे.

त्या दिवशी माझा नंबर आल्यावर मी डॉ. बेस्तांना दाखवलं. त्या म्हणाल्या, "होमिओपॅथीमध्ये तुमच्या डोळ्यांवर औषध नाहीये."

माझ्यापाशी असे कितीतरी अनुभव होते. त्यामुळे मी डोळ्यांवर उपचार करून थकलो होतो. प्रत्येक वेळी मनात आशेची पालवी फुटणार आणि मग मी निराश होऊन, स्वतःच्या अंधत्वामुळे स्वतःला कोसणार... हे नकोसं वाटत होतं. त्यामुळे मी त्या मित्राला म्हणालो, की मी सगळं करून पाहिलं आहे. डोळ्यांवर इलाज करण्यासाठी लिंबू-मिरची पासून ते गंडे-दोरे-ताइतापर्यंत सगळं करून झालं आहे. आता माझ्यापाशी ना वेळ आहे, ना पैसा. आता माझी असल्या व्यर्थ गोष्टींत वेळ वाया घालवण्याची अजिबात इच्छा नाही.

पण माझा मित्र हट्टाला पेटला होता. त्याला माझी आर्थिक परिस्थिती चांगली माहीत होती. त्याने हरिद्वारची तिकिटे काढून आणली आणि तो म्हणाला,

"चार-पाच दिवसांचाच प्रश्न आहे. आपण बाबाजींना भेटून येऊ या. आपण हा शेवटचा प्रयत्न करून पाहू या."

मला त्याचे मन मोडवेना. तसेही, हॉटेलमध्ये मी रात्रंदिवस कामाच्या चक्रात

होतो. त्यातून बाहेर पडून मला मोकळ्या हवेत श्वास घ्यायचा होताच. अखेर, मी माझ्या मित्राबरोबर हरिद्वारला जायला निघालो. प्रवासात मला माझा मित्र रामदेव बाबांच्या अशा चमत्कारांबद्दल सांगत होता, जे ऐकून मला तिथून आपण दृष्टी घेऊनच परत येणार अशी खात्री वाटू लागली होती!

त्या वेळी मला आईने सांगितलेली एक गोष्ट आठवत होती. त्या गोष्टीत एक लहान मुलगा त्याच्या वडिलासोबत रेल्वेने प्रवास करत असतो. तो मुलगा इतका आनंदात असतो, की रेल्वेच्या डब्याच्या खिडकीतून बाहेरचे दृश्य पाहून त्याच्या वडिलांना जोरजोरात हाका मारून सांगत असतो – बघा, किती झाडं आहेत... तळे आहे... पक्षी आहेत.

सुरुवातीला आजूबाजूच्या लोकांनी काही हरकत घेतली नाही, पण नंतर त्यांनी त्याच्या वडिलांकडे तक्रार केली आणि त्याला शांत बसवायला सांगितलं.

त्यांच्या वडिलांनी त्याला शांत बसवायचा प्रयत्न करून पाहिला, पण तो मुलगा इतका हर्षभरित होता की, त्याचा आनंद गगनात मावत नव्हता.

मग एक माणूस खेकसला, ‘‘त्याला काही मानसिक आजार असेल किंवा डोकं फिरलं असेल, तर तुम्ही त्याला दुसऱ्या कुठल्यातरी माध्यमाद्वारे न्यायचंत. तुमच्या मुलाच्या या असल्या वागण्यामुळे सगळेजण त्रासले आहेत.’’

त्यावर त्या मुलाच्या वडिलांनी नम्रपणे सांगितलं, ‘‘माझा मुलगा वेडा नाहीये किंवा त्याला कुठला मानसिक आजारही नाहीये. तुम्हाला आश्चर्य वाटेल, याला जन्मतः दृष्टी नव्हती. त्याच्यावर उपचार सुरू होते. चार दिवसांपूर्वीच त्याला दृष्टी लाभली आहे. त्यामुळे तो इतका आनंदात आहे, की तो अशाप्रकारे वागत आहे.’’

त्या प्रवासात ही गोष्ट माझ्या मनात फेर धरून नाचत होती. आपण हरिद्वारहून परत येऊ ते कदाचित त्या मुलासारखे डोळे घेऊनच परत येऊ असं मला वाटू लागलं होतं. या विचारांत आम्ही हरिद्वारला कधी पोहोचलो ते कळलंही नाही.

हरिद्वारला उतरल्यावर आम्ही बाबा रामदेव यांच्या आश्रमात गेलो. आमच्याकडे शिफारसपत्र असल्यामुळे काम सोपे झाले. आयुर्वेदिक डॉक्टरांच्या संपूर्ण टीमने माझी केस अभ्यासली. माझे डोळे तपासले. त्यांनी एक फाइल तयार केली व त्यात तपासणीचा निष्कर्ष नोंदवला. ती फाइल माझ्या मित्राला देत त्यांनी सांगितलं की,

‘‘याच्या डोळ्यांवर आयुर्वेदातही इलाज नाही, तरीपण तुम्ही संध्याकाळी बाबा रामदेवजीना भेटा.’’

खूप प्रयत्नांनी आम्ही त्या दिवशी संध्याकाळी बाबांना भेटलो. माझ्यासाठी तर त्यांना भेटणे हीसुद्धा खूप मोठी गोष्ट होती.

बाबा रामदेव यांना भेटल्यावर मला एक अनोखी ऊर्जा जाणवत होती. ज्यांची इतकी किर्ती ऐकली होती, त्यांच्यासमोर मी उभा होतो. मी त्यांना चरणस्पर्श करू शकलो, त्यांना प्रत्यक्ष भेटू शकलो, हीच माझ्यासाठी खूप आनंदाची गोष्ट होती. त्यांनी सांगितलेल्या प्राणायमावर, खासकरून त्यातील अनुलोमविलोम व कपालभातीवर माझा खूप विश्‍वास होता. या सर्व क्रिया केल्यावर मला फार बरे वाटत असे.

बाबाजी मला म्हणाले, ‘‘बेटा, तू एक सकारात्मक विचार सोबत घेऊन पुढे वाटचाल कर. आम्ही आज ना उद्या आयुर्वेदात असे कुठले ना कुठले औषध शोधून काढूच, ज्याचा तुझ्यासारख्या लोकांना लाभ होऊ शकेल.

‘‘हरिद्वारला आला आहातच, तर उद्यापासून जे योगशिबिर सुरू होतंय, त्यात सहभागी व्हा आणि मग परत जा.’’

बाबांचे बोलणे ऐकून मी आतल्या आत मोडून पडलो होतो आणि आपण विनाकारण इतका वेळ वाया घालवून इतक्या दूरवर आलो असं स्वत:लाच कोसत होतो. पण बाबांची आज्ञा आम्ही टाळू शकलो नाही, त्यामुळे मनात नसूनही आम्ही दुसऱ्या दिवशी पहाटे साडेपाच वाजता शिबिराला गेलो. तिथे आमच्या आधी बरेच लोक आलेले होते. खूप गर्दी दिसत होती. मग बाबाजी आले. त्यांनी मंत्रोच्चाराने शिबिराचा आरंभ केला. त्यांनी ध्यानाचे महत्त्व विशद करून सर्वांना डोळे बंद करायला सांगितले. त्यांनी सर्वांना सांगितलं, की तुम्ही तुमच्या अंतरंगात डोकावून मन एकाग्र करण्याचा व ध्यानात जाण्याचा प्रयत्न करा. त्यांनी ध्यानाचे वेगवेगळे प्रकारही सांगितले आणि मग सर्वांना दहा मिनिटे डोळे बंद करण्यास सांगितले. शिबिरात दर २५-३० लोकांमधून स्वयंसेवक फिरत होते व ते लोकांना बाबा ज्याप्रकारे क्रिया सांगत आहेत, त्याप्रमाणे त्या करायला सांगत होते,

‘‘डोळे बंद करा. इकडेतिकडे बघू नका...’’

मंचावरून बाबा आणि खाली स्वयंसेवक सतत ‘डोळे बंद करा, डोळे बंद करा’ असं सर्वांना सांगत होते आणि इकडे मी या वातावरणातून बाहेर पडून महाबळेश्‍वरला परत जाऊन माझी टेलिफोन ऑपरेटरची नोकरी सुरू ठेवण्याचा विचार करत होतो.

जेव्हा माझ्या आजूबाजूला ‘डोळे बंद करा, डोळे बंद करा’चा गजर सुरू होता, तेव्हा अचानक माझ्या आतून एक अद्‌भुत आवाज आला, बहुधा त्यामुळे माझी विचारप्रक्रियाच बदलून गेली. हा बाबांच्या सकारात्मक ऊर्जेचाच परिणाम होता, की मी अशाप्रकारे विचार करू शकलो.

माझ्या आतून आवाज आला... मी किती भाग्यवान आहे, कारण इथे उपस्थित

असलेले हजारो लोक इतके प्रयत्न करूनही काही मिनिटेसुद्धा डोळे बंद करू शकत नाहीयेत, पण परमेश्वराने मला काय छान बनवलंय... त्याने मला डोळे उघडणे व बंद करणे हे झंझटच ठेवलेलं नाहीये. मी या प्रक्रियेमध्ये या हजारो लोकांच्या कदाचित एक पाऊल पुढेच असेन...

त्या दिवशी माझ्या ध्यानात आलं, की दृष्टी नसणे ही माझी दुर्बलता नाही, बहुधा तीच माझी ताकद आहे. आणि हीच ताकद घेऊन आता मला आयुष्याची वाटचाल करायची आहे. या विचारामुळे माझ्या आयुष्यात एक नवे व अनोखे वळण आले, कारण या सकारात्मक विचारामुळे मला एका वेगळ्याच ऊर्जेची अनुभूती मिळाली होती... मला जणू जीवनध्येयच गवसलं होतं... आता या अंधत्वावर मात करून आयुष्यात फक्त आणि फक्त पुढेच जायचं!

मी मनोमन बाबा रामदेवजींचे आभार मानले आणि माझ्या शेजारी बसलेल्या मित्राला हलवून म्हणालो, ''चल, आपला इलाज झाला!''

माझ्या शब्दांचा अर्थ त्याला उमगायला खूप वेळ लागला.

मग त्या दिवशी आम्हाला जी पहिली ट्रेन मिळाली, तिने आम्ही मुंबईला आलो आणि तिथून महाबळेश्वरला परत आलो.

परत आल्यानंतरचे दोन दिवस माझ्यासाठी फारच मुश्कील होते... अक्षरशः धर्मसंकटच होतं. एकीकडे माझं ठरलं होतं, की मला काहीतरी वेगळं करायचं आहे, पण त्याचवेळी दुसरीकडे, टेलिफोन ऑपरेटरची नोकरी होती, जी मी अशीच करत राहिलो असतो तर जीवन व्यर्थ आहे असं वाटत होतं.

त्या दरम्यान मला मुंबईच्या 'नॅशनल असोसिएशन फॉर द ब्लाइन्ड' (एन.ए.बी) म्हणजेच 'नॅब'बद्दल समजलं. तिथे अंध व्यक्तींसाठी प्रशिक्षणाचे (ट्रेनिंग) वेगवेगळे कार्यक्रम घेतले जात असत. त्याबद्दल समजल्यावर मी प्रशिक्षण घ्यायला मुंबईला जायचंच असं ठरवलं आणि टेलिफोन ऑपरेटरची नोकरी सोडली.

आता मला चिंता होती ती वडिलांना एकटे सोडून कसे जायचे या गोष्टीची. आईच्या उपचारांसाठी बराच खर्च झाला असल्यामुळे माझ्याजवळ पैसेही नव्हते. शेवटी मी विचार केला, की थोडे पैसे जमवू या म्हणजे वडिलांना तेवढाच आधार होऊ शकेल. आईच्या उपचारांसाठी मी ज्या ज्या मित्रांकडून व नातेवाइकांकडून उसने पैसे घेतले होते, ते आता मला उभेही करून घेत नव्हते. त्यांना मी त्यांच्याकडे आणखी पैसे मागणार असे वाटत होतं. आई गेल्यानंतर मला नातेवाइकांनी सणावाराला किंवा लग्नाबिग्नाला बोलावणे बंद केले होते. तरी मी सगळ्या नातेवाइकांना पुन्हा जाऊन भेटलो. त्यांना हात जोडून सांगितलं, की मला थोडे पैसे हवे आहेत. मला वडिलांना दहा हजार रुपये देऊन, प्रशिक्षण घ्यायला जायचे आहे. तुम्ही मला पाचशे, हजार जेवढे तुम्हाला शक्य असतील तेवढे पैसे

द्या. माझ्यावर विश्वास ठेवा, मी तुमची पै न् पै परत करीन.

अखेर अशाप्रकारे मी एकदाचे दहा हजार रुपये जमवले. ते वडिलांच्या हातावर ठेवले आणि त्यांना सांगितलं, ''मी 'नॅब'मध्ये एक वर्षभर राहून काहीतरी शिकून येतो, आपण पुन्हा नव्याने आयुष्याला सुरुवात करू या.''

१ जानेवारी १९९५ रोजी मी महाबळेश्वरहून मुंबईला जायला निघालो. मला नॅबच्या वरळी सी फेसच्या केंद्रात प्रवेश घ्यायचा होता. येथे संपूर्ण भारताचे मुख्यालय आहे. या ठिकाणी जवळजवळ २०० लोक काम करतात. तिथे ब्रेल प्रेस ऑडिओ लायब्ररी आहे. त्या ऑडिओ लायब्ररीत पाच लाखांवर पुस्तके ऑडिओ स्वरूपात उपलब्ध आहेत. त्याच ठिकाणी रोजगार कार्यालयही होते. मुंबईत अनेक ठिकाणी नॅबची पुनर्वसन केंद्रेसुद्धा आहेत. पासपोर्ट ऑफिससमोरच्या शाखेत प्रशिक्षण कार्यशाळा होतात. ब्रश बनवणे, हँगर बनवणे, मोटर वायंडिंग... अशी सगळी कामे तिथे शिकवली जातात. रे रोडवरील कमला मेहता पुनर्वसन केंद्रात विशेषत: अंध भगिनींना हार-तोरणे बनवायला शिकवले जाते आणि ब्रेल लिपी, मोबिलिटी ओरिएन्टेशन व इतर बऱ्याच प्रकारचे व्यवसाय प्रशिक्षण महालक्ष्मी येथील पुनर्वसन केंद्रात दिले जाते. त्याला 'किंग जॉर्ज हॉस्पिटल कम्पाउन्ड' म्हणूनही ओळखले जाते. या कम्पाउन्डमध्ये वेगवेगळ्या संस्थांची बरीच ऑफिसेस आहेत. किंग जॉर्ज हे ब्रिटिशकालीन हॉस्पिटल असल्यामुळे तिथे १०००-१५०० चौरस फुटांच्या मोठ्यामोठ्या बरॅक आहेत. नॅबला त्यातील तीन बरॅक मिळाल्या होत्या, त्यामध्येच हे पुनर्वसन केंद्र होतं. तिथे चार महिन्यांचे प्रशिक्षण दिले जात असे. एका बरॅकमध्ये फिजिओथेरपी विभाग होता, तिथेच एका खोलीत मेणबत्त्यांचे वर्कशॉप होते. मधल्या बरॅकमध्ये ऑफिस होतं, तिथेच योग शिक्षकांची केबिन होती.

तिथे ब्रेल शिकणाऱ्यांसाठी एक बरॅक होती व त्यामध्येच भोजनव्यवस्था केलेली होती. तिसऱ्या बरॅकमध्ये जवळजवळ १०० अंध प्रशिक्षणार्थींच्या निवासाची व्यवस्था होती. अठरा वर्षांवरील अंधांना तेथे प्रशिक्षण दिले जात असे. तिथे मेणबत्त्या बनवण्याचे प्रशिक्षण दिले जाते हे मला कळल्यावर मला खूप आनंद झाला कारण मेणबत्त्या बनवायला शिकणे हे माझे बालपणापासूनचे स्वप्न होते. माझा चुलतभाऊ जयदीप त्याच्या आजोळहून - मस्कत (ओमान) वेगवेगळ्या प्रकारच्या मेणबत्त्या आणत असे व मला स्पर्शाच्या साहाय्याने त्या मेणबत्त्यांचे वेगवेगळे आकार व प्रकार समजावत असे. त्यामुळे आपण मेणबत्त्या बनवायला शिकायचंच असा मी बालपणीच निश्चय केला होता. या निमित्ताने माझी सर्जनाची भूकही भागणार होती.

मग मी तिथल्या प्राचार्यांना भेटलो व मला मेणबत्त्या बनवण्याचे प्रशिक्षण

घ्यायचे असल्याचे सांगितले. पण ते म्हणाले, की मेणबत्त्या बनवण्याचे प्रशिक्षण फक्त अंशत: दृष्टिबाधित लोकांनाच दिले जाते. तुम्ही पूर्णत: दृष्टिबाधित आहात. त्यामुळे तुम्ही हे प्रशिक्षण घेऊ शकत नाही. ज्या मेणबत्तीचा उजेड तुम्हाला कळू शकत नाही, ती मेणबत्ती तुम्हाला कशी बनवता येईल?

हे ऐकून मला फार वाईट वाटलं. जे लोक दृष्टिबाधित लोकांची व्यथा समजू शकत नाहीत, ते जर अशा प्रकारे बोलले तर ते ठीक आहे, पण जगभरातील दृष्टिबाधित लोकांच्या हितासाठी कार्य करण्याचा दावा करणारी संस्थाच जर अशाप्रकारे बोलत असेल तर माझ्यासारख्या दृष्टिबाधित लोकांनी जायचं तरी कुठे?

कदाचित त्यांची काही चूक नसेलही. मीच या पुनर्वसन केंद्राकडून जास्त अपेक्षा करत होतो. माझ्याच आशा-आकांक्षांचे धागे या पुनर्वसन केंद्रात जरा जास्तच गुंफले गेले होते. तिथे जाताना माझ्यासमोर किती उदाहरणे होती... रवींद्र जैन – जे पूर्णत: दृष्टिबाधित आहेत, त्यांनी संगीत क्षेत्रात किती मोठी कामगिरी केली आहे. त्या वेळी माझ्या मनात आणखी एक नाव होतं – पद्मश्री निरंजन भाई - ते पुण्यात एच. बी. देसाई नामक डोळ्यांचे मोठे हॉस्पिटल चालवतात. त्याचबरोबर दादरमध्ये आजही प्रॅक्टिस करणारे एमबीबीएस डॉक्टर पंड्या, नॅबचे अध्यक्षपद भूषविलेले डॉ. राजेंद्र व्यास, पुनर्वसन केंद्राचे संचालक हेमंत पाटीलसुद्धा पूर्णत: दृष्टिबाधित होते. केतन कोठारी पूर्णत: दृष्टिबाधित असूनही ब्रेल प्रेस सांभाळत होते.

माझ्या दृष्टीने समाजातील लोक व संस्था यांच्यात काय फरक उरला होता? दृष्टिबाधितांच्या पुनर्वसनासाठी काम करणारी संस्था हाच तर माझ्यासारख्या दृष्टिबाधित व्यक्तींसाठी आशेचा अखेरचा किरण होता!

माझ्या चेहऱ्यावरची निराशा पाहून ते म्हणाले,

''एक करता येईल. संस्था बॉडीमसाज आणि फूट रिफ्लेक्सोलॉजीचा नवा कोर्स सुरू करणार आहे. तुम्ही म्हणत असाल तर तुमचे नाव त्या कोर्सला घालू या. बाकी ब्रेल लिपी आणि हिंडण्या-फिरण्याबाबत तुम्हाला जे थोडंफार शिकायचं असेल, ते तुम्हाला संस्था शिकवलेच, पण तुम्ही साडे-सहा फूट उंच आहात, चांगले मजबूत आहात, तुम्ही मसाज शिकलात, तर स्वत:बरोबरच संस्थेचे नावही नक्की पुढे न्याल.''

आता माझ्यासमोर प्रश्न होता तो म्हणजे, महाबळेश्वरला परत गेल्यावर वडिलांना काय उत्तर द्यायचं? कारण मी नॅबमध्ये जातोय ते काहीतरी शिकूनच परत येईन असं मी त्यांना वचन देऊन आलो होतो. आता मी मसाजच्या प्रशिक्षणाला नकार दिला असता तर महाबळेश्वरला काय तोंड घेऊन परत जायचं हा प्रश्न होता. त्यामुळे मी माझी इच्छा नसूनही मसाजचं प्रशिक्षण घ्यायचं ठरवलं.

त्याच दिवशी मी श्री. दिनूभाई गांधी यांना पहिल्यांदा भेटलो. ते नॅब इंडियाचे ऑनररी सेक्रेटरी होते. त्यांनी माझी पाठ थोपटत मला सांगितलं.

“मन लावून शीक. तू नक्कीच पुढे जाशील.”

मीही मनात नव्या आशांचे दीप उजळवून तिथे राहायचं ठरवलं.

प्रशिक्षणाचा पहिला दिवस उजाडला. स्वयंपाकघर कुठे आहे? हात-पाय कुठे धुवायचे? स्नानगृह कुठे आहे? भोजनालय कुठे आहे?... हे सगळं माहीत करून घेण्यात व वेगवेगळ्या शिक्षकांशी ओळख करून घेण्यात तो दिवस संपला. माझ्या मनात कुतूहल असल्यामुळे माझ्या मनात अनेक प्रश्न होते. माझ्याबरोबर माझ्यासारखेच मोठ्या प्रमाणात दृष्टिबाधित असलेले लोक प्रशिक्षण घेण्यासाठी आले होते. एक होता – शशी चौरे. तो चंद्रपूरहून आला होता. त्याचे वडील अलाहबाद बँकेत नोकरीला होते. आणखी एकजण होता – गोविंद ढुबे. तो नगरचा होता. तो अतिशय उत्तम वक्ता होता. औरंगाबादहून आलेला लक्ष्मण देशपांडे अशिक्षित होता, पण त्याला इंग्रजी उत्तम बोलता येत असे व त्याची स्मरणशक्ती अक्षरशः कॉम्प्युटरसारखी होती. प्रत्येक गोष्ट त्याच्या स्मरणात राहत असे. कोकणातूनही बरेचजण आले होते. आमचा बॅचमध्ये जवळजवळ २० जण मुंबईतलेच होते. त्यांचं मुंबईत घर असल्यामुळे त्यांना हॉस्टेलमध्ये प्रवेश मिळाला नव्हता. ते रोज घरापासून या केंद्रापर्यंत जाऊन-येऊन करत असत. आम्हाला सर्वांना १५ दिवसांचे सामान्य प्रशिक्षण देण्यात आले. त्यामध्ये ब्रेल लिपी व हिंडणे-फिरणे शिकल्यानंतर आम्ही पुढे विशेष कोर्सला दाखल होणार होतो.

आम्हाला महालक्ष्मी स्टेशनपर्यंत पांढऱ्या काठीच्या आधारे चालत नेऊन शास्त्रशुद्ध पद्धतीने ‘मोबिलिटी’चे प्रशिक्षण दिले गेले. ‘ओरिएन्टेशन’मध्ये वासावरून पेट्रोल पंप, हॉटेल ओळखणे, आवाजाची दिशा ओळखणे अशा प्रकारचे प्रशिक्षण देऊन संस्था आम्हाला स्वावलंबी बनवण्याचा प्रयत्न करत होती. आम्हाला एकट्याने पूर्ण जगात कुठेही फिरता यावं या दृष्टीने आम्हाला तयार केलं जात होतं. त्याचबरोबर चलन ओळखणे, नाणी ओळखणे अशा इतक्या वर्षांत मला न समजलेल्या सगळ्या गोष्टी मी या प्रशिक्षणाच्या काळात शिकत होतो.

त्या पुनर्वसन केंद्रात एक मावशी स्वयंपाकाला येत असत. मला लहानपणापासून घरी स्वयंपाकघरात मदत करायची सवय होती. मी तिथेही त्या मावशींना स्वयंपाकात मदत करायचो. त्याचा मला असा फायदा झाला, की मला दोनदा वेगळा चहा मिळू लागला. पण त्यासाठी मला त्यागही करावा लागत असे. बाकी सगळे मित्र प्रशिक्षण सत्रानंतर हास्यविनोदात मश्गुल असायचे, त्या वेळी मला मावशींच्या स्वयंपाकघरात कणीक भिजवणे, भाज्या चिरणे, भांडी घासणे व साफसफाईची

कामे करावी लागत असत.

दर आठवड्यात मावशी ब्रेडचा उपमा बनवायच्या. उपमा करण्याच्या आदल्या दिवशी, मावशी कॅशिअरकडून ब्रेड आणण्यासाठी पैसे घ्यायच्या. किंग जॉर्ज हॉस्पिटलच्या बाहेर, जिथून डाव्या बाजूला फेमस स्टुडिओकडे रस्ता जातो, तिथे मोठा फुटपाथ आहे. त्यावर खाद्यपदार्थांच्या बऱ्याच टपऱ्या असत. आमच्या बऱ्याच अंशी दृष्टिबाधित मित्रांपैकी ज्यांच्याकडे पैसे असत, ते मित्र तिथे नेहमी खायला जात असत. एके दिवशी या मित्रांनी मावशींना एका सँडविचच्या गाडीपाशी पाहिलं. सँडविचसाठी ब्रेडच्या कडा कापून बाजूला केल्या जातात. त्या एका पिशवीत भरून मावशी त्या घेऊन चालल्या होत्या. ते पाहिल्यावर आमच्यासाठी बनणारा ब्रेडचा उपमा कुठल्या ब्रेडचा बनतो हे त्यांना कळायला वेळ लागला नाही! मावशी ब्रेडसाठी कॅशिअरकडून पैसे घ्यायच्या आणि ब्रेडच्या कडांचा चुरा त्यांना फुकट मिळत असे. आम्हाला हे रहस्य कळूनही आम्ही ते गुप्तच ठेवलं कारण तो उपमा अतिशय चवदार असायचा.

असेच दिवस पुढे सरकत होते. मी या प्रशिक्षणात जितकं शक्य होईल तितकं शिकण्याचा प्रयत्न करत होतो. दर बुधवारी व शनिवारी तिथे अतिथी व्याख्यान असे. त्यामध्ये अंशतः व पूर्णतः दृष्टिबाधित लोक, जे येथे प्रशिक्षण घेऊन आयुष्यात वेगवेगळ्या उंचीवर पोहोचले आहेत, अशा लोकांना आमंत्रित केले जात असे. मला ती व्याख्याने अतिशय आवडत असत. मी पूर्णतः कोलमडलो होतो, माझ्यात आत्मविश्वासही कमी होता, त्यामुळे असे लोक येऊन त्यांचा जीवनप्रवास उलगडायचे, स्वतःबद्दल सांगायचे... वेगवेगळ्या प्रकारच्या अडथळ्यांवर मात करून ते आज इथवर कसे पोहोचले आहेत हे सांगायचे, तेव्हा ते ऐकून माझ्यात प्रेरणा संचारत असे. त्यात कुणी लिक्विड सोप बनवणारे असत, कुणी अगरबत्त्या बनवणारे असत, कुणी सी.ए. वा एम.बी.ए.सुद्धा असत. ते दर बुधवारी व शनिवारी आमच्याशी संवाद साधत असत. त्यांच्यापैकी हरी राघवन यांच्याशी माझी चांगली मैत्री झाली होती. ते बंगळुरूचे होते. ते एम.बी.ए. झाले होते व ते मुंबईत एका कंपनीत मार्केटिंग सांभाळत असत. ते दर रविवारी सकाळी आम्हाला मार्केटिंग शिकवायला येत असत.

आम्हीही रविवारची वाट पाहत असायचो. एकदा त्यांनी आमचे गट पाडले व आम्हाला एक प्रोजेक्ट दिलं. आम्हाला आमच्याकडील साहित्यातून काहीतरी उत्पादन तयार करून ते पुढच्या रविवारी राघवनजींसमोर सादर करायचं होतं. मी थोडा 'हट के' विचार केला आणि माझ्या टीममध्ये जे अंशतः दृष्टिबाधित होते, त्यांच्याकरवी काही उदबत्त्या व एक काडेपेटी मागवून घेतली. मग मी काडेपेटीतली

आगकाडी बाहेर काढली. त्यातला गंधकाचा भाग काढला व तो उदबत्तीच्या वरच्या टोकाला चिकटवला. अशाप्रकारे मी सहा उदबत्त्या तयार केल्या. मग त्या उदबत्त्या एका पुड्यात घातल्या व त्या पुड्यावर काडेपेटीच्या ज्या भागावर आपण काडी ओढतो तो भाग चिकटवला.

प्रेझेन्टेशनच्या दिवशी नॅब इंडियाचे सेक्रेटरी जनरलसुद्धा आले होते. आमच्या टीमचा नंबर आल्यावर मी त्यांना ती उदबत्ती दाखवली व ती काडेपेटीच्या मदतीविना कशी पेटवता येते ते दाखवलं.

ते पाहिल्यावर त्यांनी प्रश्न केला, "ही उदबत्ती खरेदी करावी असं लोकांना का वाटेल?"

माझ्याकडे उत्तर तयारच होतं. मी म्हणालो,

"उदबत्ती पवित्र म्हणून लावली जाते. बरेचदा लोक ज्या काडेपेटीचा वापर सिगारेट वा बिडी पेटवण्यासाठी करतात, त्याच काडेपेटीने उदबत्तीही लावतात, त्यामुळे पवित्रता उरत नाही. असं होता कामा नये म्हणून आम्ही अशाप्रकारची उदबत्ती बनवली आहे आणि बरेचदा वेळेला काडेपेटी सापडणे हीसुद्धा अडचण येते."

अशाप्रकारे मी आमच्या उत्पादनाचे महत्त्व विषद केले. माझ्या या हटके विचाराने आमच्या टीमला पहिल्या क्रमांकाचे बक्षीस मिळाले. यामध्ये बक्षिसाला महत्त्व नव्हतं. मी काहीतरी वेगळं करून दाखवून स्वत:ला सिद्ध करू शकलो, याचा आनंद जास्त होता.

त्या दिवसानंतर हरी राघवन यांच्याशी असलेल्या माझ्या घनिष्ठ मैत्रीचं रूपांतर सख्ख्या भावाच्या नात्यात झालं. पण मला त्या पुनर्वसन केंद्रात राहायचे असेल तर मला मसाजही शिकावाच लागणार होता. आमच्या प्रशिक्षण केंद्राजवळ फेमस स्टुडिओ होता. त्यांचा व नॅबचा अनुबंध होता, त्यामुळे तिथे जे कलाकार येत असत, ते आम्हाला ग्राहक म्हणून लाभत असत. आम्ही मसाज प्रशिक्षणात जे काही नवीन शिकायचो, त्याचा प्रयोग त्यांच्यावर करण्याची आम्हाला संधी मिळायची.

आमचे निवासस्थान असणारी बरॅक दुपारनंतर प्रयोगशाळा बनत असे. मग आम्ही शिकलेला मसाज आमच्या अन्य अंध मित्रांवर अजमावायचो आणि अशाप्रकारे मसाजचा सराव करायचो. आम्हाला शरीररचनाशास्त्राबद्दलही शिकवले जायचे. तिथे बरेच डॉक्टर्स यायचे, ते आम्हाला शरीराबद्दल माहिती द्यायचे. पण माझे लक्ष्य अगदी सुस्पष्ट होते. माझे मसाजचे प्रशिक्षण असायचे, त्याच्या समोरच मेणबत्त्यांचे वर्कशॉप होते. दोन-चार वेळा मला त्या 'डाय'ना हात लावण्याचीही संधी मिळाली होती. पण केवळ 'डाय'ना स्पर्श करून मी मेणबत्त्या बनवायला

शिकू शकणार नव्हतो. मला काहीही करून मेणबत्त्या बनवण्याचं प्रशिक्षण घ्यायचंच होतं, अन्यथा माझा नॅबमध्ये येण्याचा उद्देशच सफल होणार नव्हता.

तिथे जे शिक्षक 'मोबिलिटी'चे प्रशिक्षण द्यायचे, तेच शिक्षक मेणबत्त्यांचेही प्रशिक्षण देत असत. त्यांना मी मेणबत्त्या बनवण्याचे प्रशिक्षण घेण्यास अतिशय उत्सुक असल्याचं समजल्यावर, त्यांनी मला त्यांच्या केबिनमध्ये बोलावून घेतलं आणि ते म्हणाले,

''या सगळ्या संस्थांमध्ये पगार किती असतो ते तुला माहीत आहेच.''

''बराच कमी असणार असं लक्षात येतंय,'' मी म्हणालो.

मग ते म्हणाले, ''तू माझी एक मदत केलीस तर मी तुला मदत करीन. इथे साधारण पाच वाजता सगळा स्टाफ बाहेर पडायला सुरुवात होते. त्यानंतर साधारण सहाच्या दरम्यान मी तुला या वर्कशॉपची किल्ली देईन. लवकरच मी तुला मेणबत्त्या बनवायला शिकवीन, पण त्यासाठी मी तुला संस्थेतले मेण न देता, बाहेरून मेण आणून देईन. तू मला त्या मेणाच्या मेणबत्त्या बनवून द्यायच्यास.''

असे करण्याने संस्थेचे काहीही नुकसान होणार नाहीये या गोष्टीची मला खात्री होती. मला मेणबत्त्या बनवायला शिकण्याची संधी चालून आली होती आणि मी ही संधी सोडायला तयार नव्हतो. त्यादरम्यान धर्मगुरू अनिरुद्ध बापूंच्या संस्थेमार्फत एक उपक्रम सुरू होता – त्यांचे अनुयायी वेगवेगळ्या संस्थांकडून मेणबत्त्या खरेदी करायचे आणि त्या मेणबत्त्या दुर्गम भागात, जिथे वीज पोहोचलेली नाही अशा गावांतील विद्यार्थ्यांना द्यायचे, त्यांना मेणबत्त्यांच्या उजेडात अभ्यास करता यावा यासाठी त्या काळी दहा रुपयांना शंभर ग्रॅमची एक मेणबत्ती तयार होत असे. ती बारा ते पंधरा तास जळू शकत असे. या संस्थेत या मेणबत्त्यांचे तीन डाय होते, त्यामध्ये प्रत्येकी सहा या हिशोबाने एका वेळी अठरा मेणबत्त्या बनवता येत असत. मेणबत्त्या झटपट बनवण्यासाठी गरम मेणाने भरलेले डाय पाण्याच्या बादलीत बुडवायचे ही युक्तीही मला शिकवण्यात आली होती, त्यामुळे मी कमी वेळात जास्त उत्पादन घेण्याचं कसब आत्मसात केलं होतं. त्यांनी मला दोरा कसा बांधायचा, किती व्यासाच्या मेणबत्तीसाठी किती जाड धागा घ्यायचा, अशा सगळ्या बारीक बारीक गोष्टी शिकवल्या होत्या.

संध्याकाळी ६ वाजेपर्यंत सगळेजण प्रशिक्षण केंद्रातून बाहेर पडले, की मी वर्कशॉपमध्ये जायचो. आतून कुलूप लावून घ्यायचो व काम सुरू करायचो.

माझे बाकीचे मित्र संध्याकाळी खाणे-पिणे, फिरणे यात मग्न असायचे, पण मी संध्याकाळचे सहा कधी वाजतात याची वाट बघत असायचो. सहा वाजले की माझे काम सुरू होत असे. बरेचदा माझे मित्रही माझ्यासोबत त्या वर्कशॉपमध्ये येत असत, पण हे प्रचंड मेहनतीचे काम आहे हे लक्षात आलं, की एक-दोन

दिवसांत ते मागे फिरत असत. मी मात्र रात्री एक एक, दोन दोन वाजेपर्यंत राबायचो आणि जास्तीत जास्त मेणबत्त्या बनवायचो. सकाळी मेणबत्त्यांचा ढीग पाहून शिक्षकांना आश्चर्य वाटायचं.

ते वर्कशॉप वीस बाय वीस फुटांचं होतं. १९७८ सालापासून तिथे कधी झाडूसुद्धा लागला नसावा अशी अवस्था होती. तिथे एका कपाटात डाय ठेवलेले असत, त्या कपाटाला हात लावला की तिथे किती घाण आहे हे कळायचं. वर्कशॉपमधली सगळी जमीन मेणाने भरलेली होती. जिथे पाहावं तिथे मेण! त्या मेणात सुतळ्या, दोरे आणि प्लॅस्टिक असं बरंच साहित्य चिकटून बसलेलं होतं, त्यामुळे जमिनीवर तीन ते चार इंच जाडीचा थर जमलेला होता. मी डायमध्ये मेण भरून ते वाळवायला ठेवायचो. ते वाळेपर्यंत मधल्या वेळात मी छिन्नी-हातोडा घेऊन फरशीवरचा तो मेणाचा थर उकरून काढण्याचा प्रयत्न करायचो. माझ्या खोलीत अंघोळीसाठी एक छोटी पत्र्याची बादली होती. मी उकरून काढलेला सगळा केरकचरा त्या बादलीत भरायचो आणि बाहेर सिमेंटचं कचरा जाळण्याचं कोंडाळं होतं त्यात नेऊन टाकायचो. तिथे मला माझ्या आईने दिलेल्या स्वच्छतेच्या धड्यांचा उपयोग झाला. हळूहळू त्या वर्कशॉपचं रूप पालटू लागलं आणि मी जमिनीवरचा मेणाच्या कचऱ्याचा थर कमी करत करत खाली फरशीपर्यंत पोहोचलो. असं करता करता, माझे प्रशिक्षण पूर्ण होईपर्यंत संपूर्ण वर्कशॉप चकाचक झालं.

नॅबमध्ये प्रशिक्षणाबरोबर क्रीडाप्रकार, योग वगैरे गोष्टींनाही प्रोत्साहन दिले जात असे. बाबा रामदेव यांचे अनुयायी, आर्ट ऑफ लिव्हिंगचे लोक, ब्रह्माकुमारीचे बरेच लोक तिथे अध्यात्माबद्दल शिकवायचे. त्यात प्राणायामापासून ध्यानापर्यंत विविध क्रिया शिकवल्या जात असत. आमचे क्रीडाशिक्षक आम्हाला गोळाफेक, भालाफेक वगैरे क्रीडाप्रकारांचे प्रशिक्षण देत असत. हे माझे लहानपणापासूनचे आवडते क्रीडाप्रकार होते. प्रशिक्षणाच्या अखेरीस आमच्या स्पर्धाही घेण्यात आल्या.

१९७८ पासून सुरू असलेल्या या पुनर्वसन केंद्रात मी असा एकमात्र विद्यार्थी होतो ज्याला तिन्ही प्रकारात 'सर्वश्रेष्ठ विद्यार्थी'चा पुरस्कार मिळाला. मला 'बेस्ट व्होकेशनल ट्रेड'साठी जेकब स्मृती पुरस्कार आणि क्रीडाप्रकारांसाठी 'चॅम्पियनशिप ट्रॉफी' प्रदान करण्यात आली. तिथल्या नियमानुसार, एखाद्या विद्यार्थ्याने तीन क्रीडाप्रकारांत प्रथम क्रमांक मिळवला, तर त्या विद्यार्थ्याला 'चॅम्पियन' म्हटलं जात असे, पण तिथल्या १२०० विद्यार्थ्यांसाठी १८ क्रीडाप्रकार घेण्यात आले होते, त्या सर्वच्या सर्व १८ क्रीडाप्रकारांत मी प्रथम क्रमांक मिळवला होता!

या प्रशिक्षणादरम्यान मी शिक्षक असो वा स्टाफ असो, सर्वांचेच मन जिंकलं होतं. मला सर्वोत्कृष्ट मसाजिस्टचे 'ए प्लस' प्रमाणपत्र मिळालं. मेणबत्त्या बनवण्याचं

अनधिकृत का असेना, पण मी प्रशिक्षण घेतलं होतं.

आता प्रशिक्षणाचा कालावधी संपला होता. आता सगळेजण आपापल्या दिशांना जाणार होते. माझ्या बऱ्याच मित्रांजवळ परतीच्या भाड्याचेसुद्धा पैसे नव्हते. मग मी मला मिळालेली बक्षिसाची रक्कम त्यांना परतीच्या भाड्यासाठी देऊन टाकली. मला बक्षीस म्हणून जे पैसे मिळाले होते त्यांचा अशाप्रकारे सदुपयोग झाल्याचं समाधान तिथून निघताना मनात होतं. मी त्याच दिवशी संध्याकाळी महाबळेश्वरला परत जाणार होतो. कारण घरापासून खूप दिवस लांब राहिलो होतो. घरी वडील एकटेच असल्यामुळे मला त्यांची फार काळजी लागून राहिली होती.

५

सनराइज कॅन्डल : प्रकाशाकडे

जानेवारी १९९५ मध्ये सुरू झालेलं नॅबचं प्रशिक्षण चार महिने चाललं. ३० एप्रिलला माझ्या प्रशिक्षणाचा अखेरचा दिवस होता. मी त्याच रात्री मुंबईहून निघालो, ते दुसऱ्या दिवशी सकाळी महाबळेश्वरला पोहोचलो. मी वडिलांना किती दिवसांनी भेटत होतो! ते आर. के. वाडीतील त्यांच्या कामात खूश होते.

आता मला माझं कर्तव्य पार पाडायचं होतं, त्यासाठी सर्वप्रथम मला माझ्या पायांवर उभं राहणं आवश्यक होतं. आर. के. वाडीजवळ इंडियन ऑईलचं गेस्ट हाउस आहे आणि गौतम हॉटेल व आर्या हॉटेल ही हॉटेल्सही आहेत. मी या ठिकाणी मसाजिस्ट म्हणून सेवा देऊ लागलो. जास्तीत जास्त लोकांपर्यंत पोहोचण्यासाठी, सुरुवातीला मी व्हिजिटिंग कार्डेसुद्धा छापून घेतली होती. महाबळेश्वर हे पर्यटनस्थळ असल्यामुळे मला मसाजिस्ट म्हणून काम

मिळणं सोपं होतं.

आमच्या मसाज शिकवणाऱ्या शिक्षकांनी आम्हाला शिकवलं होतं, की तुम्ही ग्राहकाजवळ मसाजिस्ट म्हणून नाही, तर डॉक्टर बनून जा, कारण तुम्ही त्या माणसाच्या वेदना कमी करत असता. मी ही गोष्ट व्यवस्थित समजून घेतली होती, त्यामुळे मला अनुभवी मसाजिस्ट म्हणून भरपूर काम मिळू लागलं होतं. मी जे मसाज, फूट रिफ्लेक्सोलॉजी व ॲक्युप्रेशरचं प्रशिक्षण घेतलं होतं, त्याचा मला या कामात खूप फायदा होत होता.

मग माझ्या आणखी काही मसाजिस्ट लोकांशी ओळखी वाढल्या, त्यांच्याकडूनही मी खूप काही शिकलो. अशाप्रकारे मी यशस्वी मसाजिस्ट म्हणून स्वयंरोजगार प्राप्तीच्या दिशेनं वाटचाल करत होतो. ज्या ज्या लोकांनी माझ्याकडून मसाज करून घेतला, त्यांनी माझ्या या कलेचं तोंडभरून कौतुक केलं आणि त्यांचे कुणी मित्र अथवा नातेवाईक महाबळेश्वरला येत तेव्हा ते त्यांना माझ्याकडून मसाज घेण्याची शिफारस करत असत. अशा प्रकारे, अवघ्या सहा महिन्यांत माझे बरेच ग्राहक बनले.

इंडियन ऑईल कंपनीत जी शिवसेनेची युनियन होती, त्या युनियनचे बरेच पदाधिकारी दरवर्षी मे महिन्याच्या अखेरीस महाबळेश्वरच्या गेस्ट हाउसमध्ये काही दिवसांसाठी येत असत. मी मसाजचे काम सुरू केल्यानंतर काही दिवसांतच माझी त्या पदाधिकाऱ्यांशी चांगली गट्टी जमली. ते सर्वजण माझ्या मसाजमुळे इतके प्रभावित झाले, की त्यांच्या तिथल्या वास्तव्यादरम्यान मला त्यांच्याकडून रोज मसाजचं भरपूर काम मिळालं. सकाळपासूनच गेस्ट हाउसच्या त्या सहाच्या सहा खोल्यांमध्ये माझं मसाजचं काम धुमधडाक्यात सुरू असायचं. काही वेळा मला जाणवायचं, की ते सर्वजण मला आर्थिक मदत व्हावी यासाठीच माझ्याकडून मसाज करून घेत आहेत.

ते मला व माझ्या वडिलांना गेस्ट हाउसच्या शेजारी कित्येक वर्षांपासून पाहत होते. ते मला नुसती आर्थिक मदत करून माझ्या आत्मसन्मानाला धक्का लावू इच्छित नव्हते, त्यामुळे युनियन लीडर्सचा तो संपूर्ण गट मला मसाजचं जास्तीत जास्त काम देण्याचा प्रयत्न करत असे. काही दिवसांतच माझी त्या सर्वांशी इतकी घनिष्ठ मैत्री झाली, की मी सकाळच्या नाश्त्यापासून दुपारच्या जेवणापर्यंत त्यांच्यासोबतच असायचो. या आपलेपणाच्या नात्याचा पुढे असा उपयोग झाला, की जेव्हा इंडियन ऑईलकडून मेण खरेदी करण्याचा प्रश्न आला, तेव्हा त्या सर्व पदाधिकाऱ्यांनी मला खूप मदत केली आणि त्यांनी मला अगदी रास्त दरात मेण मिळवून देण्यातही साहाय्य केलं.

२००७ साली याच युनियन लीडर्सनी, दरवर्षी मुंबईत शिवसेना अपंग

साहाय्यता केंद्रातर्फे जो 'निर्धार पुरस्कार' दिला जातो, त्या पुरस्कारासाठी माझं नामांकन केलं, आणि मुंबईत माहीमच्या यशवंतराव चव्हाण सभागृहात अनेक दिग्गज मान्यवरांच्या उपस्थितीत, मला या प्रतिष्ठेच्या पुरस्कारानं सन्मानित करण्यात आलं. मी ज्यांची आजही पूजा करतो ते श्री. बाळासाहेब ठाकरेजी व महाराष्ट्राचे माजी मुख्यमंत्री श्री. मनोहर जोशीजी यांच्या हस्ते मला हा पुरस्कार प्रदान करण्यात आला. एक अंध उद्योजक म्हणून मला मिळालेला हा पहिला मोठा पुरस्कार होता.

मी बरेच महिने मसाजचं काम करत होतो, पण माझं ध्येय होतं मेणबत्त्या बनवणे, आणि त्यासाठी सर्वांत आधी मला पैशाची व्यवस्था करावी लागणार होती. मग मी माझ्या मेणबत्त्या बनवण्याच्या अधुऱ्या स्वप्नाचा पाठपुरावा सुरू केला. मला कुठून तरी कोल्हापुरातील महालक्ष्मी सोसायटीचा पत्ता मिळाला. तिथे मला मेण व डाय याबद्दलची माहिती मिळू शकणार होती. मी तिथे गेलो, पण काही उपयोग झाला नाही. मला दिल्लीत लाल कुआँ असा एक पत्ता मिळाला होता. मी त्यांनाही पत्रे पाठवली, पण तिथूनही काहीही उत्तर आले नाही.

मी सुरुवातीला मेणबत्त्या तयार करण्याचे कौशल्य आत्मसात करण्याचा प्रयत्न करत होतो, त्या वेळी मला 'बेसिक' प्रशिक्षण मिळाले असले, तरी मी या क्षेत्रात आणखी काहीतरी वेगळे, काहीतरी भव्यदिव्य करू इच्छित होतो. त्या दरम्यान माझे काही मित्र व नातेवाईक या विषयावरचे काहीही वाचनात आले, की माझ्यासाठी त्याचे कात्रण जपून ठेवत असत, ते मला पाठवत असत. मग माझे वडील ते मला वाचून दाखवत असत. पुढे नीता हे काम करू लागली.

पण सुरुवातीला मी मेणबत्त्यांच्या उद्योगात सुस्थापित असलेल्या काहीजणांशी संपर्क करून त्यांच्याकडून याबद्दलचे काही ज्ञान मिळवता येईल का याचा प्रयत्न करत होतो. सिनेअभिनेत्री डिम्पल कापडिया यांचे पार्ले-जुहू येथे मेणबत्त्यांचे वर्कशॉप आहे, तिथे मी प्रशिक्षण घेण्यासाठी गेलो. तिथे मला दोन-तीन महिन्यांचे प्रशिक्षण मिळाले.

माझ्या एक दूरच्या नातेवाईक मेणबत्त्यांच्या उद्योगात चांगल्या सुपरिचित होत्या. त्या सुमारे १५-२० वर्षे या क्षेत्रात काम करत होत्या. त्या मुंबईत घाटकोपरला राहत असत. त्यांच्याकडे कंपन्यांचे बरेच काम असे. त्यांच्या मेणबत्त्या मॉल्समध्येही जात असत. मला त्यांच्याबद्दल समजले, तेव्हा मी त्यांच्याकडे गेलो. त्यांच्या घरी व त्यांच्या वर्कशॉपमध्येही गेलो. मला तर त्या वेळी 'डाय' म्हणजे काय हेही माहीत नव्हते.

पण त्या नातेवाइकांनी मला अजिबात मदत केली नाही. मी 'टेबल कॅन्डल्स',

'बांबू कॅन्डल्स' हे शब्द ऐकले होते, पण मला हा काय प्रकार असतो, हे तेव्हा माहीत नव्हते. 'बांबू कॅन्डल्स' म्हणजे उंच, उभ्या मेणबत्त्या, त्या ६, ८, १०, १२ इंच अशा मापात येतात. त्यांना या क्षेत्रात 'बांबू कॅन्डल्स' असे म्हटले जाते. मी त्यांना त्याबद्दल विचारले. या नातेवाईक या क्षेत्रात काम करत असल्यामुळे त्यांना हा शब्द माहीत होता, पण त्यांनी केवळ मला भ्रमित करण्यासाठी मला त्याचा चुकीचा अर्थ सांगितला. त्यांनी मला सांगितले, की 'बांबू कॅन्डल्स' म्हणजे बांबूचे एक-दोन फुटाचे तुकडे करायचे आणि आतल्या पोकळ भागात मेण भरून धागा घालायचा. त्यांनी मला बाकी इतर कुठल्या 'डाय'ना वगैरे हातही लावू दिला नाही. मग मी त्यांना म्हटले, की मला 'बांबू कॅन्डल' बनवायला शिकवा. त्यावर त्यांनी मला सांगितले, की तुम्ही महाबळेश्वरहून २५-३० बांबू घेऊन या, मग मी तुम्हाला 'बांबू कॅन्डल' बनवायला शिकवेन.

मग मी महाबळेश्वरला परत आलो. एका मित्राला विनंती करून बांबू मिळवले. ते कापून त्याचे छोटे छोटे तुकडे केले. त्या वेळी माझी आर्थिक अवस्था बिकट होती, तरी मी काहीतरी व्यवस्था केली आणि ते सगळे बांबू सोबत घेऊन, एसटीचा भाडेखर्च करून पुन्हा मुंबईला त्यांच्याकडे गेलो. त्यांनी ते बांबू त्यांच्याकडे ठेवून घेतले. पण 'आत्ता मला वेळ नाही, मी नंतर शिकवेन' असे म्हणून त्यांनी मला कटवले. पण आजअखेर त्यांनी मला ते काही शिकवलेले नाही. आज मला हा प्रसंग आठवतो तेव्हा खूप हसू येते. मी माझ्या दृष्टिबाधित मित्रांना 'बांबू कॅन्डल्स' बनवायला शिकवतो तेव्हा मी त्यांना हा किस्सा आवर्जून सांगतो. 'ज्ञान वाटण्याने वाढते' असे आपले वाडवडील सांगून गेले आहेत, पण काही लोक असे करत नाहीत. त्यांना आपल्याजवळचे कौशल्यज्ञान इतरांना दिले तर आपल्यालाच स्पर्धा निर्माण होईल असे वाटत असावे. असे लोक स्वत:भोवती एक मर्यादित चौकट आखून घेतात. आज त्यांचा उद्योग आहे तेवढाच राहिला आहे, पण मी या उद्योगात मोठी झेप घेतली आहे.

मग मी दिवाळीच्या आधी काही दिवस वेळ काढून पुन्हा मुंबईला गेलो आणि नॅबमधील त्या मेणबत्त्या बनवण्याचे प्रशिक्षण देणाऱ्या शिक्षकांना जाऊन भेटलो. त्यांना विचारल्यावर त्यांनी मस्जिद बंदर येथील सॅम्युअल स्ट्रीटवरचा एक पत्ता दिला. त्या ठिकाणी मेण मिळत असे. मग मी त्या पत्त्यावर गेलो. ते दुकान होतं ईसाभाई वली मोहम्मद ॲन्ड कंपनी. त्या दुकानाचे मालक होते अब्दुलभाई नावाचे गृहस्थ. ते कच्छी मेमण असल्यामुळे मी त्यांच्याशी कच्छी भाषेत बोललो, त्यामुळे ते एकदम खूश झाले. मला त्यांच्याकडून आणखी एक पत्ता मिळाला, तिथं ॲल्युमिनिअम कास्टिंगचा डाय मिळत असे.

मग मी त्या दिवशी बरंच शोधून अखेर संध्याकाळी उशिरा बोरीवलीतल्या

त्या कास्टिंगचे डाय बनवणाऱ्या माणसापर्यंत पोहोचलो. मी अखेर माझ्या लक्ष्याप्रत पोहोचलो या गोष्टीचा खूप आनंद झाला होता.

माझ्या खिशात जवळजवळ पाच हजार रुपये होते. ते मी मसाजच्या कामातून कठोर परिश्रमानं मिळवले होते. त्या माणसाकडे मेणबत्त्या बनवण्याचे जे डाय होते, त्यातल्या एका डायची किंमत ३२०० रुपये होती. त्याने एका डायसोबत मला काही धागे मोफत दिले. ते घेऊन मी पुन्हा अब्दुलभाईच्या दुकानात आलो आणि त्यांच्याकडून २० किलो मेण खरेदी केलं. त्या काळी मेण ५० रुपये किलो होतं. आज त्याचा दर १२० ते १३० रुपये किलो झाला आहे. मग हे सगळं साहित्य घेऊन मी महाबळेश्वरला परत निघालो. एवढं सगळं सामान घेऊन मुंबई ते महाबळेश्वर हा प्रवास करणं माझ्यासाठी थोडं जिकिरीचंच होतं, पण माझी 'मोबिलिटी' चांगली होती व नॅबच्या प्रशिक्षणानंतर मी चांगला खंबीर झालो होतो, माझ्यात एक नवा आत्मविश्वास निर्माण झाला होता.

मग मी त्या एका डायच्या साहाय्यानं आर. के. वाडीतल्या त्या एका खोलीच्या घरातच मेणबत्त्या बनवायला सुरुवात केली. माझ्याजवळचे पैसे संपले की मी रात्रंदिवस मसाजचं काम करून पैसे मिळवायचो आणि अब्दुलभाईकडून कच्चा माल घेऊन यायचो. माझी त्यांच्याशीही चांगली ओळख होऊ लागली होती.

पण मी बनवलेल्या त्या मेणबत्त्यांची विक्री सुरू करत नाही, तोवर मला मसाजचं काम सुरू ठेवावं लागणार होतं. मेणबत्त्या बनवताना, त्या डायमधून बाहेर काढल्या की मला त्यांचं बरंच 'कार्व्हिंग', 'फिनिशिंग' वगैरे करावं लागत असे. त्यासाठी मला चाकू हातात धरून बोटे आतल्या बाजूला वळवून कार्व्हिंग व फिनिशिंग करावं लागत असे, आणि मसाज करताना, याच्या बरोबर उलट, म्हणजे बोटे बाहेरच्या बाजूला वळवावी लागत असत. या दोन्ही क्रिया परस्परविरुद्ध होत्या. मसाज करताना बोटे बाहेर वळवल्यानंतर कार्व्हिंग करताना ती आत वळवावी लागायची तेव्हा असह्य वेदना व्हायच्या.

माझ्या आईने मला लहानपणापासूनच शिक्षण दिल्यामुळे मला सगळ्या प्रकारच्या भाज्या व्यवस्थित चिरता येत असत. मी काकडी व बटाट्याची सालंसुद्धा छोट्या कटरने काढायचो. नॅबमध्ये तर मी मित्रांबरोबर स्पर्धासुद्धा ठेवायचो– सगळ्यांनी एक एक बटाटा घ्यायचा आणि त्याचं साल मधेच न तोडता सगळंच्या सगळं काढायचं. या कामात तिथं मला कुणीही हरवू शकत नसे. त्या कामात माझा हात इतका छान बसला होता, की मी एका फटक्यात भल्यामोठ्या बटाट्याचं साल काढायचो. कुठे साल काढायचं बाकी राहिलं असलं, तर ते मला स्पर्शज्ञानाने कळायचं. आज याच स्पर्शज्ञान शिक्षणाने मला मेणबत्तीचं कार्व्हिंग व फिनिशिंगचं

काम शिकवलं होतं.

मी आर. के. वाडीतल्या त्या छोट्याशा खोलीत मेणबत्त्या बनवणे व त्या प्रदर्शनार्थ मांडणे हे सगळंच करत होतो. कुठेही मोडकीतोडकी कपाटे किंवा शोकेस मिळाल्या की त्या विकत आणत होतो. नंतर नंतर तर अशी अवस्था झाली, की त्या १० बाय १२च्या खोलीत भिंतीवर कपाट लावायला कुठेही जागा उरली नाही. तयार माल व कच्चा माल दोन्हीही एकाच ठिकाणी पडलेला असायचा.

त्याच खोलीत एका कोपऱ्यात आमचं स्वयंपाकघर होतं. पण माझ्यासमोर दुसरा कुठला पर्याय येत नाही, तोवर मला तिथंच मेणबत्त्या बनवाव्या लागणार होत्या. आता मला मसाज व मेणबत्त्या बनवणं ही दोन्ही कामे करणं फार अवघड होऊ लागलं होतं. अखेर मी मसाजचा कायमचा निरोप घेतला. पण मग अशी परिस्थिती निर्माण झाली, की जास्तीत जास्त मेणबत्त्या विकल्या नाहीत, तर घर चालवायला व कच्चा माल विकत घ्यायला पैसे कुठून आणायचे? वडिलांना फक्त ७०० रुपये पगार होता, त्यात कसं भागणार होतं? मी ज्या मित्र व नातेवाइकांकडून कर्ज घेतलं होतं, ते सगळेजण इतके दिवस गप्प बसले होते, पण आता त्यांनीही पैसे परत मागायला सुरुवात केली होती. त्यांचा धीर व संयम संपला होता. त्यांच्या सहनशक्तीचा अंत झाला होता. त्या सगळ्यांना त्यांचे पैसे परत हवे होते. त्यांनी मला स्पष्टच सांगितलं होतं, की आम्हाला व्याज नको, पण आमचं मुद्दल तुला परत करावंच लागेल. कर्जाची इतकी मोठी रक्कम चुकती करणं हे माझ्यासमोर आव्हानच होतं. मी कसंही करून त्यांना टाळत होतो. तसं कुणी चारचौघात कॉलर धरून पैसे मागत नव्हतं किंवा पठाणी वसुलीचा प्रकार नव्हता; पण मी त्यांचे देणे आहे या गोष्टीची ते मला जाणीव देत होते. मी त्यांचा कर्जदार आहे या गोष्टीची ते मला कुठल्या ना कुठल्या समारंभात भेट झाली की आवर्जून आठवण करून देत होते.

स्किझोफ्रेनियाग्रस्त वडिलांना सांभाळणे आणि त्या जोडीने मेणबत्त्या बनवून त्या विकणे हे सगळं माझ्यासाठी भयंकर खडतर होतं. आई होती, तोवर ती वडिलांची देखभाल करायची, पण आता तिच्या माघारी मलाच त्यांना सांभाळायचं होतं.

माझा एक मित्र होता– भरत. तो 'इंडियन ऑईल'च्या गेस्ट हाउसचा मॅनेजर होता. त्याचे वडील भिखूभाई पटेल– ते गुजरातमधील उडवाडाहून आले होते– त्याच गेस्ट हाउसमध्ये अनेक वर्षे मॅनेजर होते. ते निवृत्त झाल्यानंतर, इंडियन ऑईल दुसऱ्या कुणाला नियुक्त करू इच्छित नव्हती, पण त्यांनी त्यांच्या मॅनेजरपदाच्या व तेथील स्वयंपाकघराची सूत्रे सांभाळण्याच्या कार्यकालात, बऱ्याच अधिकाऱ्यांना

कित्येक वर्षे मोफत भोजन पुरवले होते. त्याचे फळ म्हणून भरतला इंडियन ऑईलमध्ये स्थायी काम मिळालं होतं. मी महाबळेश्वरला पहिल्यांदा आलो होतो, तेव्हाच माझी भरतशी गट्टी जमली होती. तो मला नेहमी खूप मदत करत असे.

मला महाबळेश्वरच्या बाजारात मेणबत्त्या विकायच्या असल्याचं व त्यामध्ये मला त्याची मदत हवी असल्याचं मी त्याला सांगितलं. मग आम्ही दोघांनी, भाडेतत्त्वावर उपलब्ध असणाऱ्या बऱ्याच दुकानांची माहिती घेतली. महाबळेश्वर हे पर्यटनस्थळ असल्यामुळे त्या काळी लाख-दीड लाख रुपये महिन्याचे भाडे आकारले जात असे. तिथे एखाद्या छोट्या टपरीसाठीसुद्धा भरभक्कम भाडे द्यावे लागत असे, कारण खासगी ट्रॅव्हल्सवाल्यांची संख्या प्रचंड होती– एक छोटं टेबल टाकून दुकान मांडायचे आणि दुकानमालकाला तो सांगेल तितकं भाडं द्यायचं, त्यामुळे त्या बाजारात आम्हाला दुकान कुठलं मिळतंय?

मग मी रस्त्यावर हातगाडी लावून मेणबत्त्या विकायच्या या निर्णयाप्रत आलो. आत प्रश्न होता, हातगाडी कुठून मिळवायची?

आर. के. वाडीजवळ युसूफ पटेल नावाच्या व्यक्तीची जमीन होती. तिथला माळी त्याच्या कुटुंबासह तिथंच एका झोपडीत राहत असे. त्यांचा मोठा मुलगा होता इरफान. मला तो फार आवडायचा, कारण अशा परिस्थितीतसुद्धा तो पहाटे ४ वाजता उठून त्याच्या वडिलांसोबत विल्सन पॉइंटवर जाऊन तिथं चहाची हातगाडी लावत असे. विल्सन पॉइंट हे महाबळेश्वरमधील सर्वांत उंच ठिकाण असून तो 'सूर्योदय पॉइंट' म्हणून ओळखला जातो. इरफान व त्याचे वडील त्यांची हातगाडी – त्यावर पाण्याचे पिंप, स्टोव्ह व बाकी सगळं साहित्य लादलेलं असे – ढकलत ढकलत विल्सन पॉइंटपर्यंतचा दहा मिनिटांचा रस्ता जवळजवळ तासाभरात पार करून तिथे पोहोचत असत. इरफान बी.एस्सी. करत होता. तिथून परत आल्यावर तो ३० किमीचा बसचा प्रवास करून वाईला कॉलेजला जात असे. हा त्याचा नित्यक्रम होता.

माझी इरफानशी असलेली मैत्री आता मदतीला धावून आली. सकाळी चहा विकून झाला, की दिवसभर त्यांची हातगाडी रिकामीच पडून असायची. मी ती हातगाडी भाड्याने घ्यायचं ठरवलं. हातगाडीचं रोज पन्नास रुपये भाडं ठरलं. इरफाननं रोज मला हातगाडीसोबत बाजारापर्यंत नेऊन सोडायचं व पुन्हा आणायला यायचं हे कलमही त्या भाड्यात अंतर्भूत होतं. अशाप्रकारे माझ्या कामाची सुरुवात झाली. मी रोज ती हातगाडी स्वच्छ करायचो. त्यावर एक चादर अंथरायचो आणि दिवसभर बनवलेल्या सगळ्या मेणबत्त्या एका खोक्यात भरून घ्यायचो. मग साधारण चार ते पाचच्या सुमाराला आम्ही हातगाडी घेऊन निघायचो... आर. के. वाडी ते बाजार.

महाबळेश्वर हे असं ठिकाण आहे, जिथे तुम्हाला कुठलाही रस्ता सरळ दिसणार नाही. सगळीकडे चढउताराचा रस्ता असल्यामुळे आम्हाला बाजारापर्यंत पोहोचायला जवळजवळ अर्धा तास लागत असे. त्या हातगाडीला दोन अशी हॅन्डल होती, ज्याद्वारे ती ढकलता अथवा थांबवता येत असे. आर. के. वाडी उंचावर असल्यामुळे बाजारापर्यंतचा रस्ता उताराचा होता. इरफान माझ्यासोबत असायचा म्हणून मी बाजारापर्यंत पोहोचू शकत होतो. नाहीतर माझ्यासारख्या व्यक्तीच्या दृष्टीने महाबळेश्वरमध्ये हातगाडी घेऊन चालणं अशक्यप्राय होतं.

मग इरफानच्या मदतीने मी बाजारात हातगाडी लावण्यासाठी जागा शोधायचो. तो मला हातगाडी सजवायलाही मदत करायचा आणि रात्री ९ वाजता मला परत न्यायला यायचा. रात्री घरी परत जाताना संपूर्ण चढ होता, त्यामुळे आम्हा दोघांना खूप जोर लावावा लागत असे. इरफानच्या या प्रचंड मेहनतीसाठी ५० रुपये अगदी योग्यच होते.

सुरुवातीला मी फक्त आठवड्याच्या शेवटीच स्टॉल लावायला जायचो, पण माझ्या लक्षात आलं, की जर आपली ओळख निर्माण करायची असेल, तर फक्त आठवड्याच्या शेवटी जाऊन भागणार नाही, रोज जाणे आवश्यक आहे. आणि तिथं जागा धरण्यासाठी मारामाऱ्या असत. नवेनवे फेरीवाले कुठून येत असत कोण जाणे. तिथं अशी परिस्थिती होती, की महाबळेश्वर पर्यटनस्थळ असल्यामुळे तिथे चप्पल-बुटांची दुकानेच जास्त प्रमाणात असत. बऱ्याच वर्षांपूर्वी महाबळेश्वरमध्ये बनणाऱ्या चपला खूप प्रसिद्ध होत्या. याचा फायदा उठवून काही फेरीवाले मुंबईच्या कारखान्यांतून वजनावर चपला मागवत असत, ज्या त्यांना दहा-वीस-पंचवीस रुपयांत मिळत असत, व त्या इथे शंभर-दीडशे रुपये जोड अशा वाटेल त्या किमतीला विकत असत. महाबळेश्वरी चप्पलांना मागणी असल्यामुळे, हे फेरीवाले रस्त्यावर जिथे जागा मिळेल तिथे चादर अंथरून चपला विकायला बसत असत. त्यांचा व्यापार उत्तम होत असे. त्यामुळे त्या बाजारात रस्त्यावरच्या जागेलासुद्धा प्रचंड भाव होता. त्यात ४ बाय ३ची हातगाडी लावणं म्हणजे अक्षरश: दिव्यच होतं. नेहमीच्या जागेवर कब्जा ठेवायचा तर बाजारात दररोज स्टॉल लावणं फार आवश्यक होतं आणि माझा व्यापार होवो वा ना होवो, बाजारापर्यंत हातगाडी घेऊन गेलं की मला इरफानला ५० रुपये द्यावेच लागणार होते, त्यामुळे माझ्या डोक्यावर हे दरमहा १५०० रुपयांचं जादा ओझं होतंच. पण मी असा विचार करायचो, की मी एखादी जागा भाड्याने घेतली असती, तरी इतक्या मेणबत्त्या बाजारापर्यंत पोहोचवण्यासाठी मला कुणालातरी पैसे द्यावेच लागले असते.

मी इरफानच्या मदतीनं महाबळेश्वरच्या मार्केटमध्ये मारुती मंदिराच्या बाहेर हातगाडी लावायचो. जास्तीत जास्त लोकांची नजर माझ्या मेणबत्त्यांवर पडावी

असा माझा उद्देश होता. पण शनिवारी मंदिरात बरीच गर्दी असायची, त्यामुळे नारळ, तेल, हार विक्रेते यायचे आणि तिथे जागा मिळणं फार मुश्कील व्हायचं, पण तिथेही आईची शिकवण उपयोगी पडली – ती सांगायची, सगळ्यांशी मैत्री कर. मग मी सगळ्यांना दादा, काका, मामा म्हणून त्यांच्याशी मैत्री जोडायचो आणि वेळ मारून न्यायचो.

महाबळेश्वरच्या सगळ्या दुकानांत बऱ्याच मोठमोठ्या कंपन्यांच्या व ब्रॅन्ड्सच्या मेणबत्त्या मिळत असत. मी महाबळेश्वरच्या मार्केटमध्ये फिरून तिथे कोणकोणत्या प्रकारच्या मेणबत्त्या मिळतात याची माहिती घेतली तेव्हा लक्षात आलं की या क्षेत्रात नव्या प्रयोगांची गरज आहे. मग मी माझ्या सर्जनशीलतेचा उपयोग करू लागलो. मी पांढऱ्या मेणबत्तीवर विविध रंगांचे जिलेटीन कागद गुंडाळण्यापासून ते विविधरंगी मेणबत्त्यांची पॅकेट बनवण्यापर्यंत वेगवेगळे प्रयोग केले. काही महिन्यांतच मी आणखी साहस एकवटून वेगवेगळ्या प्रकारचे डाय खरेदी करू लागलो. पण अद्याप मला महाबळेश्वरपर्यंत कच्च्या मालाचा पुरवठा करणारा सप्लायर मिळाला नव्हता.

सहा-सात महिने असेच गेले. एखाद्या प्रकारचा धागा संपला, तरी मला मुंबईला जावे लागत असे. मग हळूहळू करत सप्लायर्स मिळत गेले. मी त्यांचा विश्वास मिळवत गेलो. मी वडिलांना सांगून त्यांना बँकेचा ड्राफ्ट पाठवायचो. कारण त्या काळी ऑनलाइनची व्यवस्था नव्हती, त्यामुळे ड्राफ्ट हाच मार्ग होता. ड्राफ्ट पाठवल्यावर मुंबईहून ट्रान्सपोर्टने माल येत असे. अशाप्रकारे माझे काम प्रगतिपथावर होते.

आता प्रश्न होता, या कामात वेगळेपणा व वैविध्य कसं आणायचं?

मग मी त्यावर विचार करू लागलो. काही दिवसांनी दिवाळी होती. त्यासाठी मेण भरलेल्या पत्र्याच्या पणत्या बाजारात येत, त्या अब्दुलभाईंकडे किलोच्या हिशोबाने मिळत असत. त्या पणत्यांमध्ये घालण्याचा धागाही तयारच मिळत असे. मग मी ते साहित्य घेऊन त्यापासून वेगवेगळ्या चार-पाच प्रकारच्या पत्र्याच्या पणत्या बनवू लागलो. त्यात काहीतरी वेगळेपण आणण्याच्या इच्छेतून कल्पना सुचली आणि मी पुठ्ठे वेगवेगळ्या आकारात कापून त्यावर या पत्र्याच्या मेणबत्या आकर्षक स्वरूपात मांडल्या, त्यांची अर्धा डझन किंवा एक डझन अशी वर्गवारी केली. त्यावर विविधरंगी जिलेटीन कागद चिकटवला आणि छानसे गिफ्ट पॅक तयार केले. माझे हे गिफ्ट-पॅक हातोहात खपायचे, पण या पॅकेजिंगमध्ये खूप वेळ जायचा. त्या दरम्यान मला समजलं, की या कामासाठी बाजारात 'हॉट गन' आणि 'व्हॅक्यूम पॅकिंग'चे मशिन मिळते. एक-दीड वर्षांनी मी ही मशिनसुद्धा विकत घेतली.

इरफान बरेचदा मला सकाळी-सकाळी त्याच्यासोबत 'सूर्योदय पॉइंट'वर घेऊन जात असे. तिथे शेकडो पर्यटक आलेले असत. मला सूर्योदय पाहता येत नसला, तरी मी त्याची ऊर्जा मात्र भरून घ्यायचो. मी मेणबत्त्या बनवण्याचा हा छोटासा उद्योग सुरू केल्यापासून, कसं कोण जाणे, पण माझ्या आतमध्ये मला एक जबरदस्त सकारात्मक ऊर्जा जाणवू लागली होती... माझ्या आतमध्येसुद्धा सूर्योदय होत असावा! आता मला माझ्या आतल्या व बाहेरच्या सूर्योदयात बरंच साम्य वाटू लागलं होतं, त्याचा एक छान परिणाम म्हणजे, मी माझ्या मेणबत्त्या या शब्दांशी गुंफल्या... 'सनराइज...' आणि अशा प्रकारे 'सनराइज कॅन्डल्स' या 'ब्रॅन्ड'चा जन्म झाला.

महाबळेश्वरच्या टेलिफोन एक्स्चेंजमध्ये एक सद्गृहस्थ काम करत असत. ते उत्तम पेंटरही होते. त्यांनी मला एक कापडी फलक तयार करून दिला होता. त्यावर 'सनराइज कॅन्डल्स' अशी अक्षरे लिहिलेली होती. मी तो फलक रोज त्या हातगाडीवर बांधायचो. त्यांनी त्या फलकावर अक्षरांसोबतच सूर्योदयाचे चित्रही रेखाटले होते. पुढे तोच 'सनराइज कॅन्डल्स'चा 'लोगो' बनला.

महाबळेश्वरमध्ये पाऊस खूपच असायचा, त्यामुळे मी स्टॉलवर जाताना सोबत प्लॅस्टिकचा कागद न्यायचो, पाऊस आला तर स्टॉल झाकण्यासाठी. जुन्या प्लायवूडपासून एक टप्प्यांचा स्टॅन्डही बनवून घेतला होता. त्यामुळे हातगाडीवर मेणबत्त्या ठेवायला व त्यांची सजावट करायला आणखी बरीच जागा उपलब्ध झाली होती. हातगाडी हा माझ्यासाठी असा मंच होता, ज्याच्या माध्यमातून मी माझ्या व्यवसायातला रोज कुठला ना कुठला नवा धडा शिकत होतो.

एके दिवशी संध्याकाळी महाबळेश्वरच्या त्या मार्केटमध्ये माझ्या स्टॉलवर एक छोटी मुलगी तिच्या आईसोबत आली. ती मुलगी 'आपण या अंकलकडून मेणबत्त्या घेऊ या' असं म्हणून आईच्या मागे लागली होती. त्या वेळी माझ्या हातगाडीवर जवळजवळ सातशे रुपयांच्या मेणबत्त्या होत्या. त्या मायलेकींनी त्या सगळ्याच्या सगळ्या विकत घेतल्या!

मी त्यांचे 'थँक्यू' म्हणून आभार मानले, तेव्हा ती छोटी मला म्हणाली,

"अंकल, डोन्ट से थँक यू. आम्हाला थँक्यू म्हणू नका, उलट, आम्हीच तुम्हाला थँक्यू म्हणायला पाहिजे, तुमच्या या सुंदर कामाबद्दल."

त्या दिवशी माझ्या ध्यानात आलं, की मी जे काम करतोय ते कुठलं सामान्य काम नाहीये. त्या गोड छोटीच्या त्या शब्दांनी मला एक नवी ऊर्जा लाभली.

बरेचदा ग्राहक 'तुमच्याकडे अरोमा कॅन्डल आहे का?'' असं विचारायचे आणि ते मेणबत्त्यांचा वास घ्यायचे. त्यांच्या कृतीवरून ते मेणबत्ती हुंगून पाहत आहेत असं मला जाणवायचं.

ते काय करत आहेत हे मला कळायचं नाही. 'अरोमा' विचारताहेत आणि वास घेऊन पाहताहेत...

तेवढ्यात कानावर शब्द यायचे, "तुमच्या मेणबत्तीचा सुगंध नाहीये?''

मग मला कळलं, की 'अरोमा कॅन्डल' म्हणजे सुगंधी मेणबत्ती!

मी लगेच नॅबमधल्या माझ्या शिक्षकांना लॅन्डलाइनवर फोन केला. त्यांच्याकडून मला सुगंधी मेणबत्ती हाही प्रकार असतो हे समजलं. आता प्रश्न होता, ही मेणबत्ती कशी बनवायची?

माझ्या ज्या मित्रांनी उदबत्त्या बनवण्याचं प्रशिक्षण घेतलं होतं, त्यांनी काही सुगंधी तेल विक्रेत्यांचे पत्ते व फोन नंबर दिले होते. ते घेऊन मी पुन्हा मुंबई गाठली. मस्जिद बंदर, प्रिन्सेस स्ट्रीट व लोहार चाळीजवळ सुगंधी तेलांची बरीच दुकाने होती, त्यात केळकर व श्रीजी अरोमा ही प्रमुख दुकाने होती. मी त्यांना भेटलो आणि मोगरा, चंदन वगैरे सुगंधी तेलांच्या दहा, वीस ग्रॅमच्या कुप्या खरेदी केल्या.

श्रीजी अरोमाच्या मालकांचे नावही भावेश होतं. मग काय, त्यांच्याशी गप्पा मारता मारता, त्यांच्याशी मैत्रीचे सूर जुळले. त्यांनीही मला ती सुगंधी तेले योग्य किमतीत दिली आणि ती तेले मेणात किती प्रमाणात मिसळायची तेही समजावून सांगितलं. त्यांनी मला सांगितलं, की मेणबत्तीत फक्त सुगंधच नाही, तर रंगसुद्धा घाल.

नॅबमध्ये मला ब्रेलचं प्रशिक्षण मिळालं होतं. त्याच्या साहाय्याने रंग ओळखणं सोपं होतं. मी अब्दुलभाईंकडून वेगवेगळ्या रंगांची प्रत्येकी पन्नास ग्रॅमची पाकिटे विकत घेतली आणि प्रत्येक पाकिटाला त्या रंगाचे नाव 'ब्रेल'मध्ये लिहिलेला कागद जोडला. त्यामुळे नंतर रंग ओळखताना गोंधळ होणार नव्हता.

पण मेणबत्तीत रंग किती प्रमाणात घालायचा हे मात्र मला अब्दुलभाईंना विचारता आलं नव्हतं. मग मी पहिल्यांदा रंगीत मेणबत्त्या जास्त काळपट रंगाच्या दिसत आहेत असं वडिलांनी सांगितलं तेव्हा रंग जास्त पडल्याचं माझ्या लक्षात आलं. त्यानंतर मला एक किलो मेणाच्या पातेल्यात अगदी कणभर रंग घातला तरी तो पुरेसा होतो हे कळलं.

आर. के. वाडीतल्या त्या एका खोलीत मला जमिनीवरच मेणबत्त्या बनवाव्या लागत असत. माझी उंची जास्त असल्यामुळे मला प्रत्येक वेळी खाली वाकून काम करताना खूप त्रास व्हायचा. मग मी एका मोडक्या खुर्चीवर डाय ठेवून

त्यात मेण भरायला सुरुवात केली. त्याच खोलीत एका कोपऱ्यात आमचं स्वयंपाकघर होतं. तिथे मी मेण वितळवून घ्यायचो, त्यात रंग व सुगंध मिसळायचो व शेवटी ते मेण खुर्चीवर ठेवलेल्या डायमध्ये आणून ओतायचो.

या कामातली एक गोष्ट माझ्या लक्षात आली होती, की मेण गरम असताना पसरते व ते गार झाले की आकसून कमी होते. त्यामुळे डाय तीन-चार वेळा भरावा लागत असे. काही वेळा तर डाय काठोकाठ भरण्याच्या नादात मेण आधी खुर्चीवर व नंतर फरशीवर लोळण घेत असे. यात बरंच नुकसानही व्हायचं.

मग माझ्या लक्षात आलं, की या सांडलेल्या मेणाचं 'रि-सायकलिंग' करता येऊ शकेल. अशाप्रकारे या कामातूनच मला त्यातल्या समस्यांची उत्तरे गवसत गेली आणि सुगंधी, रंगीत व पॅकिंगवाल्या... असं करता करता, वर्षभरात माझ्याकडे विविध आकार व प्रकारच्या पन्नास ते साठ नगुन्यांच्या मेणबत्त्या बनू लागल्या होत्या, त्यामुळे आता आमचा घरखर्च सहज भागू लागला होता आणि जी काही थोडीफार बचत होईल त्या पैशातून मी हा उद्योग आणखी वाढवण्याचा प्रयत्न करत होतो.

माझ्या वडिलांचे चुलतभाऊ तुषार भाटिया यांची गुजरातमध्ये वापीला एक खूप मोठी केमिकल फॅक्टरी होती. त्यांची इच्छा होती, की एक ट्रस्ट स्थापन करून त्यात काही लाख रुपये जमा करायचे आणि त्या पैशाचं जे व्याज मिळेल त्यातून माझी आयुष्यभराची सोय करायची.

पण मला तर ही आत्महत्येसमान गोष्ट वाटत होती. अशाने मला आयुष्यभर खऱ्या अर्थाने अपंगत्व येईल असं वाटत होतं, पण मला काहीतरी स्वरूपात मदत करण्याची त्यांची इच्छा होती. मग यातून मार्ग काढून अखेर त्यांनी मला मेणाची प्रत्येकी ५० किलोची १० पोती भेट म्हणून पाठवली.

मी सप्टेंबर १९९५ पासून या उद्योगाला प्रारंभ केला होता, ते मे १९९६ पर्यंत मी पन्नासहून अधिक डिझाइन्स बनवू लागलो होतो. काही महिन्यांच्या कालावधीत माझ्या आयुष्यात बराच मोठा बदल घडला होता. मी यापूर्वी ज्या हॉटेलमध्ये टेलिफोन ऑपरेटर म्हणून काम करत होतो, त्या हॉटेलतर्फे ऑफिस स्टाफला सूट-बूटवाला गणवेश दिला जात असे आणि आमच्या मॅनेजर साहेबांचं म्हणणं असायचं, की इथला प्रत्येक कर्मचारी हॉटेलचं प्रतिनिधित्व करत असतो, त्यामुळे तुम्ही कधीही मार्केटमध्ये जाताना किंवा कुठल्या कामासाठी हॉटेलच्या गाडीतून जाताना तो गणवेश घालूनच जायचं. त्या गणवेशावर हॉटेलचं नाव लिहिलेलं असे. पर्यटकांसमोर हॉटेलची चांगली प्रतिमा उभी राहावी या उद्देशाने ही सूचना सगळ्या ऑफिस स्टाफला देण्यात आली होती व त्याचे आम्हाला

सर्वांना कडक पालन करावे लागत असे. उन्हाळ्याच्या दिवसांतसुद्धा आम्हाला त्याच गणवेशात सूट-बूट घालून मार्केटमध्ये जावं लागत असे. पण आता तसं नव्हतं, आता मी पायात झिजलेल्या स्लिपर्स घालून, त्याच मार्केटमध्ये मेणबत्त्या विकत होतो. त्यामुळे सुरुवातीला वाटायचं, की काय नशीब आहे आपलं! कारण मी आधी याच मार्केटमध्ये हॉटेलच्या गाडीतून सुटाबुटात यायचो, त्यामुळे आता काय ही अवस्था झालीय आपली, असं वाटायचं.

पण लवकरच माझ्या ध्यानात आलं, की तो सगळा नुसता देखावा होता. हॉटेलमधल्या त्या नोकरीने माझं काहीही भलं होणार नव्हतं. या सगळ्या चकचकाटामुळे फक्त आणि फक्त हॉटेलच्या मालकाचं भलं होणार होतं. पण हा मेणबत्त्या बनवण्याचा व त्यांच्या विक्रीचा उद्योग फक्त माझ्यासाठी होता... माझ्या प्रगतीसाठी होता... माझ्या विकासासाठी होता. त्या हॉटेलमध्ये १८ ते २० तास राबून मला फक्त ६०० रुपये पगार मिळणार होता. पण या उद्योगात नफा-नुकसान जे काही होईल ते फक्त माझं एकट्याचं होतं. हॉटेलच्या नोकरीत त्या वेळी मला ६०० रुपये पगार मिळत होता, पण आता या हातगाडीवर स्वच्छंदपणे काम करताना मी दिवसाला ६००... तासाला ६००... मिनिटाला ६०० रुपये मिळवण्याचा विचार करू लागलो होतो.

ते स्वातंत्र्याचे क्षण अनुभवताना मनात यायचं –

सच्चे अर्थ में बाज की असली उडान
तो अभी बाकी है,
अब तक तो सिर्फ
समंदर ही मापे,
अभी तो सारा आसमान बाकी है!

६

भरारी

महाबळेश्वरच्या मार्केटची भौगोलिक रचना अशी आहे, की त्या सुमारे एक किलोमीटरच्या मार्केटमध्येच तुम्हाला तुमचा माल विकावा लागतो. तुम्हाला जे काही विकायचे असेल, ते या मार्केटमध्येच विकावे लागते. मार्केटमधल्या ज्या दुकानांवर त्यांच्या मालकांचा पिढ्यान्‌पिढ्यांचा हक्क आहे, ते दुकानदार तर कुणाला त्यांच्या दुकानाबाहेर थांबूही देत नाहीत; पण मला तिथं काहीही करून माझी हातगाडी लावायची होती. त्या मार्केटमधले चप्पलवाले, फेरीवाले यांच्याशी माझी रोज वादावादी व्हायची, कारण त्यांना माझी हातगाडी त्या मार्केटमध्ये नको होती. आजही समाजाची धारणा अशीच आहे, की अंध-अपंग लोकांनी फक्त भिक्षा मागावी... फार फार तर कुठंतरी उभं राहून पॉपकॉर्न किंवा लॉटरीची तिकिटे विकावीत. इथंवर ठीक असतं, पण जर कुणी हातगाडीवर दुकान थाटून मेणबत्त्या विकणार आहे असं म्हणत असेल, तर ते आजही

समाजाला चालत नाही.

नॅबने मला सुटे पैसे व नोटा ओळखण्यापासून ते 'मोबिलिटी' पर्यंत सगळ्या गोष्टीत हुशार बनवलं होतं. त्याचबरोबर हरी राघवनजींच्या मार्केटिंगच्या वर्गांनी मला मार्केटिंगमध्ये इतकं कुशल बनवलं होतं, की ग्राहकांशी बोलताना मी अगदी आत्मविश्वासपूर्ण असायचो, माझ्या मनातली भीती, संकोच पूर्ण मावळला होता. त्यामुळे मी स्वत: बनवलेल्या मेणबत्त्या मी अतिशय कौशल्याने विकत होतो. समोर ग्राहक कुणीही असो, मी त्याला माझ्या मेणबत्त्यांची गुणवैशिष्ट्ये सांगण्यात अगदी प्रवीण झालो होतो. पण रस्त्यावर फेरीवाला म्हणून मेणबत्त्या विकण्यात खूपच अडचणी होत्या. त्या दरम्यान इतर फेरीवाल्यांकडून फार शिव्याशाप ऐकावे लागत असत. आजूबाजूच्या फेरीवाल्यांपैकी बरेचजण फारसे शिकलेले नव्हते. त्यांचं आयुष्य बहुधा त्याच रस्त्यावर जाणार होतं. ते मला खूप त्रास देत असत. सुरुवातीच्या दोन-तीन महिन्यांत तर त्या फेरीवाल्यांनी माझी हातगाडी बरेचदा गटारीत उलथून टाकली होती. माझं तिथं हातगाडी लावणं त्यांना पसंत नव्हतं. मी मार्केटमधल्या त्या छोट्याशा जागेवर कायमचा कब्जा करीन असं त्यांना वाटत असावं आणि त्यांच्या रोजच्या वागण्यातून हेच स्पष्ट होत असायचं.

काही स्ट्रॉबेरीवाल्यांना त्यांच्या शेतातल्या स्ट्रॉबेरी तिथे आणून विकायच्या असत. ते मला सरळ म्हणायचे,

"तू आंधळा आहेस हे तुझ्यापाशी सर्वांत मोठं हत्यार आहे. तू मारुती मंदिरासमोर उभा राहून भिक्षा का मागत नाहीस? ही फुकटची मेहनत बंद कर. भिक्षा मागितलीस, तर या हातगाडीपेक्षा कितीतरी पट कमाई करशील."

असलं घाणरेडं बोलणं मला त्या मार्केटमध्ये सतत ऐकावं लागत होतं. मी स्वत:च्या सहनशक्तीची कसोटी पाहत, माझी मर्यादा न सोडता, या फालतू गोष्टींकडे दुर्लक्ष करून माझ्या कामावर लक्ष द्यायचो. या रोजच्या त्रासांनी व जळक्या-कुजक्या शेऱ्यांनी कसं कोण जाणे, पण मी हताश व दुःखी होण्याऐवजी, माझा निश्चय आणखी दृढ झाला!

सुरुवातीला मी आठवड्यात फक्त दोन-तीन दिवसच दुकान थाटायचो. मग हळूहळू माझ्या लक्षात आलं, की या जागेवर फेरीवाला म्हणून कब्जा ठेवायचा असेल, तर रोज संध्याकाळी दुकान थाटले पाहिजे. मग धंदा होवो वा ना होवो. कारण एखादा फेरीवाला रोज एखाद्या जागेवर दुकान लावत असेल तर त्या जागेवर दुसरा कुणीही फेरीवाला हक्क सांगत नाही. या सगळ्या गोष्टी समस्त फेरीवाल्यांच्या आपापसांतील तडजोडी व परस्परसंबंधावर अवलंबून असत.

मग मीही तिथे दररोज स्टॉल लावू लागलो. मारुती मंदिरासमोर अप्पा कुंभारदरे यांचं दुकान होतं, मी त्या दुकानातून नेहमी वाणसामान घ्यायचो. अप्पा

व त्यांचे सुपुत्र प्रभाकर माझी खूप काळजी घेत असत. त्या दुकानाजवळच ‘सपना हॉटेल’ आहे. त्याचे मालक राजेश कुंभारदरे त्या दरम्यान शिवसेना शाखाप्रमुख होते. त्यांचं व्यक्तिमत्त्व निडर असल्यामुळे त्यांचा त्या संपूर्ण भागात चांगला दबदबा होता. त्यांच्यासह जवळच्याच ‘अनुपम हॉटेल’चे मालक विजय नायडू– ते कट्टर शिवसैनिक आहेत, आणि गोपाळ वाघदरे– ते त्या वेळी शिवसेनेचे जिल्हाप्रमुख होते– या दिग्गजांनी माझ्या डोक्यावर थोरल्या भावासारखा हात ठेवला, तेव्हा बाकीच्या फेरीवाल्यांच्या लक्षात आलं, की या अंध व्यक्तीच्या जास्त नादाला लागता कामा नये, ते आपल्याच अंगलट येऊ शकेल.

तरीही, काही वेळा काही लोकांना मला त्रास दिल्यावाचून अगदीच राहवत नसे, त्यामुळे ते माझी हातगाडी गटारीत ढकलून देत असत. पण त्या वेळी मला आजूबाजूचे पर्यटक मदतीचा हात देत असत आणि माझी हातगाडी पुन्हा उभी करून देत असत. मागच्या वाळलेल्या गटारीत मेणबत्त्या पडल्या, तरी त्या खराब होत नसत. मग हे लोक मला त्या मेणबत्त्या गोळा करून देत असत. मेणबत्त्या खराब झाल्या नाहीत तरी बऱ्याच मेणबत्त्यांची यात मोडतोड होत असे. अशावेळी फार वैताग येत असे व त्या दिवशी अतिशय नुकसान होत असे.

मी याबद्दल मारुती मंदिराच्या ट्रस्टींकडेही तक्रार केली होती. मला त्यांच्याकडून थोडा दिलासा मिळाला होता. त्यांनी सगळ्या फेरीवाल्यांना झापलं होतं, की तुम्हाला मंदिरासमोर स्टॉल लावायचा असेल, तर तुम्ही भावेशला त्रास द्यायचा नाही.

या त्रासामुळे मला बरेचदा पोलीस ठाण्यात तक्रार द्यावी लागत असे. मग तिथून एखादा कॉन्स्टेबल येऊन तो सगळ्या फेरीवाल्यांना फटकारत असे व ‘याला त्रास द्यायचा नाही’ असं बजावून जात असे.

तिथे जवळच ‘गांधी फोटो स्टुडिओ’ होता. त्याचे मालक श्री. शिरीष भाई व त्यांचा संपूर्ण परिवार सुरुवातीपासूनच मला खूप मदत करत होते. शिरीषजी महाबळेश्वरच्या रोटरी क्लबचे अध्यक्ष होते. ते त्यांच्या दुकानात आलेल्या पर्यटकांना मुद्दाम माझ्या हातगाडीवर घेऊन येत असत. पण हातगाडी लावण्यावरून रोज नवा झगडा सुरू असायचा. आता माझ्याही ते अंगवळणी पडलं होतं. मी मनातल्या मनात म्हणायचो, ठीक आहे, ज्याला जे म्हणायचं आहे ते म्हणा मी दररोज संध्याकाळी या मार्केटमध्ये पाच तास थांबणार म्हणजे थांबणारच!

माझे बरेच मित्र व नातेवाईक मुंबईहून येत असत. मला या हातगाडी अवस्थेत पाहायला त्यांना बरं वाटत नव्हतं. त्यांची इच्छा असूनही ते मला मदत करू शकत नव्हते. मी आईच्या आजारपणात त्या सगळ्यांकडून इतकं कर्ज घेतलं होतं, की आता ते मला आणखी मदत करायला तयार नव्हते आणि मीही

त्यांच्याकडून मदत घेऊ इच्छित नव्हतो. या कर्जाच्या ओझ्यामुळे माझ्या मनात एक अपराधीपण घेरून आलेलं होतं. मला त्या सगळ्यांची पै न् पै चुकती करण्यासाठी रात्रंदिवस मेहनत करून जास्तीत जास्त पैसे मिळवायचे होते.

मी माझी मेहनत आणखी बरीच वाढवली, त्यामुळे बरेचदा आठवड्याच्या अखेरीस व पर्यटनाच्या हंगामामध्ये व्यवसाय चांगला व्हायचा तेव्हा एका आठवड्यात माझ्याकडचा सगळा कच्चा माल संपून जायचा. आता माझी कमाई वाढली होती, त्या पैशाचा जास्तीत जास्त उपयोग मी मेणबत्त्यांची नवनवी डिझाइन्स तयार करण्यासाठी केला.

बोरीवलीत गोराई रोडवर माझा जो डायमेकर होता, त्याच्याशी माझी चांगली ओळख झाली होती. मी त्याच्याकडून जितके डाय मिळू शकतील तितके डाय विकत घेण्याचा प्रयत्न करत होतो. एकावेळी दहा-बारा डाय घेतले की त्याच्याशी दराबाबत घासाघीस करता यायची.

त्यानंतर मी सीझनल मेणबत्त्यांच्या डायवर लक्ष केंद्रित केलं. यामध्ये अब्दुलभाईंनी मला बरीच मदत केली. त्यांचं म्हणणं होतं, की तू फक्त कास्टिंगच्या डायवर अवलंबून राहू नकोस, त्याऐवजी तू पत्रा, ॲल्युमिनिअम किंवा रबरी डायवर काम कर.

मग मी लवकरच त्या प्रकारचा डायमेकर शोधला.

मुंबईच्या हीरापन्ना मार्केटमध्ये 'महालक्ष्मी डाय' नावाचं एक खूप मोठं दुकान होतं. तिथे डायवर काम करण्याचे प्रशिक्षणसुद्धा दिले जात असे. त्या दुकानाच्या मालकांशी माझी चांगली ओळख झाल्यावर मला समजलं, की त्यांना पायाचा काहीतरी त्रास आहे. ते दिवसभर दुकानात बसलेले असायचे तेव्हा त्यांचा पाय खूप दुखत असायचा. इथे माझं 'फूट रिफ्लेक्सोलॉजी'चं प्रशिक्षण उपयोगी पडलं. मी त्यांच्या पायावरचे काही 'पॉइंट्स' दाबून दिल्यावर त्यांना बराच आराम पडला. त्यानंतर मी जेव्हा जेव्हा त्यांच्या दुकानात जायचो, तेव्हा सर्वप्रथम त्यांच्या पायांवर उपचार करायचो. त्यामुळे आमची गहिरी दोस्ती झाली होती. याचा असा फायदा झाला, की मला त्यांच्याकडे बऱ्याच कमी किमतीत डाय मिळू लागले. रबरी डायचा फायदा म्हणजे अवघडात अवघड आकारासुद्धा त्यात बनवता येत असत.

त्या दरम्यान माझं सगळं चित्त सीझनल मेणबत्त्यांवरच एकवटलेलं होतं. लहानपणीची जयदीपने आणलेल्या मेणबत्त्यांची आठवण मनात जागी झाली होती. तोही अशाच प्रकारच्या... सांताक्लॉज, गणपतीबाप्पा, टेडीबेअर, ख्रिसमस ट्री अशा आकारांच्या मेणबत्त्या आणत असे. मी अशाच प्रकारच्या डायच्या

शोधात होतो. या कामात मला 'महालक्ष्मी डाय'ने खूप मदत केली, त्यामुळे मी पाच-सहा महिन्यांतच सीझनल डिझाइन बनवण्यास सक्षम बनलो.

रबरचे डाय कशा प्रकारे 'लुब्रिकेट' करायचे, किती व्यासाच्या मेणबत्तीसाठी कुठला धागा वापरायचा, मेणात रंग व सुगंध कशा प्रकारे मिसळायचे, अशा सगळ्या मूलभूत गोष्टी मला व्यवस्थित समजल्या होत्या. मेण किती तापमानाला भरायचे, 'सील' करायचे, पॅकिंग कसे करायचे अशा किचकट गोष्टीही आता मला सहज जमू लागल्या होत्या.

सुरुवातीला मी मेणबत्त्यांना कोणत्याही प्रकारचं 'पॅकिंग' करत नव्हतो. मी सगळ्या सुगंधी मेणबत्त्या तशाच उघड्यावर विकत होतो. माझ्या त्या छोट्या हातगाडीवर शंभर-दोनशे सुगंधी मेणबत्त्या उघड्यावर असत. संध्याकाळी मार्केटमध्ये भरपूर गजबज असायची, त्या वेळी हा सुगंध काम करत असे. इतक्या मेणबत्त्या असल्यामुळे त्यांचा सुगंध आजूबाजूला दरवळत असे... हजार-दोन हजार उदबत्त्या एकाच वेळी लावल्यासारखं वाटत असे! त्या मेणबत्त्यांचा सुगंध सगळीकडे पसरल्यामुळे पर्यटक त्या सुगंधाचा माग काढत काढत माझ्या स्टॉलवर येत असत आणि माझ्या मेणबत्त्यांची तुफान विक्री होत असे. त्यामुळे आजूबाजूच्या फेरीवाल्यांचा भयंकर जळफळाट होत असे. मग पुन्हा भांडणाला निमित्त मिळत असे. त्या काळी मला एक कविता सारखी आठवत असे -

"माँझी तेरी कश्ती के तरफदार बहुत हैं,
इस पार भले कम हों लेकिन उस पार बहुत हैं ।
हमने तो वहाँ जाकर लगा दी अपनी काँच की दुकान,
जिस शहर में पत्थर के खरीदार बहुत हैं ।"

मला भोगाव्या लागणाऱ्या यातनांमुळे लोकांबद्दल माझ्या मनात एकीकडे असे विचार येत असले; तरी जगात चांगले लोकच जास्त आहेत. त्याच दरम्यान माझी महाबळेश्वर मार्केटच्या एका बाजूला असलेल्या होली क्रॉस चर्चचे ट्रस्टी रिचर्ड डायस यांच्याशी भेट झाली. ते व त्यांचे दोन्ही भाऊ अत्यंत सेवाभावी होते. मारुती मंदिराबाहेर स्टॉल लावताना मला होणाऱ्या त्रासाबद्दल त्यांना समजल्यावर, त्यांनी मला चर्चच्या बाहेर स्टॉल लावण्यासाठी जागा उपलब्ध करून दिली. मी जिथे स्टॉल लावणार होतो, तिथे मागच्या बाजूला एक उघडी गटार होती. मी त्या गटारीत पडू नये यासाठी मि. रिचर्ड यांनी सिमेंटचा स्लॅब घालून गटार झाकून घेतली. त्या स्लॅबचा मला फायदा झाला, त्यामुळे मला स्टॉल लावण्यासाठी बरीच मोठी जागा मिळाली.

होली क्रॉस चर्च १८३१ साली बांधले आहे. त्याच्या ऐतिहासिक महत्त्वामुळे बरेच पर्यटक खास चर्च पाहण्यासाठी तिथे येत असत. एके दिवशी रात्री चर्चजवळचा माझा स्टॉल बंद होण्याच्या वेळी काही लोक मला भेटायला आले. त्या लोकांमधला फक्त एकच आवाज माझ्या ओळखीचा होता– शिरीषभाई गांधींचा. मी त्यांच्याशी काही बोलणार, इतक्यात माझ्या कानावर दमदार आवाज आला, "भावेशभाई, तुम्हाला पांडू हवालदाराचा नमस्कार." माझ्या काही लक्षात येण्याआधीच शिरीषभाई मला म्हणाले, "भावेशभाई, तुमच्यासमोर महाराष्ट्राचे माजी पोलीस महासंचालक श्री. अरविंद इनामदार उभे आहेत आणि त्यांच्याच बॅचचे बरेच आयपीएस अधिकारी तुम्हाला भेटायला आले आहेत."

मी अत्यंत नम्रतेनं व उत्साहानं त्या सर्व मान्यवरांचं स्वागत केलं. ते सर्वजण शिरीषभाईंसोबत चर्च पाहायला आले होते. पण, माझे त्यांच्याशी आयुष्यभराचे भावबंध जुळले.

माझ्या स्टॉलच्या जवळच टॅक्सी स्टॅन्ड होतं. माझे सर्व टॅक्सीचालक मित्र त्यांच्या पर्यटक ग्राहकांना माझ्या मेणबत्त्यांच्या स्टॉलवर घेऊन येण्याचा प्रयत्न करायचे. त्यामुळे माझ्या मेणबत्त्यांच्या विक्रीत बरीच वाढ होत असे. चर्चचे पाद्री व बिशप यांनीही वेळोवेळी मला बरीच मदत केली. चर्चच्या जवळच हॉटेल नेल्स होतं. त्याचे मालक नलिनो डिक्रूज यांच्याशी काही काळातच माझी छान दोस्ती झाली. श्री. नलिनो हॉकीपटू होते. ते राष्ट्रीय स्तरावर खेळलेले होते. ते त्यांच्या हॉटेलमध्ये आलेल्या प्रत्येक पाहुण्याला माझ्या स्टॉलवर पाठवत असत. माझ्या जास्तीत जास्त मेणबत्त्या विकल्या जाव्यात, असा त्यांचा प्रयत्न असे.

माझ्या एम.ए. (अर्थशास्त्र) च्या दोन वर्षांत, मी कच्छी, गुजराती कुटुंबातील आहे, ही गोष्ट माझ्या प्रोफेसर्सना समजली होती. आणि कच्छी - गुजराती किंवा सिंधी लोक व्यापारकौशल्य घेऊनच जन्माला येतात, अशी लोकांची समजूत असते. कॉलेजमध्ये प्रोफेसर प्रत्येकवेळी मला समजावून सांगायचे, "हे बघ भावेश, तू जरा जास्तच भावनाप्रधान आहेस. आम्ही पाहिलंय, की तू खूप गोष्टी मनाला लावून घेतोस. तू शिक्षण झाल्यानंतर व्यापारात उतरणार असशील, तर अशी मानसिकता उपयोगाची नाही. तुला व्यापार करायचा असेल, तर तुला तटस्थ व्हावे लागेल. तू डोक्याने काम करण्याचा जास्त उपयोग होईल, भावनेच्या आहारी जाऊन नाही."

आज मला कॉलेज सोडून इतकी वर्षे झाली आहेत, पण अजूनही मला त्या गुरुजनांच्या बोलण्याचा अर्थ कळलेला नाही. इतक्या वर्षांत मला एकच गोष्ट समजली आहे, ती म्हणजे तुम्हाला व्यापार करायचा असेल, तर तो डोक्याने करावा हे ठीक आहे. पण जर तुम्हाला त्यात यशस्वी व्हायचं असेल, तर त्यात

डोक्यापेक्षा काळजाचा वापर करणं जास्त आवश्यक आहे. मी खात्रीने म्हणू शकतो, की परमेश्वरानं डोकं सगळ्यात वरच्या मजल्यावर दिलं असलं, तरी कित्येकदा परिस्थिती अशी असते, की त्याला पायांच्याही खालच्या गोष्टींचा विचार करणं भाग पडतं. निसर्गाने हृदय भलेही 'लेफ्ट'ला दिले असेल, पण ते नेहमी 'राइट'चं विचार करते. त्यामुळे माझा डोक्यापेक्षा काळजावर कितीतरी पट जास्त विश्वास आहे. मी जे काही मिळवू शकलो, ती केवळ लोकांशी मनापासून भावबंध जोडण्याची फलनिष्पत्ती आहे. मी जेव्हा संध्याकाळी त्या छोट्याशा हातगाडीवर मेणबत्त्या विकत होतो, तेव्हाही माझा 'या हृदयीचे त्या हृदयी' जोडणाऱ्या भावबंधावर जास्त भरवसा होता. माझ्यासमोर जे कुणी ग्राहक येतील, पर्यटक येतील त्या सगळ्यांशी मी मनापासून नातं जोडण्याचा प्रयत्न केला. मी त्या सर्वांना 'सनराइज कॅन्डल्स'चे 'ब्रॅन्ड ॲम्बॅसडर' बनवण्याचा प्रयत्न केला.

त्या काळी 'ब्रॅन्ड ॲम्बॅसडर' वगैरे गोष्टी माझ्यासाठी नव्या होत्या. मी माझ्या अभ्यासात या सगळ्या गोष्टी शिकलो होतो. पण त्यांचा व्यवहारात कसा उपयोग करायचा, याचे धडे मी त्या छोट्याशा हातगाडीवर गिरवले. लोकांना 'ब्रॅन्ड ॲम्बॅसडर' बनवणं म्हणजे त्यांना आयुष्यभरासाठी आपल्यासोबत जोडणं आणि जेव्हा ते लोक, त्यांचे नातेवाईक व मित्रमंडळींना माझ्या स्टॉलवर पाठवायचे किंवा पुढच्या वेळी ते स्वत: पुन्हा यायचे, तेव्हा पहिल्या वेळी आलेल्या दोन लोकांची संख्या दुसऱ्या वेळी सहावर गेलेली असायची. त्यानंतर ही संख्या बारावर जायची. हे लोक जेव्हा मला भेटायला यायचे, तेव्हा ते आवर्जून मेणबत्त्या खरेदी करायचे. मग त्या दिवशी माझ्या हातगाडीवरचा सगळा माल संपायचा. या सगळ्याचा मला खूप आनंद होत असे... माझी ज्या प्रकारे वाटचाल सुरू होती, मी ज्या प्रकारे आपुलकीचे भावबंध जोडत होतो... हे सगळं माझ्या छोट्याशा मेणबत्त्यांच्या व्यवसायाचा पाया भक्कम करतंय या गोष्टीचं मला समाधान होतं.

मी बरेचदा संध्याकाळी स्टॉलवर उभा असायचो, त्या वेळी माझ्या मार्केटिंग कौशल्याला आणखी धार लावायचा प्रयत्न करायचो. माझ्या आजूबाजूचे सगळे स्टॉलवाले आधी ५०० रुपये दर सांगत असत आणि मग ती वस्तू ५० रुपयांना विकत असत. माझ्या बाबतीतही असंच व्हायचं. प्रत्येक ग्राहकाला वाटायचं, की जी मेणबत्ती शंभर रुपयांना सांगितली जात आहे, ती त्यांना वीस रुपयांतच मिळून जाईल. ते सगळेजण खूप घासाघीस करत असत. सुरुवातीला मी त्यांना इथं दर फिक्स आहे असं सांगायचो, पण लवकरच मला कळून चुकलं की मी 'फिक्स भाव' म्हटलं की लोक पुढे जाऊ लागतात. मग मी त्यांना हरप्रकारे समजावून सांगण्याचा प्रयत्न करायचो– या सगळ्या मेणबत्त्या मी स्वत: बनवतो... या

मेणबत्त्या प्रदूषणरहित आहेत... त्या जास्त वेळ तेवतात... त्या ड्रीपलेस आहेत...

हे सगळं सांगितल्यावर, अखेर, समोरचे ग्राहक शंभर-दीडशे रुपयांची मेणबत्ती विकत घ्यायचेच. तरीही मी त्यांना दरात थोडी तरी सवलत द्यावी अशी त्यांची अपेक्षा असे. त्या दरम्यान, दहा ते पंधरा टक्के, जितकी सवलत देणं शक्य होतं, तेवढी सवलत मी देऊ शकत होतो, पण मी तशी थेट सवलत न देता, त्याऐवजी त्यांच्या सोबत आलेल्या लहान मुलांना त्याच किमतीची एखादी छोटी मेणबत्ती भेट म्हणून द्यायचो आणि त्यांच्याशी ओळख करून घेत, "हॅलो... तुझं नाव काय?" वगैरे विचारून त्यांच्याशी मैत्री करायचा प्रयत्न करायचो.

या 'मोफत'वाल्या गोष्टीचा जबरदस्त परिणाम होत असे. मग ते कुटुंब पुन्हा सहा महिन्यांनी, वर्षाने अथवा दोन वर्षांनी महाबळेश्वरला यायचं, तेव्हा ते संध्याकाळी मला भेटायला मार्केटमध्ये आवर्जून यायचे. मग आमची स्टॉलवर भेट झाली की म्हणायचे.

"बघा, आमचा मुलगा त्या वेळी दुसरीत होता, आता चौथीत गेला आहे. तुम्ही त्या भेट म्हणून जी गुलाबाच्या आकाराची मेणबत्ती दिली होतीत ना, ती त्याने अजूनही जपून ठेवली आहे."

तेव्हा माझ्या लक्षात यायचं, की प्रत्येक विक्रीसोबत मी जी मोफत भेट देत होतो, त्या योजनेचा चांगला लाभ होऊ लागला होता. मग मी दरात सवलत देण्याऐवजी एक युक्ती केली – काही लोक घासाघीस करत नाहीत. ते जी काही दोनशे-पाचशे रुपयांची खरेदी करायचे, त्यांच्याप्रति कृतज्ञता म्हणून, मी माझ्या बजेटमध्ये बसू शकतील अशा काही मेणबत्त्या त्यांना भेट म्हणून द्यायचो. त्या कुटुंबातील बुजुर्ग वडीलधारी व्यक्ती किंवा सगळ्यात छोटा सदस्य यांना आवाजावरून ओळखून त्यांच्या हातात ही भेट ठेवण्याचा माझा प्रयत्न असे. त्यामुळे त्या सर्वांनाच खूप आनंद होत असे. त्यांना मेणबत्त्या खरेदी करण्याचा एक वेगळाच आनंद लाभत असे, पण सर्वांत महत्त्वाचं म्हणजे माझे त्यांच्याशी रेशमी भावबंध कायमचे गुंफले जात असत.

अशाप्रकारे माझी प्रगती सुरू होती. मला त्या स्टॉलवर थोडा मोकळा वेळ मिळाला, की मी खूप विचार करायचो आणि त्या कल्पना साकार करण्याचा प्रयत्न करायचो. लहान मुलांना किंवा महिलांना विश्वासात घेतलं तर काम बरंच सोपं होतं ही गोष्ट माझ्या लक्षात येऊ लागली होती. मग मी त्यांच्याकडे जास्त लक्ष पुरवू लागलो.

बरेचदा शाळेच्या मोठ्या मोठ्या सहली महाबळेश्वरला येत असत. ते सगळेजण मार्केटमधल्या माझ्या स्टॉलपाशी नेहमी थांबत असत. मग मी त्यांची शिक्षिका

कोण आहे हे जाणून घ्यायचो. मग त्यांना माझ्या कामाबद्दल थोडक्यात सांगायचो आणि त्यांना एखादी मेणबत्ती भेट म्हणून द्यायचो. मग त्या एका शिक्षिकेमुळे जी काही पन्नास-साठ, शंभर-दोनशे मुलं सहलीला आलेली असत, जी सगळी मुलं मेणबत्त्या खरेदी करत आणि त्या एका मेणबत्तीच्या भेटीमुळे माझा संपूर्ण स्टॉल रिकामा होत असे.

आठवड्याभरात कधीकधी अजिबात गिऱ्हाईक नसायचं, मग मी त्या मोकळ्या वेळात आजूबाजूच्या फेरीवाल्यांशी गप्पाटप्पा करण्यात व फालतू गोष्टींत वेळ न दवडता, माझं मार्केटिंग कौशल्य विकसित करण्याचा प्रयत्न करायचो. ज्यायोगे माझा व्यवसाय आणखी चांगल्या प्रकारे पुढे नेता येईल व अधिकाधिक लोक जोडता येतील.

यासंदर्भात मी खूप संशोधन करायचो. समोर आलेल्या ग्राहकांचा आवाज व त्यांच्या वागण्याबोलण्यावरून, ते माझ्या मेणबत्त्या खरेदी करतील की नाही याचा अंदाज बांधण्याचा प्रयत्न करायचो. या सगळ्या गोष्टींवर मी मनाच्या दृष्टीद्वारे बारीक लक्ष ठेवण्याचा व त्या समजून घेण्याचा प्रयत्न करायचो.

बरेचदा माझ्या स्टॉलसमोरून बांगड्यांची किणकिण कानावर यायची आणि त्या महिलेसोबत आलेला पुरुष – तो बहुधा तिचा पती असणार – तिला अगदी आग्रहानं सांगत असायचा,

''बघ, किती सुंदर मेणबत्त्या आहेत! तुझे आई-बाबा, बहीण-भाऊ बाकीचे नातेवाईक... सगळ्यांसाठी घेऊ या आपण!''

हे माझ्या आकलनापलीकडलं असायचं, कारण पत्नी खरेदी करत असेल, तर त्यात पतीने सहभागी होणं आणि तिला खरेदीचा आग्रह करणं किंवा खरेदीसाठी प्रोत्साहन देणं या गोष्टी देणं या गोष्टी सहसा पाहायला मिळत नाहीत. बरेचदा पतीमहाशय पत्नीच्या अशा खरेदीच्या विरुद्धच असतात, पण मी जेव्हा अशा पतीमहोदयांना पत्नीला असा आग्रह करताना ऐकायचो, तेव्हा समोरचा माणूस ताजा ताजा बळीचा बकरा बनलेला दिसतोय, याला वैवाहिक जीवनाचा अनुभव दिसत नाहीये, हे माझ्या लक्षात यायचं. महाबळेश्वर मधुचंद्राचं ठिकाण असल्यामुळे अशी बरीच नवविवाहित जोडपी भेटत असत. लग्नाला चार-पाच वर्षे झालेली जोडपीही माझ्या स्टॉलवर येत. मी त्यांना लगेच ओळखत असे, कारण असे पती पत्नीला म्हणत असत,

''अगं, त्या बघ, किती छान मेणबत्त्या आहेत, चल एखादी घेऊ या.''

काही जोडपी अशीसुद्धा असत– ते मेणबत्त्यांची तारीफ करायचे, पण मग पतीमहोदयांचा आवाज कानावर यायचा, ''आपल्या गावातसुद्धा मेणबत्त्या मिळतात ना... इथून विनाकारण ओझं कशाला न्यायचं?''

हे ऐकल्यावर माझ्या पट्कन लक्षात यायचं की समोर उभं असलेलं जोडपं कमीत कमी चौदा-पंधरा वर्षे तरी मुरलेलं आहे!

लग्नाला पंचवीस, तीस, पस्तीस वर्षे झालेली जोडपीही येत असत. पण हे लोक एकमेकांसोबत कुठं असायचे? पती इथं स्टॉलवर उभा असे आणि तिथून जवळजवळ वीस-पंचवीस मीटरवरून बिचाऱ्या पत्नीचा आवाज येत असे. ती मागून हळूहळू चालत येत असे. अशी जोडपी कधी एकमेकांसोबत चालत नसत. मला या तिसऱ्या व चौथ्या श्रेणीतल्या जोडप्यांना मेणबत्त्या विकताना खूप गंमत वाटायची. ते मला मार्केटिंगच्या दृष्टीने आव्हान वाटत असत आणि त्यांना पाचशे ते हजार रुपयांच्या मेणबत्त्या विकेपर्यंत मला चैन पडत नसे. माझ्या त्या एकटेपणाच्या काळात स्टॉलवर बरेचदा असे खूप गमतीशीर किस्से घडत असत.

एकदा असाच बांगड्यांचा किणकिणता आवाज कानावर आला, त्यापाठोपाठ तोच परिचित आग्रही स्वर आला. पत्नीला खरेदीसाठी प्रोत्साहन देणारे शब्द कानावर पडले. त्याचं बोलणं ऐकल्यावर मला त्यांच्याशी बोलल्यावाचून राहवलं नाही. मग बोलण्याच्या ओघात समजलं, की त्यांचं आठवड्याभरापूर्वीच लग्न झालं आहे. ते दोघं मेणबत्त्या निवडण्यात मग्न होते. त्या वेळी अचानक माझ्या मनात काय आलं कोण जाणे, मी स्टॉलवरची एक छानशी, सुगंधी, फुलाच्या आकाराची पाण्यावर तरंगणारी मेणबत्ती घेतली आणि लग्नाची भेट म्हणून त्यांच्यासमोर धरली. त्या मेणबत्तीची किंमत होती ६० रुपये. ही भेट घेताना ते दोघे अतिशय अवघडले होते, त्यांना संकोच वाटत होता, पण अखेर माझ्या आग्रहाचा मान राखून त्यांनी माझी ही भेट स्वीकारली. त्यांनी आणखीही मेणबत्त्या घेतल्या होत्या, त्यांचे पैसे देऊन व माझे आभार मानून ते दोघे निघून गेले.

त्यानंतर पंधरा दिवसांनी मला आर. के. वाडीच्या ऑफिसमध्ये एक फोन आला. फोनवर प्रसाद नावाचे कुणीतरी गृहस्थ होते. त्यादरम्यान प्रसाद नावाची कुणी व्यक्ती माझ्या परिचयाची नव्हती, त्यामुळे मला आश्चर्य वाटलं, कोण हे प्रसाद?... मी विचार करत होतो, तेवढ्यात फोनवर पलीकडून आवाज आला.

"मिस्टर भाटिया, मी त्या दिवशी तुम्हाला माझं कार्ड द्यायला विसरलो; पण मी तुमचा फोन नंबर घेतला ते बरं झालं. तुम्ही त्या दिवशी संध्याकाळी आम्हाला लग्नाची भेट म्हणून एक सुंदर मेणबत्ती दिली होतीत, आठवतंय?"

मला तो प्रसंग आठवला, मी म्हणालो,

"हो, हो... बोला, बोला, काय म्हणता?"

ते म्हणाले, "पुण्याला हिंजेवाडीत इन्फोसिस ही कंपनी आहे, तिथे मी खूप मोठ्या पदावर काम करतो. अजून चाळीस दिवसांनी मराठी नववर्ष दिन आहे... गुढीपाडवा, त्यानिमित्ताने कंपनीत खूप मोठा कार्यक्रम आयोजित केला आहे.

इन्फोसिसच्या फेज-१ व फेज-२ मध्ये जवळजवळ २० हजार लोक काम करतात. मी तुम्हाला न विचारता तुमच्यासाठी या दोन्ही ठिकाणी स्टॉल ठेवले आहेत. तुमच्या राहण्याची आणि खाण्यापिण्याची सर्व व्यवस्था कंपनीच्या गेस्ट हाउसमध्ये केली जाईल. बस्, तुम्ही तुम्हाला शक्य तितक्या मेणबत्त्या घेऊन या. तुमच्याजवळ चाळीस दिवस आहेत.''

मी त्याचे खूप खूप आभार मानले. माझ्यासाठी ही खूप मोठी संधी होती. मला इतक्या बड्या कंपनीतल्या इतक्या लोकांसमोर मला स्टॉल लावता येणार होता. मी माझ्या सगळ्या मित्रांशी बोललो. त्यांनासुद्धा हे ऐकून खूप आनंद झाला.

मग मी पस्तीस ते चाळीस दिवस महाबळेश्वरच्या मार्केटमधला माझा स्टॉल बंद ठेवला आणि अक्षरश: रात्रंदिवस खपून इन्फोसिस कंपनीच्या त्या स्टॉलसाठी वेगवेगळ्या आकार व प्रकारच्या सुगंधी मेणबत्त्या बनवण्याच्या कामाला सुरुवात केली. त्या चाळीस दिवसांत मी बऱ्याच मेणबत्त्या तयार केल्या. आधी बनवलेल्या मेणबत्त्यांचा थोडा स्टॉक शिल्लक होताच. मग मी काही मित्रांना मदतीला बोलावलं आणि आम्ही दोन गाड्यांमध्ये सगळ्या मेणबत्त्या भरून ठरलेल्या तारखेला पुण्याला इन्फोसिसमध्ये पोहोचलो. प्रसादजींनी कबूल केल्याप्रमाणे, त्यांनी आम्हा सर्वांची राहण्याची व खाण्यापिण्याची सर्व व्यवस्था केली होती आणि सगळ्यात उत्तम गोष्ट म्हणजे, त्यांनी त्यांच्या सर्व कर्मचाऱ्यांना ई-मेल करून माझ्या कामाची सगळी माहिती आधीच दिली होती. त्या दिवशी तिथे इतर बऱ्याच संस्थांचेसुद्धा स्टॉल्स लागले होते, पण प्रसादजींनी त्यांच्याकडच्या सर्व कर्मचाऱ्यांना माझ्या स्टॉलला आवर्जून भेट देण्याचं आग्रही आवाहन केलं होतं, आणि त्यांच्या विनंतीला मान देऊन तिथल्या २० हजारांपेक्षा जास्त कर्मचाऱ्यांनी माझ्या स्टॉलला भेट दिली.

तो कार्यक्रम पूर्ण तीन दिवस होता, पण प्रसादजींच्या प्रयत्नांमुळे तिसऱ्या दिवशी सकाळी अकरा-साडेअकरा वाजेपर्यंत आमच्या स्टॉलवरच्या सगळ्या मेणबत्त्या विकल्या गेल्या होत्या! मी प्रसादजी व त्यांच्या पत्नीला भेट म्हणून दिलेल्या त्या साठ रुपयांच्या एका मेणबत्तीनं काय कमाल केली होती... आम्ही तिथून साडेसहा लाख रुपयांचा व्यापार करून परत आलो!

या अडीच दिवसांच्या कालावधीत प्रसादजी बरेचदा स्टॉलवर येऊन जात होते. स्टॉलवर मेणबत्त्यांची नवी डिझाइन पाहून ते म्हणाले, ''अरे, हे नमुने त्या दिवशी महाबळेश्वरच्या स्टॉलवर नव्हते! तुम्ही इतक्या सुंदर सुंदर डिझाइनच्या मेणबत्त्या बनवता, त्या तुम्ही 'इन्फोसिस'सारख्या इतर कंपन्यांमध्ये नेऊन का विकत नाही? अशा आणखी हजारो कंपन्या आहेत. तुम्ही तिथेही जाऊन स्टॉल

लावा. तुम्ही त्यांच्या 'एचआर डिपार्टमेंटशी संपर्क केलात तर सगळ्या सणावारांना तुम्ही त्यांच्याकडे स्टॉल लावू शकाल.''

नंतर त्यांनी मला वेगवेगळ्या कंपन्यांच्या 'एचआर डिपार्टमेंट'चे नंबरसुद्धा दिले.

माझ्या त्या छोट्याशा स्टॉलने माझी प्रसादजी व संपूर्ण 'इन्फोसिस' कंपनीशी ओळख करून दिली. तसाच आणखी एक प्रसंग घडला. एकदा माझी नीरज चंदन व त्यांच्या पत्नीशी ओळख झाली. त्यांनी माझं व्हिजिटिंग कार्ड पाहून विचारलं, ''यावर तुमची वेबसाइट का दिलेली नाहीये?''

मग मी कसलाही आडपडदा न ठेवता नीरजजींना सांगितलं की, या सगळ्या गोष्टींसाठी माझ्याकडे आर्थिक पाठबळ नाही.

नीरजजींनी माझं बोलणं खूप गांभीर्याने घेतलं आणि सोशल मीडियाद्वारे माझ्या मेणबत्त्या संपूर्ण जगात कशा पोहचवता येतील, हे सांगितलं. नीरजजी स्वत: वेब डिझायनर होते. मग त्यांनी ताबडतोब माझ्या सर्व उत्पादनांचे फोटो काढले. दुसऱ्या दिवशी त्यांनी आमच्या घरी येऊन इतर माहिती घेतली आणि आठ-दहा दिवसांत अतिशय सुंदर वेबसाइट तयार केली– sunrisecandles.in. मी त्यांना या कामाचे पैसे देऊ केले, पण ते म्हणाले, ''मित्रांकडून पैसे घ्यायचे नसतात. या माध्यमातून तर माझे आणि माझ्या परिवाराचे तुमच्याशी व 'सनराइज कॅन्डल'शी आयुष्यभर संबंध राहतील.''

ग्राहकांशी मनापासूनचे भावबंध जुळतात, भावना या हृदयीच्या त्या हृदयी पोहोचतात, तेव्हाच अशा गोष्टी घडू शकतात. अन्यथा प्रसादजी व नीरजजी यांना काय गरज होती? माझ्यासाठी इतका त्रास घ्यायचं काय कारण होतं? ते दोघेही महाबळेश्वरला आले होते ते फक्त पर्यटक म्हणून. ते आले असते, तिथं फिरले असते, आणि मेणबत्त्या घेऊन परत गेले असते. पण मनामनांच्या गाठी पडल्या आणि मैत्रीचे जे रेशीमबंध गुंफले गेले, ते कायमचे आहेत. त्या भेटवस्तूचं काही महत्त्व नव्हतं, पण त्यामागची जी भावना होती, तिचा उपयोग झाला. त्या आपलेपणाचा उपयोग झाला. मला असे कितीतरी चांगले मित्र भेटत गेले, ज्यांनी मला वेगवेगळ्या प्रकारे खूप मदत केली आहे. 'सनराइज कॅन्डल्स'च्या प्रगतीमध्ये या सगळ्यांचं मोठं योगदान आहे.

या स्टॉलच्या निमित्तानं मी 'इन्फोसिस'च्या इतक्या लोकांशी जोडला गेलो होतो. हे सगळेजण त्यांचे कुटुंबीय व मित्रपरिवारासमवेत जेव्हा कधी महाबळेश्वरला यायचे आणि स्टॉलवर भेट व्हायची, तेव्हा माझा जो व्यापार व्हायचा, तो माझ्यासाठी बोनसच होता.

७

हृदयी वसंत फुलताना...

“हां, हॅलो, ही मेणबत्ती केवढ्याला?” एक मधुर पण कुर्रेबाज आवाज कानावर पडला. त्यावरून मी अंदाज बांधला की समोर उभी असलेली तरुणी बहुधा एकटी आली असावी. त्या चार फूट लांब व तीन फूट रुंदीच्या बिना छप्परवाल्या हातगाडीवर मी मेणबत्त्या विकायला सुरुवात करून दोन वर्षांपेक्षा जास्त काळ उलटला होता. गेल्या दोन वर्षांत मी ग्राहकांची मानसिकता, व्यापारातले उतार-चढाव व आजूबाजूचं वातावरण चांगलं ओळखायला शिकलो होतो. मी क्षणार्धात हाही अंदाज बांधला की समोर उभी असलेली तरुणी २३-२४ वर्षांची असणार, आणि आवाजात जो कुर्रा होता, त्यावरून ती चांगल्या श्रीमंत घरातली असणार. समोरून एका तरुणीचा आवाज कानांवर पडल्यामुळे मी हे अंदाज बांधत होतो, अशातला भाग नव्हता. एरवी जे

काम डोळे पार पडतात, ते काम दृष्टिबाधित व्यक्तीसाठी त्याची इतर इंद्रिये पार पाडतात. त्या छोट्याशा दुकानात दिवसभर असं बरेचदा व्हायचं, त्यातलीच ही एक सहजप्रक्रिया होती.

मी क्षणाचाही विलंब न लावता म्हणालो,

''जी मॅडम, तुम्हाला कुठली मेणबत्ती हवी आहे? या बघा, इथं फुलाच्या आकाराच्या ज्या मेणबत्त्या आहेत, त्या सगळ्या पाण्यावर तरंगणाऱ्या आहेत... बर्थडे कॅन्डल्स आहेत, स्पायरल कॅन्डल्स आहेत, टेबल कॅन्डल्स आहेत आणि जेल कॅन्डल्ससुद्धा आहेत.'' मी शक्य तितक्या मधुर व नम्र स्वरात उत्तर देण्याचा प्रयत्न केला. मग मी समोर उभ्या असलेल्या ग्राहकासमोर माझ्या मेणबत्त्याचं शक्य तितकं गुणवर्णन सुरू केलं.

''मॅडम, या सगळ्या मेणबत्त्या धूररहित आहेत, पर्यावरणपूरक आहेत, प्रदूषणमुक्त आहेत आणि त्या खूप वेळ जातात.'' मला मेणबत्त्यांना हात लावल्याचा आवाज येत होता, त्यावरून समोर उभी असलेली तरुणी मेणबत्त्या बारकाईनं पाहत असल्याचं माझ्या लक्षात आलं.

''कुठून आणता या मेणबत्त्या?'' तिनं विचारलं.

''मी स्वत: बनवतो. इथून एक किलोमीटरवर माझं घर आहे. तिथं मी सकाळपासून संध्याकाळपर्यंत या मेणबत्त्या बनवतो आणि संध्याकाळी इथं हातगाडी लावतो,'' मी सांगितलं.

त्यावर तिनं आश्चर्यचकित होऊन विचारलं, ''तुम्ही बनवता! कसं शक्य आहे? तुम्हाला तर दिसत नाही. एक अंध व्यक्ती इतक्या सुंदर मेणबत्त्या कशा बनवू शकेल?''

मी अत्यंत विनम्रपणे म्हणालो, ''मॅडम, देवाने मला दोन डोळे दिलेले नाहीत. पण दोन्ही हातांची बोटे मिळून मला दहा डोळे दिले आहेत. आणि या दहा डोळ्यांच्या मदतीने मी वेगवेगळ्या आकारांच्या व निरनिराळ्या प्रकारच्या मेणबत्त्या तयार करतो.''

''पण यामध्ये जे वेगवेगळे रंग वापरले आहेत, ते तर फक्त डोळस माणूसच करू शकेल,'' मॅडमकडून प्रश्नाचा आणखी एक बाण माझ्या दिशेने आला.

''तुम्ही ब्रेल लिपीबद्दल ऐकलंय?''

''हो, ऐकलंय. शाळेत असताना एकदा आम्ही वरळी सी फेसच्या नॅबच्या ब्रेल प्रेसमध्ये गेलो होतो.'' त्या तरुणीनं सांगितलं.

''हो, हो, मॅडम. मी त्याच ब्रेल लिपीच्या मदतीनं रंग ओळखतो,'' मी तितक्याच सहजपणे सांगितलं.

त्या तरुणीचे प्रश्न बहुधा संपले असावेत. तिनं खरेदी केलेल्या मेणबत्त्यांचे

पैसे दिले आणि ती निघून गेली.

दुसऱ्या दिवशी संध्याकाळी मी नेहमीच्या जागी दुकान थाटायला गेलो, तेव्हा माझ्या नेहमीच्या जागी सहा ते आठ लोकांच्या बोलण्याचा आवाज कानांवर पडला. इरफान व मी हातगाडी ढकलत तिथं पोहोचलो, तेव्हा त्या लोकांना थोडं बाजूला सरकण्याची विनंती करावी लागली. कारण त्या मार्केटमध्ये सगळ्या फेरीवाल्यांची जागा ठरलेली होती. मी दुकान मांडत होतो, तेवढ्यात त्या लोकांमधल्या एका तरुणीचा आवाज आला. तो आवाज काल मेणबत्त्या घ्यायला आलेल्या त्या तरुणीचाच आहे. मग मी नम्रपणे 'गुड इव्हनिंग' करत आदरभाव दाखवला.

"बरं झालं, तुम्ही आलात. आम्ही बराच वेळ तुमची वाट पाहत थांबलो आहोत. आज माझ्याबरोबर माझे काही नातेवाईकही तुमच्याकडे मेणबत्त्या घ्यायला आले आहेत," ती म्हणाली आणि मी माझ्या मेणबत्त्याचं गुणवर्णन करायला सुरुवात करण्याआधीच ती तरुणी तिच्या नातेवाइकांना सगळ्या मेणबत्त्यांची वेगवेगळी वैशिष्ट्ये सांगू लागली.

माझ्यापेक्षा तिलाच त्या मेणबत्त्यांबद्दल जास्त माहीत असावं असं तिच्या बोलण्यावरून वाटत होतं. त्या सर्वांनी जवळजवळ दोन ते तीन हजार रुपयांच्या मेणबत्त्या खरेदी केल्या. शाबासकी देऊन माझं कौतुक केलं, आणि ते निघाले. माझ्यासाठी हा अतिशय सुखद क्षण होता. कारण गेल्या दोन वर्षांत इतक्या मोठ्या प्रमाणात मेणबत्त्यांची विक्री होण्याचा प्रसंग दोन-चार वेळाच आला असेल. मी त्या सर्वांचे पुनश्च आभार मानले. त्या वेळी त्या तरुणीने आणखी एक प्रश्न विचारला, "तुम्ही एखादा मदतनीस का ठेवत नाही? कुणी सोबत असेल, तर तुम्हाला खूप मदत होईल."

समोर उभ्या असलेल्या लोकांच्या आपापसातील संभाषणावरून मला त्या तरुणीचं नाव 'नीता' आहे हे कळलं होतं. मग मी म्हणालो, "नीता मॅडम, तुमचं बरोबर आहे, पण मी मेणबत्त्या विकून माझा आणि माझ्या वडिलांचा खर्च मोठ्या मुश्किलीने भागवतो. मी मदतनीसाला पगार कुठून देणार?"

"आमचा इथे आणखी वीस दिवस मुक्काम आहे. आम्ही एक मोठा बंगला भाड्याने घेतला आहे. बऱ्याच वर्षांपासून आम्ही दर वर्षी उन्हाळ्यात महाबळेश्वरला येतो. त्यामुळे स्थळदर्शन किंवा कुठल्या पॉइंटवर फिरायला जाण्याऐवजी आम्ही सगळे अशाच एखाद्या बंगल्यात एकत्र राहतो, आम्हाला तेच जास्त आवडतं. मी तुमचं नाव विचारलंच नाही..."

"जी, भावेश भाटिया," मी लगेच सांगितलं.

"हां, तर मिस्टर भावेश, तुमची तयारी असेल तर मी संध्याकाळी तुमच्या मदतीला येत जाईन, आणि काळजी करू नका, मला पगार वगैरे काही नको.

बस, मला तुम्हाला मदत करण्यात आनंद आहे.''

नीताने बहुधा त्याच वेळी तिच्या आईची परवानगी घेतली असावी. तिला त्यांची मूक परवानगी मिळाल्याचं माझ्या लक्षात आलं, कारण जाता जाता नीता म्हणाली, ''अच्छा, मिस्टर भाटिया, उद्या भेटू,'' तिच्या या शब्दांतून एका दृष्टिहीन व्यक्तीला मदत करण्याचा आनंद व नि:स्वार्थ सहानुभूती माझ्या ठळकपणे लक्षात आली.

मी दुसऱ्या दिवशी संध्याकाळी नेहमीप्रमाणे मार्केटमध्ये पोहोचलो. माझ्या नेहमीच्या जागी पोहोचण्याच्या पंधरा-वीस फूट आधी एका ओळखीच्या परफ्यूमनं माझं लक्ष वेधलं. मी काहीतरी विचारात गढलेलो होतो, पण त्या सुगंधानं मी त्या विचारशृंखलेतून बाहेर आलो. गेले दोन दिवस माझ्या दुकानात हाच सुगंध दरवळत होता. मला काही कळण्याआधीच त्या सुगंधाने मधुर आवाजात माझं लक्ष वेधून घेतलं,

''हॅलो, मिस्टर भाटिया, सरका, मी तुम्हाला हातगाडी ढकलायला मदत करते.''

मला व इरफानला काही कळायच्या आधीच नीताने ''आज वेगवेगळ्या खोक्यांमधून मेणबत्त्या काढून मी त्या मांडणार आहे,'' असं सांगून टाकलं. त्यानंतर रात्री जवळजवळ आठ वाजेपर्यंत ती माझ्यासोबत होती. तिच्या सोबतीमुळे मला खरंच खूप मदत झाली. त्या दिवशी बहुधा शनिवार असावा, त्यामुळे पर्यटकांची बरीच गर्दी होती. त्या दिवशी नीताच्या मदतीने बरीच विक्री झाली. त्यानंतर रात्री तिच्या घरचे लोक मार्केटमध्ये फेरफटका मारायला आले तेव्हा नीता त्यांच्यासोबत परत गेली. नीताचे व तिच्या कुटुंबीयांचे आभार कोणत्या शब्दांत मानावेत ते मला कळत नव्हतं!

मी कच्छी गुजराती कुटुंबातील असल्यामुळे मला हिंदी, मराठी व इंग्रजीबरोबरच कच्छी व गुजरातीही चांगलं बोलता येतं. माझ्यासमोरचा ग्राहक ज्या भाषेत बोलेल, त्या भाषेत मी संभाषण सुरू करायचो, त्यामुळे आपुलकीचे बंध जोडले जात असत. काल नीता तिच्या कुटुंबीयांसोबत आली होती, तेव्हाच माझ्या ती कच्छी गुजराती परिवारातील आहे हे लक्षात आलं होतं. तिलाही या पाच भाषा चांगल्या येत होत्या. ती बालपणी पूर्व आफ्रिकेत सोमालियाला राहिलेली असल्यामुळे तिला सोमाली भाषा येत होती, त्याचबरोबर तिनं तिच्या वडिलांकडून थोडीफार इटालियन व फ्रेंच भाषाही शिकल्याचं मला समजलं.

मी एम.ए. (अर्थशास्त्र) केलं होतं, व नीता कॉमर्सची पदवीधर होती. या पदव्या घेतलेले आम्ही दोघे त्या हातगाडीवर मेणबत्त्या विकत असताना, एक विचार माझ्या मनात आला, की मोठ्यामोठ्या पदव्या मिळवल्यानंतरसुद्धा आपण

नोकरी न मिळाल्यामुळे संपूर्ण समाजाला व संपूर्ण सामाजिक व्यवस्थेला कोसू लागतो आणि आर्थिक बाजू पडती असूनही, एखादं लहान-मोठं काम करण्याऐवजी, आपल्या म्हाताऱ्या आईवडिलांनी घाम गाळून, अपार कष्ट करून मिळवलेल्या पैशातून फुकटचं खात, सरकारकडूनही बेरोजगार भत्ता मिळण्याची अपेक्षा ठेवून असतो. ज्यांची घरची परिस्थिती चांगली भक्कम असते, त्यांना काहीही फरक पडत नाही, पण जे गरीब आहेत ते माझे मित्र पदव्या घेतल्यानंतर अशी लहानमोठी कामे का करू इच्छित नाहीत? अशाप्रकारे स्वयंरोजगार शोधला तर बेरोजगारीच्या केवढ्या मोठ्या समस्येवर उपाय काढता येऊ शकेल!

त्या दिवशी संध्याकाळी नीताने तीन तास मला जी मदत केली, त्याचं फळ म्हणजे त्या एका दिवसात मेणबत्त्यांच्या विक्रीचा नवा विक्रम प्रस्थापित झाला! हा माझ्या मेणबत्त्यांच्या दैनंदिन विक्रीतला सर्वांत भाग्यशाली दिवस होता. त्या दिवशी नीता माझा निरोप घेऊन गेली, तेव्हा माझ्या काळ्या चष्म्याआडच्या दोन निर्जीव व शुष्क डोळ्यांत कृतज्ञता आणि आनंद दाटला होता व आज ती शुष्क तळी भरली होती... त्यातले काही अश्रू काळ्या चष्म्याचा अडसर न जुमानता बाहेर पडून माझ्या गालावर ओघळले होते...

आजवर सगळ्या लोकांना अजमावून झालं होतं. सगळे आप्त परके झाले होते, कारण मी त्यांच्याकडे कधी, काय मागेन कोण जाणे, या गोष्टीची त्यांना भीती वाटत होती आणि आज एका परक्या मुलीनं आपुलकीचं असं दर्शन घडवलं होतं! मला त्याची सवय नव्हती. जगात नीतासारखी चांगली माणसेसुद्धा असतात, हे त्या तीन तासांनी मला दाखवून दिलं होतं.

तिसऱ्या दिवशी संध्याकाळी मी इरफानसोबत हातगाडी ढकलत मार्केटकडे निघालो असताना आदल्या दिवशीचे सगळे प्रसंग डोक्यात फेर धरून नाचत होते. इरफानला बहुधा माझ्याशी काहीतरी बोलायचं असावं, पण मी फक्त ''हं... हं...'' करत त्याला टाळत होतो. मी आदल्या दिवशीच्या आठवणीत इतका हरवून गेलो होतो, की मार्केट कधी आलं ते कळलं देखील नाही. तिथं पोहोचल्यावर पुन्हा तोच मधुर आवाज कानावर पडला तेव्हा कुठे मी विचारांच्या आवर्तनातून भानावर आलो.

''हॅलो, मिस्टर भाटिया! इकडे या. तुमची हरकत नसेल तर आजही मला माझ्या पद्धतीने स्टॉल सजवायचा आहे.''

माझी कशाला हरकत असतीये! मी काही न बोलता मानेनंच होकार दिला.

मग काही मिनिटांतच त्या हातगाडीवर एक नवी चादर अंथरून त्यावर मी बनवलेल्या वेगवेगळ्या आकारांच्या मेणबत्त्या मांडून स्टॉल सजला! नीताने माझा हात धरून मला प्रत्येक मेणबत्ती स्पर्शाने दाखवली. कुठली मेणबत्ती कुठे ठेवली

आहे, कशा प्रकारे मांडली आहे, हे मला दाखवल्यानंतर ती म्हणाली,

"मिस्टर भाटिया, तुमचा स्टॉल आज एकदम भारी दिसतोय! पण आपण आणखी एक काम करू या, तुम्ही या फुलांच्या आकाराच्या वेगवेगळ्या डिझाइन्सच्या सुगंधी फ्लोटिंग कॅन्डल्स बनवल्या आहेत ना, त्यातली एक मेणबत्ती आपण इथे छोट्या बाऊलमध्ये पाण्यात लावून ठेवू या. त्याचा चांगला उपयोग होईल, मला खात्री आहे... थांबा, मी या मार्केटमध्ये कुठं काचेचं बाऊल मिळतंय का बघते..."

त्यानंतर नीता बाऊल शोधायला गेली. थोड्या वेळानं ती परत आली आणि तिनं माझ्या हातात काचेचं एक छानसं पात्र ठेवलं. त्या एक फूट व्यासाच्या व सहा इंच खोल काचेच्या पात्रात तिनं कुठूनतरी पाणी भरून आणलं. येताना तिनं काडेपेटीही सोबत आणली होती. मग तिनं माझी परवानगी घेऊन, स्टॉलवरची एक गुलाबाच्या आकाराची मेणबत्ती घेऊन ती त्या काचपात्रात लावली आणि ती स्टॉलचे फोटो काढू लागली. तिने बहुधा कॅमेरा सोबत आणला असावा. मला कॅमेऱ्याचा क्लिक-क्लिक आवाज येत होता. मग नीता म्हणाली,

"भावेशजी, तुम्ही ही मेणबत्ती हातात घेऊन इथे उभे रहा. तुमचा स्टॉलसोबत फोटो घेऊ या."

ते फोटोसेशन आटोपल्यानंतर मी तिला त्या काचपात्राचे पैसे देऊ केले. मी घरातून निघताना सोबत पाचशे रुपये आणले होते– सुट्या पैशांच्या देवाणघेवाणीसाठी लागतात म्हणून– ते पैसे मी तिच्यासमोर धरले.

"अरे, काय भावेशजी, एवढ्यानं काय होणार? अजून मला तुमच्याकडून पगारही घ्यायचा आहे," नीता म्हणाली.

माझा स्वभाव कुणाकडून अशी कुठलीही मदत घेण्याचा नाही, पण नीताच्या आग्रहापुढे मला मान तुकवावी लागली. त्या छोट्या काचपात्रात लावलेल्या त्या गुलाबाच्या मेणबत्तीनं अक्षरशः चमत्कारच घडवला! त्या गुलाबाच्या डिझाइनच्या सगळ्या मेणबत्त्या हातोहात खपल्या. ती मेणबत्ती अशाप्रकारे मांडल्यामुळे आम्ही ग्राहकांना तरंगत्या मेणबत्तीचं सौंदर्य प्रत्यक्ष दाखवू शकलो होतो. आज या प्रसंगाला किती वर्षे झाली आहेत. कितीतरी ग्राहकांनी माझ्याकडे ते काचपात्र विकत मागितलं आहे, पण आजही मी ते जपून ठेवलं आहे... त्या दिवसाची आठवण म्हणून!

त्या दरम्यान महाबळेश्वरमध्ये पर्यटनाचा हंगाम बहरलेला होता. पर्यटकांची खूप गर्दी होती आणि मला रोज संध्याकाळी मेणबत्त्या विकण्याच्या कामात एक चांगला मदतीचा हात लाभला होता... हे म्हणजे दुधात साखरच होतं!

नीता इतकी वक्तशीर होती, की ती रोज संध्याकाळी पाचच्या ठोक्याला

स्टॉल लावायला येत असे. हे एक-दोन दिवस ठीक होतं... पण रोज रोज म्हणजे? मी तिला हे सांगायचा प्रयत्न करून पाहिला, की तू तुझ्या सुट्टीतली संध्याकाळ अशी वाया घालवू नकोस.

पण त्यावर तिचं एकच उत्तर असायचं.

"भावेशजी, मला इथे येऊन जास्त आनंद मिळतो. महाबळेश्वरच्या वेण्णा लेकच्या काठावर संध्याकाळी आइस्क्रीम खाण्यात जी मजा असते. त्यापेक्षा जास्त मजा मला तुम्ही बनवलेली आइस्क्रीमच्या आकाराची मेणबत्ती विकताना येते. तुम्ही माझा हा आनंद का हिरावताय?"

त्यावर मी गप्प व्हायचो. तिच्या या बोलण्यावर मी काय बोलणार होतो?

जेव्हा स्टॉलवर ग्राहक नसायचे तेव्हा ती माझ्याशी इकडचं-तिकडचं बोलू लागली होती. तिची शाळा-कॉलेज याबरोबरच तिचा परिवार, घरातले लोक, तिचे छंद, तिचे जीवनध्येय याबद्दलसुद्धा सांगू लागली होती.

ती एका बड्या श्रीमंत कुटुंबातली एकुलती एक मुलगी होती... एकुलती एक वारस. तिने बोलता बोलता माझ्याबद्दलही बऱ्याच गोष्टी जाणून घेतल्या. कित्येकदा संध्याकाळी तिच्या घरचे इतर लोकसुद्धा आम्हाला स्टॉलवर मदत करत असत. तिच्या काही चुलत भावंडांनी तर मला मार्केटिंगचा एक नवा मंत्र शिकवला होता. ते स्टॉलवर आले, की इतर ग्राहक आहेत असं पाहून ते माझ्या मेणबत्त्यांची स्तुती करू लागायचे, "आम्ही पुण्यामुंबईतील मोठमोठ्या दुकानांत व मॉल्समध्येसुद्धा अशा मेणबत्त्या पाहिलेल्या नाहीत," असंसुद्धा म्हणायचे. याचा परिणाम म्हणून, स्टॉलवर आलेल्या ग्राहकांना मेणबत्त्या घेणं जणू भागच पडत असे.

अर्थात, मी माझ्या मेणबत्त्या सर्वोत्तम गुणवत्तेच्याच असतील याबाबत आग्रही होतो. या मेणबत्त्या मी बनवल्या आहेत, किंवा एक अंध व्यक्तीने बनवल्या आहेत, म्हणून त्या विकल्या जाव्यात, अशी माझी अजिबात इच्छा नव्हती.

पण या साऱ्यागुळे माझ्या व नीताच्या मैत्रीचा रेशमी गोफ घट्ट गुंफला जात होता.

आता नीता स्टॉलवर यायला लागून १७-१८ दिवस झाले होते. त्या दिवशी संध्याकाळी ग्राहक नव्हते त्या वेळात अचानक नीता म्हणाली,

"मिस्टर भाटिया, तुमच्याशी एक बोलायचं होतं."

मी म्हणालो, "जी मॅडम, बोला."

ती म्हणाली, "हे बघा, तुम्हाला नाही आवडलं तर रागवू नका."

मी म्हणालो, "प्लीज, सांगा. काय बोलायचं आहे?"

मला वाटलं, कदाचित ते लोक मुंबईला परत निघाले असतील, त्यामुळे उद्या-परवा ती येऊ शकणार नसेल... असे काहीतरी सांगायचं असेल.

"जे काही असेल ते बिनधास्त बोला, मला रागबिग काही येणार नाही," मी पुन्हा म्हणालो.

मग नीता म्हणाली,

"मिस्टर भाटिया, गेले दोन-तीन दिवस मी रात्रंदिवस एकाच गोष्टीचा विचार करतीये. हे बघा, तुम्हाला नाही आवडलं, तर तसं सांगा. मला वाईट वाटणार नाही."

त्यावर मी काही बोलणार एवढ्यात ती म्हणाली,

"मिस्टर भाटिया, मी तर ठरवलं आहे, बस आता तुमचा विचार जाणून घेते आहे. तुम्ही माझ्याशी लग्न कराल?"

नीताचे हे शब्द ऐकून मी एखाद्या शिळेसारखा जागीच थिजलो. स्टॉलच्या मागच्याच बाजूला नगरपालिकेची गटार होती, त्यात मी पडता-पडता वाचलो! नीताचे शब्द माझ्या कानांत गुंजत होते...

कुठे ती... कुठे मी?... कुठे इंद्राचा ऐरावत आणि कुठे श्यामभटाची तट्टाणी?... कहाँ राजा भोज, कहाँ गंगू तेली? कुठे मी फुटपाथवर हातगाडी लावणारा एक सामान्य अंध माणूस... ज्याला कसलंही भविष्य नाही आणि कुठे नीता... एक सुखी व समृद्ध घरातली एकुलती एक मुलगी... जिने घरी पाणी मागितलं तर दूध हजर होईल इतक्या ऐश्वर्यात वाढलेली. तिच्या मनात हा विचार का आला असेल? त्या दिवशी मला तिचं बोलणं जरा जास्तच पोरकट वाटलं. या पुरुषप्रधान समाजाचा मीसुद्धा एक घटक आहे, अंध असलो म्हणून काय झालं? त्या दिवसाच्या आठवणीत गमतीने का होईना पण मी आवर्जून सांगेन... त्या काळी मीसुद्धा राजबिंडा होतो!

नीताचं बोलणं ऐकूण बधिर झालेल्या मनाला व मेंदूला त्या धक्क्यातून सावरायला थोडा वेळ लागला.

मी खोल श्वास घेतला आणि सावकाश बोलू लागलो.

"हे बघा नीताजी, बरेचदा लोकांना अंध-अपंग लोकांबद्दल सहानुभूती वाटू लागते. आपण घरी मांजर-कुत्रा पाळला तरी आपल्याला त्यांचा लळा लागतो. तुम्हाला काही काळातच या गोष्टीचा पश्चात्ताप होऊ लागेल. तुम्ही या अंधारापासून दूर पळण्याचा प्रयत्न कराल, कारण माझ्यापाशी तुम्हाला द्यायला हा अंधार सोडून दुसरं काहीही नाहीये."

मी हा नीताचा पोरकटपणा समजलो होतो, पण त्यानंतर ती जे बोलली, ते विचार भल्या भल्या विद्वान व पंडितांना मागे टाकणारे होते.

ती म्हणाली, ''मी या तीन दिवसांत खूप विचार केला... चांगले-वाईट सगळे टोकाचे विचार करून पाहिले, पण अखेर मी या निष्कर्षावर आले आहे, की मी योग्य तेच करतीये. मिस्टर भाटिया, माझे आईवडील माझं कुणाशी तरी लग्न लावून देणारच आहेत. आपल्याकडे मुलीला नेहमी आपल्यापेक्षा बड्या घरात द्यावे असा विचार असतो. माझ्या बाबतीतही तसंच होईल. मी लहानपणापासून पैसा सोडून काहीही पाहिलेलं नाही. माझ्यासाठी स्थळही मोठं पाहिलं जाईल... मोठं खानदान असेल... म्हणजे आणखी जास्त पैसा. पण अशा प्रकारचं लग्न आणि संसार यात मला माझ्या आयुष्याचं काही ध्येय वगैरे कुठेच दिसत नाही. कुठल्याही लक्ष्याविना किंवा कसल्याही जीवनध्येयाविना मला आयुष्य व्यर्थ वाटतं. तुमची भेट होण्याआधी मी बहुधा असाच काहीतरी उद्देश शोधत होते. आता माझ्या डोळ्यांसमोर माझं जीवनध्येय... माझं लक्ष्य स्पष्ट आहे. आणि तुम्ही ज्या अंधाराबद्दल बोलत आहात, तो भल्या-भल्या प्रकाशझोतांना मागे टाकेल असा आहे. तुमच्या लक्षात का येत नाहीये... तुमच्याजवळ जी कला आहे, ती मी आजवर कुठल्याही दृष्टिहीन व्यक्तीमध्ये पाहिलेली नाही. मुंबईत मला रोज कितीतरी दृष्टिबाधित व्यक्ती दिसतात, ते सगळे फक्त भिक्षा मागून आयुष्य ढकलतात. ते लोक ज्या अंधाराशी झगडत आहेत, आपण दोघे मिळून तो अंधार दूर करण्याचा प्रयत्न करू शकतो. आपण दोघे आपल्या या सर्व दृष्टिहीन मित्रांसाठी काहीतरी करू या. भावेशजी, तुमची साथ असेल तर आपण उत्तुंग गगनभरारी घेऊ याची मला पूर्ण खात्री आहे. आपण दृष्टिहीन लोकांच्या जगात क्रांतीची पहाट उजळवू शकतो. आज तुम्ही रस्त्यावर मेणबत्त्या विकत असलात, तरी मला तुमच्यात उद्योजकाचे सर्व गुण दिसत आहेत. आणि तुमचं मन निर्मळ आहे... बाकीच्या जगापेक्षा खूप वेगळं. तुम्ही खूप वेगळे आहात... खूप खास.''

एवढं बोलून नीता थांबली तेव्हा माझ्या आजूबाजूला नीरव शांतता पसरली होती. काही वेळ तर मला मी कुठे उभा आहे याचाही विसर पडला होता! नीताचे हे शब्द म्हणजे माझ्या कित्येक जन्मांच्या पुण्याईचं फळच होतं! तरी त्या वेळी माझ्या मनात एक विचार डोकं वर काढत होता. त्याला शब्दरूप देत मी म्हणालो,

''माझी आर्थिक परिस्थिती कशी आहे हे तुम्हाला माहीतच आहे. तुमच्या घरच्या श्रीमंतीपुढे माझा स्वाभिमान झाकोळला जाऊ नये. तुम्ही म्हणत असाल तर आपण पाऊल पुढे टाकू या. पण माझी एक अट आहे...''

ती बहुधा माझ्याकडे अधीरपणे पाहत असावी.

मी म्हणालो,

''नीताजी, अट फक्त एवढीच आहे की तुम्ही तुमच्या माहेरहून एक रुपयाही

आणायचा नाही.''

नीताने माझी अट लगेच मानली. तेवढ्यात तिच्या कुटुंबीयांचा आवाज माझ्या कानावर पडला. मी त्यांचे आवाज चांगले ओळखू लागलो होतो. आम्ही ज्या विषयावर बोलत होतो ते आणि या लोकांचा आवाज इतक्या जवळून येणं... मला आमची चोरी पकडली गेली असल्यासारखं वाटलं. नीताची अवस्थाही तशीच झाली असावी असं वाटत होतं.

दुसऱ्या दिवशी सकाळी १०च्या सुमाराला मला आमच्या घराच्या दरवाजाजवळ पुन्हा तेच ओळखीचे आवाज आले, तेव्हा माझ्या लक्षात आलं, की काल संध्याकाळचं आमचं संभाषण नीताने घरी सांगितलेलं दिसतंय. मग मला कारमध्ये बसवून ते सर्वजण जिथे राहिले होते त्या ठिकाणी नेण्यात आलं.

तिथं आनंद उल्हासापेक्षा मला नाराजीच जास्त जाणवली. नीताच्या कुटुंबातील बहुतेकशा सदस्यांना आमचा निर्णय पसंत नसावा. काही नातेवाईक तर आपापसात मोठमोठ्यानं बोलतसुद्धा होते... आम्ही आजवर कधी कुठल्या अंध व्यक्तीचं लग्न झालेलं पाहिलेलं नाही, वगैरे वगैरे.

घुमून फिरून पुन्हा त्याच त्याच गोष्टी बोलल्या जात होत्या, ते ऐकून मला म्हणावसं वाटत होतं, की महाभारत पुन्हा एकदा वाचा आणि कौरव कुठून आले होते एवढे जरूर सांगा. माझ्या काळजातून निघालेले हे शब्द घशापाशी येऊन थांबले. ओठावर आले नाहीत. बहुधा माझ्यावरचे संस्कार मला अशाप्रकारे पायरी सोडून बोलायची परवानगी देत नव्हते.

पण नीताची आई आमच्या बाजूने एकट्या उभ्या होत्या. त्या आमची बाजू लढवण्याचा प्रयत्न करत होत्या आणि आश्चर्य म्हणजे, काही वेळातच त्यांच्या प्रयत्नांना यश येऊ लागलं. मी अवाक्, दिङ्मूढ, आश्चर्यचकित होऊन हे सगळं ऐकत होतो... दरम्यान मला नीता व माझ्यातलं अंतर कमी कमी... आणखी कमी... आणखी कमी होत चालल्याचं जाणवत होतं... आता दूरवरून लग्नाच्या सनईचे सूर कानी पडू लागले होते.

ज्याप्रमाणे इतर लोकांचा वाङ्निश्चय होतो, तसाच आमचाही वाङ्निश्चय झाला. गुजराती कुटुंब असल्यामुळे 'चट मंगनी, पट ब्याह' असा झटपट मामला नव्हता. जवळजवळ आठ महिन्यांनंतरचा लग्नाचा मुहूर्त काढण्यात आला. या आठ महिन्यांत मुलीच्या मानगुटीवर बसलेलं समाजसेवेचं भूत उतरेल आणि आम्हा दोघांना कायमचं वेगळं करता येईल असाही विचार नीताच्या घरच्याच्या डोक्यात असू शकेल. माझ्याही मनात अशा बऱ्याच शंकाकुशंका भिरभिरत होत्या, पण आता माझा नीतावर स्वत:पेक्षाही जास्त विश्वास होता.

आमच्या वाङ्‌निश्चयानंतर, माझ्यात बाकी बदल घडला असेल नसेल, पण एक मात्र नक्की झालं होतं, याआधी मेणबत्त्या बनवण्यासाठी लागणारा कच्चा माल सहा ते आठ महिने पुरायचा, पण आता तो आठवड्याभरात संपू लागला होता! मी लग्नासाठी पैसे साठवण्याच्या उद्देशानं जास्त मेहनत करू लागलो होतो अशातला भाग नव्हता. 'माल संपलाय, तो आणायला मुंबईला निघालोय' हे मित्रांना सांगण्याचं कारण होतं!

मग मी दर आठ-दहा दिवसांनी मुंबईला नीताला भेटायला जाऊ लागलो. कारण मनात कुठंतरी भीती होती... तिचा विचार बदलू नये म्हणजे झालं! मी कमीत कमी खर्चात मुंबईची वारी करण्याचा प्रयत्न करायचो. त्या वाचवलेल्या पैशातून मला नीतासाठी काहीतरी भेटवस्तू घ्यायची असे. म्हणून मी महाराष्ट्र राज्य परिवहनच्या लाल बसने जायचो आणि मला मिळणाऱ्या एक चतुर्थांश भाड्याच्या सवलतीचा लाभ घ्यायचो.

त्या काळी महाबळेश्वरहून मुंबईला बसने जायला आठ-नऊ तास लागत असत. त्या प्रवासात माझ्या हृदयाच्या प्रत्येक ठोक्यातून फक्त एकच भाव असायचा...

"रास्ते भर रो-रोकर पूछा,
हमसे पैर के छालों ने ।
अरे, बस्ती इतनी दूर क्यों बसा ली,
दिल में बसने वालों ने ।"

मुंबईला जाताना वाटेत मी नीतासाठी काय भेट न्यावी याचा विचार करत असायचो. शेवटी माझ्या मनात गुलाबाचं फूल नक्की व्हायचं. नीताला फुले खूप आवडतात, त्यामुळे तिच्यासाठी भेट म्हणून टोपलीभर गुलाब न्यावेत असं वाटायचं. आमच्या वाङ्‌निश्चयानंतर मी नीताला भेटायला कित्येकदा मुंबईला गेलो, पण एकदाही तिच्यासाठी फुले विकत घेऊ शकलो नाही, कारण तिच्यासाठी फुले घ्यायची म्हटली की मनात ओळी यायच्या...

वह इतनी हँसी है,
कि मेरी खुशी का क्या जवाब दूँ,
खूबसूरती के पन्नों से
उसको क्या खिताब दूँ?
कोई फूल होता तो जरूर
माली से मँगवा लेता,

जो खुद एक गुलाब है
उसको क्या गुलाब दूँ ।''

मग मुंबईला पोहोचल्यावर, एखाद्या बागेत झाडाखाली किंवा समुद्रकिनारी आम्ही भेटायचो आणि नीताचा हात आपसूक माझ्या हातात यायचा तेव्हा माझा कण न् कण मोहरून म्हणायचा...

''फिर हथेली पर
लकीरों का समंदर देखूँ,
ला तेरा हाथ,
मैं उसमे अपना मुकद्दर देखूँ ।''

आठ महिन्यांचा काळ सरला आणि अखेर तो दिवस आला... या दिवसाची आम्ही दोघांनी जणू युगानुयुगे प्रतीक्षा केली होती. माझी अट नीतानेच नाही, तर तिच्या घरच्यांनीही मानली आणि एका शाळेच्या एका वर्गखोलीत काही मित्र व नातेवाइकांना चहापान देऊन हा अपूर्व असा विवाह सोहळा पार पडला. विवाहस्थळी ना मोठमोठे ध्वनिक्षेपक होते, ना संगीताचे सूर गुंजत होते, ना ढोल-ताशे कडकडत होते, ना सनई-चौघडा होता... पण असं वाटत होतं, की संपूर्ण धरती, संपूर्ण आकाश, चंद्र, सूर्य, तारे सारेजण दोन्ही हातात फुलांच्या करंड्या घेऊन आम्हा दोघांना सुखी संसारासाठी आशीर्वाद देत आहेत!

माझ्या मनात आनंदाचं कारंजं थुईथुई नाचत होतं. त्या क्षणी नीताबद्दल मनात विचार येत होता, की तिची अवस्था एखाद्या धावपटूसारखी आहे... ४२ किमीची थकवणारी मॅरेथॉन धावण्यासाठी चुन्याच्या रेषेजवळ सज्ज असलेल्या धावपटूसारखी. अशा स्पर्धेत धावणाऱ्या स्पर्धकांचा मार्ग सरळ-स्वच्छ असतो, पण नीताचा मार्ग असा साधा-सरळ असणार नाही, तो खाचखळग्यांचा आणि काट्याकुट्यांचा असणार आहे हे मी जाणून होतो. त्या वेळी मला नीता राणी लक्ष्मीबाईंसारख्या एखाद्या वीरांगनेसारखी वाटत होती. माझ्या मनात तिच्याबद्दल जे प्रेम उमललेलं होतं, त्याहीपेक्षा कितीतरी पट मी तिची पूजा करू लागलो होतो.

लोक नेहमी सांगतात, की त्यांना लग्नाचा शीण आला आहे व त्यामुळे विश्रांतीची गरज आहे. पण आम्हाला असा कुठला शीण किंवा थकवा नव्हता, कारण आम्ही खरेद्यांत वेळ वाया घालवला नव्हता, ना लग्नाच्या निमंत्रणपत्रिका देण्यात. लग्नाची मेजवानी, लग्नासाठी हॉल ठरवणं वगैरे गोष्टीही नव्हत्याच.

आम्ही हे सगळं कित्येक मैल दूर ठेवलं होतं.

आमचे नातेवाईक महाबळेश्वरमध्ये हॉटेल वा गेस्ट हाउसमध्ये उतरले होते. लग्नानंतर दोन-तीन दिवसांनी ते परत गेले. अखेर आम्ही नीताच्या आईवडिलांना निरोप दिला. लग्नानंतर नेहमी मुलीची तिच्या घरून सासरी पाठवणी केली जाते. पण इथं सगळं उलटं होतं. महाबळेश्वरहून नीताचे आईवडील व मोठा भाऊ मुंबईला परत गेले आणि त्यांच्या कारबाहेर उभे राहून आम्ही त्यांना निरोप देत होतो...

लग्नानंतर नवपरिणित दाम्पत्य मधुचंद्रासाठी किंवा फिरायला कुठेतरी बाहेरगावी जाते. पुण्यामुंबईतील अशा बऱ्याच जोड्यांची– ज्यांच्याजवळ फारसा वेळ अथवा फार पैसे नसतात असे– महाबळेश्वरला जास्त पसंती असते. पण आम्ही तर महाबळेश्वरमध्येच होतो. आम्ही इथून कुठे जाणार? आम्ही आर. के. वाडीतल्या त्या छोट्याशा खोलीत आमच्या नव्या आयुष्याची सुरुवात केली. त्या खोलीच्या बाहेरच्या बाजूला माझ्या वडिलांचं छोटं ऑफिस होतं आणि त्याच्या बाहेर छानसं अंगण. त्या अंगणात वर्षानुवर्षे सावलीचं छत्र धरणारी मोठीमोठी जांभळाची झाडे होती. त्या झाडापानांतून खारोट्यांची पळापळी आणि पक्ष्यांचे मधुर स्वर कानी पडत. हे सारं मिळून जे प्रसन्न वातावरण होतं ते काश्मीरच्या तोडीचं होतं.

आमच्या त्या एका खोलीच्या घरातच आमचा मेणबत्त्यांचा कारखाना होता, तिथेच आमचं स्वयंपाकघर होतं, आमची बैठकीची खोली तीच होती आणि आमची बेडरूमही तीच होती. नीता जणू या साऱ्यासाठीच घडली होती! तिने लगेचच त्या छोट्याशा खोलीला आलिशान महालाचं रूप दिलं. तिनं स्वत:ला सर्वार्थानं परिस्थितीनुरूप बनवलं. त्यामुळे आमच्या संसारात आनंद फुलला.

आमच्या लग्नानंतर तीन-चार दिवसांनी मी पुन्हा स्टॉल लावू लागलो. नीताने स्वयंपाकघर सांभाळल्यामुळे मी मेणबत्त्या बनवण्याच्या कामासाठी जास्त वेळ देऊ शकत होतो. संध्याकाळी नीता माझ्या व इरफानच्या सोबत स्टॉलवर येत होती. त्यात ती जराही लाज शरम मानत नव्हती किंवा तिला अवघडल्यासारखं होत नव्हतं. याआधी ती माझी मदतनीस म्हणून यायची, पण लग्नानंतर ती पहिल्यांदा स्टॉलवर यायला निघाली तेव्हा मला माझ्यासोबत माझा बॉस येतोय आणि मी एखाद्या आज्ञाधारक कर्मचाऱ्यासारखा तिच्यामागून चाललोय असं वाटत होतं.

पहिल्याच दिवशी नीता म्हणाली,

''इरफान भाईला गरज असेल, तर आपण इतर कोणत्यातरी मार्गांनी त्यांना मदत करण्याचा प्रयत्न करू या. आपण रोजचे पन्नास रुपये खर्च करतो आणि रोज ही हातगाडी ढकलत नेतो, त्याला इतके कष्ट लागतात. इरफान भाईच्या घरी

ज्या बायका आहेत, त्यांना आपण मेणबत्त्यांच्या पॅकिंगचं वगैरे काम देऊ या म्हणजे त्यांच्या घरखर्चाला हातभार लावता येईल. आपण रोज ही हातगाडी ढकलत नेण्यापेक्षा, मार्केटमध्ये तुमचे जे मित्र आहेत, त्यांच्यापैकी कुणाच्या तरी दुकानात हातगाडीच्या मापाचं एक फोल्डिंग टेबल ठेवू या.''

नीताचं बोलणं ऐकून मला वाटलं, ही कल्पना मला आधीच का सुचली नाही? त्याचवेळी मला नीतामधील उद्योजिकेची झलक दिसली.

दोन-तीनशे रुपयांत एखादं जुनं टेबल मिळवायचं आणि रोजचे पन्नास रुपये वाचवायचे ही कल्पना मस्तच होती. मग आम्ही ताबडतोब त्या कामाला लागलो. आम्हाला हवं होतं तसं एक टेबल मिळालं. मग आम्ही ते मार्केटमध्ये एका मित्राच्या दुकानात ठेवू लागलो. रोज संध्याकाळी आम्ही त्या दुकानातून आमचं टेबल घेऊन यायचो. आता प्रश्न होता मेणबत्त्यांचा. मग आम्ही मेणबत्त्या पिशव्यांमध्ये भरायचो व त्या पिशव्या घेऊन रोज एक किलोमीटर पायी चालत मार्केटपर्यंत यायचो.

रोज इतक्या वजनदार पिशव्या घेऊन मार्केटपर्यंत चालत येणं चांगलंच कष्टाचं होतं. मग नीताने त्यावरही मार्ग शोधायला सुरुवात केली. तिला कल्पना सुचली... दुचाकी घेऊन जाता येईल! पण यात अडचण अशी होती, की तिला दुचाकी चालवता येत नव्हती आणि सायकलही चालवता येत नव्हती.

मग तिने सर्वप्रथम सायकलच्या दुकानातून भाड्याची सायकल घेऊन सायकल शिकायला सुरुवात केली. ती पॅडल मारत सायकल चालवायला शिकत होती आणि मी सायकल मागच्या बाजूने धरत तिला आधार द्यायचा प्रयत्न करत होतो. तसंही लहानपणापासून मला सायकल फार प्रिय होती, त्यामुळे नीता सायकल शिकतीय याचा मलाच अतिशय आनंद झाला होता. हळूहळू तिला सायकल चांगली चालवता येऊ लागली. पण महाबळेश्वरमध्ये इतके चढ-उतार आहेत, की डबल सीट सायकल चालवणं किंवा सामानसुमान घेऊन, ओझे लादून सायकल चालवणं अगदीच अवघड होतं. तिच्यासाठी दुचाकी वाहन गरजेचं होतं. मग आम्ही त्या दृष्टीनं शोध सुरू केला. बऱ्याच प्रयत्नानंतर आम्हाला माझ्या एका मित्राची जुनी 'स्कूटी' मिळाली, तीसुद्धा फक्त चार हजार रुपयांत. त्यातले दोन हजार रुपये आम्ही त्याला आधी दिले आणि उरलेले दोन हजार रुपये त्या वर्षीचा पर्यटन हंगाम संपल्यानंतर दिले.

ती स्कूटी आल्यावर आमचं दैनंदिन काम खूप सोपं झालं. नीता ती स्कूटी अगदी आरामात चालवायची. ती बिनगिअरची गाडी असल्यामुळे नीताला ती चालवताना फार कष्ट पडत नसत. मी स्कूटीवर तिच्यामागे दोन्ही हातात मेणबत्त्यांच्या पिशव्या घेऊन बसायचो आणि आम्ही दोघे मिळून आमचा स्टॉल लावायला

जायचो. कधी मेणबत्त्या कमी पडल्या, तर ती पट्कन स्कूटीवरून घरी जाऊन पंधरा-वीस मिनिटांत त्या घेऊन परत यायची. अशाप्रकारे हा एक नवा शिरस्ता सुरू झाला.

ती स्कूटी जुनी असल्यामुळे तितपतच काम द्यायची. मग आमचा व्यवसायात बऱ्यापैकी जम बसल्यावर नीताने बजाज कंपनीची फोर-स्ट्रोक एम-८० घेतली, कारण त्या गाडीचं 'ॲव्हरेज' चांगलं होतं व 'पॉवर'ही जास्त होती. नीताने आमच्या व्यवसायाचा व्याप अतिशय समर्थपणे पेलला होता. पण ती माझ्यासाठी तिच्या प्रत्येक सुखाशी तडजोड करणार हे मला माहीत होतं आणि मला तसं घडू द्यायचं नव्हतं.

आई होणं हे प्रत्येक स्त्रीचं स्वप्नं असतं. आमच्याही संसारवेलीवर फूल उमलणार असल्याचं कळलं तेव्हा आमच्या आनंदाला पारावार उरला नव्हता. नीताच्या आईवडिलांनी आमचं बाकी सगळं ऐकलं होतं, पण बाळंतपणासाठी नीतानं मुंबईला माहेरी यावं एवढीच विनंती होती. गर्भारपणातील शेवटच्या तीन-चार महिन्यांत नीताने मुंबईला जाणे योग्य असा विचार केला, कारण तसंही महाबळेश्वरमधील हॉस्पिटल्सची अवस्था फार चांगली नव्हतीच.

१८ नोव्हेंबरला रात्री मी नीताला फोन केला, तेव्हा ती गच्चीवर फेऱ्या मारत होती. तिच्या बोलण्यावरून सगळं ठीक आहे असं लक्षात आल्यावर मी निर्धास्तपणे झोपी गेलो. पहाटे चार वाजता फोनच्या रिंगनं जाग आली. मी फोन उचलला. फोनवर नीताच्या आई होत्या. त्यांनी कुणाल झाल्याची शुभवार्ता देत माझं अभिनंदन केलं. मीही त्यांचं आजी झाल्याबद्दल अभिनंदन केलं.

मग मी सकाळी पहिल्या बसने मुंबईला धावलो आणि बोरिवलीच्या 'हिंगेलकर हॉस्पिटल'मध्ये पोहोचलो. नीताची प्रसूती 'नॉर्मल' झाली होती आणि बाळ-बाळंतीण उत्तम होते. मग कुणालला माझ्या मांडीवर दिलं, तेव्हा मला या संपूर्ण पृथ्वीतलावरचा मी सर्वांत भाग्यवान आणि सर्वांत श्रीमंत माणूस आहे असं वाटलं! आमच्या घरात एका निरोगी, सुदृढ बाळाचा जन्म होणं यापेक्षा माझ्यासाठी आनंदाची गोष्ट काय असेल! कारण, आई-वडिलांपैकी कुणी अंध-अपंग असेल तर आनुवंशिकतेने त्यांचे अपत्यही अंध-अपंगच जन्माला येते असं खूपदा ऐकलं होतं. पण कुणालमध्ये असं कुठलंही लक्षण नसल्याचं व तो अगदी व्यवस्थित, निरोगी असल्याचं डॉ. हिंगलेकर यांनी सांगितलं. ते अत्यंत प्रसिद्ध डॉक्टर होते.

१९ नोव्हेंबर १९९८ला कुणालचा जन्म झाला. त्यानंतर साधारण तीन महिन्यांनी, वसंतपंचमीला नीता व कुणालला आणायला मी मुंबईला गेलो. मी वसंतपंचमी हा दिवस ठरवण्याचं कारण म्हणजे माझ्या वडिलांचा वाढदिवस

याच दिवशी असतो, माझ्या आईवडिलांच्या लग्नाच्या वाढदिवसाची तिथी हीच होती. कुणालला घेऊन याच दिवशी महाबळेश्वरला परत येण्याबाबत नीताही आग्रही होती. दरम्यान माझे वडीलही कुणाल व नीताला तीनदा भेटून आले होते. कुणाल व नीताने लवकरात लवकर महाबळेश्वरला परत येण्याची ते आतुरतेनं वाट पाहत होते. मग या नव्या जबाबदाऱ्यांनिशी आम्ही पुन्हा या सुंदर आयुष्याला सुरुवात केली...

नीता त्यादरम्यान कुणालमध्ये पूर्ण बुडालेली होती, त्यामुळे त्या काळात भरत व इरफान यांनी मला स्टॉल चालवण्याच्या कामात बरीच मदत केली. सगळं काम अगदी व्यवस्थित सुरू होतं आणि नीताची खंबीर साथ तर होतीच! जबाबदाऱ्या अर्थातच खूप वाढल्या होत्या, पण मी खूप खूश व समाधानी होतो. आता आमच्या डोळ्यांत नवी स्वप्ने हसत होती... कुणालला मोठं करायचं आहे... त्याला चांगलं शिक्षण द्यायचं आहे... त्याला चांगला माणूस बनवायचं आहे. हळूहळू आमची त्या दिशेने वाटचाल सुरू होती. काही दिवसांनी कुणाल थोडा मोठा झाल्यावर, नीता त्याला आजोबांकडे ठेवून मला स्टॉलवर मदत करायला येऊ लागली. कुणाल मोठा होत होता, तसाच आमचा व्यवसायही हळूहळू मोठा होत होता.

नीता 'मॅन्युफॅक्चरिंग'मध्ये मला तितकी मदत करू शकत नव्हती, पण मार्केटमध्ये येणाऱ्या मेणबत्त्यांच्या नवनव्या डिझाइन्सची मला ओळख करून देण्याचा तिचा प्रयत्न असे. आम्ही जेव्हा पुण्याला किंवा मुंबईला जायचो तेव्हा ती नेहमी मला मोठमोठ्या मॉल्समध्ये वगैरे घेऊन जायची. मेणबत्तीविषयक संशोधनाचा तिनं हा एक अनोखा मार्ग शोधला होता. अशा ठिकाणी गेल्यावर ती तिथला मेणबत्त्यांचा विभाग शोधायची. मग आम्ही ग्राहक म्हणून तिथे जायचो. तिथे जगभरातील विविध आकारांच्या विदेशी मेणबत्त्या असत. त्या सगळ्या मेणबत्त्यांची रचना ती मला स्पर्शाने समजावून देण्याचा प्रयत्न करायची; ते सर्व आकार माझ्या सर्जनशील मनात बसवण्याचा प्रयत्न करायची. त्या मेणबत्त्यांचे आकार, त्यांचं पॅकिंग कशाप्रकारे केलं आहे हे मला समजावून सांगायची. काही आम्हाला परवडण्याजोग्या, आमच्या 'बजेट'मध्ये बसण्याजोग्या मेणबत्त्या ती विकतसुद्धा घ्यायची, मग महाबळेश्वरला परत आल्यावर आम्ही त्यासंदर्भात अभ्यास करायचो.

नीता मेणबत्त्यांबद्दलच्या माहितीचे लेख जमा करून ते मला वाचून दाखवायची, तसंच त्या लेखांसोबत असलेले मेणबत्त्यांचे फोटो पाहून मला त्यांचं वर्णन ऐकवायची आणि अशा प्रकारच्या मेणबत्त्याही असतात हे मला सांगायची; मेणबत्त्यांच्या

मार्केटमध्ये आपल्याला स्थान निर्माण करायचं असेल, तर आपल्याला आपलं उत्पादन, आपलं पॅकेजिंग काळानुरूप बदलावं लागेल ही गोष्ट माझ्या लक्षात आणून द्यायची.

मी बनवलेल्या कुठल्याही मेणबत्तीने ती कधी पूर्णत: समाधानी वा खूश नसते. तिनं मला शाबासकी द्यावी असं मला वाटत असायचं, पण ती दर वेळा त्यात काही ना काही त्रुटी दाखवायची आणि मला अधिक चांगल्या कामगिरीसाठी प्रेरित करायची. कित्येकदा माझ्यासाठी ते आव्हान असायचं. पण मी सर्वोत्कृष्ट मेणबत्त्या बनवण्याच्या कामात कुशल व्हावं... इतकं निपुण व्हावं की अखिल जगात या कामात मी अग्रस्थानी असावं अशी तिची इच्छा होती. त्यामुळे तिच्या दर वेळी माझ्याकडून अधिकाधिक अपेक्षा असत. उत्तम गुणवत्ता व पॅकेजिंग यासोबतच मेणबत्त्यांची निरनिराळी डिझाइन्स तयार करण्याबाबत ती आग्रही असे. 'सनराइज कॅन्डल्स'ची कक्षा कशी वाढवायची याचाच ती विचार करत असे.

आम्ही स्टॉलवर असायचो तेव्हा खूप दुरून आलेल्या पर्यटकांशी भेट व्हायची. त्यामध्ये काही संस्था-संघटनांचे प्रतिनिधी असत. त्यांच्या शहरात आयोजित केल्या जाणाऱ्या प्रदर्शनात आम्ही सहभागी व्हावे अशी त्यांची इच्छा असे. आम्हीही त्यांचे निमंत्रण स्वीकारायचो. पण आमच्याकडे त्या वेळी गाडी वगैरे नव्हती आणि भाड्याची गाडी घेऊन जाण्याइतकी आमची आर्थिक परिस्थिती नव्हती. मग आम्ही महाबळेश्वरचा स्टॉल बंद ठेवायचो आणि कार्डबोर्डच्या खोक्यांमध्ये मेणबत्त्या वगैरे सगळं साहित्य भरून, एस.टी.ने कमीत कमी भाड्यात प्रवास करायचो. आम्हाला प्रत्येकवेळी एस.टी.ने जाणे-येणे करावे लागत असे. मग आम्ही ड्रायव्हर-कंडक्टरना दादा-मामा करून एस.टी.त काही खोकी सीटच्या खाली, काही इंजिनजवळ ठेवायचा प्रयत्न करायचो. या प्रत्येक प्रवासादरम्यान नीता म्हणायची,

''आता आपल्याला त्रास होतोय, पण आपल्याला हे आयुष्यभर करावं लागणार नाही. 'सनराइज कॅन्डल्स' जास्तीत जास्त लोकांपर्यंत पोहोचवायचं असेल तर आपल्याला एक-दोन वर्षे खूप मेहनत करावीच लागेल. अशा प्रत्येक प्रदर्शनात आपण किमान पाच ते दहा हजार नव्या लोकांशी जोडले जाऊ.''

प्रदर्शनाला येणाऱ्या प्रत्येक व्यक्तीशी आमचं बोलणं होत असे. तिथं येणारे फक्त ग्राहकच नसत, तिथं बरेच पुरवठादारही येत असत. त्यात कुणी मेणकामाशी संबंधित असे, कुणी धागे बनवणारा असे, कुणी पॅकेजिंगमधला या सगळ्याचा पुढे बराच उपयोग होत असे. 'सनराइज कॅन्डल्स' सुरू झाली तेव्हा आम्ही 'रिटेलर'कडून कच्चा माल घ्यायचो. पुढे आमचा काही 'होलसेलर्स'शीही संबंध आला, पण नीताने मला वेगवेगळ्या शहरातल्या प्रदर्शनात भाग घ्यायला लावल्याचा

एक मोठा फायदा झाला, तो म्हणजे आम्हाला आवश्यक असलेला विविध प्रकारचा कच्चा माल बनवणाऱ्या लोकांपर्यंत आम्हाला थेट पोहोचता येऊ लागलं. त्यामुळे आमचा उत्पादनखर्च बराच कमी होऊ लागला. या गोष्टीचं सगळं श्रेय मी नीताच्या विचारांना व तिच्या प्रयत्नांना देईन. तिने मेणबत्त्यांच्या उद्योगासाठी लागणारा सर्व प्रकारचा कच्चा मालाचे उत्पादक शोधले. आज 'सनराइज कॅन्डल्स'मध्ये जो टनांवरी धागा लागतो, तो थेट चेन्नईहून येतो. गेल्या काही वर्षांपासून आम्ही मेण इंडियन ऑईलच्या रिफायनरींमधून घेत आहोत, तर रंग, पॅकेजिंग व सुगंध या गोष्टी थेट त्या त्या उत्पादकाकडून घेऊ लागलो आहोत. कच्चा मालाच्या खरेदीची संपूर्ण जबाबदारी नीताने आता तिच्याकडे घेतली आहे.

नीताच्या कॉमर्सच्या शिक्षणाचा आम्हाला खूप उपयोग झाला. त्यामुळे तिनं 'सनराइज कॅन्डल्स'चे बँकेचे व हिशोबाचे काम उत्तमरीत्या सांभाळले आहे. त्याव्यतिरिक्त मी, कुणाल व माझे वडील यांची काळजी घेणं, स्वयंपाकघर सांभाळणं... यासह तिनं किती जबाबदाऱ्या पेलल्या आहेत कोण जाणे! आणि तिनं कशाबद्दलही कधीही तक्रार केलेली नाही या गोष्टीचं मला फार आश्चर्य वाटतं.

आज नीता कोणतीही चारचाकी गाडी अगदी लीलया चालवते. पुण्याला किंवा मुंबईला गाडी घेऊन जाणे हा तर तिच्या हातचा मळ आहे. तसंही मी माझ्या आयुष्याचं 'स्टिअरिंग' केव्हाच तिच्या हातात दिलं होतं, आता गाडीचं 'स्टिअरिंग'ही तीच सांभाळते आहे. पतीपत्नीची सोबत साताजन्मांची असते असं म्हणतात, पण मी नीताची हरकत नसेल तर या सातवर एक शून्य लावू इच्छितो.

एके काळी तिच्या माहेरच्या लोकांनी तिच्याशी दुरावा धरत तिला 'अंध माणसाशी लग्न करून तू आत्महत्या करते आहेस' असं ऐकवलं होतं. नीताचा हा निर्णय म्हणजे वेडेपणा आहे यावर सगळ्यांचंच एकमत होतं.

आज ते सर्व नातेवाईक आम्हा दोघांना भेटतात तेव्हा आवर्जून म्हणतात, "आमच्या मुलांचीसुद्धा लग्ने झाली आहेत, पण नीता आम्ही तुला सलाम करतो! आमच्या सगळ्या मुलांमध्ये जर कुणी सर्वांत खूश आणि सुखी असेल, तर ती तू आहेस नीता!"... हे ऐकून माझा ऊर अभिमानाने भरून येतो.

मी नीताला नेहमी सांगत असतो की, महाभारत काळात गांधारीचं आयुष्यभर डोळ्यांवर पट्टी बांधून राहणं फार मोठा त्याग मानला जातो, पण त्याशिवाय गांधारीचं महाराज धृतराष्ट्रांचे डोळे बनून राहणंही त्याहून आवश्यक होतं. मला तर वाटतं की, गांधारीनं डोळ्यांवर पट्टी बांधली नसती तर कदाचित महाभारताचं युद्ध झालं नसतं. मला वाटतं की नीताने गांधारीपेक्षाही कित्येक पटीने त्याग

भारताचे तत्कालीन राष्ट्रपती श्री. प्रणव मुखर्जी यांच्या हस्ते डिसेंबर २०१४ मध्ये 'बेस्ट ब्लाइन्ड सेल्फ एम्प्लॉयमेन्ट'चा पुरस्कार स्वीकारताना डॉ. भावेश भाटिया

भारताचे तत्कालीन राष्ट्रपती श्री. प्रणव मुखर्जी यांच्या हस्ते डिसेंबर २०१६ मध्ये 'सनराईज कॅन्डल्स'च्या वतीने 'बेस्ट एम्प्लॉयर'चा पुरस्कार स्वीकारताना नीता भाटिया

२००८ साली डॉ. भावेश भाटियांना रिलायन्स समूहातर्फे 'बेस्ट ब्लाइन्ड उद्योजक' म्हणून पुरस्कार देण्यात आला. त्या प्रसंगी श्री. मुकेश अंबानी व सौ. नीता अंबानी यांच्यासमवेत

महाराष्ट्राचे राज्यपाल श्री. विद्यासागर राव यांनी 'सनराईज कॅन्डल्स'च्या 'वॅक्स म्युझियम'ला भेट दिली त्या प्रसंगी

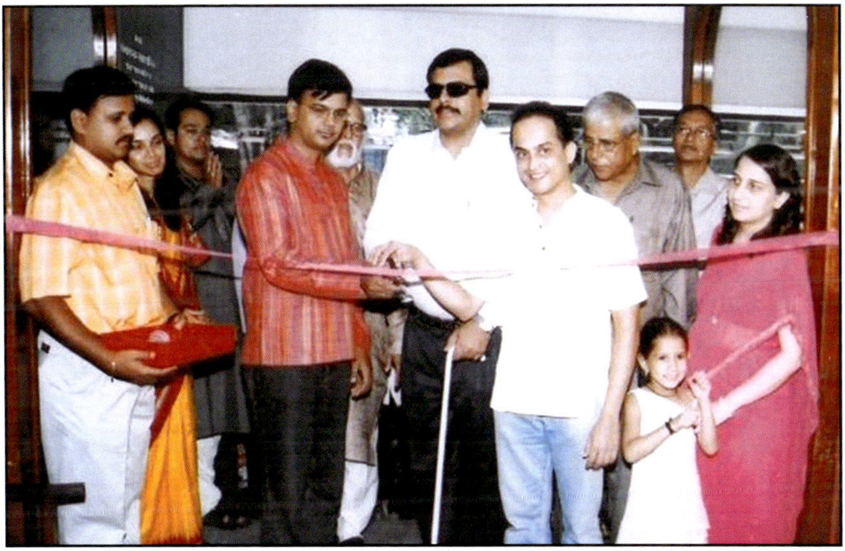

पुण्यात टिळक स्मारक मंदिरातील प्रदर्शनाच्या उद्घाटनप्रसंगी सुप्रसिद्ध गायक डॉ. सलील कुलकर्णी, श्री. संदीप खरे व नामवंत व्यंगचित्रकार श्री. मंगेश तेंडुलकर

महाराष्ट्राचे तत्कालीन मुख्यमंत्री श्री. देवेन्द्र फडणवीस यांच्या हस्ते 'दिव्यांगभूषण उद्योजकता पुरस्कार' स्वीकारताना भावेश व नीता

पूज्य स्वामी रामदेव व काडसिद्धेश्वर महाराज (कणेरी मठ, कोल्हापूर) यांच्या हस्ते पुरस्कार स्वीकारताना भावेश.

भावेश त्यांच्या जिममध्ये व्यायाम करताना

भावेश गोळाफेकीचा सराव करताना

महाबळेश्वर येथील मोरेश्वर युनिटमधील सनराईज कॅन्डल्स व ओशोनिक व्हिजन महाराष्ट्र

भावेश व नीता त्यांच्या टीमसोबत

सामाजिक कार्यकर्ते श्री. प्रकाश आमटे यांच्या हस्ते 'भरारी पुरस्कार' स्वीकारताना भावेश

भावेश त्यांचे पिता श्री. चंदुभाई, पत्नी नीता व मुलगा कुणाल सोबत

सर्वोच्च न्यायालयाचे न्यायाधीश माननीय श्री. धनंजय चंद्रचूड
यांच्यासमवेत 'सनराईज कॅन्डल्स'ची टीम

निपमॅन फाउंडेशनतर्फे डॉ. भावेश यांचा गौरव करताना खासदार श्री. जय पांडा, निपमॅन फाउंडेशन सी.ई.ओ. श्री. निपुण मल्होत्रा व पत्रकार श्री. शेखर गुप्ता

ब्रह्माकुमारी गुलजार दादीजी यांनी 'सनराईज कॅन्डल्स'ला दिलेल्या सदिच्छा भेटीप्रसंगी भावेश व नीता

भारताचे उपराष्ट्रपती श्री. वेंकय्या नायडू यांच्या हस्ते डिसेंबर २०१९ मध्ये 'रोल मॉडेल'चा राष्ट्रीय स्तरावरचा पुरस्कार स्वीकारताना डॉ. भावेश भाटिया

राणी चेन्नम्मा विद्यापीठ तर्फे डॉ. भावेश भाटिया यांना मे २०१९ मध्ये मानद डॉक्टरेट ही पदवी प्रदान करताना 'इस्रो'चे माजी अध्यक्ष डॉ. कस्तुरीरंजन आणि विद्यापीठाचे उपकुलगुरू प्रोफेसर शिवानंद

२०१९ च्या राष्ट्रीय पुरस्कार प्रदान सोहळ्यानंतर भारताचे राष्ट्रपती श्री. रामनाथ कोविंद यांची डॉ. भावेश भाटिया राष्ट्रपती भवन, दिल्ली येथे भेट घेताना

केला आहे. ती केवळ माझे डोळे झाली नाही, तर मी कायम तिच्या सुंदर डोळ्यांनी या सुंदर जगाला न्याहाळत राहतो. या चार पंक्ती नीतासाठी किती समर्पक आहेत ना!?

''पुरी धरा साथ दे तो क्या बात हैं ।
तु जरा सा साथ दे तो क्या बात हैं ।
चलने को तो एक पाँव पर भी लोग चल लेते हैं ।
लेकिन दुसरा भी साथ दे तो क्या बात हैं ।''

बस्, एका गोष्टीची रुखरुख आयुष्यभर राहील, की आम्हा दोघांच्या या आनंदात नीताचे आईवडील सहभागी असणार नाहीत. आज ते या जगात असते, तर त्यांना किती आनंद झाला असता! पण आभाळातल्या अनंत ताऱ्यांमधून कुठून तरी ते आज आम्हाला आशीर्वाद देत असतील, आमच्यावर प्रेम व ममतेचा अमृतमय वर्षाव करत असतील याची मला खात्री आहे.

८

टिळक स्मारक : नवे वळण

महाबळेश्वरच्या आजवरच्या इतिहासात फक्त एकदाच 'महाबळेश्वर फेस्टिव्हल'चं आयोजन करण्यात आलं होतं. या फेस्टिव्हलमध्ये मोठमोठ्या कंपन्या त्यांचे स्टॉल लावणार होत्या आणि या निमित्ताने बरेच 'सेलिब्रिटी'ही येणार होते. फेस्टिव्हलची तारीख जसजशी जवळ येत होती, तसं संपूर्ण महाबळेश्वरमध्ये कुतूहल वाढत चाललं होतं. त्या फेस्टिव्हलमध्ये मलाही एक स्टॉल मिळावा अशी माझी इच्छा होती. पण त्या फेस्टिव्हलमध्ये तीन दिवसांसाठी स्टॉलचं भाडं होतं २० हजार रुपये, जे माझ्या आवाक्यापलीकडचं होतं. त्यामुळे तिथं स्टॉल कसा मिळवावा हे मला कळत नव्हतं.

त्याच दरम्यान, एके दिवशी मला महाबळेश्वरच्या लायन्स क्लबमधून फोन आला. फोनवर क्लबच्या अध्यक्षा होत्या. माझी व नीताची त्यांच्याशी चांगली

ओळख होती.

त्या फोनवर म्हणाल्या, "भावेशभाई, महाबळेश्वर फेस्टिव्हलच्या आयोजकांतर्फे आमच्या क्लबला एक स्टॉल मिळाला आहे, पण त्या स्टॉलवर लावायला आमच्याकडे कुठलं उत्पादन नाहीये हे तुम्हाला माहीत आहेच. आम्ही तिथे फक्त टेबल मांडून आमच्या क्लबची माहिती देऊ इच्छित नाही. आमची अशी कल्पना आहे, की त्या स्टॉलवर फलक आमच्या क्लबचा असेल, पण उत्पादने तुमची असतील. आपण अशाप्रकारे भागीदार बनू या. आम्हाला तुमच्या मेणबत्त्यांचं 'प्रमोशन' करता आलं तर आनंदच होईल."

मला जे हवं होतं, ते आपण होऊन चालत आलं होतं! मी त्यांना ताबडतोब होकार दिला. मग त्या दिवशी संध्याकाळी मी आणि नीता त्यांना भेटायला गेलो. तिथं बाकी सगळ्या गोष्टी ठरल्या आणि मी धूमधडाक्यात तयारीला लागलो. या फेस्टिव्हलमध्ये लायन्स क्लबला एक चांगला प्रशस्त स्टॉल देण्यात आला होता. तिथे त्यांनी त्यांचा फलक लावला असला, तरी बाकी संपूर्ण स्टॉल मी बनवलेल्या मेणबत्त्यांच्या विक्रीच्या दृष्टीने मांडण्यात आला होता. हा अनुभव मोठा विलक्षण होता... इतक्या मोठ्या फेस्टिव्हलमध्ये मला स्टॉल लावण्याची संधी मिळणं ही माझ्यासाठी खूप खास गोष्ट होती. या फेस्टिव्हलमुळे महाबळेश्वर हिल स्टेशनच्या आजूबाजूच्या वाई, पाचगणी, सातारा वगैरे ठिकाणच्या लोकांपर्यंत माझ्या उत्पादनांची माहिती पोहोचू शकली. मेणबत्त्यांचे इतके नमुने आजवर कुणी पाहिलेले नसल्यामुळे, या फेस्टिव्हलमध्ये माझा स्टॉल हे मुख्य आकर्षण बनलं होतं. आमचे सगळे नगरसेवक, नगराध्यक्ष, सर्व पत्रकार- खासकरून 'लोकमत' समूहाचे संजय दस्तुरे यांनी फेस्टिव्हलमध्ये आलेल्या सर्व प्रतिष्ठित मान्यवरांशी माझी ओळख करून दिली. त्या फेस्टिव्हलमध्ये आलेल्या शेफ संजीव कपूर, आशा भोसले, गायिका वैशाली सामंत अशा बऱ्याच सुप्रसिद्ध व्यक्तींना आवर्जून आमच्या स्टॉलवर घेऊन येण्यासाठी या सर्वांनी खूप मदत केली. त्यामुळे या सर्वांशी ओळख वाढवता आली. त्या फेस्टिव्हलमध्ये अनेक राज्यांतील लोक वेगवेगळी उत्पादने घेऊन आले होते, त्या सर्वांचीही भेट झाली.

त्या फेस्टिव्हलमध्ये एक अशी खास गोष्ट घडली, ज्यामुळे मी एकदम उंच भरारी घेऊ शकलो. फेस्टिव्हलच्या अखेरच्या दिवशी श्रीमती रोहिणी वैद्य यांनी आमच्या स्टॉलला भेट दिली. त्या 'इनरव्हील क्लब'च्या माजी 'अध्यक्षा (Chairman)' होत्या. महाबळेश्वरच्या बस स्टॉपपासून सात किलोमीटरवर असलेल्या 'आनंदवन भुवन' हॉटेलच्या मालक. त्यांचे हे हॉटेल म्हणजे एक स्वतंत्र महाबळेश्वरच आहे. जवळजवळ पन्नास एकर क्षेत्रात पसरलेलं हे हॉटेल त्याच्या भौगोलिक रचनेमुळे पर्यटकांची पहिली पसंती असते. त्या दिवशी रोहिणी

मॅडमसोबत त्यांच्या स्नुषा साहिली मॅडम, नात अन्विता व मॅनेजर आकाश पवार हेही आले होते. त्यांना माझ्या मेणबत्त्या खूप आवडल्या. पहिल्या भेटीतच माझे व नीताचे त्यांच्याशी भावबंध जुळले. त्या दिवशी आमचा निरोप घेताना, त्यांनी 'आनंदवन भुवन'मध्ये या मेणबत्त्यांचा कायमस्वरूपी स्टॉल लावण्याची कल्पना मांडली. या स्टॉलसाठी त्यांना कोणत्याही प्रकारे भाडे किंवा कमिशन नको असल्याचेही त्यांनी स्पष्ट केले. त्यांना फक्त आम्हाला साहाय्य करायचं होतं.

मग फेस्टिव्हलची सांगता झाल्यानंतर आठवड्याभरात आम्ही हॉटेल आनंदवन भुवनमध्ये आमचा स्टॉल सुरू केला. ही २००५ सालच्या एप्रिल-मे महिन्यातील गोष्ट आहे. 'हॉटेल आनंदवन भुवन' मधील स्टॉलला त्यांनी खूप मदत केली, त्यामुळे संपूर्ण वैद्य कुटुंबाशी आमचं जवळचं नातं जुळलं. रोहिणीजींचे सुपुत्र सचिनजी हॉटेलचे पुण्यातील ऑफिस सांभाळत असत. त्यांचे वास्तव्यही पुण्यातच असल्यामुळे माझी व सचिनजींची भेट होऊ शकली नव्हती. सचिनभाईंचा वाढदिवस १९ नोव्हेंबरला म्हणजे कुणालच्या वाढदिवशीच असतो हे मला समजलं. त्यामुळे ही तारीख माझ्या लक्षात राहिली आणि मी १९ नोव्हेंबरला सचिनभाईंना फोन करून वाढदिवसाच्या शुभेच्छा दिल्या. त्यानंतर आमचं बरेचदा फोनवर बोलणं झालं. एके दिवशी संध्याकाळी ते अचानक चर्चजवळच्या माझ्या स्टॉलवर आले. त्या दिवशी कुणालही माझ्यासोबत आला होता. त्यांनी कुणालसाठी चॉकलेट्स वगैरे खाऊ आणला होता. त्या दिवशी मी सचिनभाईंना पहिल्यांदा प्रत्यक्ष भेटलो. त्यानंतर माझी त्यांच्याशी इतकी छान मैत्री झाली, की सचिनजी त्यांच्या पत्नीसह खूपदा आमच्या घरी येत असत, आम्ही पुण्याला गेल्यावर आवर्जून त्यांच्या घरी जात असू.

डिसेंबर २००५ मध्ये त्यांनी मला पुण्याला त्यांच्या घरी एका कार्यक्रमाला बोलावलं होतं. त्या कार्यक्रमाला लेखक व चित्रपट निर्मिती उद्योगातील बरेच लोक आले होते. सचिनभाईंनी माझी त्या सर्वांशी ओळख करून दिली. त्यांच्याशी गप्पा मारताना असा विषय निघाला, की मी बनवत असलेल्या या सुंदर मेणबत्त्या फक्त महाबळेश्वरपुरत्याच मर्यादित राहू नयेत, त्या महाबळेश्वरच्या बाहेर आल्या पाहिजेत व सगळीकडे मोठ्या प्रमाणात पोहोचल्या पाहिजेत.

त्या दिवशी संध्याकाळी याबाबत बरीच चर्चा झाली. तिथे आलेले लेखक व चित्रपट निर्मिती उद्योगातील मित्रांनी कल्पना मांडली, की आपण काहीतरी वेगळे, काहीतरी भव्य करू या.

या कल्पनेनं सगळे भारून गेले... तिथे अशी ऊर्जा संचारली, की माझ्या मेणबत्त्यांचं पुण्यातील एखाद्या मोठ्या हॉलमध्ये भव्य प्रदर्शन आयोजित करायचं निश्चित झालं. हे तर ठरलं, पण ते लगेच साकार करणं शक्य नव्हतं. इतक्या

मोठ्या प्रमाणात प्रदर्शन आयोजित करायचं म्हणजे मेणबत्त्या बनवायलाच एक-दीड वर्षे लागणार होतं. त्यामुळे प्रदर्शनाची तारीख २०, २१ व २२ जुलै २००७ ठरली. याआधी आम्ही दोघांनी वेगवेगळ्या शहरांतल्या बऱ्याच प्रदर्शनांत भाग घेतला होता, पण तिथे आमचा स्टॉल फक्त एका टेबलपुरताच मर्यादित असायचा. त्या मोठमोठ्या प्रदर्शनांत आमची झेप कधी एका टेबलाच्या पुढे गेली नव्हती, आणि आता तर संपूर्ण हॉल आमचाच असणार होता!

सन २००६ उजाडलं. मी तो प्रदर्शनचाच विषय थट्टेवारी नेला होता. ते लोक हा विषय विसरूनसुद्धा गेले असतील असं मला वाटत होतं, पण माझी ही समजूत चुकीची होती. सचिनभाई व साहिली भाभींनी प्रदर्शनाचा विषय खूप गंभीरतेने घेतला होता. फेब्रुवारी २००६ पर्यंत त्यांनी मला एक यादी दिली, की तुम्हाला शक्य असेल तर या यादीनुसार मेणबत्त्या बनवा.

त्यादरम्यान, मी ज्या मेणबत्त्या फक्त १०, २० किंवा फार फारतर ५० एवढ्याच संख्येत बनवायचो, त्या मेणबत्त्या आता मला एक हजार, दोन हजार इतक्या संख्येने बनवायच्या होत्या.

पुण्यात एस.पी. कॉलेजजवळ 'टिळक स्मारक मंदिर' हा खूप मोठा हॉल आहे. त्या हॉलचे मुख्य ट्रस्टी श्री. दीपकजी टिळक – ते लोकमान्य टिळकांचे वंशज आहेत – यांच्याशी सचिनभाईंचा चांगला परिचय होता. त्यामुळे आमच्या त्या नियोजित प्रदर्शनासाठी आम्हाला 'टिळक स्मारक मंदिर' प्रतिदिन बारा हजार रुपये शुल्काने उपलब्ध झाले होते. सचिनभाईंच्या ओळखीमुळे आम्हाला तो हॉल १९ जुलैला एक दिवस मोफत मिळाला. त्या दिवसभरात आम्हाला तिथं प्रदर्शन मांडता येणार होतं. इथंवर सगळं ठीक होतं, पण इतक्या मेणबत्त्या बनवण्यासाठी पैसे कुठून उभे करायचे हा मोठा प्रश्न होता. त्या प्रदर्शनासाठी आम्हाला जवळजवळ ४ ते ५ ट्रक भरून मेणबत्त्या बनवायच्या होत्या. या दीड वर्षात इतके पैसे उभे करणं हे मोठं आव्हान होतं. सचिनभाईंना माझी आर्थिक परिस्थिती चांगली ठाऊक होती. त्यांनी सांगितलं, की तुम्हाला कच्च्या मालाच्या खरेदीसाठी जेवढे पैसे हवे असतील त्याची सर्व व्यवस्था आम्ही करू, पण हे प्रदर्शन होणारच! सचिनभाईंशी भावबंध इतके घट्ट गुंफले गेले होते की ते आम्हाला सख्ख्या भावासारखे वाटू लागले होते. हे प्रदर्शन भरवून त्यांना काय लाभ होणार होता? ते 'सनराइज कॅन्डल्स' व मला लोकांपर्यंत पोहोचवण्यासाठी, 'प्रमोट' करण्यासाठी स्वार्थरहित भावनेनं प्रयत्न करत होते.

आम्हाला कच्च्या मालासाठी सुमारे १० लाख रुपयांची आवश्यकता होती. मग आम्ही जराही वेळ न दवडता, आमची सगळी बचत पणाला लावली; तसंच

मार्केटमधून रोखीने अथवा उधारीने शक्य तितका माल उचलायला सुरुवात केली. त्यामागे आमचा असा विचार होता, की समजा त्या प्रदर्शनात इतक्या सगळ्या मेणबत्त्या विकल्या गेल्या नाहीत, तर आगामी काळात काही त्यांची मागणी कमी होणार नाहीये, त्यामुळे त्या मेणबत्त्या आज ना उद्या नक्कीच विकल्या जातील. समजा तसं झालं, तर या मेणबत्त्या एखाद्या गोदामात भरून ठेवू या आणि नंतर फक्त मेणबत्त्या विकू या, म्हणजे रोज मेणबत्त्या बनवायच्या व त्या विकायच्या ही झंझट उरणार नाही, असंही आम्ही ठरवलं. यामध्ये जास्तीत जास्त काय होईल, गोदामाच्या भाड्याचा खर्च वाढेल... असा विचार करून मी उत्पादन सुरू केलं.

यात नीताची खूप मदत होत होती. आम्हाला ज्या प्रकारच्या मेणबत्त्या बनवायच्या होत्या, त्यांची यादी समोर होती. पण तयार केलेल्या मेणबत्त्यांचा स्टॉक आमच्या एका खोलीच्या घरात कुठे आणि कसा ठेवायचा हा प्रश्न होता. त्या खोलीचा बहुतांश भाग कच्च्या मालानेच भरून गेला होता.

पण सचिनभाईंनी यावर अगदी सहज मार्ग शोधला! त्यांच्या हॉटेल आनंदवन भुवनमध्ये पुण्याहून बरेच अतिथी येत असत. आनंदवन भुवनमधील आत्मीय आतिथ्यामुळे हे अतिथी केवळ त्यांचे ग्राहक राहिले नव्हते, त्यांची सचिनभाईंशी चांगली मैत्री झाली होती. त्यांच्या या संपर्काचा आम्हाला लाभ झाला. मग आम्ही असं ठरवलं, की त्यांच्या हॉटेलमध्ये जे कुणी पुण्याचे ग्राहक अथवा मित्र येतील त्यांना विनंती करायची, की 'जर तुमच्या गाडीत मेणबत्त्यांची दोन-तीन खोकी मावण्याएवढी जागा असेल, तर तुम्ही पुण्याला परत जाताना माझ्या घरून ती खोकी सोबत घेऊन जा.''

सचिनभाईंनी टिळक स्मारक मंदिराजवळच एक मोठी जागा भाड्याने घेतली होती, तिथे आम्ही या मेणबत्त्या ठेवायला सुरुवात केली. मेणबत्त्यांची एक यादी सचिनभाईंकडे असायची व एक यादी माझ्याकडे. त्या खोक्यांवर आम्ही उत्पादनाचे नाव व संख्या लिहायचो. अशाप्रकारे या कामाला सुरुवात झाली.

ही खोकी नेण्यासाठी जे लोक यायचे, त्या सगळ्यांशी आमचीही मैत्री झाली, आणि त्याचा उपयोग प्रत्यक्ष प्रदर्शनाच्या वेळी झाला. तिथे स्वयंसेवकांची आवश्यकता होती, ते काम या मित्रांनी केलं.

आम्हाला जी यादी दिलेली होती, त्यापेक्षा आम्ही कितीतरी जास्त मेणबत्त्या बनवल्या. ते प्रदर्शन यशस्वी करण्यासाठी आम्ही आमचं सर्वस्व पणाला लावलं होतं. आम्ही दोघांनी त्या प्रदर्शनासाठी मेणबत्त्या बनवण्याच्या कामाला आमच्या आयुष्यातील दीड वर्षांचा काळ दिला. मी रात्रंदिवस मेहनत करत होतो. त्या दरम्यान मी दिवसभरात १८ ते २० तास खपून मेणबत्त्या बनवत होतो. त्या एक

खोलीत काम करताना मला ऊन-पाऊस, झोप, विश्रांती साऱ्यासाऱ्याचा विसर पडला होता. या कामात कच्चा माल कमी पडू नये याची नीता पूर्ण दक्षता घेत होती. मार्केटमधला स्टॉल, कुणालचा अभ्यास, वडिलांची तब्येत व घरातली सगळी कामे या सगळ्या आघाड्या तिने अतिशय उत्तमरीत्या सांभाळल्या होत्या. आम्ही रात्री मेणबत्त्यांच्या खोक्यावरच बिछाना टाकून झोपायचो.

सचिनभाईंकडून मला समजलं, की श्री. दीपकजी टिळक यांच्याकडे हॉल भाड्याने मागितला तेव्हा आम्ही संपूर्ण हॉलमध्ये फक्त मेणबत्त्यांचे प्रदर्शन भरवणार आहोत हे कळल्यावर त्यांना खूप आश्चर्य वाटलं होतं.

ते सचिनभाईंना म्हणाले हो, "मेणबत्त्यांचा एखादा स्टॉल लावणं समजण्यासारखं आहे."

ते म्हणाले होते, की तुम्ही पुन्हा एकदा विचार करा, हा हॉल खूप मोठा आहे. तुम्ही म्हणत असाल, तर आम्ही या अंध व्यक्तीला कुठल्यातरी प्रदर्शनात एक-दोन टेबल मदतीखातर देऊ. पण आम्ही आभाळाला स्पर्श करण्याचं स्वप्न पाहत आहोत हे त्यांना ठाऊक नव्हतं! सचिनभाईंनी मोठ्या मुश्किलीनं हे त्यांना पटवून दिलं. सचिनभाईंनी तीन दिवसांच्या भाड्याचे ३६ हजार रुपये हॉलच्या ऑफिसमध्ये भरले होते. दीपकजींनी कबूल केल्याप्रमाणे आम्हाला १९ जुलै या एका दिवसाचं भाडं माफ केलं. आम्हाला त्या वेळी तो खूप मोठा दिलासा होता.

तिथले व्यवस्थापक सचिनभाईंना हसत होते. ते सचिनभाईंना असंसुद्धा म्हणाले, की यात तुमचं काही नुकसान होणार नाहीये, पण तुम्ही ज्या अंध व्यक्तीसाठी हे प्रदर्शन भरवणार आहात, तो मात्र नक्की उद्ध्वस्त होईल, कारण आम्ही टिळक स्मारक मध्ये कितीतरी वर्षे नोकरी करत आहोत, आम्ही आजवर कधी मेणबत्त्यांच्या अशा प्रदर्शनाबद्दल ऐकलेलं किंवा ते पाहिलेलंही नाही. आणि तुम्ही संपूर्ण हॉलभर मेणबत्त्या मांडायच्या गोष्टी करताय, पण या मेणबत्त्या घेणार कोण? तुम्ही ग्राहक कुठून आणणार आहात? पुण्यातले लोक किती परंपराप्रिय आहेत हे तुम्हाला माहीत नाही का? तुम्ही त्यांच्यासमोर या मेणबत्त्या विक्रीसाठी मांडणार आहात? त्यात भरीस भर म्हणून प्रदर्शन जुलै महिन्यात आहे, म्हणजे पावसाचे दिवस... त्यादरम्यान जोरदार पाऊस आला तर या प्रदर्शनाचा बोऱ्या वाजेल. तुमच्या पदरात काहीच पडणार नाही...

पण हे सगळं ऐकूनही आम्हाला खात्री होती. आमचा विश्वास होता तो देवावर आणि पुण्याच्या लोकांवर, ज्यांना कलेची कदर असते. त्यामुळे आम्ही या सगळ्या शंकाकुशंकावाल्या गोष्टींकडे पूर्ण दुर्लक्ष करून आमचं काम करत राहिलो.

२००७ साल उजाडलं. त्यादरम्यान मी सचिनभाईंसोबत आणखी एका गोष्टीवर काम करू लागलो. आमच्या या प्रदर्शनाची जाहिरात व प्रमोशन करणं खूप आवश्यक होतं. माझ्यावर एखादा छानसा माहितीपट बनवावा अशी सचिनभाईंची इच्छा होती. मग ते यासंदर्भात पुण्यात पूजा गिरी यांना भेटले. पूजा गिरींचे पती प्रदीप गिरी नामवंत वास्तुविशारद आहेत आणि पूजा उत्तम कलाकार आहे. त्यांनी बऱ्याच माहितीपटांना आवाज दिला आहे. त्यांच्याबरोबरच सचिनजींनी त्यांचे सहकलाकार संजय डोरे यांचीही भेट घेतली. ते पुण्याला बीएसएनएलमध्ये काम करत होते व त्यासोबत संहितालेखन व अशा प्रकारचे माहितीपट बनवण्याचे काम करत असत.

सचिनभाईंनी त्यांना माहितीपट बनवण्याबद्दल सांगितलं. त्याचदरम्यान महाबळेश्वरच्या रोटरी क्लबमार्फत या दोन्ही कलाकारांचा एक कार्यक्रम ठेवला होता. तिथे मला पाहुणा म्हणून बोलावलं होतं. सचिनभाईंनी तिथे माझी त्याच्याशी ओळख करून दिली. त्यानंतर काही छायाचित्रकार मित्रांच्या सहकार्याने आम्ही दहा मिनिटांचं चित्रीकरण केलं. मी ज्या खोलीत मेणबत्त्या बनवायचो, त्या ठिकाणी मोठमोठे कॅमेरे घेऊन जाणे शक्यच नव्हते. त्यामुळे आम्ही आमचा मेणबत्त्यांचा कारखाना आनंदवन भुवनमध्ये न्यायचं ठरवलं आणि एका टेम्पोत सर्व साहित्य घालून ते आनंदवन भुवनच्या २ हजार चौरस फुटांच्या प्रशस्त 'कॉन्फरन्स हॉल'मध्ये नेलं. तिथे हा कारखाना मांडला व कॅमेरे वगैरे लावून माहितीपटाचं चित्रीकरण केलं. इतका सव्यापसव्य करून अखेर अतिशय सुंदर माहितीपट तयार झाला. त्यासाठी कॅमेरामन, स्क्रिप्ट रायटर्स, व्हॉइस ओव्हर आर्टिस्ट्स... कुणीही पैसे घेतले नाहीत, सर्वांनी विनाशुल्क काम केलं.

त्याचदरम्यान, पुण्यातील सुप्रसिद्ध व्यंगचित्रकार श्री. मंगेश तेंडुलकर महाबळेश्वरला आनंदवन भुवनमध्ये आले होते. ते आमच्या घरी आले. त्यांनीही या प्रदर्शनाला सर्वतोपरी साहाय्य करण्याचं आश्वासन दिलं. त्यांनी २७ जूनला – त्या दिवशी डॉ. हेलन केलर यांचा जन्मदिन असतो – दृष्टिहीनता व सनराइज कॅन्डल्सबद्दल एक जबरदस्त लेख लिहिला, तो लेख 'सामना' या वृत्तपत्राच्या पहिल्या पानावर प्रसिद्ध झाला होता. त्या लेखात त्यांनी आमच्या मेणबत्त्यांच्या नियोजित प्रदर्शनाचाही उल्लेख केला होता. त्या लेखामुळे सनराइज कॅन्डल्स' व टिळक स्मारकमधील या प्रदर्शनाची माहिती लोकांपर्यंत पोहोचली. त्या लेखामुळे इतर बऱ्याच वृत्तपत्रांनी आमच्या या प्रदर्शनात रस घेतला.

आता ही बातमी इलेक्ट्रॉनिक मीडिया व महाराष्ट्रातील मराठी वृत्तवाहिन्यांपर्यंत पोहोचवायची होती. या कामात आम्हाला पुण्याच्या 'बालमुद्रा'चे श्री. श्रीकृष्ण

परांजपे यांनी सहकार्य केलं. त्यांनी त्यांचा भव्य स्टुडिओ उपलब्ध करून दिला. मग मी तिथे पुन्हा एकदा मेणबत्त्यांचा कारखाना उभारला आणि दूरचित्रवाहिन्यांसमोर मेणबत्त्या बनवण्याचं प्रात्यक्षिक करून दाखवलं.

श्रीकृष्णजींचा मुलगा श्रेयस मराठी चित्रपटांतील सुप्रसिद्ध बालकलाकार असल्यामुळे त्यांची टीव्ही चॅनल्सशी चांगली ओळख होती. त्यामुळे या प्रदर्शनाशी संबंधित आम्ही सर्वजण टीव्हीच्या माध्यमाद्वारे महाराष्ट्रात घरोघरी पोहोचलो.

त्यानंतर या प्रदर्शनाच्या जाहिरातीची धामधूम सुरू झाली. आम्ही जाहिरातीसाठी हॅन्डबिले छापून घेतली. आता ती वितरित करण्याचा प्रश्न होता. आम्ही ५००-हजारांवर हॅन्डबिले छापून घेतली होती. एवढी हॅन्डबिले वितरित करायला बराच खर्च येईल असं लक्षात आलं. ही हॅन्डबिले वर्तमानपत्रांत घालून वितरित करणं हे कठीण काम होतं. मग आम्ही वृत्तपत्रविक्रेता संघटनेच्या अध्यक्षांना भेटून त्यांना आमच्या उपक्रमाबद्दल सांगितलं. त्यांनी आमचं बोलणं ऐकून घेतलं व त्यावर जी प्रतिक्रिया दिली, त्याचं आम्हाला खूप विशेष वाटलं. त्यांनी सांगितलं, की आम्ही एका अटीवर ही हॅन्डबिले वितरित करू... त्यासाठी तुम्ही कुणी एक रुपयाही द्यायचा नाही.

त्यांनी पुण्याच्या सर्व प्रमुख भागांतील वृत्तपत्र-वितरकांना बोलावून घेतले व त्यांना सांगितले, की आपण ही हॅन्डबिले नेहमी ज्याप्रमाणे वृत्तपत्रासोबत देतो तशी द्यायची नाहीत. त्यानंतर त्यांना सूचना दिल्या, की तुम्ही वर्तमानपत्र टाकता तेव्हा प्रत्येक ग्राहकाला सांगा, ''तुम्ही बाकी काही वाचा अथवा वाचू नका, पण हे हॅन्डबिल मात्र जरूर वाचा.''

या सगळ्या गोष्टी अविश्वसनीय वाटत होत्या! त्यादरम्यान मला ओशोंचे एक वाक्य सारखे आठवत होते, 'जर तुम्हाला तुमच्या ध्येयाप्रति विश्वास असेल, तर संपूर्ण अस्तित्व, संपूर्ण ब्रह्मांड, संपूर्ण विश्व तुम्हाला त्या ध्येयपूर्तीसाठी साहाय्य करायला एकत्र येते.'

आम्हालाही त्याचाच अनुभव येत होता. या काळात जे जे लोक भेटत होते, त्यांच्याशी जीवनभराचे मैत्रीबंध जुळत होते. टिळक स्मारकमधील त्या प्रदर्शनाच्या यशस्वितेसाठी प्रत्येकजण कंबर कसून सज्ज झाला होता. अखेर, जून महिन्याच्या अखेरीस सचिनभाईंनी एक प्रेसनोट तयार करून ती वृत्तपत्रांकडे पाठवली व जुलैच्या पहिल्या आठवड्यात पत्रकार परिषद बोलावली. त्यामुळे हिंदी, मराठी व इंग्रजी भाषेतील सुप्रसिद्ध वृत्तपत्रांनी माझ्या मेणबत्त्यांच्या फोटोसह या प्रदर्शनाची बातमी त्यांच्या वृत्तपत्रांत प्रसिद्ध केली.

मी या प्रदर्शनासाठी मेणबत्त्या बनवण्याच्या कामाला सुरुवात केली तेव्हा

सचिनभाई व साहिली भाभींनी कल्पना सुचवली, की तुम्ही काही प्रॉडक्ट्स असे बनवा, की जे विक्रीसाठी ठेवायला नकोत, पण ते प्रदर्शनाचं मुख्य आकर्षण ठरावेत.

मग मी त्यादृष्टीने तयारीला लागलो आणि मेणाचे ४ फूट बाय ४ फूट मापाचे प्रत्येकी ८० किलो वजनाचे दोन बुद्धिबळाचे पट बनवले, २०० किलो मेणाचा एक मोठा किल्ला बनवला, तसंच प्रवेशद्वाराजवळ उभ्या करण्यासाठी सहा फुटांच्या दोन मोठ्या मेणबत्त्या बनवल्या. त्यांचं वजन प्रत्येकी १५० किलो होतं. या मेणबत्त्यांना ओढणी वगैरे पांघरून नववधूसारखं सजवायचं होतं. आम्ही त्या मोठ्या मेणबत्त्या बनवण्यासाठी फिनोलेक्स पाइप्स कंपनीकडून खास डाय तयार करून घेतला होता. त्या अनोख्या मेणबत्त्यांवर विचार करून त्या साकार करण्यासाठी मला दोन महिन्यांचा वेळ लागला.

पुण्यामध्ये एका दृष्टिबाधित व्यक्तीने बनवलेल्या मेणबत्त्यांचे अनोखे प्रदर्शन होणार असल्याच्या बातम्या प्रसारमाध्यमांद्वारे सर्वत्र पोहोचल्यावर आम्हाला फोनवर फोन येऊ लागले. बरेच लोक आम्हाला भेटायला येऊ लागले. सर्वांना आम्हाला सहकार्य करायची व आपल्यापरीने काहीना काही योगदान द्यायची इच्छा होती. मी त्या सर्वांना एकच विनंती केली, की तुम्ही प्रत्येकाने किमान शंभर लोकांपर्यंत या प्रदर्शनाची बातमी पोहोचवा.

एके दिवशी आम्हाला भेटायला एक मोठा ग्रूप आला. ते सर्वजण पुणे फिल्म सिटीचे विद्यार्थी होते, ते वेगवेगळ्या देशांतून तिथे शिकायला आले होते. त्यांच्यापैकी काही जण 'निर्मिती'चे, कुणी 'संहिता लेखना'चे शिक्षण घेत होते. ते सर्व विद्यार्थी वेगवेगळ्या क्षेत्रांतले होते. त्यांच्यासोबत त्यांचे प्राध्यापकसुद्धा आले होते. त्या सर्वांना आमच्या या प्रदर्शनामध्ये योगदान द्यायचं होतं. त्यांनी हे प्रदर्शन मांडण्याची संपूर्ण जबाबदारी घेतली. सर्वप्रथम ते टिळक स्मारक मंदिर पाहून आले. त्याबरोबरच त्यांनी आम्ही कोणकोणती प्रॉडक्ट्स बनवली आहेत याचीही माहिती घेतली. मी बिअरचे मग, वाइनच्या बाटल्या, कार्टून्स, फुले, दिवे अशा विविध आकाराच्या मेणबत्त्या बनवल्या होत्या. त्या पाहून त्यांनी मला विचारलं, "तुम्ही बर्फाचे तुकडे बनवू शकाल का?"

मी म्हणालो, "हो... मी हुबेहूब बर्फाच्या तुकड्यांसारख्या मेणबत्त्या बनवू शकतो."

त्यादरम्यान माझा आत्मविश्वास अगदी उत्तुंग... गगनाला भिडलेला होता.

मग त्या विद्यार्थ्यांनी त्या हॉलच्या एका कोपऱ्यात बारा फूट बाय बारा फुटांचा एक प्रशस्त 'बार' बनवला. त्या बारमध्ये वेगवेगळ्या रंगांची प्रकाशयोजना केली. त्याच्यासमोर गोल फिरणारी स्टूल्स ठेवली आणि या 'बार'मध्ये बिअरचे मग, वाइनच्या बाटल्या व मी खास बनवलेले बर्फाचे तुकडे... अशा 'बार'शी संबंधित असलेल्या सर्व मेणाच्या कलाकृती अतिशय देखण्या स्वरूपात मांडल्या.

हॉलच्या दुसऱ्या कोपऱ्यात मेणाचा किल्ला, तुळशी वृंदावन, दिवा, श्रीगणेशाची मूर्ती, मोदक, देवदेवतांच्या मूर्ती अशा अनेक वस्तू अत्यंत आकर्षकरीत्या मांडून, त्या विभागाला 'संस्कृती' असं नाव दिलं होतं.

पाण्यावर तरंगणाऱ्या, फुलांच्या आकाराच्या मेणबत्त्यांसाठी त्यांनी लाकडाचा भुसा वगैरे अंथरून बागेसारखी पृष्ठभूमी तयार केली.

त्या वेळी 'फ्रेन्डशिप डे' जवळ आला होता, त्यामुळे एक कोपरा त्या 'थीम'नुसार सजवण्यात आला. लहान मुलांसाठी कार्टून्सच्या आकारांची प्रॉडक्ट्स बनवली होती, ती थर्मोकोलच्या मदतीने छानशी सजवून मांडण्यात आली. हॉलच्या मधोमध त्यांनी सिमेंटचा सुमारे सहा फूट व्यासाचा एक टब ठेवून त्यात पाणी भरलं होतं व त्यात तरंगणाऱ्या मेणबत्त्या सोडल्या होत्या. त्या मेणबत्त्या प्रदर्शनाच्या वेळी प्रज्वलित करायच्या होत्या. या संपूर्ण सजावटीच्या साहित्यासाठी झालेला सुमारे तीन-साडेतील लाख रुपये खर्च त्यांनी स्वत:च्या खिशातून केला.

त्यांनी आम्हाला सांगितलं, की तुमचं प्रदर्शन यशस्वी झालं तर तुम्ही आम्हाला फक्त मुद्दलची रक्कम तेवढी द्या.

त्या विद्यार्थ्यांनी आमचं प्रदर्शन त्यांच्या अभ्यासक्रमातील एक प्रोजेक्ट म्हणून घेतलं होतं.

मंगेशजी तेंडुलकरांच्या मुलीचा पुण्यात मोठा छापखाना आहे. त्यांनी प्रदर्शनाच्या निमंत्रणपत्रिका नि:शुल्क छापून द्यायची तयारी दर्शवली होती. त्यांनी हुबेहूब मेणबत्तीच्या आकाराची घडीची निमंत्रणपत्रिका तयार केली होती, त्यामध्ये या प्रदर्शनाबद्दलची सगळी माहिती होती.

आता प्रदर्शनाचा दिवस जवळ येऊन ठेवला होता. १८ जुलैपर्यंत जेवढ्या मेणबत्त्या महाबळेश्वरमध्येच राहिल्या होत्या – त्या मेणबत्त्यांनी आमचं घर भरून गेलं होतं – त्या सगळ्या मेणबत्त्या टाटा ४०७ टेम्पोत भरून आम्ही त्याच दिवशी संध्याकाळी पुण्याला पोहोचलो. १९ जुलैला सकाळी दोन टेम्पो लावून गोदामातून सगळी खोकी हॉलमध्ये आणली. पुण्यात सचिनभाईंचे बरेच बडे बडे मित्र आहेत, त्यात सुप्रसिद्ध बिल्डर्स, सराफ व व्यापारी होते... आपटे-कानडे ज्वेलर्स, काका हलवाई, शैलेश नगरकर, राजू मोरे असे कितीतरी मित्र ज्यांनी त्यांच्या घरी कधी स्वत: पाण्याचा पेलासुद्धा भरला नसेल असे मित्र फक्त मला मदत करण्यासाठी म्हणून त्या गोदामात खोकी उचलून आणायला आले होते.

बरेचजण टिळक स्मारकमध्ये आधीच येऊन थांबले होते. मग खोक्यांवर लावलेल्या लेबलनुसार त्यांनी ती सगळी खोकी वेगवेगळ्या जागी नेऊन ठेवायला सुरुवात केली. फिल्म सिटीची एक टीम सकाळपासून तिथे थर्माकोलची शीट्स

तयार करण्याच्या कामात होती. कुणाला त्रास होऊ नये अशा पद्धतीने ती खोकी तिथे आणून ठेवण्यात आली.

टिळक स्मारकचे व्यवस्थापकही तिथे हजर होते. ते नाइलाजाने का होईना, पण त्यांच्या कर्मचाऱ्यांकरवी संपूर्ण हॉलमध्ये गालिचे अंथरून घेत होते. गोदामातील सगळी खोकी टिळक स्मारकपर्यंत पोहोचवेपर्यंत दुपार उजाडली. सगळेजण घामाघूम झाले होते. पण सगळेच झपाटून काम करत होते. सगळे स्वयंसेवक सचिनभाई, साहिली भाभी व रोहिणी मॅडम यांच्या सूचनांनुसार सगळी खोकी उघडून त्यातील मेणबत्त्या ठरलेल्या जागी मांडत होते. फिल्म सिटीचे विद्यार्थी व हे स्वयंसेवक यांच्यात सुंदर मेळ होता.

या सर्वांमध्ये कौशिक बाम नावाचा एक मित्र होता, त्याचा केटरिंगचा उद्योग होता. त्याने त्याच दिवशी जाहीर केलं होतं, की १९ ते २३ जुलै या दरम्यान कुणाही स्वयंसेवकाने जेवायला किंवा चहाला आपापल्या घरी जायचं नाही. सकाळच्या नाश्त्यापासून ते रात्रीच्या जेवणापर्यंत सगळी व्यवस्था मी बघेन. तुम्ही फक्त रात्री झोपायला आपापल्या घरी जा.

सचिनभाईंनी जवळच्याच एका हॉटेलमध्ये १५ खोल्या बुक केल्या होत्या, कारण त्यांच्या घरी भरपूर पाहुणे होते आणि आमच्यासोबत असे बरेच स्वयंसेवक होते. आनंदवन हॉटेलचे नियमित ग्राहक व पुरवठादार या प्रदर्शनात आमच्यासोबत आल्यामुळे आमची टीम बरीच मोठी होती. टिळक स्मारकच्या हॉलमध्ये मेणबत्त्यांची इतकी काऊन्टर्स होती, की ती सांभाळण्यासाठी किमान ६० ते ७० लोकांची आवश्यकता होती.

१९ जुलैला मध्यरात्रीपर्यंत संपूर्ण हॉल सजवून तयार झाला. श्री. मंगेशजी तेंडुलकरांनी या प्रदर्शनावर काही व्यंगचित्रे काढली होती, ती आम्ही भिंतीवर लावली होती. सचिनभाईंनी हॉलमध्ये एक मोठा पडदा लावून घेतला होता, त्यावर माझ्यावरचा तो माहितीपट लावण्याची व्यवस्था केली होती. त्या माहितीपटामुळे लोकांना या उद्योगाची संपूर्ण माहिती मिळणार होती. त्या दिवशी रात्री आम्ही सर्वजण मोठ्या मुश्किलीने तिथून बाहेर पडलो, कारण सकाळी लवकर पुन्हा हॉलवर यायचं होतं. रात्री साधारण दीडच्या सुमाराला सचिनभाईंनी आम्हाला मी, नीता, कुणाल व माझे वडील– त्या हॉटेलवर सोडलं. त्या वेळी संपूर्ण पुणे शहर गाढ झोपलेलं असणार, पण मला कुठली आलीय झोप? दुसऱ्या दिवशी सकाळी मला नोबेल पुरस्कार मिळणार असल्यासारखा मी अतिशय उत्साहित होतो. रात्रभर डोळ्याला डोळा लागला नाही. आता पुढे चार दिवस आपल्याला निवांत झोप मिळणार नाहीये हे मला चांगलं माहीत होतं. नीताने रात्री दोन-तीन वेळा उठून मला सांगितलं, की तुम्ही दोन-तीन तास तरी झोपून घ्या. उद्या दिवसभर

तुम्हाला भरपूर काम आहे. पण मी रात्री टक्क जागा राहून स्वप्न पाहत होतो!

यासंदर्भात एक गोष्ट मी आवर्जून सांगू इच्छितो त्या हॉलच्या जवळच एस.पी. कॉलेज आहे. तिथे किमान ४ ते ५ हजार विद्यार्थी होते. त्यांना आकर्षित करण्यासाठी सचिनभाईंनी एक फार छान युक्ती शोधली होती. डॉ. सलील कुलकर्णी व श्री. संदीप खरे (सुप्रसिद्ध गायक, संगीतकार व कवी) यांच्याशी सचिनभाईंची चांगली ओळख होती. ते आनंदवन भुवनचे नियमित ग्राहक होते. सचिनभाई त्यांच्या साहाय्यकाशी बोलले व त्यांनी या दोघांना निमंत्रण दिलं. या दोघा मान्यवरांना प्रमुख पाहुणे म्हणून बोलवायचं व त्यांच्या हस्ते फीत कापून प्रदर्शनाचं उद्घाटन करायचं ठरलं.

त्यांच्या साहाय्यकाच्या म्हणण्यानुसार या दोघां सिलेब्रिटींना प्रत्येकी ११ हजार रुपये मानधन द्यावं लागणार होतं. ते अशाप्रकारे मानधनाविना कुठेही जात नाहीत. मग सचिनभाईंनी त्यांना हे मानधन देण्याचं कबूल केलं. माझ्याजवळ तर पैसे नाहीत ही गोष्ट सचिनभाईंना माहीत होती. माझ्या डोक्यावर थोडं कर्जसुद्धा झालं होतं. मला कच्चा माल पुरवणाऱ्या लोकांचे ही बरेच पैसे द्यायचे होते. मी त्यांना हे प्रदर्शन झाल्यानंतर त्यांचे सगळे पैसे भागवण्याचं कबूल केलं होतं.

पण सचिनभाईंची दूरदृष्टी बघा! त्यांनी काका हलवाई, आपटे-कानडे ज्वेलर्स, महाराष्ट्र बँक, डी.एस.के. बिल्डर्स वगैरेंकडून प्रदर्शनाचं प्रयोजकत्व मिळवून आधीच ७० ते ८० हजार रुपये जमवले होते. ते कळल्यावर मला सचिनभाईंचा खूप अभिमान वाटला. वाहतुकीचा खर्च, हॉलचे भाडे, खाण्यापिण्याचा खर्च. यासह बाकी सगळे लहान मोठे खर्च प्रयोजकांकडून मिळालेल्या पैशातून भागवायचे होते. मला तर या गोष्टींची काही कल्पनासुद्धा नव्हती. मला फक्त आणि फक्त मेणबत्त्या बनवण्यावर लक्ष केंद्रित करता यावे यासाठी सचिनभाईंनी मला या सगळ्या व्यापापासून मुद्दाम दूर ठेवलं होतं. सचिनभाईंनी माझ्यावर जो विश्वास दाखवला होता, त्याला मी पात्र ठरल्याचा मला खूप आनंद आहे.

२० जुलै! ज्या दिवसाची मी आतुरतेने वाट पाहत होतो, तो दिवस अखेर उजाडला! २० जुलै १९६९ रोजी नील आर्मस्ट्राँग यांनी चंद्रावर पाऊल ठेवले होते... ही माणसाची खऱ्या अर्थाने व शब्दशः उत्तुंग भरारी होती. २० जुलै २००७ हा दिवस खऱ्या अर्थाने माझ्यासाठी अशाच उत्तुंग भरारीचा होता आणि त्याचे शिल्पकार होते सचिनभाई.

आम्ही प्रदर्शनाच्या उद्घाटनाची वेळ सकाळी १० वाजता ठरवली होती. फलक, हॅन्डबिले, बातम्यांची चॅनल्स व वृत्तपत्रांनी त्यांचं काम चोख बजावलं होतं. प्रदर्शनस्थळी लोक येऊ लागले होते. आता आम्ही दोन्ही पाहुण्यांच्या

आगमनाची वाट पाहत होतो. सचिनभाईंची युक्ती कामी आली होती. या दोन सेलिब्रिटी व्यक्तींमुळे सकाळपासूनच एस.पी. कॉलेजचे विद्यार्थी येऊ लागले होते. सकाळी १० वाजेपर्यंत टिळक स्मारकचं प्रांगण गर्दीनं खचाखच भरलं होतं. आणि अखेर तो क्षण आला! साडेदहाच्या सुमाराला सलीलजी व संदीपजीचं आगमन झालं. त्यानंतर फीत कापून या प्रदर्शनाचं औपचारिक उद्घाटन झालं!

बाजूलाच एक छोटं व्यासपीठ उभारलं होतं. तिथे उद्घाटनपर भाषण करताना डॉ. सलील कुलकर्णी भाषणाच्या प्रारंभी म्हणाले,

"मी सर्वप्रथम भावेश व सचिन यांची माफी मागतो, कारण माझ्या स्टाफने या शुभकार्यासाठी मानधन मागितलं होतं. पण आता आम्ही भावेश व सचिन यांना विनंती करतो, की त्यांनी आम्हाला सुंदर प्रदर्शनात कमीत कमी अकरा-अकरा हजार रुपयांच्या मेणबत्त्या सर्वप्रथम खरेदी करण्याची संधी द्यावी."

त्यानंतर मंगेशजींचं खूप छान भाषण झालं. त्यांनी मला मेणावर कोरीव काम करण्यासाठी एक उपकरणाची पेटी भेट दिली. संदीपजींनी त्यांच्या भाषणात काही कविता ऐकवून सर्वांना मंत्रमुग्ध केलं. सचिनभाई व रोहिणी मॅडमही आशीर्वादपर चार शब्द बोलले. मला या सर्व मान्यवरांसोबत व्यासपीठावर स्थानापन्न होण्याची व दोन शब्द बोलण्याची संधी मिळाली. या उद्घाटन समारंभाच्या वार्तांकनासाठी 'टाइम्स ऑफ इंडिया', 'इंडियन एक्स्प्रेस'पासून सर्व पत्रकार उपस्थित होते. उद्घाटन समारंभाची सांगता होताच मेणबत्त्या पाहण्यासाठी व खरेदी करण्यासाठी लोकांची गर्दी उसळली!

आम्ही १९ तारखेला हॉलमध्ये प्रदर्शनाची मांडणी व सजावट करत असताना बरेच लोक कुतूहलाने आत डोकावून मेणबत्त्या खरेदी करण्याची इच्छा व्यक्त करत होते. त्या दिवशी आमच्याकडे जवळजवळ ६ ट्रक भरून माल होता, त्यामुळे ग्राहक समोर आहेत, तर त्यांना नकार कशाला द्यायचा, उद्घाटनाच्या वेळी उद्घाटन होईल या विचाराने आम्ही त्या दिवशीच मेणबत्त्यांची विक्री सुरू केली होती. दहा-बारा स्वयंसेवक मेणबत्त्या विकण्याचं काम करत होते. यामुळे हे प्रदर्शन यशस्वी होईल असा सर्वांनाच विश्वास वाटत होता. सचिनभाईंच्या आई श्रीमती रोहिणी वैद्य यांनी पैशाचा पूर्ण व्यवहार सांभाळला होता. २० तारखेला प्रदर्शनाची सुरुवात इतकी धूमधडाक्यात झाली, की कुणाला खाण्यापिण्याचीसुद्धा उसंत नव्हती.

सचिनभाईंच्या चार वर्षांच्या मुलीचा- अन्विताचा- उत्साह तर ओसंडून वाहत होता. ती तिच्या समवयस्क मुलांसोबत प्रदर्शनातील विविध स्टॉल्सवर उभ्या असलेल्या स्वयंसेवकांना नाश्त्याची पाकिटे नेऊन देणं, कॅरीबॅग वगैरे वस्तू

पोहोचवणं अशी कामे करत होती. आमच्या त्या छोट्या स्वयंसेवकाच्या दृष्टीनं टिळक स्मारकसारख्या मोठ्या हॉलमधली ही धावपळ थकवणारी होती. पण त्यांचा उत्साह आणि ऊर्जा वाखाणण्यासारखी होती. प्रदर्शनाच्या पहिल्या दिवशी दिवस कधी संपला, रात्रीचे नऊ कधी वाजले आणि त्या दिवसाची सांगता करण्याची वेळ कधी आली तेही कळलं नाही.

त्यानंतर आम्ही सगळ्यांनी हॉलच्या मधोमध गालिच्यावर गोलाकार बसून भोजनाचा आस्वाद घेतला. भोजनानंतर सर्व स्टॉल्सनी दिवसभरातील विक्रीची रक्कम रोहिणी मॅडमकडे जमा केली. मला त्या रकमा ऐकून आश्चर्य वाटत होतं! एका स्टॉलची विक्री ७५ हजार रुपये होती, तर एकाची ८० हजार! हे स्टॉल्स सांभाळणाऱ्या सर्व गटांनी आपापल्या स्टॉलच्या विक्रीचा पै न् पैचा चोख हिशोब ठेवला होता.

मला या सगळ्या कामांपासून दूर ठेवलं होतं. माझ्यासाठी प्रवेशद्वाराजवळ एका बाजूला बसण्याची व्यवस्था केली होती व माझ्यासमोर पाच मोठमोठी टेबले व खुर्च्या मांडल्या होत्या. तिथे मी येणाऱ्या लोकांशी बातचीत करू शकत होतो.

हे सगळं काय चाललंय... मला नवल वाटत होतं... अगदी स्वप्नवत! लोक मला भेटायला येऊन शाबासकी देत होते, आशीर्वाद देत होते आणि शुभेच्छांचा वर्षाव करत होते. एक दृष्टिहीन व्यक्तीसुद्धा काय कमाल करू शकते, याचं सर्वांना आश्चर्य वाटत होतं. पण ही कमाल तर सचिनभाई, साहिली भाभी, रोहिणी मॅडम, नीता व या सर्व स्वयंसेवकांची आहे, असं मला मनापासून वाटत होतं. येणाऱ्या प्रत्येक माणसाला माझ्या या उद्योगाबद्दल जाणून घ्यायचं होतं. त्या प्रदर्शनात किती वेगवेगळ्या प्रकारच्या मेणबत्त्या होत्या – सहा फूट उंचीच्या मेणबत्तीपासून ते बुद्धिबळाचा पट व किल्ल्यापर्यंत, त्या जोडीला तो सहा-सात मिनिटांचा छानसा माहितीपट... त्यामुळे हॉलमध्ये येणारी व्यक्ती दीड-दोन तास तरी तिथे सहज रमत होती.

पहिल्या दिवशी बाल कल्याण गृहाबरोबरच, दृष्टिबाधित, मूकबधिर व मतिमंद लोकांसाठी काम करणाऱ्या संस्थांचे प्रतिनिधी आम्हाला भेटायला आले. ते त्यांच्या सर्व लाभार्थींना हे प्रदर्शन दाखवायला आणू इच्छित होते. मग सचिनभाईंनी माझ्या त्या तमाम विशेष मित्रांसाठी दुसऱ्या व तिसऱ्या दिवशी दुपारची वेळ दिली. अंध व मूकबधिर मित्रांसाठी अर्ध्या तासाचा वार्तालापसुद्धा आयोजित केला. या वार्तालापात मी खासकरून मूकबधिर मुलांशी जो संवाद साधला, त्याचं त्यांच्या शिक्षकांनी सांकेतिक भाषेत रूपांतर करून त्या मुलांना सांगितलं. त्याचबरोबर जे अंध मित्र आले होते, त्यांना प्रत्येकी मेणबत्तीला स्पर्श करून ती

जाणून घेण्याची खास व्यवस्था केली होती. या मित्रांच्या येण्यामुळे आमच्या हे प्रदर्शन भरवण्याच्या उद्देशाचं सार्थक झाल्यासारखं वाटलं! प्रदर्शनाच्या या दोन दिवसात अशा शेकडो विशेष मित्रांनी त्यांच्या संस्थेच्या शिक्षकांसोबत प्रदर्शनाला भेट दिली. मी सचिनभाई व आमची संपूर्ण टीम – आम्हाला या मित्रांच्या येण्याचा खूप आनंद झाला होता, कारण या सर्व मित्रांनी टिळक स्मारकमधून काही ना काही प्रेरणा घेऊन आयुष्यात प्रगती करावी, अशी आमची इच्छा होती.

तिसऱ्या दिवशी सकाळी सर्व स्वयंसेवक सज्जच होते, कारण त्या दिवशी रविवार होता आणि प्रदर्शनाचा अखेरचा दिवसही. त्यामुळे त्या दिवशी आमची कसोटीच होती. त्या दिवशी दुपारपर्यंत टिळक स्मारकच्या बाहेर भलीमोठी रांग लागली होती. लोक आत येण्यासाठी धडपडत होते. एकीकडे वाहतूक पोलीस रहदारीची कोंडी फोडण्याचा प्रयत्न करत होते, तर दुसरीकडे लोकांची वाढती गर्दी सांभाळण्यासाठी आणखी पोलीस बोलवावे लागले. हॉलमधील सर्व पुरुष स्वयंसेवक सचिनभाईंसोबत बाहेर जाऊन गर्दी नियंत्रित करू लागले, तर महिला स्वयंसेवकांनी सर्व स्टॉल्स उत्तमरीत्या सांभाळले. प्रदर्शनातील मेणबत्त्या संपण्याची वेळ आली, पण बाहेरची गर्दी कमी व्हायचं नाव नव्हतं. रात्रीचे नऊ वाजले तरी अजून बऱ्याच लोकांना हॉलमध्ये प्रवेशही मिळाला नव्हता, त्यामुळे आम्हाला हॉल व्यवस्थापनाला आणखी एक तास वेळ वाढवून देण्याची विनंती करावी लागली. प्रदर्शनाची अखेर झाली तेव्हा आमच्या सगळ्या मेणबत्त्यांची विक्री झाली होती. शेवटी अशी वेळ आली की, फिल्म सिटीच्या विद्यार्थ्यांनी तयार केलेलं सजावटीचं साहित्य लोक विकत मागू लागले होते.

त्या तीन दिवसांच्या प्रदर्शनातील एक अनुभव आयुष्यभर माझ्या स्मरणात राहील. तसंही ते प्रदर्शन माझ्यासाठी संस्मरणीयच होतं! पण तो एक प्रसंग माझ्या मनावर कायमचा कोरला गेला आहे.

प्रदर्शनाच्या अखेरच्या दिवशी दुपारी मी प्रवेशद्वाराजवळ माझ्या जागी बसलो होतो. तिथे लोक अभिप्राय द्यायला येत होते. काही जण लेखी अभिप्राय देत होते. इतक्या लोकांना भेटणं हा चमत्कारच होता. मला तर आम्ही रातोरात सेलिब्रिटी बनलो आहोत असं वाटत होतं. आम्हाला इतके लोक ओळखू लागले होते. रेडिओवर, टीव्ही चॅनल्सवर या प्रदर्शनाची खूप प्रशंसा झाली होती.

अशा वातावरणात दिवसभर लोकांची स्तुतिसुमने स्वीकारताना माझ्या आतून एक आवाज येत होता. माझं अंतर्मन मला सांगत होतं – भावेश, ही कीर्ती डोक्यात जाऊ देऊ नकोस. फळांनी लगडल्यावर त्यांच्या भारानं वाकणाऱ्या झाडांची आठवण ठेव. आज तुला प्रसिद्धीची फळं लगडू लागली आहेत, पण तू

पाय जमिनीवर घट्ट ठेव.

बरेचदा असं दिसतं की एखाद्या छोट्याशा यशाने आपण हुरळून जातो, लगेच हवेत उडायला लागतो! यावरून मला ओळी सुचल्या -

पहाडों, मत करो गुरूर अपने पे इतना,
हमने आसमान से भी परे मंजिलों को तलाशना सीख लिया है ।
बहारों, मत करो गुरूर अपने मे इतना,
हमने भी तकलीफों में खुशियाँ मनाना सीख लिया है ।
घटाओं, मत करो गुरूर अपने पे इतना,
हमने भी आँखों के पानी को सीने में छुपाना सीख लिया है ।
फिजाओं, मत करो गुरूर अपने पे इतना ।
हमने फुलों को चमन में नहीं, अपने दिलों में उगाना सीख लिया है ।
और हवाओं, मत करो अपने पे गुरूर इतना,
हमने पंखों से नहीं, अपने हौसलों से उडना सीख लिया है ।

दुपारी तीनच्या सुमाराला समोरून एका महिलेचा आवाज आला. "मिस्टर भाटिया, तुमच्याशी बोलायचं होतं."

मला वाटलं की त्या बाई अभिप्राय द्यायला आल्या असतील.

"मी गेले दीड-दोन तास हे प्रदर्शन पाहतीये. मी माहितीपटही पुन्हा पुन्हा पाहिला. मला खूप आवडला. तुमचं प्रत्येक प्रॉडक्ट मी हात लावून पाहिलं. खूप आवडलं मला."

मी त्यांचे आभार मानले.

"मिस्टर भाटिया, मला तुमच्याशी थोडं आणखी बोलायचं होतं," त्या म्हणाल्या.

त्या तीन दिवसांत बरेच लोक बिझनेसचे वेगवेगळे प्रस्ताव घेऊन मला भेटायला येत होते. त्यामुळे तसंच काहीतरी असेल, असं मला वाटलं. या तीन दिवसांत सकाळपासून संध्याकाळपर्यंत मला शेकडो लोक भेटून गेले होते.

पण माझा हा तर्क चुकीचा होता. त्या बाईंनी मला धक्काच दिला. त्या म्हणाल्या, "डॉक्टरांनी सांगितलंय, मला चौथ्या स्टेजचा कॅन्सर आहे. माझे खूप थोडे दिवस उरले आहेत. जास्तीत जास्त एक ते सव्वा वर्ष. त्यापेक्षा जास्त नाही. मी इतकी हताश आणि खिन्न झाले होते की मी तीन-चार महिनेसुद्धा जगणार नाही, असं मला वाटत होतं. मी बऱ्याच वृत्तपत्रांत या प्रदर्शनाबाबतच्या बातम्या व लेख वाचले. तुमची हॅन्डबिल्सही पाहिली. मग मला राहवलं नाही, आणि मी इथं ओढल्यासारखी आले. मिस्टर भाटिया या वातावरणात दोन तास व्यतीत केल्यानंतर, मी तुम्हाला एवढंच सांगायला आले आहे, की काहीही झालं तरी आता मी या कॅन्सरने मरणार नाही. इथे येऊन मला इतकी ऊर्जा मिळाली

आहे की, आता या ताकदीच्या बळावर मी या कॅन्सरशी दोन हात करीन... जसे तुम्ही तुमच्या अंधत्वाशी दोन हात केले आहेत, तसेच.''

मी त्यांना खूप खूप शुभेच्छा दिल्या आणि नीताला सांगून त्यांचा फोन नंबर व पत्ता लिहून घेतला. त्या तिथून प्रसन्न मनाने बाहेर पडल्या.

माझी त्यांच्याशी भेट झाली, तो दिवस होता २२ जुलै, २००७. डॉक्टरांच्या म्हणण्यानुसार त्या फक्त एक ते सव्वा वर्षंच जगणार होत्या, पण त्यांच्या मनोबलाने चमत्कार घडवला! २०१५ सालापर्यंत त्या अगदी मजेत जगल्या. त्यांच्याशी माझे रेशीमबंध जुळले होते. त्या माझी मोठी बहीणच बनल्या होत्या. मी दर वर्षी राखीपौर्णिमेला पुण्याला जाऊ शकलो नाही. पण त्यांची राखी मात्र नियमित व वेळेत येत असे.

आज जेव्हा टिळक स्मारकमधल्या त्या प्रदर्शनाचा विचार करतो... त्या प्रदर्शनामुळे किती बिझनेस मिळाला... आमची किती प्रगती झाली... आम्ही किती उंच भरारी घेतली... किती पैसे मिळवले... किती लोक जोडले... किती नाव मिळवलं... या सगळ्याचा विचार करतो, तेव्हा या साऱ्यापेक्षा मला हा प्रसंग खूप जवळचा वाटतो. मला जेव्हा जेव्हा त्या बाईंची भेट आठवते, तेव्हा मनात येतं, माझी आई जेव्हा ब्लड कॅन्सरशी झुंजत होती, तेव्हा असं कुठलं प्रदर्शन तिच्याही आयुष्यात आलं असतं, तर... कदाचित आई आज आमच्यात असती. पण आता ते शक्य नव्हतं.

२३ जुलैचा दिवससुद्धा धावपळीतच गेला. आम्हाला हॉल रिकामा करायचा होता. तसंच, बरेच हिशोबही भागवायचे होते. ही सगळी कामे आटोपून आम्ही संध्याकाळी सचिनभाईंच्या घरी गेलो. सचिनभाईंनी आमच्यासाठी महाबळेश्वरपर्यंत गाडीची व्यवस्था केली होती. त्यांनी माझ्यात हातात एक ब्रीफकेस ठेवली आणि ते म्हणाले, ''यामध्ये सगळा हिशोब आहे. नीट सांभाळून न्या आणि महाबळेश्वरला पोहोचल्यावर निवांतपणे चेक करा.''

सचिनभाई व रोहिणी मॅडमनी प्रदशनातील विक्रीची सगळी रक्कम त्या ब्रीफकेसमध्ये ठेवली होती. मी ब्रीफकेस खाली ठेवली आणि सचिनभाईंना मिठी मारली. मला कुणी सख्खा भाऊ असता, तरी कदाचित त्यानं माझ्यासाठी इतकी मेहनत केली नसती. यात सचिनभाईंचा काहीही स्वार्थ नव्हता. हे प्रदर्शन यशस्वी व्हावं, एवढीच त्यांची इच्छा होती. मी सचिनभाई, नीता, साहिली भाभी आणि रोहिणी मॅडम, आम्हा सर्वांच्याच डोळ्यांत अश्रू दाटले होते– माझ्या आणि नीताच्या डोळ्यांतले अश्रू कृतज्ञतेचे होते, तर त्या तिघांच्या डोळ्यांतील अश्रू समाधानाचे होते. मग आम्ही त्यांचा निरोप घेऊन कृतज्ञ व जड अंत:करणाने

पुण्याहून महाबळेश्वरच्या दिशेने रवाना झालो.

या चार दिवसांत आयुष्य बदलून गेलं होतं. माझ्यासारख्या ज्याला कुणी विचारत नव्हतं अशा माणसाला सगळं जग माझ्यासोबत असल्यासारखं वाटत होतं. मी जणू संपूर्ण जगाशी मैत्री जोडून टिळक स्मारकमधून बाहेर पडलो होतो.

त्यानंतर जवळजवळ आठवडाभर या प्रदर्शनाच्या बातम्या व लेख वृत्तपत्रांत प्रसिद्ध होत होते. सचिनभाईंनी मला ते सगळे लेख, रेकॉर्डिंग्ज उपलब्ध करून दिली होती. काही दिवसांनी सचिनभाईंचा फोन आला, की सगळ्यांची तुम्हाला पुन्हा भेटायची इच्छा आहे आणि आपण या यशाचा आनंद साजरा करायलाच पाहिजे ना?

मग २० दिवसांनी आम्ही पुण्यात एक हॉल बुक केला आणि तिथे टिळक स्मारकमधल्या प्रदर्शनात साहाय्य करणाऱ्या सर्व मित्रांना आमंत्रित केलं, लहान मुलांपासून बुजुर्ग लोकांपर्यंत संबंधित सर्वजण त्या गेटटुगेदरला आले होते. आम्ही सगळे मिळून जवळजवळ दोनशे-अडीचशे लोक होतो. सचिनभाईंनी रात्री भोजनाची उत्तम व्यवस्था केली होती. त्या कार्यक्रमात प्रत्येकाने त्या तीन दिवसातला आपापला अनुभव थोडक्यात सांगितला. आम्ही त्या सर्वांसाठी भेटवस्तू व आभारपत्रे तयार केली होती. ती आम्ही सर्वांना श्री. मंगेश तेंडुलकर यांच्या हस्ते प्रदान केली. त्या दिवशी सर्वांचा एकच सूर होता की एखाद्याने सकारात्मक वृत्तीने एखादी गोष्ट करण्याचा दृढ निर्धार केला, तर काहीही शक्य होऊ शकते.

सर्वजण पुन्हा अशाच प्रकारचं प्रदर्शन आयोजित करण्यास उत्सुक होते. ते केवळ प्रदर्शन नव्हतं, ते एक 'मिशन' होतं. भावेश व 'सनराइज कॅन्डल्स'ला समाजाच्या मुख्य प्रवाहात आणण्याची सर्वांचीच इच्छा होती. या सगळ्या मित्रांच्या परिश्रमांचं फळ म्हणून, त्या प्रदर्शनानंतर आम्हाला इतक्या ऑर्डर मिळाल्या की पुढे कित्येक महिने आम्ही त्या ऑर्डर पूर्ण करण्याचे काम करत होतो.

त्यादरम्यान असं वाटत होतं...

क्या बताएँ दुनिया की यह अजब दास्तान,
कि रोते-रोते हमें हँसी आ गयी,
हमें तो खबर न थी खुशबू की
और हमारे घर फूलों की पालकी आ गयी ।
अब न अँधेरे से कोई आशा है,
न उजाले से कोई उम्मीद है,
हमने तो जलाई नहीं कभी छोटी सी शमाँ,
हमारे घर जमाने भर की रोशनी आ गयी ।

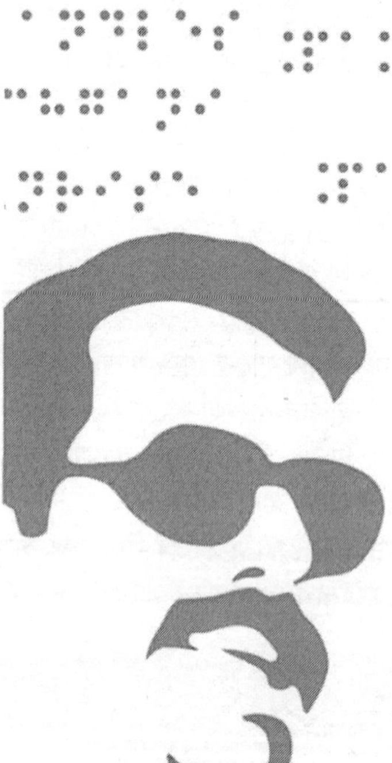

९

'ख्वाहिश'

टिळक स्मारक प्रदर्शनानंतर मंगेश तेंडुलकरांसोबत आमचे ऋणानुबंध आणखी घनिष्ठ झाले. दर दोन-तीन महिन्यांनी त्यांची भेट होत राहिली. एकदा त्यांनी पुण्याहून संध्याकाळी माझ्या मोबाइलवर फोन केला. त्यावेळी मी चर्चच्या स्टॉलवर, पर्यटकांनी वेढलेला मेणबत्त्या विकण्यात व्यग्र होतो. सुट्टीचा दिवस असल्यानं त्यादिवशी महाबळेश्वरमध्ये थोडी जास्तच गर्दी होती आणि समोरच्या रस्त्यावर सतत गाड्यांची वर्दळ होती. सतत हॉर्न वाजत होते. या गोंधळात फोनवर तेंडुलकरांचा आवाज मोठ्या मुश्कीलीने ऐकू येत होता. ते सांगत होते, "भावेश, मला आता एका मोठ्या गुजराती वर्तमानपत्राच्या पहिल्या पानासाठी माझं एक कार्टुन पाठवायचं आहे. ज्यासाठी एक ओळ लिहायची आहे. त्याचा गुजराती अनुवाद करून मला आत्ताच फोनवर सांग. ती ओळ अशी आहे की, 'अब मरनेपर ही इस पीडासे मुक्त हो जाऊंगा' मी तत्काळ

त्या ओळींचा गुजराती अनुवाद करून त्यांना सांगितला. पण आजूबाजूच्या गर्दीमुळे त्यांना माझा आवाज पोहोचत नसल्याने त्यांनी थोड्या मोठ्याने मला सांगायला सांगितलं. मी दोन-तीन वेळा मोठमोठ्यानं ती गुजराती ओळ सांगितली. माझा आवाज मंगेश तेंडुलकरांपर्यंत तर पोहोचलाच, पण त्याचा विपरीत परिणाम असा झाला की, माझ्यासमोर गुजरातहून आलेलं जे कुटुंब होतं त्यांच्यापर्यंतही तो आवाज पोहोचला आणि त्यांनी मला समजवायला सुरुवात केली की, 'मरण्याच्या गोष्टी का करतोस असा विचार करणंही चुकीचं आहे. हे थोडे पैसे ठेव आणि खूश राहण्याचा प्रयत्न कर. पुन्हा कधी मरणाविषयी बोलू नकोस.' मी त्यांचे पैसे परत करत त्या ओळींमागचं वास्तव सांगितलं आणि माझ्या स्टॉलवर एकच हशा पिकला.

'सनराइज कॅन्डल्स'च्या कामासाठी मला अनेकदा मुंबईला जावं लागत असे. मी नेहमी मुंबई लोकल ट्रेनच्या विकलांगांसाठीच्या डब्यातून प्रवास करत असे. तिथेही अनेकदा असे गैरसमज घडत असत. मी जेव्हा डब्यातून प्लॅटफॉर्मवर उतरून शिड्यांच्या दिशेने जात असायचो तेव्हा नेहमी गर्दीतून कोणीतरी येऊन माझा हात पकडायचं आणि म्हणायचं की, 'तुम्ही चुकीच्या दिशेनं चालला आहात. तुमचा विकलांगांसाठीचा डबा तर मागे आहे.' मी त्यांना समजवायचो की, मला डब्याकडे जायचं नाही तर बाहेर जायचं आहे, त्यासाठी मदत करा. पण प्लॅटफॉर्मवरच्या प्रचंड गदारोळात ते सज्जन माझं म्हणणं न ऐकताच मला पुन्हा ट्रेनच्या दिशेनं ओढण्याचा प्रयत्न करत. मी अशा समाजसेवकांपासून दूर राहण्यातच माझं भलं समजतो.

बरेचदा मनात यायचं की मी आता माझ्या पायावर उभा राहिलो आहे... सचिनजींसारखे जिवाभावाचे मित्र मिळाले आहेत... नीताची साथ मिळाली आहे... सगळं छान चाललं आहे. पण मनाला एक अपराधी भावना ग्रासून होती. दृष्टिबाधित मित्रांसाठी काहीतरी करण्याच्या उद्देशानं मी आणि नीता एकत्र आलो होतो. पण ते ध्येय कुठे पूर्ण होताना दिसत नव्हतं. ही गोष्ट मनात सलत होती. आम्ही दोघे आपापल्या जबाबदाऱ्या सांभाळत, पर्यटन हंगामाच्या धामधुमीच्या काळात मार्केटमधील स्टॉलवर काम करत असायचो तेव्हा हे अपराधीपण अधिकच गडद व्हायचं. त्या मार्केटमध्ये कुठून कुठून दूरवरून आलेले कितीतरी दृष्टिबाधित मित्र– ज्यांना आम्ही ओळखतही नव्हतो– हातातली काठी आपटत, भीक मागत आमच्यासमोरून जात असत. एकीकडे आम्ही त्या छोट्याशा टेबलावर स्वाभिमान व आत्मसन्मानाच्या मोठमोठ्या गप्पा मारत होतो, तर दुसरीकडे माझे ते अंध मित्र भीक मागत होते. हे किती विसंगत होतं! या दोन दृश्यांतून दृष्टिहीन जीवनाची दोन वेगवेगळी रूपे दिसत होती. मला प्रत्येक वेळी वाटायचं, की यांना रोखलं पाहिजे. एके दिवशी

माझे तीन-चार दृष्टिबाधित मित्र काठी आपटत निघाले असताना मला अगदीच राहावलं नाही. ते येत असल्याचं नीतानेही मला सांगितलं. मग मी त्यांना थांबवलं आणि माझ्या टेबलावर मांडलेल्या मेणबत्त्या त्यांना स्पर्शानं दाखवल्या.

"मित्रांनो, मीही तुमच्यासारखाच दृष्टिबाधित आहे. ही माझी पत्नी नीता," मी सांगितलं. आणि त्यांना विचारलं, "तुम्ही दिवसाला किती पैसे मिळवता?"

त्यावर सगळे गप्प बसले. कुणीच काही उत्तर दिले नाही. तरी मी त्यांना पुन्हा पुन्हा तोच प्रश्न विचारत राहिलो.

मी त्यांना म्हणालो, "हे बघा, मीही तुमच्यापैकीच आहे."

मी दृष्टिबाधित आहे. तुमच्यापैकीच आहे हे ऐकल्यानंतर त्यांनी 'आता या धंद्यात कुठं काय राहिलंय,' असा सूर आळवत मला टाळायला सुरुवात केली.

माझ्या बोलण्यावरून त्यांना बहुधा मी मेणबत्त्यांच्या व्यवसाय बंद करून त्यांच्या या भीक मागण्याच्या ऐतिहासिक उपक्रमांत सहभागी होऊ इच्छितो असं वाटलं असावं. त्यांना आपल्या धंद्यात स्पर्धा वाढण्याची भिती वाटली असावी, त्यामुळे त्यांनी मला टाळण्याचा प्रयत्न केला. त्यांच्या डोक्यात काय शिजतंय हे माझ्या लगेच लक्षात आलं. मग मी त्यांना म्हणालो,

"तुमचा गैरसमज होतोय. मला तुमच्यासोबत यायचं नाहीये, माझी तुम्हा सर्वांना माझ्यासोबत घेऊन जाण्याची इच्छा आहे." दरम्यान नीताने त्यांच्यासाठी चहा मागवला आणि आमची त्यांच्याशी थोडी मैत्री झाली.

नीतानेही त्यांच्याशी खूप सहानुभूतीने बातचीत केली. अखेर त्यांच्यातील एकाने मनाचे घट्ट लावून घेतलेले दरवाजे जरासे किलकिले केले.

"आम्हाला दिवसभरात ऐंशी ते शंभर रुपये मिळतात," त्याने सांगितलं.

त्या सर्वांची या अपमानस्पद कामातून सुटका करण्यासाठी त्यांना दररोज इतके पैसे उचलून देण्याएवढी माझी त्या वेळी परिस्थिती नव्हती. तरीही मी त्यांना म्हणालो, "मित्रांनो, हे काम बंद करा. चला, आपण सगळे आपल्या घरी जाऊ या. आपण सगळे मिळून काहीतरी करू या."

त्यावर त्या सगळ्या अंध मित्रांचा एकच प्रश्न होता. आमचा उदरनिर्वाह कशावर चालणार? आम्ही आमची मिळकतीची ही सध्याची सोय बंद करून तुमच्यासोबत येऊ शकत नाही.

पण कसं कोण जाणे... बहुधा परमेश्वराचीच माझ्या तोंडून हे वदवण्याची इच्छा असावी, की भले तुम्ही रोज शंभर रुपये मिळवत असाल, पण मी तुम्हाला रोज दोनशे रुपये देईन.

पण त्यांचा माझ्या सांगण्यावर विश्वास बसला नाही. त्यांना आपली काहीतरी फसवणूक होत आहे असं काहीतरी वाटलं.

तरी मी त्यांना सांगितलं, की मी तुम्हाला रोज दोनशे रुपये देईन आणि तुमच्या राहण्याची व खाण्यापिण्याची व्यवस्थाही मोफत करीन. पण तुम्ही हे जे हीन काम करत आहात, ते करू नका... बंद करा हे काम.

अखेर मी काय सांगतो आहे हे त्यांच्या लक्षात आलं. मग त्या दिवशी आम्ही आमचा स्टॉल अर्धा तास लवकर बंद केला व त्या सर्व अंध मित्रांना आमच्या घरी घेऊन आलो.

इतके लोक... एवढ्या लोकांनी एका खोलीत कसं राहायचं या विचारानं माझे वडीलही काळजीत पडले होते.

मग दुसऱ्या दिवशी आम्ही भाड्याची जागा शोधायला सुरुवात केली. तिसऱ्या दिवशी आम्हाला जागा मिळाली! आर. के. वाडीमध्ये संदीप ढेबे नावाचा एक माणूस दूध घालायला येत असे. तिथून सहा किलोमीटरवर महाबळेश्वर-सातारा रस्त्यावर शिंदोळा नावाचं गाव आहे, तिथं तो राहत असे. त्याच्याकडे सहा खोल्या होत्या, त्या आम्हाला भाड्याने मिळाल्या होत्या. आम्ही दरमहा चार हजार रुपये भाड्याने त्या खोल्या घेतल्या. मग आम्ही आमच्या घरातला मेणबत्त्या बनवण्याचा व्याप शिंदोळाला नेण्याचा धाडसी निर्णय घेतला. त्यानुसार आम्ही शिंदोळामधल्या त्या जागेत दोन खोल्यांत मेणबत्त्यांचं वर्कशॉप सुरू केलं आणि तिथे या नव्या अंध मित्रांचं प्रशिक्षण सुरू झालं. उरलेल्या चार खोल्यांपैकी दोन खोल्या आम्ही अंध बंधूंसाठी ठेवल्या आणि दोन खोल्या अंध भगिनींसाठी राखून ठेवल्या. त्या घराबाहेर एक व्हरांडा होता, तिथे स्वयंपाकाची छान सोय झाली. तिथेच सर्व अंध मित्रांची पंगत बसत असे.

आम्ही मेणबत्त्यांचा उद्योग शिंदोळाला हलवण्यामागे एक मोठं कारणही आहे. आर. के. वाडीचे ट्रस्टी होते रतनभाई मर्चंट. त्यांच्यानंतर प्रकाशभाई व चेतनभाई मर्चंट यांनी ती धुरा सांभाळली होती. ते सर्वजण माझ्या मेणबत्त्यांच्या कामावर खूश होते. आत्तापर्यंत मी त्यांच्याच आर. के. वाडीत राहून मेणबत्त्या बनवत होतो. ते सर्वजण या कामाकडे मोठ्या अभिमानाने पाहत होते. आमच्या मॅनेजरचा मुलगा आज आमच्याकडे कुठली मदत न मागता स्वत:च्या हिमतीवर, स्वाभिमानानं जगतोय याचं त्यांना विशेष वाटत असे, त्यामुळे ते माझ्याशी खूप आपलेपणानं वागत असत.

पण प्रकाशभाईंची पत्नी मालतीबेन यांना आर. के. वाडीत हे काम चालणं पसंत नव्हतं. मी या अंध मित्रांना घेऊन आर. के. वाडीत आलो, त्या दिवशी रात्री ते लोकही मुंबईहून अचानक महाबळेश्वरला आले. माझ्यासोबत त्या अंध मित्रांना पाहिल्यावर त्यांनी मला स्पष्टच सांगितलं, की महिन्याभरात इथलं वर्कशॉप दुसरीकडे हलव.

ते ऐकून मला फार वाईट वाटलं होतं. आपलेच लोक आपल्याच समाजातील माणसं अशाप्रकारे वागतात... मी तर त्यांची कुठली वस्तूसुद्धा वापरत नव्हतो. त्या छोट्याशा खोलीत फक्त एका टेबलावर माझा सगळा उद्योग सामावलेला होता आणि त्यावर माझी पोटापाण्याची सोय होत होती. मी आर. के. वाडीत येणाऱ्या प्रत्येक ग्राहकाला त्यांच्या या औदार्याबद्दल सांगायचो. त्यांचे औदार्य, त्यांचा चांगुलपणा याबद्दल नेहमी सांगून त्यांची कीर्ती वाढवत असायचो. पण सौ. मर्चंट यांचं वागणं विचित्र होतं. माझ्या स्वाभिमानी मनाला ते सहन होत नव्हतं. मी माझ्या मित्रांना वर्कशॉपसाठी जागा शोधायला आधीच सांगितलं होतं. त्यात हे नवे अंध मित्र आल्यावर तर आमच्या शोधाची चाके आणखी गतिमान झाली. मग मी लवकरात लवकर जागा मिळवण्याच्या मागे लागलो आणि तिसऱ्या-चौथ्या दिवशीच आम्हाला संदीपकडे सहा खोल्यांची जागा मिळाली!

त्या वेळी वर्कशॉपची जागा बदलताना मनात विचारांचं नुसतं वादळ सुरू होतं... इतक्या सगळ्या गोष्टी आपण तिकडं कशा हलवायच्या? या सगळ्या आवर्तातून मी वाट शोधत होतो... या 'शिफ्टिंग'साठी स्वत:च्या मनाची तयारी करत होतो.

त्याच दरम्यान मी रेडिओवर 'टाटा मोटर्स'च्या संदर्भातली एक जबरदस्त बातमी ऐकली. शेतकऱ्यांच्या आंदोलनांमुळे रतनजी टाटा यांनी पश्चिम बंगालमधील त्यांचा नॅनो कारचा शेकडो एकर परिसरात पसरलेला प्रकल्प एका रात्रीत गुजरातच्या सानंदला हलवला होता. त्यांच्या या साहसी कृतीनं मला जबरदस्त प्रेरणा दिली. मी स्वत:लाच प्रश्न केला– ते जर इतका मोठा प्रकल्प इतक्या दूरवर नेऊ शकत असतील, तर तू तुझं हे छोटंसं वर्कशॉप शिंदोळाला का नेऊ शकत नाहीस? या विचारानं नवी स्फूर्ती दिली व हिंमत आली. अखेर सगळं व्यवस्थित पार पडलं आणि आम्ही नव्या आयुष्याला सुरुवात केली!

आमच्या या दृष्टिबाधित समुदायाचं नेटवर्क अत्यंत जलदगती असतं, त्यामुळे महाबळेश्वरमध्ये एक कंपनी रोज दोनशे रुपये देते, शिवाय राहण्याची व खाण्यापिण्याची मोफत सोय करते, आणि त्याबदल्यात सावलीत बसून गाणी ऐकत मेणबत्त्या बनवायला शिकवतात, मग त्या मेणबत्त्या बनवण्याचं काम मिळतं ही बातमी लोकांपर्यंत व दृष्टिबाधित मित्रांपर्यंत वाऱ्यासारखी पसरली. मग आमच्यासोबत येऊ इच्छिणाऱ्यांची गर्दी उसळली आणि आमच्यासोबत अधिकाधिक दृष्टिबाधित लोक येऊ लागले.

असं करता करता, पाचाचे पंचवीस झाले तसा हा व्याप सांभाळणं चांगलंच अवघड आहे हे लक्षात येऊ लागलं. शिंदोळामधल्या वर्कशॉपमध्ये काम करणं व

शिकणं या गोष्टी कितीही करता येत होत्या, पण तिथे जागेला मर्यादा होती. मी व नीताने आमच्या बेघर मित्रांची राहण्याची व खाण्यापिण्याची व्यवस्था केली होती, तर बाकीच्या मित्रांची त्यांच्या गावापासून रोज जाण्यायेण्याची व्यवस्था केली होती, पण आता अडचण अशी होती, की सगळे दृष्टिबाधित मित्र मेणबत्त्या बनवण्याच्या कामात निष्णात झाले होते, मेणबत्त्यांचं उत्पादनही भरपूर होत होतं, पण त्या मेणबत्त्यांच्या विक्रीसाठी तो एकमात्र स्टॉल होता, त्यामुळे मेणबत्त्यांचे ढीगच्या ढीग पडून असत. आम्हाला इतक्या मेणबत्त्यांची विक्री करता येत नव्हती. त्यामुळे मला बरेचदा अगदी असाहाय्य व कमजोर असल्यासारखं वाटत असे. या सगळ्यांच्या पोटापाण्याची व्यवस्था कशी करायची या गोष्टीची काळजी लागत असे. कधीकधी वाटायचं, आपण सुरू केलेली ही समाजसेवा फार काळ चालू शकणार नाही...

त्यादरम्यान माझ्या डोक्यात वडीलधाऱ्यांच्या उपदेशातली एक गोष्ट सतत घोळत होती. गरीब अथवा सामान्य पार्श्वभूमीतल्या मुलांना त्यांच्या घरातल्या वडीलधाऱ्यांकडून एक गोष्ट नेहमी ऐकावी लागते– अंथरूण पाहून पाय पसरायला शिका. मलाही वाटू लागलं होतं, की मीही माझं अंथरूण पाहून पाय पसरले असते तर बरं झालं असतं!

त्याचवेळी माझ्या आतून एक आवाज आला – अंथरूण पाहून पाय पसरायला शिका – हा कसला सल्ला? अरे, त्या एका निर्जीव अंथरुणासाठी आपण आपल्या सजीव पावलांना का त्रास द्यायचा? आपण आपल्या पायांच्या लांबीइतकं मोठं अंथरूण मिळवण्याचा प्रयत्न का करू नये?

या विचारानं माझ्यात जणू नवचैतन्य उसळलं आणि मी माझी कमजोरी किंवा अडचणींतून बाहेर पडण्याचे मार्ग शोधू लागलो.

आम्हा दृष्टिबाधित लोकांचा रेडिओ हा चांगला मित्र असतो. आमच्या वर्कशॉपमध्ये दिवसभर रेडिओ सुरू असायचा. त्या दरम्यान मी अशा अस्वस्थ मन:स्थितीत असताना एके दिवशी रेडिओवर डॉ. ए.पी.जे. अब्दुल कलाम यांच्या भाषणातील काही सुंदर ओळी कानावर पडल्या

'वाट पाहत बसणाऱ्यांच्या हाती तेवढ्याच गोष्टी पडतात, ज्या प्रयत्न करणाऱ्या लोकांनी टाकून दिलेल्या असतात.'

त्यांच्या या शब्दांनी मी त्या दिवशी इतका प्रभावित झालो, की माझा हा गुरुमंत्रच बनला आणि मी माझ्या समोर असलेल्या अडचणींतून मार्ग काढण्याचा प्रयत्न करू लागलो. मला कलाम साहेबांचा हा विचार खूप आवडला होता. त्यांच्या शब्दांत किती महान संदेश आहे– आपण उरलंसुरलं का गोळा करायचं? आपण स्वत: प्रयत्न का करू नये? आपण हात-पाय हलवून का पाहू नये?

आपण वाट बघत का बसून राहायचं?

त्या वेळी मला बालपणी हिंदीच्या पुस्तकात शिकलेल्या कवितेच्या ओळी आठवत असत –

‘मैं गोताखोर मुझे गहरे जाना होगा,
तुम तट पर बैठे लहरों की बातें किया करो!’

आपल्याला पोहायला शिकायचे असेल तर आपल्याला खोलवर बुडी घ्यावीच लागेल. मेणबत्त्यांचा उद्योग खऱ्या अर्थाने यशस्वी करायचा असेल, या सगळ्या मित्रांना सोबत घेऊन वाटचाल करायची असेल, तर आम्हाला ‘गिअर’ बदलावा लागेल आणि खोलवर बुडी घ्यावीच लागेल हे माझ्या लक्षात आलं होतं.

टिळक स्मारकमधल्या त्या प्रदर्शनाच्या निमित्ताने आम्ही अशी खोलवर बुडी घेतली होतीच. या प्रदर्शनानंतर ‘सनराइज कॅन्डल्स’चा इवलासा वेलु गगनावरी निघाला होताच! मग आम्ही कित्येक मोठमोठ्या हॉटेलांमध्ये व रिसॉर्टमधील युटिलिटी शॉपमध्ये भाडे देऊन आमचे स्टॉल लावले. आमच्या मेणबत्त्या बनवणाऱ्या व त्या विकणाऱ्या सर्व दृष्टिबाधित मित्रांना जास्तीत जास्त काम मिळावं हा आमचा उद्देश होता.

आमच्या या उद्योगात कुठली संस्था, एन.जी.ओ. किंवा देणगी तसंच सरकारी वैयक्तिक अनुदान वगैरे काहीही नव्हतं. शिंदोळा येथील वर्कशॉपमध्ये सर्व दृष्टिबाधित मित्र मेहनत करून आपला वाटा कमवत होते. त्यांचे ज्या प्रकारचे योगदान असेल त्यानुसार त्यांना रास्त फळ मिळत होतं. सगळं काही व्यवस्थित सुरू होतं. ‘सनराइज कॅन्डल्स’ची कीर्ती दूरवर पसरत होती. सोशल मीडिया, प्रिंट व इलेक्ट्रॉनिक मीडियामध्ये रोज ‘सनराइज कॅन्डल्स’बद्दल काही ना काही प्रसिद्ध होत होतं, त्यामुळे आमचं ‘गुडविल’ भक्कम होत होतं. महाराष्ट्रलगतच्या कर्नाटक, गोवा, गुजरात, मध्य प्रदेश अशा राज्यांमधूनही विचारणा होऊ लागली होती. तिथले बेरोजगार दृष्टिबाधित मित्र ‘सनराइज कॅन्डल्स’मध्ये येण्यासाठी खूप उत्सुक होते. त्यांनाही मेणबत्त्या बनवण्याचं काम शिकायचं होतं, त्या कामातलं तंत्रज्ञान जाणून घ्यायचं होतं. आणि आम्हीही त्यांना हे काम शिकवू इच्छित होतो. आमची जी कल्पना होती, आम्हाला जे घडावं असं वाटत होतं, ते वास्तवात साकार होत होतं!

टिळक स्मारकमधील प्रदर्शनाची तयारी सुरू होती त्यादरम्यान एके दिवशी मला एक सद्गृहस्थ भेटले. मी नेहमीप्रमाणे चर्चजवळच्या स्टॉलवर नीतासोबत

उभा होतो. त्या सद्गृहस्थांच्या साध्या सरळ व हृदयाला भिडणाऱ्या शब्दांची माझ्या मनावर छाप उमटली होती.

गेल्या कित्येक वर्षांपासून अशोकभाई भिमानींचा परिवार आर. के. वाडीत बरेचदा येत होता. त्यांचा मुलगा योगीन या सद्गृहस्थांना व त्यांच्या पत्नीला घेऊन आमच्या स्टॉलवर आला होता. या सद्गृहस्थांचे ज्येष्ठ जावई व अशोकभाई मुंबईला एका कंपनीत भागीदार होते.

तिथून सात कि.मी.वर त्यांच्या घराचे बांधकाम सुरू होते. त्या सद्गृहस्थांनी त्यांचं नाव फुलचंद बागमार असं सांगितलं, पण त्यासोबतच 'स्वामी सत्य निरंजन' असंही कानावर पडलं. योगीन तर त्यांना 'भावसा' म्हणत होता. मग याचं नक्की नाव काय आहे, मला प्रश्न पडला होता. माझ्या मनातला हा प्रश्न त्यांना कसा कळला कोण जाणे, त्यांनी आपणहून सांगितलं, की 'स्वामी सत्य निरंजन' हे त्यांना ओशोंनी दिलेलं नाव आहे आणि "माझ्या घरचे लोक मला 'भावसा' म्हणतात. तुम्हीही मला 'भावसा' म्हणू शकता."

दुसऱ्या दिवशी सकाळी मी प्रदर्शनाच्या तयारीत बुडलेलो असताना एक ओळखीचा आवाज कानावर आला, "येऊ का?"

मी तो आवाज लगेच ओळखला,

"अरे, भावसा तुम्ही! या, या!" मी म्हणालो.

भावसा त्यांच्या सगळ्या कुटुंबाला घेऊन मला भेटायला आले होते. त्या दिवशी मी त्यांच्या कुटुंबाचा सदस्यच बनलो! भावसांच्या पत्नी कुसुम माँ जाताना नीताला म्हणाल्या,

"मला दोन मुली आहेत. थोरली– सुजाता, डॉक्टर आहे, धाकटी– सुषमा, सी.ए. आहे, पण आजपासून तू माझी तिसरी मुलगी आहेस."

भावसांना तीन मुलगे आहेत– अभयभाई, ते सी.ए. आहेत. तुषारभाई ते ऑटोमोबाईलच्या व्यवसायात आहेत, आणि राहुलभाई बिल्डर आहेत. भावसांच्या कुटुंबात अभयभाईंच्या पत्नी जस्मिन भाभी व भावसांचा नातू आत्मनही होता. चर्चजवळच्या त्या स्टॉलचा मी जीवनभर ऋणी राहीन, कारण त्या स्टॉलमुळे मला या थोर मान्यवरांना भेटता आलं आणि त्यांनी मला पुढे जाण्यासाठी अनमोल मार्गदर्शन केलं.

अशाच थोर लोकांपैकी आणखी एका व्यक्तीचा अत्यंत आदराने उल्लेख करावासा वाटतो, ते म्हणजे श्री. कृष्णकांतभाई जेठा व त्यांच्या पत्नी अनुराधाबेन. बऱ्याच वर्षांपूर्वी आर. के. वाडीत मुंबईस्थित भाटिया बँकेच्या संचालकांची मीटिंग ठेवली होती. त्या मीटिंगसाठी कृष्णकांतभाई आले होते.

'नॅब'चे दिनुभाई गांधी व कृष्णकांतभाई यांची जवळची मैत्री होती. त्यांनीच माझी जेठा दाम्पत्याशी ओळख करून दिली होती. कृष्णकांतभाई दक्षिण मुंबईतील मूलजी जेठा मार्केटचे चेअरमन होते. एके काळी हे मार्केट संपूर्ण आशिया खंडात कपड्यांचं सर्वांत मोठं मार्केट होतं. त्या मार्केटमध्ये ९०० मुख्य दुकाने होती व जवळजवळ ३ हजार छोटी दुकाने होती. मुंबईमध्ये कापड गिरण्या होत्या तोपर्यंत या मार्केटचा वस्त्रबाजारात मोठा दबदबा होता. कृष्णकांतभाईंचा महाबळेश्वरमध्ये 'स्प्रिंगफिल्ड' नावाचा अतिशय भव्य व देखणा बंगला आहे. ते महाबळेश्वरला नेहमी येतात. त्यांनी माझा आर. के. वाडीतला छोटासा उद्योग पाहिला तेव्हा ते फार खूश झाले. त्यानंतर ते जेव्हा जेव्हा महाबळेश्वरला यायचे तेव्हा मला भेटायला आमच्या स्टॉलवर आवर्जून यायचे. काहीतरी आजारामुळे त्यांची स्वरग्रंथी काढली होती, त्यामुळे ते बोलू शकत नसत. पण त्यांच्यासोबत अनुराधाबेन आलेल्या असल्या तर त्या कृष्णकांतभाईंचे हावभाव व खाणाखुणांवरून त्यांना काय म्हणायचं आहे ते मला सांगत असत. पण जेव्हा ते एकटेच मला भेटायला येत, तेव्हा त्यांच्या ड्रायव्हरला सोबत आणत. मग त्यांना जे बोलायचं असे ते लिहून ड्रायव्हर ते मला वाचून दाखवत असे– अशाप्रकारे आमच्या गप्पा होत असत. ते त्यांचा दहा एकरातला प्रशस्त बंगला सोडून फुटपाथवरच्या माझ्या स्टॉलवर यायचे आणि तिथे एका खुर्चीवर बसून बराच वेळ माझ्याशी गप्पा मारायचे.

असंच एके दिवशी संध्याकाळी कृष्णकांतभाई व अनुराधाबेन मला भेटायला आले. मी स्टॉलवर येणाऱ्या पर्यटकांशी बातचीत करता करता त्यांच्याशीही गप्पा मारत होतो. तेवढ्यात भावसा व कुसुम माँचा आवाज कानावर पडला. मी भावसांना नमस्कार केला आणि त्यांची कृष्णकांतभाईंशी ओळख करून दिली. त्या दोघांना खूप आनंद झाला. त्यांच्या दोघांच्या पत्नींचीही एकमेकींशी छान ओळख झाली. त्यानंतर माझा छोटासा स्टॉल हे त्यांच्या रोजच्या भेटीगाठीचं ठिकाणच बनलं. काही दिवसांतच आमचे इतके छान सूर जुळले, की कधी भावसा मला 'स्प्रिंगफिल्ड' बंगल्यावर घेऊन जात, तर कधी आम्ही सगळे भावसांच्या नव्या घरी जायचो, काही वेळा तर सगळेजण शिंदोळामधील वर्कशॉपमध्येसुद्धा एकत्र जमायचो.

कृष्णकांतभाई व भावसा माझ्या कामावर अगदी खूश होते, पण माझ्या भाड्याच्या वर्कशॉप व हॉस्टेलबद्दल मात्र अगदी नाराज होते. आम्ही सगळेजण एकत्र जमायचो तेव्हा एक विषय हटकून असायचा, की आता आम्ही स्वत:चा कारखाना, वर्कशॉप आणि आपल्या दृष्टिबाधित मित्रांच्या हॉस्टेलबद्दल विचार

करायलाच हवा, पण या सगळ्यात एक अडचण होती, ती म्हणजे महाबळेश्वर हा डोंगराळ प्रदेश आहे. त्या ठिकाणी कारखान्यासाठी जागा व रिकामा प्लॉट मिळणं फारच अवघड होतं. या भागात एक-एक इंचासाठी मारामारी असायची. सगळेजण स्वत:चं हॉटेल व रिसॉर्ट उभारू इच्छित होते. या स्पर्धेत सगळे बडे उद्योगपती, नेते, अभिनेते उतरले होते. तिथं मी जागा विकत घेऊ शकेन एवढी माझी झेपच नव्हती. महाबळेश्वरमध्ये जमिनीचे दर नेहमीच गगनाला भिडलेले असतात. आम्हाला मॅन्युफॅक्चरिंग युनिट उभारण्यासाठीही बरीच मोठी जागा लागणार होती, त्यामुळे या सगळ्यासाठी कोट्यवधी रुपये कुठून उभे करायचे हा मोठा प्रश्न होता.

अनेक वर्षांपासून ओशोंप्रति श्रद्धा असणाऱ्या भावसांकडून प्रत्येक भेटीत ओशोंची एखादी गोष्ट हमखास ऐकायला मिळत असे. भावसा अशा गोष्टी सांगताना 'अस्तित्व' आणि 'ख्वाहिश' या दोन शब्दांचा बरेचदा उल्लेख करत असत. त्यांनी माझ्या वाढदिवशी मला पाऊलो कोएलो यांचं 'द अल्केमिस्ट' हे पुस्तक भेट दिलं होतं, ते नीताने मला दोनदा वाचून दाखवलं होतं.

बहुतेक साधनस्त्रोतांच्या अभावामुळे माझ्या इच्छा-आकांक्षा म्हणजेच ख्वाहिशें व्यक्त करण्याचीसुद्धा मला भीती वाटत असे. पण हा भावसांच्या व्यक्तिमत्त्वाचा प्रभाव होता, का आणखी काही होतं, कोण जाणे... पण माझ्या मनात मॅन्युफॅक्चरिंग युनिट आणि माझ्या दृष्टिबाधित मित्रांसाठी नवं हॉस्टेल उभारण्याची जी 'ख्वाहिश' होती, तिला मी रात्री झोपण्याआधीच झोपवायचो, पण ती 'ख्वाहिश' मी सकाळी उठण्याआधीच जागी झालेली असायची!

त्याजोडीने मला कलाम साहेबांचं एक वचन प्रेरणा देत असायचं –

"स्वप्ने ती नव्हेत, जी झोपेत पाहिली जातात, स्वप्ने अशी असतात, जी झोपच येऊ देत नाहीत."

मीसुद्धा माझं नवीन हॉस्टेल व वर्कशॉपचं स्वप्न व 'ख्वाहिश' पूर्ण करण्यासाठी झोप विश्रांती सगळं विसरून अहोरात्र मेहनत करू लागलो. 'सनराइज कॅन्डल्स'ला इथवर घेऊन येण्यासाठी मी खूप मेहनत केलीच होती, आता या मेहनतीबरोबरच एक पागलपणा... झपाटलेपणही आलं होतं. मेहनत या शब्दाला पर्यायी शब्द असू शकत नाही. मेहनत म्हणजे फक्त मेहनतच!

त्याबद्दल मी म्हणतो –

समाँ भी हवा में रोशन हो सकती है,
कश्ती तूफानों से निकल साहिल से जुड सकती है,
आज जो छोटी टहनी है, कल लंबी पतवार बन सकती है ।

आग की छोटी चिंगारी कल आग की ऊँची दिवार बन सकती है,
मिट्टी जो रौंदी गई पैरों तले, वह कल ऊँची मीनार बन सकती है,
बस, तू एक बार मेहनत कर ले मेरे दोस्त,
तेरी भी किस्मत बदल सकती है ।

१०

रिलायन्स : टर्निंग पॉइंट

टिळक स्मारकमधील प्रदर्शनाला मी आमच्या समस्त भाटिया परिवार संस्थेचे अध्यक्ष किशोरभाई संपत यांनाही आमंत्रित केलं होतं. त्यांचा ग्लास बनवण्याचा कारखाना होता. आम्हाला काही मेणबत्त्या बनवण्यासाठी जे वेगवेगळ्या आकाराचे काचेचे ग्लास लागत असत. ते आम्ही नुकतेच त्यांच्याकडून खरेदी करू लागलो होतो. मी किशोरभाईंचं बरंच देणं होतो. प्रदर्शनासाठी त्यांनी मला ग्लास उधारीवर दिले होते. मी त्यांना प्रदर्शन झाल्यावर सगळे पैसे भागवण्याचं कबूल केलं होतं, पण बहुतेक त्यांचा माझ्या सांगण्यावर विश्वास बसला नसावा. आपले पैसे बुडणार तर नाहीत?... अशी त्यांना काळजी वाटत होती की काय कोण जाणे. त्यामुळे ते मुंबईहून पुण्याला खास प्रदर्शन बघायला आले होते. प्रदर्शन पाहून त्यांना खूप आश्चर्य वाटलं.

किशोरभाईंना वाटलं होतं, की मी आणि सचिनभाई नातेवाईक असणार, पण आमची अगदी कमी काळातली ओळख व मैत्री आहे आणि या भावबंधांनीच इतक्या सगळ्या लोकांना एकत्र गुंफलं आहे ही गोष्ट त्यांना समजली, तेव्हा माझा निरोप घेऊन तिथून निघण्याआधी ते मला म्हणाले,

"मला या गोष्टीचं वाईट वाटतंय की आपण एकाच समाजातले असूनही आम्ही तुमच्यासाठी काहीच करत नाहीये. आणि हे लोक तर फक्त तुमचे मित्र आहेत, तरी ते आपापले उद्योग, कामधंदा... सगळं सोडून फक्त तुम्हाला मदत करण्यासाठी म्हणून इथं रात्रंदिवस राबत आहेत. आता माझे डोळे उघडले आहेत. आता आम्ही आपल्या समाजाच्या माध्यमातून तुमच्या उद्योगाला पाठिंबा देऊ."

दरवर्षीप्रमाणे त्याही वर्षी नोव्हेंबर महिन्यात मुंबईला बोरीवलीमध्ये संपूर्ण भारतभरातील भाटिया समाजाच्या सामूहिक विवाहसोहळ्याचं आयोजन केलं होतं. त्यात सुमारे ५० विवाह होणार होते. त्या भव्य मंडपात किशोरभाईंनी माझ्यासाठी एक चांगल्या मोठ्या प्रशस्त स्टॉलची खास व्यवस्था केली. तिथं किशोरभाईंसोबत 'जन्मभूमी प्रवासी' व 'मुंबई समाचार' या प्रसिद्ध गुजराती वृत्तपत्रांचे पत्रकारही उपस्थित होते. ही दोन्ही वृत्तपत्रे खासकरून मुंबईतील बिझनेस समुदायाकडे जातात. त्या स्टॉलमुळे मी गुजराती समाजातील बऱ्याच व्यापाऱ्यांपर्यंत पोहोचू शकलो.

त्या स्टॉलवर बऱ्याच वर्षांनी माझी श्री. दिनूभाई गांधींशी भेट झाली. ते अजूनही नॅब इंडियाचे ऑनररी सेक्रेटरी होते. त्यादरम्यान दिनूभाई गांधींनी नॅब व रिलायन्स इंडस्ट्रीजचे संबंध चांगले मजबूत गुंफले होते. दिनूभाईंच्या प्रयत्नांमुळे रिलायन्स इंडस्ट्रीजकडून नॅब इंडियाला दरवर्षी पाच कोटी रुपये देणगी मिळत असे. नॅब इंडियाच्या कित्येक पुनर्वसन केंद्रात माझे अंध मित्र ज्या वेगवेगळ्या गोष्टी बनवत असत, त्या रिलायन्स इंडस्ट्रीज मोठ्या प्रमाणात खरेदी करत असे.

दिनूभाईंनी बोरीवलीच्या त्या स्टॉलवर माझ्या मेणबत्त्या पहिल्यांदाच पाहिल्या होत्या. त्या पाहून त्यांच्या मनात एक कल्पना आली. माझ्या सगळ्या प्रकारच्या मेणबत्त्या रिलायन्स इंडस्ट्रीजला खूप आवडतील याची त्यांना खात्री वाटली. मग त्यांनी सुरुवातीला माझ्याकडून ६० रुपयेवाल्या २०० फ्लॉवर कॅन्डल्स मागवून घेतल्या. या मेणबत्त्या रिलायन्स इंडस्ट्रीजकडे पाठवण्यात आल्या. तिथल्या पदाधिकाऱ्यांना त्या मेणबत्त्या इतक्या आवडल्या, की त्यांनी आम्हाला तसल्याच आणखी ९ हजार फ्लॉवर कॅन्डल्सची ऑर्डर दिली.

मार्च २००८ मध्ये मला दिनूभाई गांधींचा फोन आला. त्यांनी मला रिलायन्स इंडस्ट्रीजतर्फे अंध उद्योजक म्हणून राष्ट्रीय पुरस्कार दिला जाणार असल्याचं सांगितलं.

हा पुरस्कार स्वीकारण्यासाठी मला व नीताला मुंबईला जायचं होतं. हा पुरस्कार 'धीरूभाई अंबानी इन्टरनॅशनल स्कूल'मध्ये श्री. मुकेश अंबानी यांच्या हस्ते प्रदान केला जाणार होता. नॅब इंडियाने त्यांच्या गेस्ट हाउसमध्ये आमची राहण्याची व्यवस्था केली होती.

आम्हाला तिथे स्टॉल लावायचा आहे असं सांगण्यात आलं होतं, त्यामुळे आम्ही सोबत वेगवेगळ्या प्रकारच्या बऱ्याच मेणबत्त्या घेऊन गेलो होतो. त्या स्कूलच्या प्रांगणात जवळजवळ ३० एनजीओंचे स्टॉल लागले होते, त्यातच आमचाही एक स्टॉल होता.

श्री. मुकेश अंबानींच्या हस्ते मला तो पुरस्कार मिळाला. पुरस्कार प्रदान सोहळा झाल्यानंतर श्री. मुकेश अंबानी व सौ. नीता अंबानी आमच्या विनंतीला मान देऊन आमच्या स्टॉलवर आले. माझी फक्त एवढीच इच्छा होती, की त्या दोघांनी मी बनवलेल्या मेणबत्त्या एकदा पाहाव्यात! मेणबत्त्यांचे इतके वेगवेगळे प्रकार पाहिल्यावर मुकेशजी मला शाबासकी देत म्हणाले,

"तुम्ही खरोखर गुजराती लोकांची शान आहात!"

त्यांनी कायम आमच्यासोबत राहण्याचं आश्वासन दिलं. त्यांच्यासोबत सचिन तेंडुलकरसुद्धा होते. त्यांनीसुद्धा माझ्या कामाची खूप प्रशंसा केली.

या दिग्गजांच्या भेटीनंतर लगेचच रिलायन्स इंडस्ट्रीजचे उपाध्यक्ष आमच्या स्टॉलवर आले आणि त्यांनी "हे तुमच्यासाठी आहे," असं म्हणून माझ्या हातात एक लखोटा ठेवला.

मी कुतूहलानं त्यांना विचारलं, "सर, काय आहे यात?"

त्यावर ते म्हणाले, "मिस्टर भाटिया, आमच्या पुरस्कार समितीचे काही लोक महाबळेश्वरला तुमच्याकडे आले होते, ते तुम्हाला आठवत असेलच. त्यांनी तुमचं घर, तुमचा छोटासा कारखाना वगैरेंबद्दल सगळा अहवाल आम्हाला दिला होता. तुमच्या या कलेला प्रोत्साहन मिळावं अशी आमची इच्छा आहे. या लखोट्यात ५१ लाख रुपयांचा चेक आहे, ज्यायोगे तुम्ही मोठा कारखाना सुरू करू शकाल. आमचे इतर पदाधिकारी तुमच्यासोबत राहतीलच, ते तुम्हाला कारखाना उभारायलाही मदत करतील. जर तुम्हाला एवढे पैसे कमी पडले, तर आम्ही आणखी पैशाची व्यवस्था करू. या पुरस्कारानंतर आता रिलायन्स इंडस्ट्रीज आयुष्यभर तुमच्यासोबत राहील."

ते ऐकल्यावर क्षणभर मला वाटलं, त्या लखोट्यात चेक नाही तर माझं सोनेरी भविष्यच आहे!... पण दुसऱ्याच क्षणी माझं मन मला मागे ओढत होतं... आईची शिकवण, तिचे संस्कार मला ती इतकी मोठी रक्कम स्वीकारू देत नव्हते. ती रक्कम इतकी मोठी होती, की तिच्या बळावर माझं सगळं आयुष्य

सावरणार होतं, पण मी त्यांना नम्रपणे सांगितलं,

"सर, मला कुठल्या निधीची किंवा पैशांची आवश्यकता नाहीये, मला कामाची आवश्यकता आहे."

मी त्यांना म्हणालो, "सर, तुमची कंपनी इतकी मोठी आहे. तुमच्या कंपनीशी आणखी कितीतरी मोठमोठ्या कंपन्या संलग्न आहेत. तुम्ही कितीतरी पुष्पगुच्छ, मिठाईचे बॉक्स आणि वेगवेगळ्या प्रकारच्या भेटवस्तू देत असाल... त्या भेटवस्तूमध्ये तुम्ही मी बनवलेल्या मेणबत्त्या वापरू शकाल. या सर्व मेणबत्त्या सुगंधी आहेत, त्या चांगला उजेडही देतात. तुमच्याकडून आम्हाला काम मिळू लागलं, तर अधिकाधिक अंध मित्रांना रोजगार उपलब्ध करून देता येईल."

माझा हा विचार त्यांना खूप आवडला.

ते म्हणाले, "माझा नेहमीचा अनुभव असा आहे, की 'रिलायन्स'कडे लोक फक्त देणगी मागायलाच येतात. पण मला तुमचे विचार आणि तुमचा स्वाभिमान खूप भावला. आम्ही तुमच्या म्हणण्याचा जरूर विचार करू."

आम्ही तिथून महाबळेश्वरला परत निघालो. वाटेत नीता म्हणाली, "आज तुम्हाला पुरस्कार मिळाल्याचा मला जितका आनंद झाला आहे, त्याच्या कैक पटीने, तुम्ही तो चेक परत केलात या गोष्टीचा मला आनंद झाला आहे. आज तुमची पत्नी असल्याचा मला अभिमान वाटतोय."

त्या वेळी मी 'रिलायन्स'कडून आर्थिक साहाय्य घेतले असते, तर कदाचित माझी प्रगती तिथेच खुंटली असती. मी केवळ 'पैसे जमवणारे यंत्र' बनलो असतो. मी एका संस्थेसाठी निधी गोळा करत जगभर फिरलो असतो; पण ही नवनिर्मिती हा उद्योगाचा विस्तार शक्य झाला नसता.

जुलै २००८ मधील गोष्ट. एके दिवशी मला श्री. संजय मसंद यांचा फोन आला. त्या वेळी ते 'रिलायन्स फाउंडेशन'च्या 'दृष्टी' या प्रकल्पाचे एक मुख्य अधिकारी होते. त्यांनी मला मुंबईला बोलावलं होतं. मग मी व नीता दक्षिण मुंबईतील नरिमन पॉइंटला गेलो. तिथे 'मेकर चेम्बर्स'च्या चौथ्या मजल्यावरील कार्यालयात आम्हाला त्यांच्या उपाध्यक्षांना भेटायला जायचं होतं.

आम्ही तिथे गेलो व त्यांना भेटलो. त्यांच्याकडे एक परदेशी मेणबत्ती होती, तिला विशिष्ट सुवास होता. आम्ही तशा प्रकारच्या मेणबत्तीचा नमुना पाठवून द्यावा असं त्यांचं म्हणणं होतं. आमच्या दृष्टीनं, त्या आकाराची मेणबत्ती बनवणं फारसं अवघड नव्हतं, पण त्या प्रकारचा सुगंध शोधणं मात्र मुश्कील काम होतं! मग आम्ही आमच्या सुगंध, सुगंधी तेले व पावडरींच्या पुरवठादारांना भेटलो व त्यांच्यासोबत बसून त्या सुगंधावर संशोधन केलं. अखेर बऱ्याच मेहनतीनंतर

आम्ही हुबेहूब तो सुगंध बनवला! त्यांना जे 'प्रॉडक्ट' हवं होतं, ते तयार करण्यासाठी आम्हाला चार-पाच प्रकारचं मेण एकत्र करावं लागलं, या वेगवेगळ्या प्रकारच्या मेणांमध्ये मधमाशांच्या पोळ्यांतून मिळणारं नैसर्गिक मेणसुद्धा होतं. मग आम्ही त्यांना जो सुगंध हवा होता, तो या मेणांच्या मिश्रणात मिसळला आणि त्यांनी आम्हाला जी मेणबत्ती दाखवली होती तशी हुबेहूब मेणबत्ती बनवली, व ती त्यांच्याकडे पाठवली. आम्ही नमुन्यादाखल पाठवलेली मेणबत्ती त्यांच्या पसंतीला उतरली आणि त्यांनी आम्हाला तशा २० हजार मेणबत्त्यांची ऑर्डर दिली. त्या एका मेणबत्तीची किंमत जवळजवळ २०० रुपये पडत होती. यामध्ये सर्वांत महत्त्वाची गोष्ट म्हणजे आम्ही 'रिलायन्स'सारख्या कॉर्पोरेट कंपनीशी जोडले जात होतो!

शिंदोळा येथील वर्कशॉपला मिळालेली ही सर्वांत मोठी ऑर्डर होती. आमच्या संपूर्ण टीमने अथक परिश्रम घेऊन ही ऑर्डर दिलेल्या वेळेत पूर्ण केली आणि आम्ही 'रिलायन्स'समोर आमची चांगली प्रतिमा तयार करू शकलो. याचे फळ म्हणून आम्हाला २००८ सालापासून आजतागायत, रिलायन्सकडून मेणबत्त्यांची ऑर्डर अखंड मिळत आहे. आम्ही दर वेळी मेणबत्त्या बनवताना त्यात काहीतरी नावीन्य आणतो. आम्हाला २० हजार मेणबत्त्यांची पहिली ऑर्डर मिळाली होती. ती संख्या आता दीड ते दोन लाखांवर पोहोचली आहे.

आम्हाला जसजशा अशा प्रकारच्या ऑर्डर्स मिळू लागल्या, तसतशी आमची दृष्टिबाधित मित्रांची टीमही मोठमोठी होत गेली. अधिकाधिक हातांना काम मिळवून देण्यात साहाय्य केल्याबद्दल रिलायन्स फाउंडेशन, 'दृष्टी', रिलायन्स इंडस्ट्रीजचे श्री. मुकेश अंबानी, सौ. नीता अंबानी व सर्व पदाधिकाऱ्यांची 'सनराइज कॅन्डल्स' कायम आभारी राहील.

'रिलायन्स'शी आमचे इतके दृढ भावबंध जुळले आहेत, की मुकेश अंबानी व नीता अंबानी यांचे सुपुत्र आकाश यांच्या विवाहसोहळ्याचे आम्हा उभयतांना खास आमंत्रण होते. मुंबईतील 'जिओ वर्ल्ड सेंटर'मध्ये संपन्न झालेल्या या शानदार सोहळ्याला आम्ही दोघे गेलो होतो. या विवाहसोहळ्याची पत्रिकाही अतिशय सुंदर, अगदी जपून ठेवण्याजोगी आहे. या विवाहसोहळ्यासाठी देशविदेशांतील हजारो मान्यवर उपस्थित होते. मी आयुष्यात पहिल्यांदाच इतका भव्य सोहळा पाहिला. आम्हाला या निमित्ताने अंबानी परिवाराप्रति कृतज्ञता व्यक्त करायची होती व त्यांना शुभेच्छा द्यायच्या होत्या. मंचावर पोहोचण्यासाठी आम्हाला भलीमोठी रांग पार करावी लागली इतके लोक या सोहळ्याला उपस्थित होते. आम्ही मंचावर पोहोचलो तेव्हा मुकेशजी व नीताजींनी आमचे स्वागत केले. त्या दोघांसह आकाश व श्लोका आणि श्लोका यांचे आईवडील असे सहाजण

प्रत्येक अतिथीचे स्वागत करून त्यांची आस्थेने विचारपूस करत होते, सर्वांच्या शुभेच्छा विनम्रतेने स्वीकारत होते. सलग इतके तास हे सर्वजण उभे राहून प्रत्येकाची दखल घेत होते. त्यांना अक्षरश: पाणी पिण्याचीसुद्धा फुरसद मिळत नव्हती, पण ते अत्यंत मनापासून सर्वांच्या शुभेच्छा स्वीकारत, प्रत्येकाशी बोलत होते. ते पाहून वाटले, की ही इतकी बडी माणसे, पण किती साधी आहेत, यांचे पाय जमिनीवर आहेत. माणूस पैशाने नाही, तर संस्कारांनी वेगळा होतो व ठळकपणे उठून दिसतो, असे मला वाटले.

आम्हाला गेल्या दहा वर्षांपासून रिलायन्स फाउंडेशन 'दृष्टी' व रिलायन्स इन्डस्ट्रीजकडून अखंड काम मिळत आहे. या एका ऑर्डरमुळे माझ्या जवळजवळ साडेतीन ते चार हजार दृष्टिबाधित मित्रांना तीन ते चार महिने रोजगार मिळतो. इतक्या वर्षांत 'रिलायन्स'शी आमचे असे सूर जुळले आहेत, की आम्हाला ऑर्डर मिळाल्यानंतर कच्च्या मालासाठी आम्हाला निम्मे पैसे आधीच दिले जातात व ऑर्डरची अखेरची खेप मिळाल्याबरोबरच उर्वरित पैसे चुकते केले जातात. आम्हाला 'रिलायन्स'कडून 'पर्चेस ऑर्डर' मिळाल्यानंतर इतरही बऱ्याच कंपन्यांकडून आम्हाला अशाच प्रकारच्या भेटवस्तू (गिफ्ट आयटम) बनवण्याचं काम मिळू लागलं! आम्ही २००८ साली कॉर्पोरेट क्षेत्राशी पहिल्यांदा जोडले गेलो, तेव्हापासून ही वाटचाल विविध लोकांच्या माध्यमातून आजतागायत सुरू आहे!

'रिलायन्स'च्या बाबतीतला आणखी एक प्रसंग मला आवर्जून सांगावासा वाटतो. एकदा मी मुंबईला गेलेलो असताना मला 'रिलायन्स'मधून फोन आला, की तुमच्या पेंडिंग बिलांचे चेक तयार आहेत.

मी त्यांना म्हटले, ''मी मुंबईतच आहे, मी स्वत:च येतो, या निमित्ताने तुमची सर्वांची भेटही होईल.'' मग मी 'मेकर चेम्बर्स'मध्ये त्यांच्या ऑफिसमध्ये गेलो. तिथे नीता अंबानींचे सचिव संजय मसंद भेटले. ते म्हणाले, ''मॅडमजीही आहेत. तुम्हाला त्यांना भेटायचं आहे का?''

मी म्हटले, ''यापेक्षा चांगला योग काय असेल?''

मग त्यांनी मला नीता अंबानींच्या केबिनमध्ये नेले. त्यांनी माझ्यासाठी कॉफी मागवली आणि माझी ख्यालीखुशाली विचारली व मला आणखी काही हवे आहे का याची चौकशी केली. मी त्याची वाटच पाहत होतो. मी त्यांना म्हणालो,

''मॅडम, माझे 'रुक जाना नहीं...' पुस्तक तयार झाले आहे, फक्त त्याची प्रस्तावना बाकी आहे. आपण माझ्या पुस्तकाला प्रस्तावना लिहिलीत तर फार छान होईल.''

आणि त्यांनी माझ्या विनंतीला मान देऊन माझ्या पुस्तकासाठी प्रस्तावना लिहिण्याचे मान्य केले. मला खूप आनंद झाला.

सत्येनभाई सोबत गुजरातकडे...

एके दिवशी आम्ही महाबळेश्वरच्या मार्केटमधला आमचा स्टॉल बंद करत असताना एक दाम्पत्य आमच्या स्टॉलवर आलं. त्यांना खोक्यात भरलेल्या मेणबत्त्या पाहायच्या होत्या. आम्ही स्टॉल जवळपास आवरला होता, त्यामुळे आम्ही त्यांना 'उद्या या' अशी विनंती केली, पण ते दुसऱ्या दिवशी सकाळीच अहमदाबादला परत जाणार होते आणि ग्राहकाला नकार कसा द्यायचा, म्हणून आम्ही पुन्हा खोकी उघडून त्यांना मेणबत्त्या दाखवल्या. त्यांनी रस्त्यावरील दिव्याच्या उजेडात मेणबत्त्या खरेदी केल्या, माझं कार्ड वगैरे घेतलं आणि आमचे आभार मानून ते निघून गेले.

त्यानंतर पंधरा दिवसांनी मला एक पत्र आलं. पत्रासोबत एक कार्डही होतं – ॲडव्होकेट सत्येनभाई ठक्कर. ते गुजरात उच्च न्यायालयात प्रॅक्टिस करत होते. त्यांनी पत्रासोबत १५०० रुपयांचा ड्राफ्ट पाठवला होता आणि तेवढ्या रकमेच्या मेणबत्त्या पत्रात दिलेल्या पत्त्यावर मुंबईला पाठवायला सांगितलं होतं. तो पत्ता होता आशापुरा इंडस्ट्रीचा. ही खणिकर्मातील मोठी कंपनी आहे. सत्येनभाई ठक्कर त्या कंपनीचे कायदेविषयक सल्लागार होते.

मी १५०० रुपयांच्या मेणबत्त्या दिलेल्या पत्त्यावर पाठवल्या. त्यानंतर मला ५ हजार रुपयांचा ड्राफ्ट आला. असं करता करता, दर वेळी ही रक्कम वाढत गेली. २००८ साली एके दिवशी मला सत्येनभाईंचा फोन आला. त्यांनी मला एका सिमेंट उत्पादक कंपनीसाठी काम करायचं असल्याचं सांगितलं. ही कंपनी त्यांची 'क्लायन्ट' होती व या कंपनीशी त्यांचे स्नेहपूर्ण संबंधही होते. या कंपनीचं नाव होतं 'सांघी सिमेंट'.

मग सत्येनभाईंनी त्या कंपनीच्या पर्चेस ऑफिसरशी माझी गाठ घालून दिली. मी त्यांच्याशी बोललो आणि मला १०० रुपयांची एक मेणबत्तीची बॉक्स याप्रमाणे १५ हजार बॉक्सेसची ऑर्डर मिळाली. आता माझ्यासमोर सर्वांत मोठं आव्हान होतं ते, ही ऑर्डर एक महिन्यात पूर्ण करण्याचं. या ऑर्डरसाठी मला गुलाबाच्या फुलांच्या आकाराच्या चार मेणबत्त्यांची एक बॉक्स तयार करायची होती. त्यामुळे मला सर्वांत आधी ६० हजार मेणबत्त्या बनवायच्या होत्या, त्यानंतर त्या बॉक्समध्ये घालून पॅकिंग करून, त्या अहमदाबादला पोहोच करायच्या होत्या.

सत्येनभाई दर दोन दिवसांनी मला फोन करून प्रोत्साहन देत होते. त्यांचं म्हणणं होतं, की जर मी या कामाला नकार दिला, तर हे काम दुसऱ्या कुणाला तरी मिळेल. मी त्यांच्या शब्दांतून ऊर्जा मिळवायचो. मग आम्ही बऱ्याच दृष्टिबाधित मित्रांनी रात्रंदिवस कष्ट केले आणि 'डिलिव्हरी' देण्याच्या तारखेच्या एक दिवस आधीच सर्वच्या सर्व १५ हजार बॉक्स तयार झाले! मग दुपारी ४ वाजता आम्ही

तीन क्रूजर गाड्यांच्या मधल्या व मागच्या सीट काढून त्याजागी सगळ्या बॉक्स जपून चढवल्या आणि त्या गाड्यांसोबत मी स्वत: अहमदाबादला ती डिलिव्हरी द्यायला गेलो.

मला खासकरून सत्येनभाई नामक देवमाणसाला प्रत्यक्ष भेटायचं होतं. त्या दिवशी मार्केटमधल्या स्टॉलवर त्यांची धावती भेट झाली होती, पण आता त्यांच्याशी खूप जवळचं नातं जुळलं होतं.

सत्येनभाईंनी 'सनराइज कॅन्डल्स'ला गुजरातमध्ये प्रसिद्धी मिळवून देण्यात खूप मदत केली. ते बरेचदा नवरात्रात त्यांच्या धावपळीच्या दिनक्रमातून वेळ काढून, त्यांचे कर्मचारी व कुटुंबीयांच्या मदतीने नवरात्रोत्सवासाठी उभारलेल्या मांडवांत 'सनराइज कॅन्डल्स'चे स्टॉल लावत असत, माझ्या या उद्योगाबद्दल गुजरातमधील लोकांना सांगत असत व मला मेणबत्त्यांच्या ऑर्डर्स मिळवून देत असत.

गुजरात उच्च न्यायालयाच्या सुवर्णमहोत्सवाच्या वेळी आम्हाला सत्येनभाईंच्या मार्गदर्शनामुळे बरीच मोठी ऑर्डर मिळाली. त्यांनी अहमदाबादमधील नरोडा इंडस्ट्रीजमधील बऱ्याच कारखानदारांशी माझा परिचय घडवला. त्यांचे पक्षकार संपूर्ण गुजरातभर होते, त्या सर्वांपर्यंत सत्येनभाईंनी 'सनराइज कॅन्डल्स' पोहोचवलं, त्यामुळे माझ्या संपूर्ण दृष्टिबाधित टीमला काम अखंड मिळत राहिलं.

मला गुजरातमधून जास्तीत जास्त काम मिळावं यासाठी ते खूप धडपड करत होते. ते सुरुवातीला ज्या लीगल फर्मसोबत प्रॅक्टिस करायचे त्या फर्मचे एक संचालक कुणालभाई नानावटी यांच्या पत्नी सौ. शैनीबेन अहमदाबादमध्ये सर्वांत भव्य प्रदर्शने व 'इव्हेन्ट्स' आयोजित करण्याबद्दल विख्यात होत्या. त्यांच्या या इव्हेन्ट्स हॉटेल ग्रॅन्ड भगवती या पंचतारांकित हॉटेलसह कर्णावती क्लब व राजपथ क्लब अशा प्रसिद्ध ठिकाणी आयोजित केल्या जात असत.

सत्येनभाईंच्या शब्दाखातर शैनीबेन व कुणालभाईंनी आम्हाला 'ग्रॅन्ड भगवती'मध्ये स्टॉल दिला. तिथे यासाठी दोन दिवसांचे भाडे ५० हजार रुपये होते, पण त्यांनी आमच्याकडून भाडे घेतले नाही. सत्येनभाईंनी आमची सर्वांची राहण्याची व्यवस्था केली होती. आम्हाला फक्त रेल्वेनं अहमदाबादला पोहोचायचं होतं. आम्ही अहमदाबादला पोहोचलो तेव्हा आम्हाला घ्यायला स्टेशनवर गाडीसुद्धा पाठवली होती.

आम्ही सर्व साहित्य ट्रान्स्पोर्टनं आधीच रवाना केलं होतं. 'ग्रॅन्ड भगवती'मधील त्या दोन दिवसांच्या प्रदर्शनात सत्येनभाईंनी त्यांच्या संपूर्ण नेटवर्कचा वापर करून घेत आमची त्यांच्या सर्व मित्रांशी, पक्षकारांशी व नातेवाईकांशी भेट घडवली. सत्येनभाईंचे सुरत व अहमदाबादपासून संपूर्ण गुजरातभर बरेच पक्षकार होते,

त्यांना ते अधिकाराने सांगू शकत होते. या सर्वांना आमंत्रित करून त्यांनी आमची या लोकांशी गाठ घालून दिली. यामध्ये सूरतचे श्री. मुकेशभाई देसाई, नरोडा इंडस्ट्रीज अहमदाबादचे अध्यक्ष श्री. शैलेशभाई पटवारी, गुजरात खादी ग्रामोद्योगचे श्री. सतीशभाई पटेल, श्री अजयभाई बगडाई, मारुती शॉपिंग सेंटर, राजकोट, सांघी सिमेंट, साबरमती आश्रम असे अनेक जण होते.

त्या वेळी गुजरातमध्ये जकात कर होता, पण शैलेशभाई पटवारींनी महापालिका आयुक्तांना भेटून आमचा जकात कर माफ करवला होता.

सत्येनभाईंचा आम्हाला जास्तीत जास्त फायदा व्हावा, एकही मेणबत्ती उरू नये, सगळा माल विकला जावा असा, प्रयत्न असे. आम्हीही त्यांचं बोलावणं आलं की सगळ्या तयारीनिशी सज्ज होऊनच गुजरातला जात असू. आमच्या ग्रॅन्ड भगवतीमधील दोन व कर्णावती क्लबमधील तिन्ही प्रदर्शनांना घवघवीत यश मिळालं.

एकदा शैनीबेननी आम्हाला राजपथ क्लबमध्ये प्रदर्शनासाठी बोलावलं होतं. या प्रदर्शनाचं नियोजनही अतिशय उत्तमप्रकारे केलं होतं, पण त्या तीनदिवसीय प्रदर्शनाच्या पहिल्याच दिवशी अहमदाबादमध्ये एक अशी घटना घडली, की संचारबंदी लागल्यासारखी अवस्था झाली, त्यामुळे लोक प्रदर्शनस्थळी पोहोचू शकले नाहीत. सकाळी लवकर जेवढे लोक आले होते तेवढेच, त्यानंतर मात्र बाकीचे लोक येऊच शकले नाहीत.

त्या प्रदर्शनात स्टॉल लावण्यासाठी दूरदूरच्या राज्यांमधून व वेगवेगळ्या ठिकाणांहून बरेच लोक आले होते. कुणाचा चपलांचा, कुणाचा पर्स व बॅगचा, कुणाचा कपड्यांचा, तर कुणाचा हस्तकला व दागदागिने वगैरेंचा स्टॉल होता. सगळेजण आपापल्या वस्तू घेऊन आले होते आणि त्यांनी स्टॉलसाठी भाडेही भरपूर दिले होते.

शैनीबेन व कुणालभाईंनी त्यांना समजावलं, की आज जरी फारसे ग्राहक इथं पोहोचू शकले नसले, तरी उद्या नक्की येतील. उद्या इथं चांगली गर्दी होईल.

पण त्या दुकानदारांनी फारसे ग्राहक नसण्याचा चुकीचा अर्थ लावला. त्यांना ही फक्त आयोजकांची चूक आहे असं वाटत होतं.

पण शैनीबेन कित्येक वर्षे अशा प्रदर्शनांचं यशस्वी आयोजन करत होत्या आणि त्या यशस्वी आयोजक म्हणून ओळखल्या जातात हे मला माहीत होतं. त्यांच्या प्रदर्शनात स्टॉल मिळणं हीच खूप मोठी गोष्ट होती! त्यांचा या क्षेत्रातील दीर्घ अनुभव व त्यांचा आत्मविश्वास किती सार्थ होता हे दुसऱ्या दिवशी कळलंच! वातावरण निवळल्यानंतर दुसऱ्या दिवशी राजपथ क्लबमधल्या त्या प्रदर्शनात ग्राहकांची गर्दी उसळली. सायंकाळपर्यंत आमच्याकडचा स्टॉक संपत आला होता,

पण कविताभाभींनी प्रत्येक प्रकारची एकेक मेणबत्ती जपून ठेवली होती. मग आम्ही तिसऱ्या दिवशी त्या मेणबत्त्या नमुना म्हणून दाखवून ऑर्डर घ्यायला सुरुवात केली आणि ताबडतोब महाबळेश्वरला फोन करून त्या ऑर्डर्सनुसार काम सुरू करण्याच्या सूचनाही दिल्या, कारण दिवाळी तोंडावर होती. नंतर आम्ही ऑर्डरच्या सर्व मेणबत्त्या सांगितलेल्या वेळेत महाबळेश्वरहून पाठवण्याची व्यवस्था केली.

सत्येनभाई त्यांच्या न्यायालयीन कामांतून वेळ काढून आम्हाला स्टॉलवर मदत करायला यायचे. कविता भाभींनी नेहमीप्रमाणे जेवणाचा डबा, नाश्ता, चहाचे थर्मास, पाणी वगैरे व्यवस्था केली होतीच. कविता भाभी स्टॉलवर यायच्या तेव्हा आम्ही त्यांना पैशांचे व्यवहार सांभाळण्याची विनंती करायचो व त्या आमच्या विनंतीला मान देऊन ती आघाडी सांभाळायच्या. त्यामुळे आम्ही समोर उभ्या असलेल्या ग्राहकांशी बोलणं व त्यांना आमच्या उत्पादनांची माहिती देणं यावर पूर्ण लक्ष देऊ शकायचो. अशा स्टॉल्सवर तुमची बाजू थोडी जरी लंगडी पडली, तरी समोरचा ग्राहक ताबडतोब दुसऱ्या स्टॉलकडे वळतो, त्यामुळे आमच्या स्टॉलवर येणाऱ्या ग्राहकाला आम्ही व्यवस्थित वेळ देऊ शकलो पाहिजे व ग्राहकाने काहीना काही खरेदी केलीच पाहिजे, तो रिकाम्या हाताने परत जाता कामा नये यासाठी सत्येनभाई व कविता भाभी धडपडत असायचे. आमचं त्यांच्याशी रक्ताचं नातं नसेना का, पण सत्येनभाई सख्ख्या थोरल्या भावासारखे माझ्या पाठीशी खंबीरपणे उभे राहिले आहेत आणि त्यांनी त्यांच्या संपूर्ण कुटुंबासह गेली कित्येक वर्षे मला मदत केली आहे. त्यांचं मला बिझनेस मिळवून देण्यात व माझ्या संपूर्ण दृष्टिबाधित टीमच्या प्रगतीमध्ये खूप मोठं योगदान आहे.

गुजरात उच्च न्यायालयाच्या आवारासमोर सत्येनभाईंचं प्रशस्त ऑफिस आहे, तिथं कितीतरी ज्युनिअर वकील त्यांच्या हाताखाली काम करतात. त्यांच्या ऑफिसमध्ये काचेच्या मोठ्या कपाटात आजही आमच्या मेणबत्त्या ठेवलेल्या असतात. गुजरात उच्च न्यायालयात कुठल्या कार्यक्रमासाठी पुष्पगुच्छ किंवा भेटवस्तूंची गरज असते, तेव्हा त्या कपाटातल्या मेणबत्त्या मागवल्या जातात. त्यांनी तिथं अतिशय छान व्यवस्था केली आहे. त्या कपाटात एक पैशांची पेटी ठेवली आहे. मेणबत्तीवर लिहिलेली किंमत वाचून त्यांचे मित्र त्या पेटीत तेवढे पैसे ठेवतात. मग हे पैसे 'सनराइज'च्या खात्यावर जमा केले जातात. त्यांचा फोन आला की महाबळेश्वरहून मेणबत्त्या अहमदाबादला रवाना केल्या जातात. काही वर्षांपासून हा क्रम अगदी व्यवस्थित सुरू आहे. अहमदाबाद उच्च न्यायालयाचे कुणी न्यायाधीश अथवा वकील महाबळेश्वरला आले तर ते कधीही आम्हाला भेटल्यावाचून परत गेले नाहीत. या सगळ्यांचं संपूर्ण श्रेय सत्येनभाईंच्या आमच्याप्रति असलेल्या अपार

आत्मीयतेला आहे. सत्येनभाई व कविता भाभींनी आम्हाला गुजरातमध्ये प्रदर्शनाची जी संधी दिली त्यामुळे आणि खासकरून शैनीबेनच्या प्रदर्शनात स्टॉल मिळाल्यामुळे मी या व्यवसायातील बऱ्याच खाचाखोचा शिकू शकलो.

प्रदर्शनाबद्दल सांगायचं तर, त्यामध्ये सहभागी होण्यासाठी नावनोंदणी करण्यापासून ते प्रदर्शनानंतरची आवराआवर करण्यापर्यंतचा सगळा प्रवास म्हणजे नवनव्या ठिकाणी जाऊन युद्ध करण्यासारखंच असतं. मग ते प्रदर्शन एका दिवसांचं असो, दोन दिवसांचं असो वा आठवड्याभराचं. महाबळेश्वरहून उठून कुठं प्रदर्शनात स्टॉल लावायला जायचं म्हटलं तर प्रवासखर्च, राहण्याचा व खाण्यापिण्याचा खर्च, शिवाय स्टॉलचे भाडे हे सगळे खर्च असतात. मग तिथं जी विक्री होईल त्यातून हे सगळे खर्च वजा जाता काही नफा उरतोय का हे बघावं लागतं.

हे सगळे अनुभव घेतल्यामुळे, आता आम्ही आयोजकांना भाड्यात सवलत देण्याची विनंती करू लागलो होतो आणि बरेचदा आयोजक आम्हाला सवलत देतही होते. हळूहळू आमच्या लक्षात आलं, की जिथे मोठमोठी प्रदर्शने यशस्वी करण्यासाठी कोट्यवधी रुपये ओतले जातात, सी.एस.आर. उपक्रमाचा भाग म्हणून मोठमोठ्या आयोजकांच्या एच.आर. विभागातर्फे प्रदर्शनातील शंभर-दोनशे स्टॉलपैकी चार-पाच स्टॉल्स नि:शुल्क दिले जातात. अट एवढीच असते, की त्यासाठी तुम्ही नोंदणीकृत एन.जी.ओ. असले पाहिजे. अशा प्रदर्शनात एखाद्या नोंदणीकृत एनजीओनं स्टॉल मागितला, तर तो त्यांना 'कॉर्पोरेट सोशल रिस्पॉन्सिबिलिटी (सी.एस.आर)' अंतर्गत मिळत असे. या सी.एस.आर.चा फायदा आमच्या दृष्टिबाधित मित्रांना मिळावा यासाठी आम्ही जिल्हा धर्मादाय आयुक्तांच्या ऑफिसमध्ये 'ओशोनिक व्हिजन फॉर द ब्लाइन्ड वेल्फेअर सोसायटी' या नावाने एका एन.जी.ओ.ची नोंदणी केली. आम्हाला या एनजीओमध्ये दान वा देणग्या वगैरे स्वीकारायच्या नव्हत्या, पण जर आम्हाला एनजीओमुळे स्टॉल मिळत असेल तर त्याचा फायदा घ्यावा असा आमचा विचार होता. आमच्याकडे उत्पादने होती, इतकी मोठी टीमही होती. स्टॉलच्या भाड्याव्यतिरिक्त बाकी जे खर्च येतील ते तर आम्हाला करावे लागणारच होते.

आम्ही प्रदर्शनात भाग घ्यायला सुरुवात केली तेव्हा आम्हाला बऱ्याच गोष्टी विचारात घ्याव्या लागत असत. सर्वांत आधी, त्या प्रदर्शनादरम्यान कोणता सण आहे हे लक्षात घेणं फार आवश्यक असे. आम्ही दिवाळीच्या आधी एखाद्या प्रदर्शनात स्टॉल लावणार असलो, तर त्यादृष्टीने जास्तीत जास्त माल सोबत

न्यावा लागत असे. तशाच प्रकारे, ख्रिसमस, व्हॅलेन्टाईन डे, मकरसंक्रांत, लग्नसराई, गणेशोत्सव, नवरात्र अशा सण-उत्सवांचे दिवस लक्षात घ्यावे लागत असत. दुसऱ्या गावात जाताना स्टेपलरपासून बॅनरपर्यंत सगळ्या गोष्टी आठवणीने बरोबर घ्याव्या लागत असत. टेबलावर अंथरण्यासाठी चादर, टेबलाच्या पुढच्या बाजूला लावण्यासाठी जवळपास त्याच मापाचे बॅनर, स्टॉलच्या मागच्या बाजूला व कडेला लावण्यासाठी बॅनर– त्यावर आमच्या उत्पादनांची माहिती व फोटो, फुलांच्या आकाराच्या, पाण्यावर तरंगणाऱ्या मेणबत्त्यांचं ग्राहकांना प्रात्यक्षिक दाखवण्यासाठी सोबत काचेची बाऊल्स, चहाचे थर्मास, डिस्पोजेबल ग्लास, बिस्किटे, खाण्याच्या काही गोष्टी, पाण्याच्या बाटल्या, वगैरे वगैरे...

काही प्रदर्शनांमध्ये तर खाण्यापिण्याच्या गोष्टी इतक्या महाग असत, की त्या खरेदी करण्याचा आम्ही विचारसुद्धा करू शकत नव्हतो. अशा ठिकाणी पाण्याच्या एका बाटलीसाठी ५० ते १०० रुपये मोजावे लागत असत. प्रदर्शनाची तयारी करताना आम्हाला कॅरी बॅग, कात्री, पेन, कागद, व्हिजिटिंग कार्डांपासून सुट्या पैशांपर्यंत... प्रत्येक गोष्ट आठवणीने सोबत घ्यावी लागत असे. कारण प्रत्येक वेळी नव्या ठिकाणचं प्रदर्शन... ते कुठल्यातरी बड्या कंपनीच्या कॅन्टीनमध्ये असे किंवा एखाद्या भव्य प्रदर्शनस्थळी. या ठिकाणी एकदा स्टॉल लावला, की तिथून बाहेर पडणं अशक्य असे. स्टॉल लावल्यानंतर एखादी वस्तू हवी असेल ती आणायला बाहेर जाणं ही अक्षरशः डोकेदुखी असायची. आम्ही चार पैसे मिळवण्यासाठी ते स्टॉल्स लावत होतो, त्यामुळे त्यात यशस्वी होण्यासाठी घरातून निघतानाच व्यवस्थित नियोजनपूर्वक सगळी तयारी करणं फार आवश्यक असे.

एकदा मुंबईहून संदीपभाई संपत नावाचे एक खूप मोठे बिल्डर महाबळेश्वरला पर्यटनासाठी आले होते. ते 'नीलसिद्धी ग्रूप' नावाच्या कंपनीशी निगडित होते. आमच्या स्टॉलवरच्या सर्व मेणबत्त्या पाहून ते अतिशय मंत्रमुग्ध झाले. ''तुम्ही या सर्व मेणबत्त्या घेऊन आमच्या बिल्डर्स असेसिएशनच्या प्रॉपर्टी प्रदर्शनाला या'', ते म्हणाले.

हे प्रदर्शन आशिया खंडातील सर्वांत मोठी प्रॉपर्टी प्रदर्शन असतं.

मग एके दिवशी त्यांचा फोन आला, की या वेळी दिवाळीच्या जरासं आधी हे प्रदर्शन ठरलं आहे. तुम्ही म्हणत असाल, तर या चार दिवसांच्या प्रदर्शनासाठी मी समितीसमोर तुमच्या नावाची शिफारस करतो.

आम्ही त्यांना होकार सांगितला. त्यानंतर दुसऱ्याच दिवशी त्यांचा फोन आला.

"तुमचं नाव दिलंय. तुम्हाला काहीही भाडं द्यावं लागणार नाही. फक्त तुम्हाला राहण्याची आणि खाण्यापिण्याची व्यवस्था करावी लागेल," त्यांनी सांगितलं.

आम्ही प्रदर्शनस्थळी पोहोचलो. तिथे भव्य मांडव उभारलेला होता. नीताने मला तिथे आत जाण्याआधीच सांगितलं, की हे प्रदर्शन एखाद्या शहरासारखंच वाटतंय! जवळजवळ पाच ते सहा एकर जागेत मांडव उभारला होता. लोकांकडून समजलं, की आत्ता ज्या ठिकाणी हा अतिभव्य मांडव उभा आहे, त्या ठिकाणची जमीन वर्षातील कित्येक महिने दलदल व चिखलाने भरलेली असते. कित्येक दिवस परिश्रम घेऊन मोठमोठ्या लोखंडी चॅनल्सचे खांब उभे करून व त्या ओबडधोबड जमिनीवर प्लायवूडचे हजारो मोठे मोठे तुकडे अंथरून, तसंच चारी बाजूंनी छानशा पांढऱ्याशुभ्र कापडाची कनात लावून तो अतिभव्य मांडव उभारला होता. तो मांडव पूर्णत: वातानुकूलित होता.

आधी आम्हाला वाटलं होतं की इतका मोठा मांडव आहे म्हणजे तिथं शेकडो स्टॉल्स असणार, पण आत गेल्यावर लक्षात आलं, की तिथली परिस्थिती अगदी उलट आहे. तिथले स्टॉल दहा-वीस फुटांचे नव्हते, ते चांगले दोन-तीन हजार वर्गफुटांचे होते! तिथल्या प्रत्येक स्टॉलचं वर्णन नीता मला ऐकवत होती. तिथला प्रत्येक स्टॉल इतका सुंदर व भव्य होता, की त्याच्या सजावटीवर लाखो रुपये खर्च केले असावेत. काचा व प्रकाशयोजनेचा तिथं इतका सुंदर मिलाफ होता, की प्रत्येक स्टॉल एखाद्या प्रासादासारखा भासत होता. बऱ्याच बिल्डरांच्या स्टॉलवर त्यांच्या चालू प्रकल्पाची दोन ते तीन फुटांची हुबेहूब मॉडेल्स ठेवलेली होती.

प्रदर्शनस्थळी खाली जमिनीवर जे प्लायवूड घातलं होतं, ते कुठूनही नजरेला पडत नव्हतं. त्यावर मखमली गालिचे अंथरले होते. या भव्य स्टॉल्सच्या रांगेत एका फायनान्स कंपनीच्या स्टॉलजवळ उरलेल्या दहा बाय दहा फुटांच्या छोट्याशा जागेत आम्हाला स्टॉल लावायला सांगण्यात आलं होतं.

नीता व मी एस.टी. बसनं भयंकर अडचणींचा सामना करत आमच्या मेणबत्त्यांची पंधरा ते सतरा खोकी घेऊन तिथे पोहोचलो होतो. त्या खोक्यांना बऱ्याच कडक सुरक्षा व्यवस्थेतून पार व्हावं लागलं. या कडेकोट सुरक्षाव्यवस्थेचं कारण म्हणजे या प्रदर्शनला नेता व अभिनेता यांना आमंत्रित केलं होतं.

आम्ही प्रदर्शनाच्या आदल्या दिवशी सायंकाळीच तिथे पोहोचलो होतो. त्याचा फायदा असा झाला, की रात्रीपर्यंत आमचा स्टॉल व्यवस्थित लावून झाला. संदीपभाईंनी तिथे येऊन आमची हालहवाल जाणून घेतली. दुसऱ्या दिवशी सकाळी मुख्यमंत्री महोदयांच्या हस्ते प्रदर्शनाचं उद्‌घाटन होणार होतं. नीता व मी त्या

प्रदर्शनातील सर्वांत छोटे स्टॉलधारक होतो. त्या दिवशी रात्री आम्ही मुक्कामाच्या ठिकाणी पोहोचलो, पण रात्रभर मनात शंका फेर धरून होत्या... उद्या काय होईल, कसं होईल...?

उद्‌घाटनानंतर प्रदर्शनाचे पहिले दोन दिवस बरे गेले, चांगली विक्रीही झाली. विक्रीचा आलेख लक्षात घेऊन आम्ही महाबळेश्वरमध्ये तयार असलेला सगळा माल पॅक करून प्रदर्शनात पाठवून द्यायला सांगितला.

तिसऱ्या दिवशी एक विलक्षण गोष्ट घडली! आमच्या स्टॉलच्या समोर सुप्रसिद्ध मातब्बर बिल्डर हेक्स पॅवेलियन यांचा आलिशान स्टॉल होता. त्या दिवशी संध्याकाळी त्यांच्या एका नव्या प्रकल्पाच्या उद्‌घाटनासाठी अभिनेता संजय दत्त आले होते. या प्रकल्पांतर्गत जो २० मजली टॉवर बनणार होता, त्याचं ॲक्रेलिकचं मॉडेल त्या स्टॉलवर ठेवलं होतं.

त्या दिवशी सकाळी माझे जे दोन दृष्टिबाधित मित्र मेणबत्त्यांचा नवीन स्टॉक घेऊन आले होते, त्यांची संजय दत्त यांना भेटण्याची खूप इच्छा होती. पण तिथे इतकी गर्दी उसळली होती, की त्यांच्यापर्यंत पोहोचणं अवघड होतं. दोन-तीन वेळा आम्ही पडता पडता वाचलो. अखेर आम्ही तो नाद सोडला आणि मुकाट्याने आपल्या मेणबत्त्या विकाव्यात या निष्कर्षावर आलो.

प्रदर्शनाच्या चौथ्या व अखेरच्या दिवशी सकाळी १० वाजण्याच्या सुमारास मी आमच्या स्टॉलवर उभा असताना एक सद्‌गृहस्थ माझ्याजवळ येऊन म्हणाले,

"मिस्टर भाटिया, मी समोरच्या स्टॉलचा हेक्स पॅविलियनचा एमडी आहे. आम्हाला वाटतं तुम्ही ताबडतोब तुमचा स्टॉल बंद करावा.

मला वाटलं, माझ्या त्या दोन दृष्टिबाधित मित्रांनी नक्की काहीतरी घोळ केलेला दिसतोय. ते समोर कुणाला तरी धडकले असणार.

मी म्हणालो, "आमच्यापैकी कुणाकडून काही चुकलं असेल, तर प्लीज माफ करा. सर, आज शेवटचा दिवस आहे, आणि आमच्यासाठी तो खूप महत्त्वाचा आहे, कारण अजून बराच माल शिल्लक आहे. तुम्ही आमचा स्टॉल बंद करू नका."

"नाही, नाही, मिस्टर भाटिया. तुम्ही स्टॉल बंद करा असं मी कोणत्या संदर्भांत म्हणतोय ते तुमच्या लक्षात आलेलं नाही. मिस्टर भाटिया काल संध्याकाळी आमच्याकडे संजय दत्त आल्याचं तुम्हाला कळलंच असेल. आम्ही सगळे गेले तीन दिवस पाहतोय... तुम्ही सकाळापासून रात्रीपर्यंत इथे उभं राहून मेणबत्त्या विकत आहात, तुम्ही किती कष्ट करत आहात ते पाहतोय आम्ही. आम्ही काल दुपारीच ठरवलं होतं, की तुमचा संपूर्ण स्टॉल संजय दत्त यांच्या हस्ते खरेदी करायचा. दिवाळी जवळच आहे, त्या वेळी तुमच्या मेणबत्त्या भेट द्यायला उपयोगी

पडू शकतील. पण काल गर्दीमुळे ते शक्य झालं नाही. तुम्ही मला सांगा, तुमच्याकडे अंदाजे किती किमतीच्या मेणबत्त्या शिल्लक आहेत?''

मी स्वत:ला सावरत म्हणालो, ''सर, डिस्प्लेसाठी वर जेवढ्या आहेत, तेवढ्याच टेबलाखालीही आहेत. सगळ्या मिळून दोन-सव्वादोन लाख रुपयांचा माल असेल.''

''ठीक आहे, मिस्टर भाटिया, तुम्ही पॅकिंग सुरू करा. मी खोकी न्यायला आमची माणसं पाठवतो.''

ते सद्गृहस्थ गेल्यानंतर मी नीताला विचारलं, ''ते आपली थट्टा तर करत नसतील?''

त्यावर नीता म्हणाली, ''नाही. मी त्यांना समोरच्या स्टॉलवर बरेचदा पाहिलं आहे. संजय दत्त सोबतही होते ते.''

मग माझी खात्री पटली आणि मी सर्वांत आधी ही गोष्ट नीलसिद्धी ग्रूपच्या स्टॉलवर जाऊन संदीपभाई संपत यांना सांगितली. त्यांनी आमच्या मदतीला त्यांचे दोन कर्मचारी पाठवले. आम्ही आमच्या आजूबाजूच्या स्टॉल्सवरच्या आणखी दोघा-तिघांना मदतीला बोलावलं. अशा प्रदर्शनांमध्ये स्टॉल्सचे मालक व कर्मचाऱ्यांशी मैत्री होतेच, त्यामुळे ते लोक कामाच्या व्यापात असूनही आमच्या मदतीला धावून आले. मग एक-दीड तासात सगळं पॅकिंग झालं. २ लाख २० हजार रुपयाचं बिलही तयार झालं. खोकी ताब्यात घेताना एम.डी. साहेबांनी मला रोख रक्कम का चेक असा पर्याय दिला. मी त्यांना रोख रक्कम मागितल्यावर त्यांनी दहा मिनिटांत नीताकडे सर्व रक्कम सुपूर्द केली. आम्ही स्टॉलवर 'सेंटर ऑफ अटेन्शन' म्हणून तीन-तीन फुटांच्या दोन मोठ्या मेणबत्त्या आणल्या होत्या, त्या आम्ही एमडी साहेबांना भेट म्हणून दिल्या आणि सर्वांचे आभार मानून, सोबत अनेक मधुर आठवणी घेऊन तिथून बाहेर पडलो.

प्रदर्शनाची सांगता झाल्यावर तिथून बाहेर पडणं प्रत्येकवेळी इतकं सोपं नसतं. सगळ्या स्टॉलधारकांना आपला उरलेला माल सजावटीचं साहित्य वगैरे गोळा करून सर्वांत आधी बाहेर पडायचं असतं, कारण प्रदर्शनाच्या अखेरच्या दिवशी रात्री उशिरापर्यंत स्टॉलवर उभं राहावं लागतं. शेवटच्या दिवसापर्यंत सगळा माल विकला गेला तर छानच, पण तसं झालं नाही, तर शेवटच्या दिवशी मार्केटिंगच्या सगळ्या युक्त्या अजमाव्या लागतात. स्टॉलधारक व कर्मचारी हा एक मोठा ग्राहकवर्ग असतो. तो प्रदर्शनात आमच्यासोबतच सहभागी असतो, पण हे लोक बरेचदा शेवटच्या दिवशी अखेरच्या दोन तासांत खरेदी करतात. प्रदर्शनात माल उरतोय असं दिसलं, की आम्ही त्या स्टॉलधारकांवर लक्ष केंद्रित

करतो. आमचे दृष्टिबाधित मित्र सगळ्या स्टॉलवर जाऊन त्यांना आमचे कार्ड देतात आणि त्यांना आमच्या स्टॉलला भेट देण्याचं आमंत्रणही देतात. आमच्या मेणबत्त्या सर्वांना आकर्षित करतात. सगळा माल संपवूनच बाहेर पडण्याचा आम्ही प्रत्येक वेळी प्रयत्न करतो, तरी काही वेळा थोडा माल उरतोच, अशा वेळी उरलेल्या सगळ्या मेणबत्त्या अगदी थोड्या वेळात जपून पॅक कराव्या लागतात. कपड्यांचे स्टॉल लावणारे लोक उरलेले कपडे बॅगेत भरून टाटा बाय बाय करून निघून जातात, पण आमच्या नाजूक मेणबत्त्या पॅक करायला खूप वेळ लागतो.

एकदा गोव्यातील एका प्रदर्शनात असाच अनुभव आला. मांडववाल्यांना रात्रीत संपूर्ण मांडव उतरवून तो पुण्याला हलवायचा होता. आम्ही उरलेल्या मेणबत्त्यांचं पॅकिंग करू लागलो, तितक्यात आमच्या माथ्यावरचा मांडव व दिवे गायब झाले. आम्ही त्यांना काही वेळ तरी लाइट वगैरे राहू द्या, अशी विनंती केली, पण ते ऐकायला तयार नव्हते. त्यांचेही बरोबरच होते. ते त्यांचे भाडे का सोडतील? मला लाइट असण्यानसण्यानं काही फरक पडणार नव्हता, पण स्वयंसेवकांना आमच्याच मेणबत्त्या पेटवून त्या उजेडात सगळं पॅकिंग करावं लागलं.

अशा प्रदर्शनात यश मिळवायचं असेल, तर आजूबाजूच्या स्टॉलवाल्यांशी मैत्री करणं फार गरजेचं असतं. कधी कोण उपयोगी पडेल, सांगता येत नाही. काही वेळा एका सेफ्टी पिन वाचूनसुद्धा काम अडू शकतं. व्हिजिटिंग कार्डची देवाणघेवाणसुद्धा पुढील वाटचाल सुखकर करते. प्रत्येक प्रदर्शन अशा शहरासारखं असतं, जिथे तुमचा काही काळासाठीच मुक्काम असतो. प्रत्येक प्रदर्शन एखाद्या कॉलेज किंवा संस्थेसारखाच अनुभव देते... चांगले मित्र, मधुर स्मृती आणि अविस्मरणीय धडे देते, खूप काही शिकवते; लाखो नव्या ग्राहकांची भेट घडवते आणि तुमच्या प्रगतिपथावरील मैलाचा दगड बनते.

महाबळेश्वरला आर. के. वाडीजवळ 'अनारकली' हॉटेल होतं. त्याचे मॅनेजर होते जयंतीभाई देसाई. ते आमचे शेजारी होते आणि माझ्या वडिलांची व त्यांची चांगली मैत्री होती. जयंतीभाईंचे नातू पारस मुंबईहून त्यांना भेटायला यायचे, त्या वेळी ते त्यांना माझ्या मेणबत्त्या दाखवायला घेऊन येत असत. पारसजींना माझ्या मेणबत्त्या खूप आवडत असत. मी त्यांना प्रत्येक वेळी भेट म्हणून बऱ्याच मेणबत्त्या द्यायचो. या गोष्टीला बरीच वर्षे झाली होती. बऱ्याच वर्षांत माझी पारसजींशी भेट झाली नव्हती. कारण जयंतीभाई नोकरीचा राजीनामा देऊन मुंबईलाच गेले होते.

एके दिवशी अनपेक्षितपणे पारसजींचा फोन आला. ते त्या वेळी मुंबईला येस बँकेच्या वरळी येथील शाखेत उच्च पदावर काम करत होते. त्यांची माझं

मेणबत्त्यांचं प्रदर्शन येस बँकेत भरवण्याची इच्छा होती. त्यानुसार आम्ही येस बँकेत प्रदर्शन भरवलं. या प्रदर्शनाला इतका भरघोस प्रतिसाद मिळाला, की पारसभाईंच्या पत्नीने– त्या वेळी मुंबईत प्राइस वाटर कूपर्स (पी.डब्ल्यू.सी.) मध्ये काम करत होत्या– त्यांच्या एच.आर. विभागाशी बोलून आम्हाला त्यांच्या बांद्रा व दादरमधील दोन कार्यालयात स्टॉल लावण्याचं निमंत्रण दिलं.

पहिल्या दिवशी आम्हाला बांद्र्याच्या कार्यालयात दुपारी १२ ते २ या वेळात जवळजवळ १५ हजार कर्मचाऱ्यांसाठी स्टॉल लावायचा होता. म्हणून आम्ही त्या दिवशी दोन गाड्या भाड्याने घेतल्या व पहाटे ५ वाजता निघालो, ते साडेअकरा वाजेपर्यंत बांद्र्याला पी.डब्ल्यू.सी.च्या ऑफिसमध्ये पोहोचलो. आम्हाला त्यांच्या कॅफेटेरियामध्ये स्टॉल लावायचा होता. त्यांच्या मॅनेजरने आम्हाला सांगितलं, की इथे दुपारी १२ ते ३ या वेळात खूप गर्दी होईल. त्यांनी आमच्यासाठी एका कोपऱ्यात सहा टेबले मांडून ठेवलेलीच होती. आमच्याजवळ २० खोकी होती, ती आम्हाला कॅफेटेरियापर्यंत न्यायची होती. त्या कामात आम्हाला तिथल्या काही कर्मचाऱ्यांनी व आमच्या ड्रायव्हरनी बरीच मदत केली.

आम्ही त्या टेबलांवर चादरी अंथरल्या, बॅनर चिकटवली आणि दोन-तीन खोकी उघडून मेणबत्त्या मांडायला सुरुवात केली तितक्यात लोक येऊ लागले. सौ. पारस देसाईंनी आम्ही येणार असल्याचं सर्व कर्मचाऱ्यांना ई-मेल करून कळवलेलं होतं, त्यामुळे तिथे येणाऱ्या सर्वांना आमच्या कामाची व्यवस्थित माहिती मिळालेली होती.

आम्ही एकीकडे खोकी उघडून मेणबत्त्या टेबलावर मांडण्याच्या धांदलीत होतो, तर दुसरीकडे गर्दी वाढत चालली होती. काही वेळात तिथे इतकी गर्दी झाली, की लोक आणखी वाट न पाहता मेणबत्त्या खरेदी करू लागले. आता ही खोकी उघडायची... मेणबत्त्या मांडायच्या... त्या विकायच्या... का पैशाचा व्यवहार बघायचा, अशी आमची तारांबळ उडाली होती. त्या प्रशस्त कॅफेटेरियामध्ये १२ ते १५ हजार लोकांना सांभाळणं आम्हाला अशक्य झालं होतं.

सौ. पारस देसाईसुद्धा आम्हाला मदत करत होत्या, पण ती गर्दी सांभाळणं आमच्या आवाक्याबाहेरचं होतं. मग नीताने तिथे आलेल्या काही भगिनींना विनंती केली, की तुम्ही कृपया टेबलाच्या आतल्या बाजूला या व आम्हाला मदत करा. त्याचबरोबर, आम्ही तिथे आलेल्या सर्व मित्रांनाही सांगितलं, की आम्ही आधी सगळी खोकी उघडून टेबलावर ठेवतो. प्रत्येक मेणबत्तीवर किंमत लिहिलेली आहे. इथे कॅरीबॅग ठेवलेल्या आहेत. तुम्ही कृपया तुम्हाला हवी ती मेणबत्ती घेऊन मागे व्हा, नव्या लोकांना टेबलापर्यंत यायला वाट द्या आणि तुम्ही घेतलेल्या मेणबत्त्यांचा एकूण हिशोब करून इथे देसाई मॅडमकडे पैसे द्या.

या मार्गाने सर्व ग्राहक मित्रांना आम्ही बऱ्यापैकी सांभाळू शकलो. जवळपास २ तासांत आमच्या सगळ्या मेणबत्त्या संपल्या! अजूनही लोक येऊन ऑर्डर देतच होते. आम्ही त्या ऑर्डरच्या मेणबत्त्या नंतर पाठवणार होतो. दिवाळी जवळ आली होती. त्याआधी आम्हाला दुसऱ्याच दिवशी पी.डब्ल्यू.सी.च्या दादरमधल्या ऑफिसमध्येसुद्धा स्टॉल लावायचा होता. त्यासाठी महाबळेश्वरहून ताबडतोब नवा स्टॉक मागवून घ्यावा लागणार होता. त्या दिवशी आम्ही कॅफेटेरियातून निरोप घेऊन निघालो तेव्हा बऱ्याच कर्मचाऱ्यांनी बॅग पुढे करत आम्हाला वस्तू व बिल तपासून पाहण्याचा आग्रह करत होते, पण आम्ही त्यांना सांगितलं,

"तुम्ही हिशोब बरोबरच केलेला असणार. आमचा तुमच्यावर पूर्ण विश्वास आहे."

अशाप्रकारे पी.डब्लू.सी.मधील ते एक आगळंवेगळं प्रदर्शन उत्साहात पार पडलं!

पारसजी व त्यांच्या पत्नीची बऱ्याच कंपन्या व बहुराष्ट्रीय बँकांच्या एच.आर. विभागातील लोकांशी ओळख होती. त्यामुळे त्यांनी आम्हाला सिटी बँक, स्टॅन्डर्ड चार्टर्ड बँक, आयसीआयसीआय बँक, टेक महिन्द्रा, टी.सी.एस., गोदरेज, एचडीएफसी, एच.सी.एल. वगैरे ठिकाणी स्टॉल मिळवून देण्यात बरीच मदत केली. आम्ही विशेषत: दिवाळी व ख्रिसमसच्या आधी तिथे जाऊन स्टॉल लावायचो, त्याचा फायदा आमच्या संपूर्ण दृष्टिबाधित टीमला व्हायचा.

मुंबई जैन युवक संघाचे अध्यक्ष श्री. नितीनभाई सोनावाला यांनी मला त्यांच्या संघातर्फे पर्युषणादरम्यान आयोजित केल्या जाणाऱ्या आठ दिवसांच्या व्याख्यानमालेतील एक पुष्प गुंफण्यासाठी आमंत्रित केलं. ही व्याख्यानमाला गेल्या काही दशकांपासून मुंबईत चर्चगेट येथील पाटकर हॉलमध्ये आयोजित केली जाते. यामध्ये मी लोकांना माझे अनुभव सांगावेत अशी त्यांची इच्छा होती. यानिमित्ताने एक नवा अनुभवही मिळाला व बऱ्याच जैन नेत्यांशीही परिचय झाला. 'जैन विमेन इन्टरनॅशनल'च्या प्रमुख नीरुबेन शहा यांच्याशीही माझा परिचय झाला. त्यांच्या संघटनेमार्फत दरवर्षी मुंबईच्या 'वर्ल्ड ट्रेड सेंटर'मध्ये आयोजित केल्या जाणाऱ्या प्रदर्शनात भाग घेण्याची आम्हाला संधी मिळाली. इतक्या मोठ्या ठिकाणच्या प्रदर्शनात सहभागी होत आल्यामुळे माझ्यात व माझ्या सर्व दृष्टिबाधित मित्रांमध्ये एक नवा आत्मविश्वास संचारला.

कृष्णकांतभाई व अनुराधाबेन यांच्या स्नुषा नीनाजी– त्या दुबईत असतात– पुण्यातील एका मोठ्या महिला संघटनेशी संबंधित होत्या. त्या संघटनेमार्फत दरवर्षी नवरात्रात पुण्याच्या कॅम्प परिसरातील अरोरा टॉवर्सच्या सातव्या मजल्यावरील प्रशस्त हॉलमध्ये भव्य प्रदर्शनाचं आयोजन केलं जात असे. माझा जेठा कुटुंबांशी

परिचय झाल्यापासून मला त्या प्रदर्शनात एक स्टॉल मिळू लागला होता.

पण आम्हाला पहिल्यांदा तिथे बोलावलं होतं, तेव्हा त्या ठिकाणी एकही स्टॉल रिकामा नव्हता. मग तिथल्या स्वयंसेवकांनी हॉटेलच्या स्टाफला सांगून आमच्यासाठी दोन टेबले मिळवली आणि आम्ही लिफ्टजवळ आमचा स्टॉल लावला. आमच्याकडे माल भरपूर होता आणि टेबले फक्त दोनच होती, पण लिफ्टच्या जवळ बरीच रिकामी जागा होती. मग आम्ही हॉटेलच्या स्टाफला विनंती करून आणखी चार टेबले मिळवली व सहा टेबल जोडून एक मोठा व आकर्षक स्टॉल उभारला. हॉलमध्ये आतल्या बाजूला जवळजवळ १५० स्टॉल होते. त्या सगळ्या स्टॉल्सना एका दिवसाचं भाडं होतं ३५ हजार रुपये. आम्हाला त्या संघटनेनं मदत म्हणून बोट पुढं केलं होतं, पण आम्ही त्यांचा हातच पकडून सहा टेबलांचा प्रशस्त स्टॉल मांडला होता, आणि तोसुद्धा एक रुपयाही भाडे न देता!

तिथे खाली-वर जाण्यायेण्यासाठी लिफ्ट हाच एकमात्र मार्ग होता. आठव्या मजल्यावर स्विमिंग पूल, डेक एरिया व रेस्टॉरन्ट वगैरे असल्यामुळे लिफ्टजवळ बरीच वर्दळ असे. आम्ही त्याचा पुरेपूर लाभ उठवला आणि आम्ही सोबत आणलेल्या जवळजवळ सगळ्या मेणबत्त्या विकण्यात यशस्वी झालो. त्यानंतर त्या संघटनेनं आम्हाला बरेचदा प्रदर्शनासाठी बोलावलं. पण त्यानंतर ते आधीच आमच्यासाठी स्टॉल राखून ठेवत असत, आम्ही त्या हॉलबाहेर आमचं वेगळं भव्य प्रदर्शन मांडू नये यासाठी!

हेमाबेन शहा व त्यांची मुलगी मानसीबेन आमच्या खूप जुन्या ग्राहक होत्या. पंधरा-सोळा वर्षांपूर्वी हेमाबेन छोट्या मानसीला घेऊन महाबळेश्वरला आल्या की न चुकता आमच्या स्टॉलवर येत असत. त्यांच्याशी असे भावबंध गुंफले गेले होते, की मुंबईत कुठेही प्रदर्शन असलं, तरी त्या दोघी आमच्या मदतीला येत असत. आता मानसी नामांकित फिजिओथेरपिस्ट बनली आहे, तरी अजूनही तिचा 'सनराइज कॅन्डल्स'वर अतिशय जीव आहे.

ऑक्टोबर महिन्यात मुंबईच्या लालबाग भागात 'जैन वर्ल्ड ट्रेड फेअर'चं आयोजन केलं होतं. त्यादरम्यान दिवाळी जवळच होती, त्यामुळे हेमाबेननी तिथे 'सनराइज कॅन्डल्स'साठी एक स्टॉल बुक केला होता. मग आम्ही लालबाग जवळच एका हॉटेलमध्ये आमच्या दृष्टिबाधित मित्रांसाठी काही खोल्या बुक केल्या. ती ट्रेड फेअर तीन दिवस चालणार होती. आम्ही आदल्या दिवशी संध्याकाळी मुंबईला पोहोचलो आणि स्टॉलची व्यवस्था पाहायला गेलो, त्यावेळीच हे प्रदर्शन किती भव्य आहे याची कल्पना आली. तिथे खाण्यापिण्याचे २५०

स्टॉल होते व इतर ६५० स्टॉल होते, त्यातच आमचाही एक स्टॉल होता. त्या अतिभव्य ट्रेड फेअरमधील स्टॉल्सच्या भूलभुलय्यातून आमच्या स्टॉलपर्यंत पोहोचणे हे दिव्यच होतं.

ते सगळं पाहिल्यावर वाटलं, की या साऱ्यात आपण काय बिझनेस करणार? एखादा माणूस प्रत्येक स्टॉलवर पाच मिनिटे जरी थांबला, तरी त्याला पूर्ण दिवस लागेल अशी अवस्था होती. त्यात तो काय खरेदी करणार? तरी दिवाळी जवळ होती हा आमच्यासाठी आशेचा किरण होता. दुसऱ्या दिवशी सकाळी उद्घाटनानंतर गर्दीचा जणू महापूरच आला! तिथे आलेल्या लोकांमुळे ट्रॅफिक जॅमची अवस्था होती. लोकांची गर्दी इतकी होती, की लोक स्टॉलच्या कडांना अक्षरश: घासून पुढे जात होते. कुणी व्हीव्हीआयपी अतिथी आले, तर लोकांना काही वेळ जागीच थांबावं लागत होतं. आमची तिथे खऱ्या अर्थाने कसोटी होती, पण आम्ही धैर्यगलित न होता, समोर उभ्या असलेल्या प्रत्येक व्यक्तीशी प्रेमाने व स्नेहपूर्वक बोलत होतो. इतक्या प्रचंड गर्दीत काही लहान मुले तहानेनं व्याकूळ झाली होती. आम्ही त्यांना पाणी व बिस्किटे देऊन शांत करत होतो. आमच्या या स्नेहपूर्ण विनम्रतेची बातमी आयोजकांपर्यंत पोहोचली. त्यानंतर ते प्रत्येक व्हीव्हीआयपी अतिथीला आमच्या स्टॉलवर घेऊन येऊ लागले. आम्ही त्या अतिथींना काही मेणबत्त्या भेट म्हणून देण्याची इच्छा व्यक्त केली. त्यापैकी काहींनी आमची भेट स्वीकारली, तर काहींनी ती घेतली नाही. पण आम्ही आयोजकांच्या हृदयात स्थान निर्माण केलं होतं. आजूबाजूचे सगळे स्टॉलधारक आयोजकांकडे तक्रारी करण्यात गुंतले होते आणि आम्ही फक्त आमच्या बिझनेसवर लक्ष केंद्रित केलं होतं.

अखेरच्या दिवशी रात्री आमची स्टॉल आवरण्याची गडबड सुरू असताना अचानक माइकवरून माझं नाव पुकारलं गेलं. मग हेमाबेन व मानसीबेन मला दूरवर उभारलेल्या मंचाकडे घेऊन गेल्या. नीता आमच्या दृष्टिबाधित मित्रांसमवेत बांधाबांध करत होती. आम्ही मंचाजवळ पोहोचल्यावर आयोजकांचे शब्द कानावर पडले,

"आम्ही गेले तीन दिवस आमच्या सर्व अतिथींना या मेणबत्त्यांच्या स्टॉलवर घेऊन जात आहोत. ग्राहकांशी कसं बोलावं, आपल्या वस्तू कशा विनम्रतेनं विकाव्यात अशा गोष्टी शिकायच्या असतील, तर त्या या दृष्टिबाधित मित्रांकडून शिका. या तगमग करणाऱ्या उकाड्यात, इतक्या प्रचंड गर्दीत सगळेजण फक्त आम्हालाच दोष देत होते, पण हे दृष्टिबाधित मित्र मात्र अगदी मजेत आपल्या कामात गुंग होते. हे सर्वजण खऱ्या अर्थाने आपले गुरू आहेत. आपण यांच्याकडून प्रेरणा घेऊन मार्केटिंग करायला शिका. या ट्रेड फेअरमध्ये नऊशेपेक्षा जास्त

स्टॉल आहेत, त्यामधील 'सनराइज कॅन्डल्स'च्या स्टॉलला 'सर्वश्रेष्ठ स्टॉल'चा पुरस्कार देण्याचं आमच्या आयोजन समितीनं एकमतानं ठरवलं आहे!''

पूज्य साध्वी माँच्या हस्ते हा पुरस्कार प्रदान करण्यात येणार होता. मी त्यांना दुरूनच वंदन केलं आणि हेमाबेन व मानसीबेन यांनी त्यांच्याकडून पुरस्काराचा चषक स्वीकारला.

काही वर्षांपूर्वी पुण्यात मूत्रपिंडतज्ज्ञांच्या आंतरराष्ट्रीय परिषदेचं आयोजन केलं होतं. आयोजकांपैकी काही जणांशी सचिनभाई वैद्य यांची ओळख होती. या परिषदेसाठी जगभरातून हजारो डॉक्टर्स येणार होते. सचिनभाईच्या प्रयत्नांमुळे आम्हाला तिथे एक स्टॉल मिळाला होताच, शिवाय आयोजक आम्हाला आणखी एक काम देणार होते. परिषदेला येणाऱ्या सर्व डॉक्टर्सना भेटवस्तू द्यायची होती, त्यासाठी मूत्रपिंडाच्या आकाराच्या मेणबत्त्या बनवायचं ठरलं! आम्हाला चार बाय दोन इंचाच्या सुमारे १२ हजार मेणबत्त्या बनवायच्या होत्या, लाल रंगाच्या. मूत्रपिंडाचा आकार काजू किंवा राजम्यासारखा असतो असं मी ऐकलं होतं. ते लक्षात घेऊन मी मेणबत्त्यांचे पाच-सहा नमुने बनवले. ते आयोजकांना खूप आवडले. पण हे काम करायला वेळ अगदी कमी होता. मग आम्ही रात्रंदिवस युद्धपातळीवर काम केलं आणि मूत्रपिंडाच्या आकाराच्या १२ हजार मेणबत्त्या बनवून त्या ठरलेल्या वेळेत आयोजकांकडे पोहोचवल्या.

त्या परिषदेला आलेले सर्व डॉक्टर अशा प्रकारची मूत्रपिंडाच्या आकाराची मेणबत्ती पहिल्यांदाच पाहत होते. त्यांना ती मेणबत्ती इतकी आवडली, की ते सर्वजण मला व माझ्या दृष्टिबाधित मित्रांना भेटायला मुद्दाम आमच्या स्टॉलवर आले. त्या सर्वांनी आमच्या भरपूर मेणबत्त्या विकतही घेतल्या. या अनोख्या अनुभवानंतर पुढे आम्ही सुला वाइनची बाटली, किंगफिशरची बिअरची बाटली आणि बऱ्याच औषध कंपन्यांच्या टॉनिकच्या बाटल्या मेणातून साकारल्या.

आम्ही तयार केलेल्या विविध आकारांच्या मेणबत्त्यांमुळे आम्हाला कित्येक प्रदर्शनांमध्ये खास आमंत्रण येऊ लागलं, कारण सगळ्या आयोजकांना काहीतरी वेगळा, अनोखा स्टॉल हवा असतो. पण प्रत्येक वेळी स्टॉल लावण्यापासून ते स्टॉल आवरून सगळी बांधाबांध करण्यापर्यंतचा व्याप सांभाळण्यासाठी बऱ्याच स्वयंसेवकांची आवश्यकता असते. पण मुंबईत स्टॉल लावण्याचा मात्र एक फायदा व्हायचा. नीताचं महाविद्यालयीन शिक्षण दक्षिण मुंबईतील चर्नी रोड भागातील हिंदुजा कॉलेजमध्ये झालं आहे. नीताच्या कॉलेजमधील मित्रमैत्रिणी खूप बड्या व धनाढ्य घरातले होते. ते दक्षिण मुंबईतच स्थायिक आहेत. प्रदर्शनांची मोठमोठी स्थळेही दक्षिण मुंबईतच आहेत व आम्ही बरेचदा तिथे होणाऱ्या प्रदर्शनांत

भाग घेत होतो. आम्ही अशा प्रदर्शनांसाठी मुंबईला आलो आहोत हे त्यांना कळलं की ते सकाळीच चहा-नाश्ता घेऊन हॉलवर येत असत आणि गाडीतून खोकी उतरवण्यापासून ते बॅनर लावण्यापर्यंत सगळ्या कामांची जबाबदारी घेत असत. सुट्टीचा दिवस असेल तर त्यांच्या मुलाबाळांसहित सगळा परिवार स्टॉलवर आमच्या मदतीला हजर होत असे. आम्हाला या सगळ्या मित्रपरिवाराचा खूप अभिमान आहे. त्यांनी स्वत:च्या त्रासांची पर्वा न करता, प्रत्येक प्रदर्शनात आम्हाला जास्तीत जास्त मदत करण्याचा प्रयत्न करत, अतिशय उत्तमप्रकारे व अगदी मनापासून मैत्रीचं नातं निभावलं आहे.

मुंबईमध्ये जेव्हा प्रदर्शन असायचे तेव्हा रात्री कुठे थांबायचे हा सर्वांत मोठा प्रश्न असायचा, सुरुवातीला हॉटेलमध्ये थांबण्याची पण ऐपत नसायची, प्रत्येक वेळेस नातेवाइकांच्या घरी थांबणे पण योग्य नव्हते, त्या दिवसांमध्ये पंकजजी व मीना ताई मोदी यांनी आम्हाला खूप मदत केली. त्यांचे मुंबईमध्ये जे लैमिंगटन रोडवर हॉटेल आहे तेथे ते आम्हाला मोफत राहायला देत, महाबळेश्वर मार्केटला हातगाडी लावत त्या वेळेस या दोघांची ओळख झाली, त्या ओळखीचे रूपांतर आमच्या घनिष्ट मैत्रीमध्ये झाले, मला जेव्हा कधी मुंबईवरून कच्चा माल मागवायचा असायचा, की मुंबईमध्ये प्रदर्शनात स्टॉल लावायचा असायचा, मिनाताई प्रत्येक वेळेस मदतीला धावून येत. त्यांचे शिक्षण जे.जे. स्कूल ऑफ आर्टमधून झाल्यामुळे त्यांनी मला वेळोवेळी कॅण्डलच्या डिझाइन संदर्भात मार्गदर्शन केले.

या सर्व प्रदर्शनांनी 'सनराइज कॅन्डल्स'च्या प्रगतीत खूप मोठी भूमिका बजावली आहे. सध्याच्या स्पर्धेच्या युगात 'सनराइज कॅन्डल्स'ने जिवंत राहणं, टिकून राहणं आणि विकास व प्रगतिपथावर वाटचाल करत राहणं हे केवळ या प्रदर्शनांमुळेच घडू शकलं. या प्रदर्शनांत भाग घेणं म्हणजे अक्षरश: लढाईच असते. प्रत्येक प्रदर्शनात स्टॉलवर दिवसभर ग्राहकांशी अखंड बोलल्यावर, त्यांना आमच्या उत्पादनांची माहिती दिल्यावर रात्री आमच्यात एक शब्दही बोलण्याचं त्राण नसायचं. माझ्या मते, आपला आपल्या उत्पादित वस्तूंवर व स्वत:वर विश्वास असेल, तर अशी सगळी प्रदर्शने यशस्वी होऊ शकतात. हे काम लिंबू-मिरची बांधून किंवा नशिबावर हवाला ठेवून यशस्वी होऊ शकत नाही. यासंदर्भात मला म्हणावंस वाटतं –

शब्दों के शमशेर चलाता हूँ मैं,
पानी से तसवीर बनाता हूँ मैं,
कायर हैं वो जो किस्मत की बात करते हैं,
किस्मत की तो खुद तसवीर बनाता हूँ मैं ।

११

हॉस्टेल प्रकल्प : घरौंदा

(काडीपासून घरट्याच्या दिशेने)

एके दिवशी सकाळी लवकर भावसांचा फोन आला.

"तुमच्याशी एक महत्त्वाचं बोलायचं आहे," ते म्हणाले.

मी म्हणालो, "बोला भावसा, काय म्हणता?"

त्यावर त्यांनी सांगितलं, "माझा ड्रायव्हर शांताराम एक प्रस्ताव घेऊन आला आहे. महाबळेश्वरमधल्या माझ्या बंगल्यापासून ४ किलोमीटरवर, सातारा रस्त्यावर एक गाव आहे – मोळेश्वर. अतिशय सुंदर ठिकाण आहे. जॅकी श्रॉफचाही बंगला आहे तिथं. तोच रस्ता पुढे कास पठाराकडं जातो. तिथे अर्धा एकर जमीन मिळतीये. इतकी मोठी जमीन विकत घेणं जरा अवघड आहे हे कळतंय मला... पण माझे दोन मित्र आहेत –

रत्नपारखी आणि गंगाराम पाटील. रत्नपारखी आर्किटेक्ट आहेत आणि गंगारामजी बिल्डर. त्यांनाही महाबळेश्वरमध्ये छोटंसं घर बांधायचं आहे. आपण या अर्धा एकर जमिनीचे तीन भाग करून, ती विकत घेतली, तर तुमचं कारखान्याचं काम पुढे सरकू शकेल.''

''भावसा, तुमचा जो विचार असेल तो योग्यच असेल!'' मी म्हणालो.

मग भावसांनी ताबडतोब त्याच दिवशी दुपारी जमीन पाहायला जाण्याची व्यवस्था केली. मला, भावसांना व नीताला ती जमीन खूपच आवडली, चारी बाजूला उंच उंच डोंगर आणि हिरवीगार झाडं... त्यावर पक्ष्यांची मधुर किलबिल... अगदी मोहक वातावरण होतं!

''पूर्वेला ज्या निळ्या डोंगररांगा दिसताहेत ना, तिथे सूर्योदय फार छान दिसतो,'' शांतारामने माहिती पुरवली.

मग त्याच दिवशी आम्ही ठरवलं, जमिनीची सगळी कागदपत्रे वगैरे नीट तपासून, खरेदीच्या दृष्टीने कामाला लागलो.

गंगारामजी व रत्नपारखीजीही आले. त्यांनाही जमीन आवडली. मग आम्ही तिघांनी ती २१ हजार चौरसफूट जमीन वाटून घ्यायचं ठरवलं. आम्हाला प्रत्येकी ७ हजार चौरस फूट जमीन मिळणार होती. आता प्रश्न होता दराचा. जमीनमालकाने १ हजार चौरस फुटांना १ लाख रुपये या दराने जमिनीची किंमत २१ लाख रुपये सांगितली. मग आम्ही व्यवहार ठरवायला बसलो तेव्हा साडेसोळा लाख रुपयांना व्यवहार निश्चित झाला.

आता या साडेसोळा लाखांचे तीन भाग करायचे होते. माझ्या दृष्टीने भावसा म्हणतील ती पूर्व होती. पण माझ्या वाटणीचे साडेपाच लाख रुपये गोळा करणं माझ्यासाठी किती मुश्कील आहे हे भावसांना कसं सांगावं हे मला कळत नव्हतं. आमची त्यावेळची परिस्थिती म्हणजे– 'सनराइज कॅन्डल्स'ची सगळी मिळकत आमच्या दृष्टिबाधित मित्रांची राहण्याची व खाण्यापिण्याची व्यवस्था करण्यात, तसंच पगार व कमिशन यात संपून जात होती. आमच्याकडे कामाचा ओघ ज्याप्रमाणात होता व आमची मिळकतीचं जे प्रमाण होतं, त्याच्या कितीतरी जास्त पटीने 'सनराइज'ची टीम वाढत चालली होती. एका भाकरीचे कितीतरी वाटे करावे लागत होते.

माझं मन द्विधा झालं होतं. एक विचार येत होता, सगळ्यांना सोबत घेऊन पुढे जायचं असेल, तर जागेची गरज लागणारच आहे. भाड्याच्या जागेत कुठंवर काम करत राहायचं?... त्याचवेळी वाटत होतं पैशाची व्यवस्था कशी करायची?

अखेर एके दिवशी भावसांनी सर्वांना बोलावून घेतलं. त्या दिवशी सगळ्या गोष्टी ठरवायच्या होत्या. गंगारामजी व रत्नपारखी म्हणाले,

''साडेसोळा लाखांच्या हिशोबानं प्रत्येकाला साडेपाच लाख रुपये द्यावे लागतील, पण ही जमीन आम्हाला इतकी आवडली आहे, की तिचा दर १ हजार चौरस फुटांना दीड लाख रुपये सांगितला असता, तरी आम्ही आनंदाने दिला असता. आम्हाला तर २१ लाख रुपये किंमतसुद्धा मान्य होती. आता आपल्याला जो फायदा होईल, तो आपण भावेशला देऊ या. या हिशोबाने आम्ही दोघे प्रत्येकी ७ लाख रुपये देऊ आणि उरलेले फक्त अडीच लाख रुपये भावेश देईल.''

असं घडू शकेल असा मी कधी स्वप्नातसुद्धा विचार केला नव्हता! गंगारामजी व रत्नपारखीजींना माझ्या बाबतीत जे औदार्य दाखवलं, ते मी आयुष्यात कधीही विसरू शकत नाही. माझ्या दृष्टीने हा चमत्कारच होता! रत्नपारखीजी, गंगारामजी व भावसा यांनी हा सगळा हिशोब माझ्या अपरोक्ष आधीच ठरवला होता असंसुद्धा वाटलं. भावसांची ही तर खासियत होती, की त्यांनी मला आजवर कधीही कमीपणाची किंवा दुबळेपणाची जाणीव दिली नव्हती. मला त्यांच्या या वृत्तीचं खूप अप्रूप होतं.

त्या वेळी माझ्यासाठी अडीच लाख रुपये जमवणं हेसुद्धा दिव्यच होतं! तरीही मी माझ्या बचतीतून व काही मित्रांकडून उसने पैसे घेऊन अडीच लाख रुपये जमा केले व ते भावसांना दिले. त्यानंतर काही दिवसांत करारपत्र झालं आणि आम्ही सर्वच्या सर्व म्हणजे साडेसोळा लाख रुपये देऊन ती २१ हजार चौरस फूट जागा विकत घेतली. खरेदीपत्र रजिस्टर केल्यानंतर काही दिवसांतच रत्नपारखीजी अमेरिकेला गेले. तिथे त्यांची तब्येत बिघडली. मग त्यांच्या सांगण्यावरून गंगारामजींच्या थोरल्या मुलाने – सुहासजींनी रत्नपारखींच्या हिश्श्याची जमीन खरेदी केली.

मला त्या जागेवर बांधकाम सुरू करायचं होतं. आम्ही जागा घेतली असली, तरी त्याची वाटणी केली नव्हती. मग मी गंगारामजींशी त्याबद्दल बोललो. त्यांना मला पूर्ण स्वातंत्र्य दिलं. ''तुम्हाला जिथे बांधकाम करायचं असेल, तो भाग तुम्ही घ्या,'' त्यांनी सांगितलं. त्यांना त्या वेळी तरी कुठलंही बांधकाम करायचं नव्हतं.

मग मी भावसांना माझ्या मनातला विचार सांगितल्यावर त्यांनी दिलीप शिंदे यांच्याशी माझी ओळख करून दिली. भावसांच्या बंगल्याचं संपूर्ण काम दिलीपजींनीच केलं होतं. ते अतिशय मेहनती होते. त्यांनी इंजिनिअर असूनही सायकलवरून सिमेंटचं एक-एक पोतं आणून व्यवसायाची सुरुवात केली होती. आज ते 'शांती कन्स्ट्रक्शन्स' या खूप मोठ्या कंपनीचे मालक होते. माझे दिलीपजींशी छान सूर जुळले आणि त्या ७ हजार चौरस फूट जागेत आम्ही ३ हजार चौरस फुटांचं बांधकाम करायचं ठरवलं. एक मोठा हॉल, तीन-चार बाथरूम, चार-पाच खोल्या

आणि उत्पादन प्रक्रियेसाठी १५०० चौरस फुटांची स्वतंत्र शेड.

महाबळेश्वर हे पर्यावरणदृष्ट्या संवेदनशील क्षेत्र असल्यामुळे बांधकामासाठी परवानगी मिळवणं हे मुश्कील काम होतं. दिलीपजींच्या ओळखीचे पत्रकार आवळे सरांना ते महाबळेश्वरमध्ये शिक्षकही आहेत – या प्रकल्पाबद्दल समजलं, तेव्हा ते म्हणाले,

''नाही नाही म्हणत महाबळेश्वर व त्याच्या आजूबाजूच्या भागात दरवर्षी नवी रिसॉर्ट व हॉटेलची इतकी बांधकामे होतच आहेत. नियम-कायदे धुडकावून या लोकांनी इतकी हॉटेल व रिसॉर्ट उभी केली आहेत. तुम्हाला तर भल्या कामासाठी बांधकाम करायचं आहे.''

त्यांनी माझी व माझ्या संपूर्ण अंध टीमची साताऱ्याच्या जिल्हाधिकाऱ्यांशी भेट घडवली. त्यांना या प्रकल्पाची संपूर्ण कल्पना कळल्यावर त्यांनी ताबडतोब परवानगी दिली आणि आमच्या त्या जागेत बांधकामाचा शुभारंभ झाला!

व्यवसायाने आर्किटेक्ट असलेल्या रत्नपारखीजींनी अमेरिकेहून दिलीपजींना डिझाइन पाठवलं. आमची गरज व कमीत कमी खर्चात बांधकाम व्हावे हे मुद्दे डोळ्यांसमोर ठेवून त्यांनी अतिशय सुंदर प्लॅन तयार केला होता. आता आम्हाला आमचं हे स्वप्न साकार करण्यासाठी २५ ते ३० लाख रुपयांची आवश्यकता होती. मग आम्ही सर्व दृष्टिबाधित मित्रांनी कंबर कसली. आम्ही जास्तीत जास्त मेहनत करण्याचा निर्धार केला.

माझ्या संपूर्ण टीमने मला एका सुरात सांगितलं.

''भावेशभाई, तुम्ही हे सगळं आमच्यासाठी तर करत आहात. आजपर्यंत आम्ही दहा तास काम करत होतो, ते आता पंधरा तास काम करू. आपण सगळे मिळून आणखी स्टॉल लावू. या प्रकल्पात आम्ही सगळे तुमच्यासोबत आहोत.''

ही जागा विकत घेताना भावसा व कृष्णकांतभाईंचा अतिशय आग्रह होता, की मी बांधकामासाठी लागणारे सगळे पैसे त्यांच्याकडून घ्यावेत. पण मला हे काम अशाप्रकारे पुढे जायला नको होतं. त्यांनीही मला समजून घेतलं. मग मी रात्रंदिवस मेहनत करून पैसे जमवू लागलो आणि हळूहळू का होईना एकेक चिरा घडत बांधकाम वरवर चढू लागलं.

त्यादरम्यान कामाच्या संदर्भात सल्ला घेण्यासाठी मी भावसांना भेटायला बरेचदा पुण्याला जायचो. ओशोंचे अनुयायी असलेले भावसा माझ्याशी कामाव्यतिरिक्त ओशोंबद्दलही बोलत असत. मला काही वेळा त्यांच्याबरोबर कोरेगाव पार्कातील ओशो आश्रमात जाण्याचाही योग आला. ओशो आश्रमात गेलं की मी तिथून एक नवी ऊर्जा घेऊनच महाबळेश्वरला परत यायचो.

आमचं बांधकाम पूर्ण होत आलं होतं, फक्त छत वगैरे काम बाकी होतं,

त्यादरम्यान भावसांचे नातेवाईक गिरीश बाटिया यांनी मदतीचा हात दिला. गिरीशजी अहमदनगरला असतात, त्यांच्याकडे टाटा कंपनीच्या बांधकामाच्या पत्र्यांची एजन्सी आहे. त्यांनी पैचाही नफा न घेता उत्तम प्रतीच्या पत्र्यांचा एक ट्रक महाबळेश्वरला पाठवला.

आम्ही जिथे बांधकाम सुरू केलं होतं, त्या भागात सर्वाधिक पाऊस पडतो. तिथे सुमारे ३०० इंच पाऊस होत असल्यामुळे तो संपूर्ण भाग अतिवृष्टीसाठी अखिल भारतात प्रसिद्ध आहे.

आमचं काम पुढं सरकत होतं, पण ते पूर्ण करण्यासाठी आणखी सहा लाख रुपयांची गरज होती. ही गोष्ट कृष्णकांतभाईंना समजल्यावर ते मला म्हणाले,

''तुम्ही हे सहा लाख रुपये माझ्याकडून कर्ज म्हणून घ्या, मला ते नंतर परत द्या.''

त्या वेळी बांधकाम तर पूर्ण करायचं होतं, पण माझ्याकडे पैसे उरले नव्हते. अखेर मी कृष्णकांतभाईचे पैसे स्वीकारले व बांधकाम पूर्णत्वाला नेलं.

आमच्यासमोर सर्वांत मोठी अडचण होती ती पाण्याची. कारण हे मोळेश्वर गाव पाण्याच्या दुर्भिक्षासाठी कुप्रसिद्ध आहे. हे गाव महाबळेश्वरपासून अवघ्या १० किलोमीटरवर आहे. हा पूर्ण डोंगराळ भाग आहे. इथे घनदाट जंगलही आहे. पण इथली जमीन अत्यंत भुसभुशीत आहे, त्यामुळे इथे पावसाचं पाणी मुरत नाही, सगळं पाणी वाहून जातं. पावसाळ्याचे चार-पाच महिने वगळता, एरवी इथे पाण्याचा भयंकर प्रश्न असतो. सगळंच्या सगळं पाणी वाहून जातं. मग आम्ही दोन कूपनलिका खोदल्या. त्यातून आम्हाला थोडंफार पाणी मिळू लागलं आणि आम्ही थेंब थेंब पाणी वाचवून पुढे वाटचाल करत राहिलो.

२६ मे २०१२ पर्यंत डोंगरांच्या कुशीतल्या मोळेश्वर गावात एक सुंदर इमारत उभी राहिली. मी व भावसा कुठल्याही कर्मकांडावर विश्वास ठेवत नसल्यामुळे आम्हाला कसली पूजाअर्चा किंवा हवन वगैरे करायचं नव्हतं. आम्ही फक्त सकाळी ओशोंच्या ध्यानाचा एक कार्यक्रम ठेवला होता. त्या प्रसन्न वातावरणात ध्यान झाल्यानंतर सर्वांसाठी भोजनाची व्यवस्था केली होती. मला व माझ्या समस्त दृष्टिबाधित मित्रांना आशीर्वाद देण्यासाठी भावसांचा संपूर्ण परिवार, कृष्णकांतभाई, अनुराधाबेन, दिलीपजी, आवळेजी, ग्रामस्थ व या प्रकल्पाशी संबंधित सर्व शुभचिंतक त्या वेळी उपस्थित होते. त्या दिवशी 'सनराइज कॅन्डल्स'चा नवा सूर्योदय झाला होता. पाच खोल्या, प्रशस्त हॉल व मागच्या बाजूला उत्पादन प्रक्रियेसाठी भरपूर जागा तयार झाली होती. त्या वेळी आम्हाला एवढी जागा पुरेशी होती.

मला व नीताला एक खोली मिळाली होती. एक छानसं स्वयंपाकघर तयार

झालं होतं आणि माझ्या दृष्टिबाधित बंधूभगिनींच्या निवासाची चांगल्यापैकी व्यवस्था झाली होती. शिंदोळा इथलं सगळं फर्निचर इथं वापरलं होतं.

आता आम्ही विचार करत होतो तो महाबळेश्वरला येणाऱ्या पर्यटकांना या ठिकाणी आणण्याचा. जर आम्ही त्यात यशस्वी झालो, तर आमच्या व्यवसायाचा बराच विस्तार होणार होता, तसंच आमची दृष्टिबाधित टीम कशाप्रकारे काम करते हे लोकांना प्रत्यक्ष पाहता येणार होतं.

आम्ही या नव्या प्रकल्पाला नाव दिलं – 'वॅक्स म्यूझिअम'. आम्ही महाबळेश्वरपर्यंत १० किमी अंतरात 'सनराइज कॅन्डल्स वॅक्स म्यूझिअम, मोळेश्वर' असे फलक जागोजागी लावून घेतले. आम्ही बनवलेल्या वेगवेगळ्या प्रकारच्या मेणबत्त्या पाहायला लोकांनी यावं व मेणबत्त्या खरेदी कराव्यात अशी आमची इच्छा होती. त्याचबरोबर, ज्या ज्या हॉटेल व रिसॉर्टमध्ये आमचे स्टॉल होते, तिथे आम्ही आमचे कॅटलॉग व माहितीपत्रके ठेवली होती. त्यामुळे तिथे येणाऱ्या पर्यटकांना मोळेश्वरच्या 'वॅक्स म्यूझिअम'ची माहिती मिळत होतीच.

पर्यटक मोळेश्वरला यायचे तेव्हा ते अंध व्यक्तींना मेहनत करताना, मन लावून काम करताना प्रत्यक्ष पाहायचे. हा त्यांच्यासाठीही अनोखा अनुभव असे. त्यादरम्यान आम्ही मेणबत्त्यांचे तीन हजारांवर नमुने तयार केले होते. या सगळ्या मेणबत्त्या 'वॅक्स म्यूझिअम' मध्ये मांडलेल्या होत्या.

आमच्या इथून जो रस्ता कास पठार व फ्लॉवर व्हॅलीमार्गे सातारा शहराकडे जातो, त्या रस्त्याचा इतिहासात उल्लेख आहे. छत्रपती शिवाजी महाराज या रस्त्याचा उपयोग करत होते अशी नोंद आहे, त्यामुळे या संपूर्ण रस्त्याला एक राजमार्ग म्हणूनही ओळखलं जातं. जागतिक वारसास्थळ असलेल्या कास पठारावर पावसाळ्यात सर्वत्र फुलांचा उत्सव सजतो, जणू रंगीबेरंगी गालिचे अंथरले असावेत तसा नजारा असतो. तिथे येणारे सर्व पर्यटक आमचे फलक पाहून वॅक्स म्यूझिअम पाहायला येत असत. या सगळ्याचा फायदा आमच्या व्यवसायाच्या वृद्धीसाठी होऊ लागला होता.

आम्हाला मोळेश्वरला येऊन एक-दीड महिना झाला होता, त्यादरम्यान, १२ जुलैला आमिर खान प्रॉडक्शन्सच्या 'सत्यमेव जयते'च्या टीमचा फोन आला.

"आमिर खान 'सत्यमेव जयते'च्या चित्रीकरणासाठी तुम्हाला भेटायला येणार आहेत. त्यांना तुमची मुलाखतही घ्यायची आहे. सध्या त्यांच्या सिनेमाचं चित्रीकरण पाचगणीत सुरू आहे. भाटियाजी, तुमच्या या मेणबत्ती प्रकल्पाबाबत आम्हाला सगळी माहिती आहे. आपण 'सत्यमेव जयते' या कार्यक्रमात सहभागी झालात तर आम्हाला खूप आनंद होईल," ते म्हणाले.

हा फोन दुपारी आला होता आणि ते सर्वजण दुसऱ्या दिवशी सकाळी येणार होते. इतक्या कमी वेळात सगळी तयारी कशी करायची हा माझ्यासमोर मोठा प्रश्न होता. ''तुम्ही दोन-तीन दिवसांनी या, तोवर आम्ही नीट तयारी करतो,'' असं मी त्यांना सांगूही शकत नव्हतो. मी त्यांना होकार दिला. नीता म्हणाली, ''आपल्याकडे इतके मोठे सेलिब्रिटी येणार आहेत. आपण त्यांच्या स्वागतासाठी सगळं चकाचक साफ करून, सजवू या. आमच्याकडे पुरस्कार म्हणून मिळालेले चषक व पदके होती, वृत्तपत्रांत आमच्यावर लेख प्रसिद्ध झाले होते. हे सगळं आम्हाला आमिरखान व 'सत्यमेव जयते'च्या टीमसमोर मांडायचं होतं. काय करावं... कसं करावं...आम्ही विचारात पडलो होतो.

मग मी भावसांना फोन करून या चित्रीकरणाबद्दल सांगितलं. त्या दिवशी भावसांच्या बंगल्यावर त्यांच्या इंटिरिअर डिझायनर कविताजी आलेल्या होत्या. भावसा ताबडतोब त्यांना घेऊन म्यूझिअममध्ये आले. मी बोलण्याच्या ओघात कविताजींना माझी समस्या सांगितली, तेव्हा त्यांनी त्यावर छान उपाय सुचवला. मग आम्ही कविताजी व त्यांच्या पतीमहोदयांना निरोप दिल्यावर, लगेच कामाला लागलो.

कविताजींनी जबरदस्त कल्पना सुचवली होती. त्यानुसार नीताने फ्लेक्स व बॅनर तयार करणाऱ्या मित्रांना बोलावलं. त्यांनी आमच्या स्टॉल्ससाठी बरेच फ्लेक्स तयार केले होते. त्याने आमची यशोगाथा सांगणारे फोटो व वृत्तपत्रांतील कात्रणे आकर्षक रूपात फ्लेक्सवर मांडायला सुरुवात केली. आम्ही त्याला परिस्थितीची पूर्ण कल्पना दिली होती. अखेर रात्री ११ वाजेपर्यंत सर्व फ्लेक्स तयार होऊन आम्हाला मिळाले. त्यावेळपर्यंत आमचे काही मित्र व स्वयंसेवकही आमच्या मदतीला धावून आले होते.

मग आम्ही सर्वांनी नीताच्या सूचनांनुसार मेणबत्त्यांच्या डिस्प्लेच्या काचेच्या कपाटांच्या वरच्या बाजूला व जिथे भिंतीवर जागा मिळेल तिथे रात्रभर जागून ते फ्लेक्स लावले. संपूर्ण वॅक्स म्यूझिअम एखाद्या विवाहमंडपासारखं सजलं होतं! आम्ही मेणाच्या फुलांचे बुकेसुद्धा केले होते. आमच्या दृष्टिबाधित भगिनींनी औक्षणाचं तबक सजवलं होतं. दुसऱ्या दिवशी सकाळी १० वाजता आम्ही सर्व दृष्टिबाधित मित्र सर्व सज्जता करून देशभरातच नव्हे तर संपूर्ण जगात प्रसिद्ध असलेले महान कलाकार आमिरखान यांची प्रतीक्षा करू लागलो.

ठीक १० वाजता स्वाती चक्रवर्ती यांच्या समवेत 'सत्यमेव जयते'ची टीम मोळेश्वरला आली. कॅमेरामनपासून दिग्दर्शकापर्यंत सर्वजण आपापल्या कामाला लागले. बाकीचं चित्रीकरण पूर्ण होईपर्यंत दुपारचे साडेबारा वाजून गेले होते.

अखेर, आम्ही ज्याची आतुरतेने वाट पाहत होतो तो क्षण आला... आमिरखान म्यूझिअममध्ये आले आणि लगेचच मुलाखतीला सुरुवात झाली.

आमच्या दृष्टीने ही खूप मोठी झेप ठरणार होती, कारण 'सत्यमेव जयते' हा अत्यंत लोकप्रिय कार्यक्रम होता. आमचा प्रकल्प त्यामध्ये झळकणं हे स्वप्न साकार होण्यासारखंच होतं. ज्या बड्या सेलिब्रिटीचा मी आजवर फक्त आवाज ऐकला होता, त्यांच्यासमोर बसण्याचं मला भाग्य लाभलं होतं!

मुलाखतीत आमिरखान यांनी पहिला प्रश्न विचारला,

"मिस्टर भाटिया, तुम्ही सिनेमा पाहता का?"

"हो, पाहतो ना!"

मी नेहमी सिनेमा ऐकतो असं म्हणत नाही, कारण मी लहानपणापासूनच मला डोळस माणसाप्रमाणेच सर्व गोष्टी करता याव्यात अशा पद्धतीनं स्वत:ला तयार केलं होतं.

त्यांनी पुढचा प्रश्न विचारला, "तुम्हाला माझा कोणता सिनेमा सर्वांत जास्त आवडतो?"

मी म्हणालो, "मला तुमचा 'मन' हा सिनेमा सर्वांत जास्त आवडला, कारण त्या सिनेमाची कथा अत्यंत हृदयस्पर्शी आहे. या सिनेमात मनीषा कोईरालांचे अपघातात पाय जातात. तुम्ही क्लायमॅक्सच्या दृश्यात त्यांना उचलून घेत लग्नाचे फेरे घेता हा प्रसंग मोठा विलक्षण आहे!"

'मन' सिनेमाची प्रशंसा ऐकल्यावर आमिरजी म्हणाले, "समाजाने सर्व अपंगांना असंच उचलून घ्यायला हवं असाच आम्हाला संदेश द्यायचा होता."

"तुम्ही हा संदेश देण्यात पूर्णत: यशस्वी झाला आहात, पण मी एक गोष्ट आवर्जून सांगू इच्छितो... तुम्ही मनीषाजींना उचलून घेऊन खूप चांगला संदेश दिलात, पण मी अगदी खात्रीपूर्वक म्हणू शकतो, की आज एकविसाव्या शतकात हा 'अपंग' इतका ताकदवान, इतका खंबीर बनला आहे, की त्याने जर स्वत:च्या मनाशी निर्धार केला, दृढ संकल्प केला, तर त्याला समाज काय उचलून घेईल... तोच संपूर्ण समाजाला उचलून घेण्यास सक्षम आहे. बस्... गरज आहे ती मजबूत इच्छाशक्तीची, ठाम निर्धारांची."

माझे बोलणे त्यांना बहुधा खूप आवडले असावे. त्यांनी जोरात टाळ्या वाजवल्या. त्यांच्या टाळ्यांचा आवाज सदैव माझ्या स्मरणात राहील! त्यांच्याकडून आम्हाला जो आशीर्वाद मिळाला, तो ठेवा आम्हाला आयुष्यभर पुरणार आहे. 'सत्यमेव जयते' या कार्यक्रमाने आम्हाला बरीच उंच भरारी घेण्यास मदत केली आहे. आम्हाला या निमित्तानं इतक्या मोठ्या व्यासपीठावर येता आलं या गोष्टीचा खूप आनंद आहे.

मोळेश्वरची जागा आमच्यासाठी अनेक अर्थांनी लाभदायी ठरत होती. आम्ही शिंदोळा गावात भाड्याच्या जागेत असताना, मोठ्या ऑर्डर पूर्ण करण्यासाठी आम्हाला तीन पाळ्यामध्ये चोवीस तास काम करावं लागलं की घरमालकाची नाराजी झेलावी लागायची. पण आता या ठिकाणी आम्ही स्वत:च्या जागेत असल्यामुळे एक निवांतपणा होता, कसली टोचणी किंवा दडपण नव्हतं. आम्ही आमची सर्जनशीलता व नवनिर्मितीच्या कल्पनांचे पंख लावून जणू एखाद्या स्वच्छंदी पक्ष्यासारखे भराऱ्या घेत होतो. या वेळी दिवाळीच्या दरम्यान रिलायन्सच्या ऑर्डर आल्या तेव्हा अजिबात दडपण नव्हतं, कारण आता आमच्याकडे काम करायला भरपूर मोठी जागा होती. तयार मालाबरोबरच कच्चा माल ठेवायलाही पुरेशी जागा होती. आमच्याकडच्या सर्व विभागांसाठी - मॅन्युफॅक्चरिंग, पॅकेजिंग, लॉजिस्टिक्स, अकाउंट्स वगैरे आमच्याकडे स्वतंत्र खोल्या होत्या. आता आम्ही खऱ्या अर्थाने एक उद्योग... एक कारखाना चालवत होतो. आता पूर्वीसारखे जुगाड, भागवाभागवी या गोष्टींची गरज नव्हती.

भावसा व कृष्णकांतभाई त्यांच्या कुटुंबीयांसह मोळेश्वरला यायचे, त्या वेळी या सर्व व्यवस्था पाहून त्यांनाही सत्कार्य केल्याचं समाधान लाभत असे. पर्यटक 'वॅक्स म्यूझिअम'ला भेट देऊ लागल्यापासून तर आमच्या कामाचा आवाका आणखी वाढला, तो एक नवा उपक्रम सुरू झाला. आम्हाला बरंच काम मिळू लागलं. मग आम्ही ५०-६० दृष्टिबाधित मित्रांना रोजगार उपलब्ध करून देण्याबरोबरच तिथेच त्यांच्या निवास व भोजनाची व्यवस्थाही करू शकलो. याच दृष्टिबाधित मित्रांच्या शुभेच्छांमुळे एका वर्षात आमच्या कामाचा व्याप इतका वाढला, की ती जागाही अपुरी पडू लागली.

एके दिवशी भावसा मोळेश्वरला आले, त्या वेळी त्यांच्यासोबत मनोज खैरकरजी त्यांच्या कुटुंबासमवेत आले. तेही ओशोंचे अनुयायी होते. मनोजजींच्या दोन्ही मुली – सोनल व तन्वी सिव्हिल इंजिनिअर आहेत, त्या वेळी त्या नुकत्याच इंग्लंडहून 'मास्टर्स' करून आल्या होत्या.

मनोज खैरकर यांनी आमच्या इथे राहणारी मुलं पाहिली आणि आता जागेची अडचण आहे हेही त्यांच्या लक्षात आलं.

"तुम्ही वरचे मजले का बांधत नाही?" त्यांनी विचारलं. मग भावसांनी त्यांना त्यातली अडचण सांगितली. महाबळेश्वर पर्यावरणदृष्ट्या संवेदनशील क्षेत्र असल्यामुळे वरचे मजले बांधण्यासाठी परवानगी मिळू शकत नव्हती. बांधकाम करायचंच असेल, तर ते आम्हाला क्षितिजसमांतरच करावं लागणार होतं आणि आमच्याकडे तेवढी जागा नव्हती.

मग त्या दिवशी एक विचार पुढे आला, की गंगारामजी पाटील व सुहास पाटील यांना विचारून बघू या. सध्यातरी ते त्यांचे प्लॉट्स विकसित करणार नव्हते. त्यांच्या दोन प्लॉट्सपैकी एक प्लॉट आम्हाला मिळाला तर त्या ठिकाणी आम्हाला फक्त दृष्टिबाधित मित्रांसाठी स्वतंत्र हॉस्टेल उभारता येणार होतं. मग आम्ही या हॉस्टेलसाठी किती खर्च येईल याचा अंदाज काढला. प्लॉट खरेदीची किंमत वगळता, सुमारे १५ लाख रुपयांत हा प्रकल्प पूर्ण होईल असा सर्वांचा अंदाज होता.

आम्ही आधीच्या कर्जातून जवळपास मुक्त होत आलो होतो, मग आम्ही इकडून तिकडून व्यवस्था करून, काहीतरी जोडणी करून सुहासजींचा सात हजार चौरस फुटांचा प्लॉट खरेदी करायचं ठरवलं. सुहासजींनी त्या वेळी सात लाख रुपयांना प्लॉट खरेदी केला होता. या गोष्टीला आता ५ वर्षे उलटली होती. आता किंमत ठरवताना ते आम्हाला तो प्लॉट साडेपंधरा लाख रुपयांना द्यायला तयार झाले. माझ्याजवळ ३-४ लाख रुपये होते, बाकी बँकेकडून कर्ज घेतलं आणि सुहासजींना साडेपंधरा लाख रुपये देऊन आम्ही तो प्लॉट खरेदी केला.

प्लॉटचा व्यवहार झाल्याबरोबर, भावसांच्या सांगण्यावरून मनोज खैरकर व त्यांची मुलगी सोनल यांनी या प्रकल्पाच्या आरेखनाला सुरुवात केली. या हॉस्टेलमध्ये सुमारे १०० दृष्टिबाधित बंधूभगिनींच्या निवासाची व्यवस्था करायची, दोन मोठे हॉल बांधायचे, त्यात आठ बाथरूम असतील, एक भोजनगृह– ज्यात एकावेळी ५० लोक भोजनाचा आस्वाद घेऊ शकतील, एक मोठा संमेलन हॉल ज्याचा उपयोग प्रशिक्षण व अन्य कार्यक्रमांसाठी करता येऊ शकेल... असं सर्वानुमते ठरलं!

पण सोनलजींनी जेव्हा तपशीलवार सर्वेक्षण केलं, तेव्हा एक मोठी समस्या समोर आली. आम्हाला ज्या प्लॉटवर बांधकाम करायचं होतं, त्याच्या आजूबाजूला बऱ्याच डोंगररांगा आहेत. पावसाळ्यात मुसळधार पाऊस पडला, की सगळ्या पाण्याचा प्रवाह आमच्या आधी बांधलेल्या इमारतीजवळून वाहत असे. तो प्रवाह दुसरीकडे वळवणं अतिशय आवश्यक होतं. त्यासाठी सर्वप्रथम ३ बाय ३ फूट रुंद व ८ फूट उंच दगडी भिंत बांधणं आवश्यक होतं आणि त्यासाठीचा खर्चच पंधरा लाखांवर जाणार होता. पाण्याच्या वेगवान प्रवाहासमोर या दगडी भिंतीनं टिकाव धरायचा तर ती भिंत जमिनीखाली चार फुटांवरूनच बांधावी लागणार होती. या हॉस्टेलमध्ये मुख्यत्वे दृष्टिबाधित मित्र राहणार असल्यामुळे सुरक्षेच्या दृष्टीने चारही बाजूंनी कुंपण घालणे गरजेचे होते. अखेर आराखडा तयार झाला, तेव्हा या सगळ्या प्रकल्पाची किंमत दीड कोटी रुपयांवर जात असल्याचं लक्षात आलं. आधीच आम्ही प्लॉटसाठी बँकेकडून इतकं मोठं कर्ज घेतलं होतं, त्यात

आता आणखी इतके पैसे कसे उभे करायचे, हा मोठा प्रश्न होता... काय करायचं?... केवळ पैसे नाहीत म्हणून हा प्रकल्प बासनात गुंडाळायचा, हे पटत नव्हतं.

अशा आर्थिक विवंचनेत असताना नीताने एके दिवशी तिचे सगळे दागदागिने माझ्या हातात ठेवत सांगितलं, "हे विकून आपण बांधकाम सुरू करू या."

मी म्हणालो, "नीता, हे विकणं योग्य नाही. कुणी सांगावं, एखाद्या आणखी मोठ्या संकटाच्या वेळी हे दागदागिने उपयोगी पडू शकतील."

पण नीताचं म्हणणं होतं, की ज्या उद्देशाने आपण एकत्र आलो आहोत, त्यानुसार आपण दोघे मिळून आपल्या दृष्टिबाधित मित्रांना त्यांच्या पायावर उभं करून, त्यांना सक्षम बनवू... या हॉस्टेलच्या माध्यमातून आपला हा उद्देश पूर्ण होऊ शकेल. जर हे दागदागिने आपलं स्वप्न साकार करण्यासाठी उपयोगी पडणार असतील, तर त्यापेक्षा आनंदाची गोष्ट कोणती असेल? मला या दागदागिन्यांची गरज नाहीये."

नीताने माझ्यासमोरच्या सगळ्या समस्यांची उकल किती सोपी केली होती! माझ्याजवळ तिला धन्यवाद द्यायलाही शब्द नव्हते... त्या क्षणी आमच्या दोघांच्याही डोळ्यांतून अश्रू वाहत होते... आशा, समाधान, समर्पण या साऱ्या भावभावना मनात ओथंबल्या होत्या. त्या क्षणी मी काहीही बोलण्याच्या मन:स्थितीत नव्हतो. मी नीताप्रति कृतज्ञता व्यक्त करण्यासाठी तिचे हात– ज्यांना फक्त दुसऱ्याला भरभरून देणंच माहीत होतं– हातात घेऊन हलकेच दाबले.

मग आम्ही माझ्या मुंबईतल्या एका सराफी दुकानदार मित्रामार्फत ते दागदागिने विकून साडेपाच-सहा लाख रुपये जमवले. हा प्रकल्प पुढे नेण्यात अडचणी येत असल्याचं कृष्णकांतभाईंना समजल्यावर, त्यांनी १० लाख रुपयांचा चेक पाठवून दिला. मग आम्ही जराही वेळ न दवडता, हॉस्टेलचं काम सुरू केलं.

हा प्रकल्प पूर्ण करण्यासाठी मी स्वत: तर अक्षरश: यंत्रच बनलो होतो. मी मला शक्य तिथे प्रयत्न करून बघत होतो. मोठमोठ्या कंपन्यांना भेटून मेणबत्त्यांच्या ऑर्डर्स मिळवत होतो. या प्रयत्नांमुळे बऱ्याच नव्या कंपन्यांशी आमचे संबंध जुळले. 'एबॉर्ट'सारख्या बड्या औषध कंपन्यांशीसुद्धा आमचा परिचय झाला आणि आम्हाला त्यांच्याकडून चांगल्या मोठ्या ऑर्डर मिळू लागल्या. आम्ही ठरवलं असतं, तर आम्ही 'रिलायन्स इन्डस्ट्रीज'ला एक पत्र लिहून या प्रकल्पासाठी निधी जमवण्याचा प्रयत्न करू शकलो असतो आणि त्यांनीही क्षणार्धात हा प्रकल्प पूर्ण करून दिला असता, पण आम्ही त्यांनी इतक्या वर्षांत आम्हाला दिलेल्या कामावर संतुष्ट होतो. त्यामुळे आम्हाला बरीच हिंमत मिळाली होती. आम्ही त्यांना फक्त इतकंच सांगितलं, की या वेळी तुम्ही आम्हाला आणखी मोठं काम द्या.

आमच्या या प्रकल्पाबद्दल ऐकल्यानंतर रिलायन्स फाउंडेशन 'दृष्टी'चे पदाधिकारी अतिशय खूश झाले. त्यांनी या भल्या प्रकल्पासाठी त्यांची नेहमीची दिवाळीची ऑर्डर दुप्पट केली! आमच्या दृष्टीने हे वरदानच होतं. आम्ही २०१४-१५ या एका आर्थिक वर्षात आमचा गेल्या ५ वर्षांचा 'टर्नओव्हर' गाठला. त्यामुळे आमच्याकडे प्रकल्प व्यवस्थित पुढे नेता येण्याइतका निधी जमा झाला. आता फक्त एकच ध्येय होतं... काहीही करून हा प्रकल्प पूर्ण करायचा!

आमची अवस्था अशी झाली होती, की एखादा पर्यटक 'वॅक्स म्यूझिअम' पाहायला आला, की तो २०० रुपयांच्या मेणबत्त्या खरेदी करेल की ५०० रुपयांच्या हा विचार मनात यायचा नाही, ग्राहक बनून येणारे पर्यटक सिमेंटची किती पोती देणार आहेत एवढाच विचार मनात असे. आमचं चित्त आता फक्त या प्रकल्पावरच केंद्रित होतं. त्यादरम्यान कंपन्यांकडून एक हजार किंवा दोन हजार मेणबत्त्यांची ऑर्डर मिळाली, की त्या ऑर्डरमध्ये किती स्टील व विटा येतील याचा मनात हिशोब सुरू होत असे.

नंतर सोनलजींनी या प्रकल्पाकडे नीट लक्ष पुरवण्यासाठी तीन महिने महाबळेश्वरमध्येच राहायचं ठरवलं. मग आम्ही सोनलजींच्या राहण्याची नीट व्यवस्था व्हावी यासाठी आम्ही आमची खोली त्यांना राहायला दिली.

आमच्या आजूबाजूला सगळीकडं जंगल आणि डोंगररांगा होत्या आणि या प्रकल्पाचं काम सुरू केल्यामुळे सगळीकडे खणून ठेवलेलं होतं, मातीचे ढीग लागले होते. त्यादरम्यान कीडामुंग्याचा उपद्रव अचानक वाढला होता. दररोज कुणान्कुणा दृष्टिबाधित मित्राला काहीतरी चावायचं आणि आम्हाला डॉक्टरांकडे पळावं लागायचं. हा रोजचा त्रास आम्ही सहन करत होतो, त्याचवेळी माझ्या एका पशुचिकित्सक मित्राने या त्रासावर एक जबरदस्त इलाज सुचवला आणि सहा मांजरे व दोन जर्मन शेफर्ड कुत्रे माझ्याकडे आणून सोडले. त्याआधी त्यांनी मला एक लॅब्राडोर कुत्रा भेट दिला होता, त्याने अत्यंत इमानदारीने, एखाद्या मित्रासारखी मला कित्येकदा मदत केली होती. या मुक्या प्राण्यांच्या आगमनाने जणू चमत्कारच घडला. त्यानंतर पुन्हा कधीही माझ्या कुठल्याही दृष्टिबाधित मित्राला काही चावल्याची तक्रार आली नाही.

सोनलजी जातीने लक्ष देत असल्यामुळे हॉस्टेलच्या कामाने वेग घेतला होता, पण अधूनमधून पैशाची किंवा इतर कुठलीतरी समस्या उभी राहत होती. मग आपलं स्वप्न साकार होईल की नाही या काळजीनं निराशा यायची. हॉस्टेलच्या आकाराला येऊ लागलेल्या इमारतीतून समोर डोंगररांगा दिसत असत. तिथून दिसणाऱ्या सूर्योदयाचं नीता मला रोज वर्णन सांगत असे. या प्रकल्पामध्ये सतत काहीतरी अडचणी येऊन मन हताश व्हायचं, त्या वेळी सूर्योदयाच्या वर्णनानं

मनात शब्द उमटायचे-

होकर मायूस न कभी ढल जाना,
शाम के अंधेरे की तरह ।
जीवन एक सुबह है,
रोज उगते रहो भोर के सूरज की तरह!

त्यानंतर जेव्हा कधी मनात निराशेचा अंधार झाळोळून येई, तेव्हा मी या चार ओळी एखाद्या मंत्रासारख्या घोकत असे व नव्या दमाने वाटचाल सुरू करत असे. हा प्रकल्प माझ्यासाठी सर्वांत महत्त्वाचं जीवनध्येय बनलं होतं. आम्हाला कोणत्याही परिस्थितीत आमच्या मित्रांसाठी घर बांधून पूर्ण करायचं होतं. अखेर, जोपर्यंत माझे दृष्टिबाधित मित्र या हॉस्टेलमध्ये राहायला जात नाहीत, तोपर्यंत आपण केस कापायचे नाहीत, असा मी निश्चय केला... अगदी भीष्मप्रतिज्ञेसारखा. काम संथगतीने पुढे सरकत होते. त्यात विघ्ने येतच होती. माझे केस खांद्यावर रुळू लागले होते. ते नीट बसवण्यासाठी मला पोनी बांधावी लागत असे. नाहीतर मी हिप्पीसारखा दिसायचो. ही एक कटकटच झाली होती. माझ्या केस वाढवण्याचा बाकी कुणाला काही त्रास नव्हता. पण नीता मात्र माझ्यावर भयंकर वैतागायची, कारण मी तिचे सगळे हेअरबॅन्ड गायब करायचो. तिने खुणेने ठेवलेले हेअरबॅन्ड माझ्या हाती लागले, की मी ते लगेच माझ्या पोनीला लावत होतो! पण माझे मित्र मात्र म्हणत, केस वाढवल्यावर तू एकदम हॅन्डसम दिसतोस, ते ऐकून छान वाटायचं.

आमचं लक्ष्य खूप मोठं होतं. अजून आम्ही निम्मा टप्पाही सर केला नव्हता. आम्ही मेणबत्त्यांचं काम अगदी धूमधडाक्यात करत होतो. आम्ही १८ ते २० तास मेणबत्त्या तयार करत होतो. आणि त्या मेणबत्त्यांची अधिकाधिक विक्री व्हावी, यासाठी प्रयत्न करत होतो. आम्हाला प्रकल्पासाठी जास्तीत जास्त पैसे जमवायचे होते. श्री. मनोज खैरकर व सोनलजी यांना या प्रकल्पासाठी आणखी ५० ते ६० लाख रुपये लागणार, याची कल्पना होती. हा प्रकल्प खूपच मोठा झाला होता आणि सगळ्यांचीच इच्छा होती की, जे करायचं ते उत्तमच करायचं, कुठेही काही उणीव राहता कामा नये. ज्या ज्या एजन्सी या प्रकल्पाशी जोडल्या गेल्या होत्या त्या सर्वांना या कामात कुठलाही स्वार्थ नसल्याचं लक्षात आलं होतं. यात स्वार्थ नव्हता, फक्त परमार्थ होता. हे सगळे लोक समोरच्या इमारतीतल्या आमच्या दृष्टिबाधित मित्रांशी गप्पा मारत असत. पुढे त्यांची इतकी छान मैत्री झाली होती, की माझे अंधमित्र त्या लोकांसमवेत सायंकाळी एकत्र बसून गीतसंगीताचा कार्यक्रम करत असत. या प्रकल्पाच्या उभारणीत वाटा उचलणारा प्रत्येक माणूस

संपूर्ण समर्पित वृत्तीने या प्रकल्पाशी जोडला गेला होता.

याचदरम्यान श्री. मनोज खैरकर यांनी पुण्यात एका कार्यक्रमात माझी रामनिवास बन्सल यांच्याशी ओळख करून दिली. ते पुण्यातील नामवंत बिल्डर आहेत. त्यांना मी व नीता कसे भेटलो, कसे जवळ आलो, मग नीताने माझा हात कायमसाठी कसा हातात घेतला वगैरे गोष्टी कळल्यावर त्यांनी त्यांच्या मातापित्यांचा किस्सा सांगितला. त्यांच्या आई वयाच्या सातव्या वर्षी अंध झाल्या होत्या. ते मारवाडी व रूढीप्रिय समाजातले, तरीही त्यांच्या वडिलांनी समाजाविरुद्ध जाऊन त्यांच्या आईशी विवाह केला. ही गोष्ट बरीच जुनी असली, तरी त्यांनी त्याचे बंध आमच्या कहाणीशी गुंफले.

ते म्हणाले, मी दरवर्षी अशा अर्धवट राहिलेल्या प्रकल्पांना जे विशेषत: अंध लोकांशी संबंधित असतात व जे पैशाअभावी पूर्ण होऊ शकत नाहीत अशा प्रकल्पांना साहाय्य करत असतो. भावेशभाई, मी तुम्हाला काय मदत करू सांगा,''

मनोजजींनी त्यांना हॉस्टेलच्या प्रकल्पाबद्दल आधीच सांगून ठेवलं आहे की काय, असं मला वाटत होतं. त्या कार्यक्रमानंतर रामनिवासजी, मनोजजी, मला व नीताला आग्रहाने त्यांच्या घरी घेऊन गेले व तिथे त्यांनी मनोजजींच्या हातात २५ लाख रुपयांचा चेक ठेवत त्यांना 'हा प्रकल्प लवकरात लवकर पूर्ण करा' असं सांगितलं.

मी अशा प्रकारे देणगी स्वीकारण्याच्या मताचा नव्हतो, त्यामुळे मी लगेच सांगितलं,

''नाही सर, हे पैसे नकोत. हा प्रकल्प हळूहळू पुढे सरकतोय. आज ना उद्या तो पूर्ण होईलच.''

त्यावर रामनिवासजी काही बोलण्याआधीच मनोजजी पहिल्यांदाच थोड्या कडकपणे मला म्हणाले,

''तुम्ही मला मोठा भाऊ म्हणता ना, मग मोठ्या भावाचं ऐका जरा... आणि भावेश, सगळ्या सत्कार्यांचा ठेका तुम्ही एकट्यानेच घेतला आहे का? आम्हालाही थोडं पुण्य कमवू द्या.''

अखेर, माझी इच्छा नसतानाही मला तो चेक घ्यावा लागला. आज मागे वळून पाहतो तेव्हा असं वाटतं, की मनोजजी व रामनिवास बन्सलजींचं बरोबर होतं, नाहीतर माझ्या दृष्टिबाधित मित्रांना आणखी कित्येक वर्षे बेघर अवस्थेतच राहावं लागलं असतं. बन्सलजींची त्यांचं कुठे नाव वगैरे यावं अशी अजिबात इच्छा नव्हती, त्यांनी तसं सांगितलंही होतं, पण भावसा, मनोजजी व मी– आमचं एकमत होतं, की त्यांचा हा समर्पणभाव व्यर्थ जाता कामा नये. या

प्रकल्पाला तुमच्या आईचे नाव देऊ या, अशी आम्ही त्यांच्यासमोर कल्पना मांडली. आम्ही फारच आग्रह धरल्यामुळे ते तयार झाले व आमचा प्रकल्प पूर्ण झाल्यानंतर आम्ही हॉस्टेलला त्यांच्या मातोश्रीचं नाव दिलं– मातृश्री महादेवी चैतराम बन्सल.

मनोज खैरकरांचे आणखी एक मित्र आहेत– जयंतजी येरवडेकर. त्यांनीही या हॉस्टेल प्रकल्पासाठी १० लाख रुपये पाठवले. त्याचबरोबर मुंबई चार्टर्ड अकाउंटन्ट असोसिएशनसह श्री. रमेशजी कचोलिया यांनी अडीच लाख रुपये, मुंबई जैन युवक संघाचे अध्यक्ष नितीनभाई सोनावाला यांनी एक लाख रुपये, इचलकरंजी माहेश्वरी समाजातर्फे श्रीमती अनिता बियाणी व श्रीमती राधा चांडक यांनी साडेतीन लाख रुपये पाठवले.

"बऱ्याच वर्षांपूर्वी महाबळेश्वर मार्केटमधल्या स्टॉलवर माझी बियाणी कुटुंबाशी पहिल्यांदा भेट झाली होती. हॉस्टेल प्रकल्पादरम्यान मला इचलकरंजीत माहेश्वरी समाजातर्फे आयोजित केलेल्या एका प्रदर्शनात सहभागी होण्याचं निमंत्रण मिळालं होतं. मी त्या वेळी माझ्या वाढलेल्या केसांची पोनी बांधलेल्या अवतारात बियाणी दाम्पत्याला भेटायला त्यांच्या बंगल्यावर गेलो होतो. त्यांनी मला केस का वाढवले आहेत असं विचारल्यावर मी त्यांना त्यामागची कहाणी सांगितली. ते ऐकल्यावर त्यांनी मला या प्रकल्पासाठी संपूर्ण सहकार्य करायचं आश्वासन दिलं आणि कोल्हापूर जिल्ह्यातील त्यांच्या परिचयाचे लोक व कंपन्यांकडून आम्हाला लाखो रुपयांच्या मेणबत्त्यांच्या ऑर्डर्स मिळवून दिल्या, एवढंच नव्हे तर या सर्वांना आमच्या हॉस्टेल प्रकल्पाशी जोडत आम्हाला साडेतीन लाख रुपये पाठवण्याचीही व्यवस्था केली.

अमेरिकेतून रत्नपारखीजीही मार्गदर्शन करतच होते आणि सुहासजी पाटीलसुद्धा हॉस्टेलसाठी केवळ जमीन विकत देऊन थांबले नाहीत, तर ते मधून मधून त्यांच्या मित्रांसमवेत मोळेश्वरला येऊन बांधकामाशी संबंधित बाबींमध्ये महत्त्वपूर्ण साहाय्य करत होते. भावसांनी अगदी आरंभापासूनच या प्रकल्पाला तनमनधन अर्पण केलेलंच होतं, पण त्यांच्याबरोबरच त्यांचा संपूर्ण परिवारसुद्धा कोणत्या ना कोणत्या प्रकारे या प्रकल्पात योगदान देण्यासाठी सदैव तत्पर होता.

त्या दरम्यान पुण्याच्या सी.ए. असोसिएशनची परिषद महाबळेश्वरच्या रामसुख रिसॉर्टमध्ये आयोजित केली होती. त्या तीनदिवसीय परिषदेत व्याख्यान देण्यासाठी काही दिग्गज वक्तेही आले होते. परिषदेच्या तिसऱ्या दिवशी संध्याकाळी श्री. अभयजी बागमार यांनी मला एक तासांचे व्याख्यान देण्यासाठी रामसुख रिसॉर्टमध्ये बोलावलं. ते स्वत: पुण्याच्या सी.ए. असोसिएशनच्या समितीमध्ये मोठ्या पदावर होते. त्यांनी माझ्या व्याख्यानासोबतच मेणबत्त्या बनवण्याचं वर्कशॉपही ठेवलं

होतं, आणि आमच्या मेणबत्त्यांचा 'डिस्प्ले'ही होता. आमच्या मेणबत्या तिथे विक्रीसाठी ठेवल्या जाणार होत्या व परिषदेला आलेल्या सर्व २०० सी.ए. सदस्यांना आठवण म्हणून आम्ही बनवलेल्या मेणबत्त्या भेट स्वरूपात दिल्या जाणार होत्या.

मी तिथे दिलेल्या तासाभराच्या व्याख्यानाची खूप प्रशंसा झाली. सर्व सी.ए. मित्रांनी टाळ्यांच्या गजरात माझ्या व्याख्यानाचं कौतुक केलं. त्यानंतर मी वर्कशॉपमध्ये सूर्यफुलाच्या आकाराची छानशी मेणबत्ती बनवण्याचं प्रात्यक्षिक दाखवलं. ती मेणबत्ती मला माझ्याजवळच उभ्या असलेल्या, असोसिएशनच्या अध्यक्षांना भेट द्यायची होती. त्यांच्यासोबत अभयभाईही होते. त्या दोघाचं काय गुफ्तगू झालं कोण जाणे, पण त्यांनी मी बनवलेलं ते सूर्यफूल सर्वांसमोर ठेवून त्याचा लिलाव जाहीर केला. मी बनवलेल्या त्या मेणबत्तीची किंमत होती ११० रुपये पण अभयभाईंनी त्या लिलावाची कमीत कमी बोली १००० रुपये ठेवत, सर्व सी.ए. मित्रांना त्या रकमेच्या वर बोली लावायला सांगितलं. हे काय सुरू आहे... मला काही कळतच नव्हतं. पण तिकडे बोली धडाक्यात सुरू होती! बघता बघता त्या सूर्यफुलाच्या मेणबत्तीची बोली वर वर चढली आणि अभयभाईंच्या प्रकाश पमनानी नामक सी.ए. मित्राने ती मेणबत्ती २१००० रुपये इतकी मोठी बोली लावत खरेदी केली. अभयभाईंनी त्या २१००० रुपयांसह परिषदेतील उपस्थितांसाठी भेटवस्तूंची ऑर्डर, तसंच स्टॉलवर झालेली विक्री आणि तिथे मिळालेल्या बऱ्याच ऑर्डर्स मिळून आम्हाला त्या सायंकाळी जवळजवळ ५ लाख रुपये मिळवून दिले, त्याचा आमच्या हॉस्टेल प्रकल्पाला हातभार लागणार होता.

अभयभाईंनी आधीच संस्थेसाठी १२अ प्रमाणपत्र मिळवून दिले होते. होस्टेलसाठी जर निधी स्वरूपात कोणी पैसे दिले तर संस्थेकडे ८० जी प्रमाणपत्र असले पाहिजे, असा त्यांचा आग्रह होता. सनराइज कॅण्डलसाठी साताऱ्याचे चंद्रकांत ॲण्ड कंपनी सी.ए. म्हणून काम पाहातात. चंदकांत भाई व त्यांचे सुपुत्र भूषणभाई आम्ही वेळात वेळ काढून पुण्याला आयकर भवनला गेलो. अभयभाईच्या ओळखीमुळे आम्ही तेथील अधिकाऱ्यांना भेटून कागदपत्रांची पूर्तता केली. कागदपत्रांची तपासणी केल्यानंतर अधिकाऱ्यांनी अट ठेवली. ती आम्हा सर्वांना चकित करणारी होती. त्यांनी २५ हजारांचा चेक माझ्या हातावर ठेवला व सांगितले की ८० जी नुसार सर्वांत पहिली पावती तुम्ही माझी फाडा तरच तुमचे प्रमाणपत्र मिळेल. अभयभाईंनी मला त्यांची ही विनंती वजा आदेश मान्य करायला लावला, असे अनेक व्यक्ती या होस्टेलसाठी हातभार लावत होत्या.

भावसा व त्यांच्या संपूर्ण परिवाराने या प्रकल्पादरम्यान कोणत्याही प्रकारे माझ्या स्वाभिमानाला व आत्मसन्मानाला जराही धक्का न पोहोचवता मार्गदर्शक

म्हणून कायम मला भक्कम साथ दिली आहे. त्याबद्दल मी त्यांचा आजीवन कृतज्ञ राहीन.

टिळक स्मारकमधील प्रदर्शनाच्या वेळी राजूभाई मोरेंशी माझी खूप चांगली मैत्री झाली होती. या हॉस्टेल प्रकल्पामंध्ये त्यांनी बरीच मदत केली. त्यांनी सीसीटीव्ही कॅमेरा, इन्व्हर्टर, इंटरकॉम या गोष्टी तिथे कमीत कमी दरात मिळतील तिथून खरेदी करून, आम्हाला कुठलाही मजुरीचा खर्च न लावता, या सर्व अत्यावश्यक सुविधा बसवून दिल्या.

आम्ही हॉस्टेलमध्ये दोन मोठे स्वतंत्र हॉल बांधले होते, त्या ठिकाणी आमच्या जास्तीत जास्त दृष्टिबाधित बंधूभगिनींची राहण्याची व्यवस्था व्हावी अशी आमची इच्छा होती. त्यादृष्टीने गिरीशजी बाटियांनी अहमदनगरमध्येच चांगले मजबूत 'बंक बेड' कमीत कमी खर्चात तयार करून घेतले व ते आमच्याकडे पाठवून दिले. माझे मित्र संजय उदेशी हे कापसाचे मोठे व्यापारी आहेत. त्यांच्या ओळखीने सर्व बंक बेड्ससाठी कापसाच्या छानशा गाद्या व उशा तयार करून घेतल्या.

रामनिवासजी बन्सल यांनी आम्हाला आणखी एक 'सरप्राइज' दिलं. त्यांनी कॅन्टीन व संमेलन हॉलसाठी २०० खुर्च्या व १५ टेबले पुण्याहून पाठवली.

आम्ही कित्येक वर्षांपासून पाणीटंचाईला तोंड देत होतो. सोनलजींनी त्या समस्येवर मात करण्याचा नामी उपाय शोधला. - रेन हार्वेस्टिंग! त्यांनी जमिनीखाली पाच लाख लिटर क्षमतेची सिमेंटची टाकी बसवून घेतली. त्यामुळे पावसाचं पाणी त्यात साठवून, आम्हाला ते पाणी नंतरही वापरता येणार होतं.

मी कितीतरी वेळा त्या नव्या वास्तूला स्पर्श करायचो... इतक्या लवकर हे काम पूर्णत्वाला गेलं आहे यावर माझा विश्वासच बसत नव्हता. कुठल्या शक्तीने हे काम पूर्ण केलं होतं कोण जाणे! आम्ही गेले वर्षभर तहानभूक - झोप सगळं विसरून दिवसाचे १८-१८ तास काम करत होतो. हे देखणं हॉस्टेल साकारल्यानंतर ते सगळे कष्ट, त्रास अगदी नगण्य वाटत होते. आम्ही या स्वप्नपूर्तीसाठी दोन वर्षांचे लक्ष्य ठेवले होते, मे २०१४ मध्ये या कामाचा शुभारंभ होऊन कुदळीचा पहिला घाव पडला होता... २६ एप्रिल २०१५ रोजी हे हॉस्टेल उद्घाटनासाठी सजून सवरून तयार झालं होतं.

आम्ही २६ एप्रिल रोजी सकाळी उद्घाटन समारंभाची तयारी सुरू केली होती. मोळेश्वर गावात ६०-७० घरे आहेत. तिथले सर्व गावकरी आमच्याकडे आले होते. कुणी फुलांची तर कुणी आंब्याच्या व अशोकाच्या पानांची तोरणे बांधत होते, कुणी पताका लावत होते. आम्ही गंगारामजींकडून परवानगी घेऊन त्यांच्या जागेत भव्य मांडव घातला होता. माझे मित्र श्री. दवेजी केटरिंगचे काम

करतात. त्यांनी सकाळच्या नाश्त्यापासून ते रात्रीच्या जेवणापर्यंतची सगळी जबाबदारी घेतली होती. पुण्याहून व मुंबईहून आमचे बरेच मित्र व नातेवाईक आले होते. सर्व गावकरी उत्साहने लगबग करत होते. कुणी त्यांच्या शेतातल्या स्ट्रॉबेरी आणल्या होत्या, तर कुणी फळे आणि भाज्या दिल्या होत्या. प्रत्येकजण या कार्यात आपलं योगदान देत होता.

रामनिवासजी बन्सल त्यांच्या कुटुंबीयांसमवेत व अन्य नातेवाइकांना घेऊन आले होते. उद्घाटन समारंभाचे प्रमुख अतिथी होते पुण्याचे माजी इन्स्पेक्टर जनरल श्री. अशोकजी दिवरे. त्यांच्यासह या समारंभाला शहर डीवायएसपी श्री. दीपकजी हुंबरे व महाबळेश्वरचे पोलीस अधिकारी श्री. प्रकाशजी सावंतही आले होते. आमचे बरेच दृष्टिबाधित मित्र गीत-संगीतात पारंगत आहेत, त्यांनी मांडवाच्या एका कोपऱ्यात मैफल सजवली होती.

भावसाजींचे सुपुत्र अभयजी व रामनिवासजींचे सुपुत्र सचिनजी यांनी उद्घाटन समारंभाची सर्व व्यवस्था सांभाळली होती. या यज्ञात सर्वांनाच सहभागी व्हायचं होतं. तीन तास चाललेल्या या दिमाखदार सोहळ्यात दूरदूरवरून आलेल्या अनेक मान्यवरांच्या उपस्थितीत आम्ही ते 'भवन' आमच्या दृष्टिबाधित मित्रांना समर्पित केलं आणि या संपूर्ण हॉस्टेलची पुढची सर्व जबाबदारी आम्ही यापूर्वीच स्थापन केलेल्या 'ओशोनिक व्हिजन फॉर द ब्लाइंड वेल्फेअर सोसायटी' या ट्रस्टकडे सोपवली.

२०१४ हे वर्ष आमच्यासाठी अतिशय ऊर्जापूर्ण ठरलं. याच वर्षी आम्ही आमचा सर्वांत महत्त्वाकांक्षी प्रकल्प सुरू करू शकलो होतो. याच वर्षाच्या अखेरीस आयुष्यातील एक महत्त्वाचा क्षणही उजळून निघणार होता!

मे २०१४ मध्ये, मी सुहाजींकडून प्लॉट खरेदी करून माझ्या दृष्टिबाधित मित्रांसाठी हॉस्टेल उभारायला सुरुवात केली, तेव्हा काही समाजकंटक या महान प्रकल्पाचं महत्त्व समजू शकले नाहीत. त्यांनी या कामात खोडा घालण्याचा अनेकदा निष्फळ प्रयत्न केला. त्यातूनच निर्माण झालेल्या कायदेविषयक समस्यांमुळे आम्ही या प्रकल्पाचा विस्तार करू शकत नव्हतो आणि त्यामुळे आम्हाला महाबळेश्वरच्या पोलीस ठाण्यात हेलपाटे घालावे लागत होते. एकदा आम्ही असेच पोलीस ठाण्यात बसलो असताना नीताला दोन-तीन वेळा दिल्लीहून फोन आला, पण नीताने तिथं असताना फोन घेणं योग्य नाही म्हणून तो फोन कट केला.

आम्ही पोलीस ठाण्यातून बाहेर पडलो तेव्हा मन व्यथित झालं होतं. आपण कितीही चांगल्या मनानं काम करत असलो, तरी अशी संकटे उभी राहतात आणि

आपल्याला पोलीस ठाण्यात हेलपाटे घालावे लागताहेत... अशा उद्विग्नतेनं मन झाकोळलं होतं. पोलीस ठाण्यात आम्हाला सर्वजण संपूर्ण सहकार्य करत होते, पण आम्हाला सगळी कामे सोडून मोळेश्वरहून १० किलोमीटर अंतर पार करून पोलीस ठाण्यात यावं लागत होतं.

आम्ही तिथून बाहेर पडल्यावर नीता म्हणाली,

"या दिल्लीवाल्यांना काय हवंय काही कळत नाही. सकाळपासून तीन-चारदा फोन येऊन गेलाय. यांना आपले नंबर कुठून मिळतात?"

त्या वेळी आमच्यासोबत आमचे ५-६ दृष्टिबाधित मित्रही होते, तेही आमच्यासोबत पोलीस ठाण्यात आले होते. आम्ही मोळेश्वरला परत जायला निघणार इतक्यात नीताचा फोन पुन्हा वाजला.

नीता माझ्या हातात फोन देत म्हणाली, "तोच नंबर आहे... दिल्लीचा."

मी विचार केला, कोण आहे पाहू या तरी! मी फोन घेतला. पलीकडून आवाज आला, मिस्टर भावेश भाटिया बोलताहेत का?"

मी म्हणालो, "हो, मीच बोलतोय, बोला."

फोनवरची व्यक्ती म्हणाली,

"आम्ही सकाळपासून तुमच्याशी संपर्क करायचा प्रयत्न करत आहोत. तुम्ही चार-पाच वेळा आमचा फोन कट केलात. मी सामाजिक न्याय अधिकारिता मंत्रालयातून सचिव अवस्थी बोलतोय."

हे ऐकल्यावर मला वाटलं, आपण नकळत काहीतरी गडबड घोटाळा केलेला दिसतोय. मग मी त्यांना शक्य तितक्या विनम्र स्वरात म्हणालो, "हां सर, बोला, काय सांगायचं आहे?"

त्यांनी विचारलं, "तुम्ही मिस्टर भाटियाच बोलताय ना?"

मी म्हणालो, "हो, मी भावेश भाटियाच बोलतोय."

त्यांनी विचारलं, "तुम्ही दृष्टिबाधित आहात आणि मेणबत्त्यांचा व्यवसाय करता?"

मी उत्तरलो, "हो सर."

माझ्या होकाराने त्यांना हायसं झालं असावं. त्यांनी दीर्घ नि:श्वास टाकला आणि ते म्हणाले,

"आम्ही सकाळपासून तुम्हालाच शोधतोय. मला तुम्हाला सांगायचं आहे, की हजारो नामांकनांमधून आमच्या समितीने या वेळी राष्ट्रपती पुरस्कारासाठी तुमची निवड केली आहे. तुमचं हार्दिक अभिनंदन... तुम्हाला या वर्षीचा 'सर्वोत्तम दृष्टिबाधित स्वयंरोजगार' या विभागातील राष्ट्रीय पुरस्कार जाहीर झाला आहे. तुम्ही आमची सामाजिक न्याय विभागाची वेबसाइट बघा, त्यात तुम्हाला सर्व

माहिती मिळेल. त्यात सगळे नंबर दिलेले आहेत. त्या यादीत तुमचं नाव आलं आहे. वेबसाइटवर नंबर दिलेला आहे त्यावर तुम्ही संपर्क करा, तिथे तुम्हाला तुमचं येण्याजाण्याच्या प्रवासाचं तिकीट, राहण्याची संपूर्ण व्यवस्था वगैरे सगळी माहिती मिळेल. आमचे लोक तुम्हाला सगळी मदत करतील. तुम्ही फक्त ठरलेल्या वेळी उपस्थित राहा. तुम्हाला तालमीसाठी दोन दिवस आधी यावं लागेल. हा माझा नंबर जपून ठेवा. यासंदर्भात तुम्हाला काहीही अडचण आली, तर मला कधीही फोन करा. तुमचं पुन्हा एकदा अभिनंदन!''

मी मोबाइल कानाला लावून काही क्षण तसाच उभा होतो. नीता माझ्या खांद्यावर हात ठेवून माझ्या शेजारीच उभी होती. फोनवर काय बोलणं चाललंय हे जाणून घ्यायला तीही आतुर असणार. मग मी जरासा भानावर आलो. या आनंदाच्या क्षणी भर बाजारात नीताला बाहुपाशात घट्ट जवळ घ्यावं असं वाटत होतं, पण ते शक्य नव्हतं. मग मी तिचा हात हातात घेत तिला दिल्लीहून आलेली ही आनंदवार्ता थोडक्यात ऐकवली. मनात दाटलेलं निराशेचं मळभ, पोलीस ठाण्यात हेलपाटे घालण्याचा वैताग... सगळं कुठल्याकुठे पळून गेलं होतं!

मी नीताला म्हणालो, ''चल, सर्वांत आधी सगळ्या दृष्टिबाधित मित्रांना घेऊन 'पॅनोरमा रेस्टॉरन्ट'मध्ये जाऊ या. आज पार्टी तो बनती ही है!''

या धावपळीतून वेळ काढून मी त्या फेरीवाल्यांनाही भेटून आलो, ज्यांनी कधी काळी माझी हातगाडी कित्येकदा गटारीत उलथून दिली होती. त्यांच्यापैकी बऱ्याच जणांनी मार्केटमध्ये स्टॉल लावणंही बंद केलं होतं. पण मी नीताच्या मदतीने त्यांना शोधत त्यांच्या घरी पोहोचलो. आम्ही सोबत मिठाईचे बॉक्स घेतले होते, ते त्यांना भेट दिले. त्या सर्वांशी गळाभेट घेऊन हस्तांदोलन केलं, त्यांना धन्यवाद दिले आणि त्यांना एवढं मात्र जरूर म्हणालो,

''तुमच्या सर्वांच्या स्नेहामुळे मी राष्ट्रपती पुरस्कारापर्यंत पोहोचू शकलो.''

महाबळेश्वरमध्ये श्री. संजय दस्तुरे नावाचे माझे पत्रकार मित्र आहेत. त्यांनी या राष्ट्रपती पुरस्काराची बातमी त्यांच्या सर्व मित्रांमार्फत संपूर्ण राज्यात पोहोचवली. त्यांनी माझ्या संघर्षपूर्ण आयुष्याबद्दल एक सविस्तर लेखही लिहिला. त्या लेखाने, एक हातगाडी ढकलणारा दृष्टिबाधित माणूस राष्ट्रपती पुरस्कारपर्यंत मजल मारू शकतो ही बऱ्याच दृष्टिबाधित मित्रांना प्रेरणा मिळाली.

मंत्रालयातर्फे मी, नीता व कुणाल – आमची तिघांची दिल्लीला जाण्यायेण्याच्या विमानतिकिटांची व्यवस्था केली होती. हा संपूर्ण समारंभ अनेक दिग्गज मान्यवरांच्या उपस्थितीत होणार होता. दोन डिसेंबरला विज्ञान भवनात या समारंभाची बरेचदा रंगीत तालीम घेण्यात आली. तीन डिसेंबरला - जागतिक अपंगदिनी मी सकाळपासूनच एक एक सेकंद मोजत संध्याकाळ होण्याची प्रतीक्षा करत होतो... आणि अखेर

तो क्षण येऊन ठेपला! विज्ञान भवनात राष्ट्रपती श्री. प्रणव मुखर्जी यांच्या हस्ते मला अंधक्षेत्रातील सर्वोच्च पुरस्कार – राष्ट्रीय पुरस्कार प्रदान केला जात होता... सुवर्णपदक! मी महाबळेश्वरमधील हॉस्टेलचं काम अर्धवट सोडून दिल्लीला आलो होतो. या खेपेला नीताने मला एक छानसा हेअरबँड आधीच देऊन ठेवला होता. मी पोनीला तो हेअरबँड लावून व्यासपीठावर पुरस्कार स्वीकारायला गेलो. राष्ट्रपतीजींनीसुद्धा माझ्या त्या हेअरस्टाइलचं खूप कौतुक केलं. मी त्यांच्याशी हस्तांदोलन केलं आणि मेणबत्त्यांच्या उद्योगाला भारतात प्रथमच दिला गेलेला राष्ट्रपती पुरस्कार स्वीकारला. त्या वेळी माझ्या कामाची थोडक्यात माहिती दिली जात होती व संपूर्ण विज्ञान भवन टाळ्यांच्या कडकडाटात माझं कौतुक करत होतं.

पुरस्कार प्रदान समारंभानंतर राष्ट्रीय स्तरावर प्रिंट, इलेक्ट्रॉनिक व रेडिओ या माध्यमांसाठी मुलाखती घेण्यात आल्या. आम्हाला इतक्या वर्षांच्या आमच्या मेहनतीला प्रशंसेची पावती मिळाल्याचा खूप आनंद झाला होता.

त्या पुरस्कारानंतर आम्ही महाबळेश्वरला परत आलो आणि नव्या उमेदीनं आमच्या हॉस्टेल प्रकल्पाच्या कामाला लागलो. मला पुरस्कार म्हणून मिळालेले एक लाख रुपये मी या प्रकल्पाला दिले.

हॉस्टेलच्या उद्घाटन समारंभानंतर, २७ एप्रिलला नीताने मला गाडीत घालून एका सलूनमध्ये नेलं आणि आधी माझे केस कापून घेतले. आता आपले हेअरबँड गायब होणार नाहीत या कल्पनेनं तिनं सुटकेचा नि:श्वास सोडला असावा! माझ्या डोक्यावरून केसांचं आणि हा प्रकल्प पूर्णत्वाला नेण्याचं ओझं उतरलं होतं. बरेचदा नकळत माझा हात डोक्यावर जात असे आणि लांब केसांची सवय झाल्यामुळे आता चुकल्याचुकल्यासारखं होत असे.

मी एक गोष्ट सांगू इच्छितो, आपण एखादी गोष्ट ठरवली, एकदा एखादा संकल्प केला आणि जर आपलं लक्ष्य सुस्पष्ट असेल, तर या जगातील कुठल्याही शक्तीने कितीही जोर लावला, कितीही अडचणी आल्या तरी आपली स्वप्ने साकार करण्यापासून आपल्याला कुणीही रोखू शकत नाही.

या सगळ्या धडपडीत माझ्या एक गोष्ट लक्षात आली, की आपण परमेश्वराकडे आपल्या स्वत:साठी काही मागितलं, तर कदाचित आपली मागणी पूर्ण होणार नाही, पण आपण जेव्हा समर्पित वृत्तीने, नि:स्वार्थ भावाने इतरांसाठी काही मागितलं, तर ती मागणी नक्की पूर्ण होते. हा हॉस्टेल प्रकल्प १५ लाखापासून दीड कोटी रुपयांपर्यंत घेऊन गेलो. हे भवन तर मजबूत बनलंच, शिवाय ते स्वत:बरोबर आम्हालाही आतून कणखर बनवत गेलं. यामध्ये सामूहिक इच्छाशक्ती

महत्त्वाची ठरली. सर्वांची समर्पित वृत्ती कामी आली. हा एक असा मैलाचा दगड ठरला, ज्याचा आम्हाला संपूर्ण देशभरात अशा प्रकारचे आणखी प्रकल्प सुरू करण्यासाठी बराच उपयोग झाला.

तहानलेल्या माणसाला पाण्याच्या शोधात पाणवठ्यापर्यंत जावं लागतं, असं म्हटलं जातं. आमच्या संदर्भात सांगायचं तर मेणबत्त्या बनवण्याचं व विक्रीचं तंत्र शिकू इच्छिणाऱ्या दृष्टिबाधित मित्रांना यापूर्वी महाबळेश्वरला यावे लागत होते. पण आम्ही या एका हॉस्टेल प्रकल्पावरून प्रेरणा घेऊन, याच मित्रांच्या गावात, शहरात व राज्यांमध्ये जाऊन तेथीलच संस्थांना विश्वासात घेऊन अशा बऱ्याच प्रकल्पांचा श्रीगणेशा केला आहे. तहानलेल्या व्यक्तीला पाणवठ्यापर्यंत जावे लागते. हा समज आम्ही चुकीचा ठरवला आहे. आज आम्ही खात्रीने म्हणू शकतो, की इच्छाशक्ती प्रबळ असेल, तर कित्येकदा पाणवठेच तहानलेल्या व्यक्तींपर्यंत पोहोचतात.

आमच्या या सर्व दृष्टिबाधित मित्रांना भाषेची मोठी अडचण होती. आयुष्यभर उडिया, तमिळ किंवा तेलुगू भाषेत बोलणाऱ्यांना हिंदी किंवा मराठीतून संवाद साधणं फार अवघड जात असे. पण आता हे संपूर्ण तंत्रज्ञान माझ्या सर्व दृष्टिबाधित मित्रांसाठी त्यांच्या प्रादेशिक भाषेत उपलब्ध होत आहेत. त्यामुळे ते ही कला अगदी सहज आत्मसात करून आत्मनिर्भर होत आहेत. आज माझे असे दोन हजारांवर मित्र आनंदाने काम करत स्वत:च्या पायांवर उभे राहिले आहेत, त्यांना सुमारे ५०० कंपन्या काम देत आहेत. हे काम त्यांना वर्षाचे सर्वच्या सर्व ३६५ दिवस उपलब्ध होत आहे. या माध्यमातून आम्ही स्वयंरोजगार व 'मेक इन इंडिया'चा अनोखा प्रकल्प यशस्वीरीत्या साकार करत आहोत.

गेल्या २३ वर्षांत मी मेणबत्त्या बनवण्याचं जे तंत्र शिकलो, ते मी फक्त स्वत:पुरतं ठेवलं नाही. हे तंत्र व सर्जनशीलतेचे हे संस्कार माझ्या सर्व दृष्टिबाधित मित्रांपर्यंत पोहोचावेत अशी माझी सदैव इच्छा असते. मध्यंतरी एक वेळ अशी आली होती, की 'सनराइज कॅन्डल्स'सोबत काम करण्यासाठी हजारो दृष्टिबाधित मित्र उत्सुक होते. आमच्यासोबत येऊ इच्छिणाऱ्या दृष्टिबाधित मित्रांची अक्षरश: गर्दी उसळली होती. आम्ही त्या सर्वांच्या शैक्षणिक पात्रतेपेक्षा त्यांच्या इच्छाशक्तीला अधिक महत्त्व दिलं.

माझे जे दृष्टिबाधित मित्र वर्षानुवर्षे वेगवेगळ्या संस्थांमध्ये राहत आले आहेत. त्यांना काम देणं किंवा त्यांच्याकडून काम करवून घेणं तितकं सोपं जाणार नाही, असं मला वाटत होतं. पण यासंदर्भात नीता मला कायम धीर द्यायची.

"भावेश, जर तुम्ही इतक्या सुंदर मेणबत्त्या बनवू शकता, तर तुमचे मित्र का बनवू शकणार नाहीत, आणि तुमच्याप्रमाणेच त्या विकूही का शकणार नाहीत?"

नीताच्या सांगण्यामुळे व बऱ्याच वेगवेगळ्या संस्थांमध्ये फिरून आल्यावर माझ्या लक्षात आलं होतं, की आपल्याला एका मोठ्या दृष्टिबाधित टीमला सोबत घेऊन पुढे जायचं आहे. सर्व दृष्टिबाधित मित्रांना कामाची प्रेरणा द्यायची असेल, ती दिवसाखेरीस या सर्व मित्रांच्या हातात त्यांच्या दिवसभराच्या कष्टाचे पैसे पडले पाहिजेत.

आधी आम्ही मोळेश्वरच्या युनिटमध्ये मेणबत्त्या बनवायचो आणि त्या वेगवेगळ्या राज्यांतील दृष्टिबाधित मित्रांना विक्रीसाठी द्यायचो; पण लवकरच आम्ही एक नवीन व्यवस्था तयार केली, त्यानुसार आम्ही त्यांना तंत्रज्ञानही दिलं. कारण आम्हाला मालक-कर्मचारी ही व्यवस्था बदलायची होती. आमच्याकडून हे तंत्रज्ञान शिकलेल्या व या मेणबत्ती उद्योगाशी जोडल्या गेलेल्या प्रत्येक दृष्टिबाधित मित्रांमध्ये आपणही मालक आहोत, अशी भावना निर्माण व्हावी, अशी आमची इच्छा होती. मग हे कौशल्य आत्मसात केलेल्या सर्व दृष्टिबाधित मित्रांना– जे वेगवेगळ्या राज्यांतील होते– संघटित करून एक स्वतंत्र कंपनी स्थापण्याची प्रक्रिया सुरू केली. त्या त्या गटामध्ये ज्या दृष्टिबाधित मित्राकडं नेतृत्वगुण असतील, त्याच्याकडे त्या समूहाचं नेतृत्व दिलं. त्या संघटनेच्या प्रत्येक लाभार्थ्याला उत्पादनाचं संपूर्ण काम दिलं जातं, आणि मेणबत्त्यांच्या विक्रीच्या कामासाठी पगाराऐवजी कमिशन दिलं जातं. या व्यवस्थेचा असा फायदा झाला, की माझ्या सगळ्या दृष्टिबाधित मित्रांनी स्वत:ला कामात पूर्ण झोकून दिलं. कधीकाळी जे दृष्टिबाधित मित्र दरमहा मिळणाऱ्या संजय गांधी निराधार योजनेच्या ६०० रुपयांवर संतुष्ट होते, ते प्रतिदिन दोन हजार रुपये मिळवल्यानंतरही आणखी कमाई करण्याची संधी शोधत जास्तीत जास्त मेहनत करू लागले होते. याच माध्यमातून आज आम्ही संपूर्ण देशभरातील सुमारे दोन हजार दृष्टिबाधित मित्रांना सोबत घेऊन वाटचाल करत आहोत. बरेचदा मोठ्या ऑर्डर पूर्ण करणं एखाद्या ग्रूपच्या आवाक्याबाहेरचं असतं, त्या वेळी आम्ही उर्वरित काम अन्य राज्यातील आमच्या ग्रूपना देतो, ज्यायोगे प्रत्येक राज्यातील समूहाला नवे काम शिकण्याची संधी मिळते व त्यांना रोजगाराच्या नव्या संधीही लाभतात. यासाठी लागणारा सर्व कच्चा मालही याच समूहाच्या नावावर खरेदी करून, त्यांना जबाबदारी घ्यायलाही शिकवलं जातं. पूर्वीच्या तुलनेत आज वाहतूक व्यवस्था बरीच स्वस्त व सुलभ झाली आहे. माझ्या सुमारे चाळीस मित्रांनी 'एमबीए मार्केटिंग' केलं आहे. ते सर्वजण वर्षभर आमच्या या विशाल दृष्टिबाधित मित्रपरिवारासाठी बाजारपेठ शोधण्याचं काम करत असतात. त्यामुळेच आज या सर्व मित्रांनी बनवलेल्या मेणबत्त्या सुमारे ६८ देशांत पोहोचल्या आहेत.

या मेणबत्त्यांमुळे कित्येक दृष्टिबाधित मित्रांच्या जीवनात खऱ्या अर्थानं प्रकाशज्योत

उजळली आहे. पण आम्ही या यशाचा गर्व होऊ न देता पाय जमिनीवर ठेवून आमचं काम करत राहिलो, कारण –

शोहरतें कहाँ हर बार बुलंदी पे रहती हैं,
जितनी ऊँची इमारते हों,
हर बार खतरे में रहती हैं ।

प्रसिद्धी, कीर्ती या गोष्टी कायम शिखरावरच राहत नाहीत. इमारती जितक्या उंच, तितका त्यांना नेहमीच धोका असतो.

१२

वॅक्स म्यूझिअम

मी जगप्रसिद्ध मेण संग्रहालयाबद्दल म्हणजेच मादाम तुसाँ वॅक्स म्यूझिअमबद्दल ऐकून होतो. मला त्याबद्दल अतिशय आकर्षण वाटायचं. त्या म्यूझिअममध्ये अमिताभ बच्चन, शाहरुख खान, ऐश्वर्या राय अशा सेलिब्रिटींचे मेणाचे पुतळे आहेत असं मी ऐकलं होतं. ते ऐकून मला वाटायचं, आपण मेणाच्या मेणबत्त्या बनवतो, पण त्याच मेणापासून असे मोठेमोठे पुतळे कसे बनवत असतील? मी मेणबत्त्यांचे डाय बनवायला शिकलो असलो, तरी इतक्या मोठ्या पुतळ्यांचे डाय कसे बनवायचे ते मात्र माझ्या लक्षात येत नव्हतं. मी त्यावर खूप विचार करत होतो. माझ्यासाठी हे एक आव्हान बनलं होतं. मी आपणही मेण संग्रहालय उभारायचं असा मनाशी संकल्पसुद्धा केला होता!

मग मी प्रथम कोल्हापूरला जाऊन जे. डी. आर्ट्स कॉलेजमध्ये त्याबद्दल चौकशी केली. तेथील प्रोफेसर व विद्यार्थ्यांचं

म्हणणं होतं, की आम्हाला माती, धातू किंवा दगडाच्या मूर्ती कशा बनवतात ते माहीत आहे, पण आम्हाला मेणापासून मूर्ती किंवा पुतळे कसे बनवतात ते माहीत नाही.

माझ्या दृष्टीने, त्यांना मातीच्या मूर्ती बनवता येतात, एवढं पुरेसं होतं. मग मी तिथल्या काही विद्यार्थ्यांना महाबळेश्वरला बोलावलं आणि मोळेश्वरच्या कारखान्यात त्यांच्यासाठी एक ट्रक माती मागवून घेतली. लवकरच तिथं अमिताभ बच्चन, नरेन्द्र मोदी वगैरे व्यक्तींचे पुतळे बनवण्याच्या कामाला सुरुवात झाली. त्यांनी महिन्याभरात आम्हाला असे १५ पुतळे बनवून दिले. मग आम्ही त्या विद्यार्थ्यांना ठरलेले मानधन देऊन निरोप दिला.

त्यानंतर आम्ही काही दिवस हे पुतळे वाळवायला ठेवले आणि मग मी काही स्वयंसेवकांच्या मदतीने, माझ्या दृष्टिबाधित मित्रांना सोबत घेऊन, त्या पुतळ्यांवर सिलिकॉनचे थर चढवले. आम्ही असे जवळजवळ बारा ते पंधरा थर दिले. ते थर व्यवस्थित राहावेत यासाठी त्यावर शेवटी प्लॅस्टर ऑफ पॅरिसचा एक इंच जाडीचा थर चढवला आणि त्या प्रत्येक पुतळ्याचे बरेच लहान लहान साचे बनवले. मग ते सर्व साचे जोडून, ते बाहेरून 'वॉटरप्रूफ' बनवले व आतल्या बाजूने 'लुब्रिकेट' केले. आता आमच्याकडे प्रत्येक पुतळ्याचा पोकळ साचा तयार झाला!

अखेर तो पुतळा व्यवस्थित उभा राहावा यासाठी आम्ही वेल्डरला बोलावून त्या साच्यात डोक्यापासून पायापर्यंत लोखंडी सळ्या बसवून घेतल्या. पुतळा तयार झाल्यानंतर तो व्यवस्थित उभा राहण्यासाठी आम्हाला पुन्हा त्या सळ्या मोठ्या लोखंडी पाटांवर वेल्डिंग करून बसवाव्या लागणार होत्या.

त्यानंतर आम्ही स्वयंसेवकांना विचारून सर्व व्यक्तींचे रंग विचारून घेतले व त्यानुसार मेणात त्या रंगछटा मिसळून ते साचे भरले. हे सगळं काम सुरू होतं त्यादरम्यान मी गुजरातमधील एका केसांचे टोप बनवणाऱ्या व्यक्तीला गाठून त्याच्याकडून प्रत्येक पुतळ्यासाठी आवश्यकतेनुसार हुबेहूब दाढी-मिशा व केस बनवून घेतले. आम्ही माधुरी दीक्षित, ऐश्वर्या राय अशा अभिनेत्रींचेही पुतळे बनवले होते, या पुतळ्यांच्या पापण्यासाठी बारीक केसांची आवश्यकता होती, तेही आम्ही याच माणसाकडून बनवून घेतले.

त्याबरोबर कपड्यांची शिलाई करणाऱ्या अनेक जणांच्या मदतीने आम्ही या सेलिब्रिटींच्या वेषभूषेनुरूप पोशाख बनवून घेतले... मोदीजींचा कुर्ता व जाकीट, सचिन तेंडुलकरसाठी भारतीय टीमची जर्सी वगैरे. आम्ही सचिनजींच्या पुतळ्यासाठी हेल्मेट, पॅड्स, ग्लोव्ह्ज, बॅट अशा सर्व गोष्टी विकत आणल्या. मोदीजींच्या चष्म्यापासून ते त्यांच्या बंडीच्या खिशात पेन लावण्यापर्यंत सर्व गोष्टी आम्ही

बारकाईने उतरवल्या.

आम्ही ओशोंचा आसनस्थ पुतळाही बनवला होता. आम्ही या कलाकृती विकायच्या नाहीत असं ठरवलं होतं. या कलाकृती पुन्हा बनवण्याची आमची ताकद नव्हती. आमचं मुख्य काम होतं मेणबत्त्या बनवणे, पण या मेणाच्या पुतळ्यांच्या नादात आम्हाला आमच्या मुख्य कामासाठीच वेळ मिळेनासा झाला होता.

मग आम्ही अधिकाधित लोकांना सहज आकर्षित करता येऊ शकेल अशा ठिकाणी भाड्याची जागा शोधू लागलो. त्या वेळी आम्हाला महाबळेश्वर व पाचगणी दरम्यान असलेल्या एका ग्रामपंचायतीच्या हॉलबद्दल समजलं. तो हॉल सुमारे दहा हजार चौरस फुटांचा चांगला प्रशस्त होता. तो लग्नसमारंभ किंवा अन्य मोठ्या कार्यक्रमांसाठी बनवला होता. त्या लोकांनाही त्या हॉलमध्ये काहीतरी चांगला उपक्रम घडावा असं वाटत होतं आणि त्यांचं भाडं आमच्या बजेटमध्ये बसत होतं. मग आम्ही तो हॉल पाच वर्षांच्या कराराने घेतला.

आमच्या मोळेश्वरच्या कारखान्यापासून हा हॉल सुमारे १२ किलोमीटर अंतरावर होता. हा हॉल पहिल्या मजल्यावरच होता. तिथे आम्ही हे सगळे मेणाचे पुतळे नेऊन उभारले व या प्रकल्पाचं 'वॅक्स म्यूझिअम' असं नामकरण केलं.

मग आम्ही हिशोब मांडला, की हे म्यूझिअम पाहायला रोज किती लोक येऊ शकतील? त्या हिशोबाने आम्ही माणशी १० रुपये तिकीट ठेवलं. हे म्यूझिअम पाहायला येणारे लोक तिथे ठेवलेल्या मेणबत्त्याही विकत घेतील असा आमचा अंदाज होता. त्यामुळे आम्ही या हॉलमध्ये सुमारे ४० लोखंडी रॅक मांडून त्यामध्ये मेणबत्त्याही ठेवल्या. आमचा अंदाज अचूक ठरला! रोज या म्यूझिअमला सुमारे ५०० लोक भेट देत होते त्यामुळे आमच्या मेणबत्त्यांच्या विक्रीतही भरघोस वाढ झाली! त्या ठिकाणी आमच्या आणखी पाच-सहा दृष्टिबाधित बंधू-भगिनींना कामही मिळालं. या नव्या मित्रांनी त्या पुतळ्यांना धडकू नये यासाठी आम्हाला बरेच दिवस त्यांना प्रशिक्षण द्यावं लागलं.

आम्ही त्या हॉलच्या सर्व भिंतींवर 'सनराइज कॅन्डल्स'च्या उत्पादनांची माहिती देणारे फ्लेक्स लावले होते. बरेचदा लोकांचा समज व्हायचा, की हे पुतळे आम्ही कुठून तरी आणून इथं उभे केले आहेत. म्हणून आम्ही पुतळे तयार करण्याच्या प्रक्रियेदरम्यान बनवलेला व्हिडीओ त्या हॉलमध्ये दाखवायला सुरुवात केली. तो व्हिडीओ लोकांना खूपच आवडत असे. आमच्या या उपक्रमाची प्रशंसा होऊ लागली आणि या म्यूझिअमची कीर्ती सर्वत्र वेगाने पसरू लागली. बरेचदा व्हीआयपी व्यक्ती या म्यूझिअमला भेट देऊ लागल्या होत्या.

मे २०१५मध्ये महाराष्ट्राचे राज्यपाल श्री. विद्यासागर राव महाबळेश्वरला

आले होते. ते आमच्या म्यूझिअमला पाच मिनिटांची भेट द्यायला येऊ इच्छित असल्याचा त्यांच्या साहाय्यकाचा फोन आला. आमच्या 'वॅक्स म्यूझिअम'च्या बॅनरवरील 'दृष्टिबाधित व्यक्तींद्वारा स्वयंनिर्मित' हा मजकूर वाचून त्यांना इथे भेट देण्याची उत्सुकता निर्माण झाली होती, हे मला नंतर कळलं. त्यांची पाचगणीच्या डालकेट हॉस्पिटलला भेट होती, त्यानंतर ते आमच्या 'वॅक्स म्यूझिअम'ला भेट द्यायला येऊ इच्छित होते. मग आम्ही ताबडतोब आमच्या सर्व दृष्टिबाधित मित्रांना व स्वयंसेवकांना एकत्र जमवलं आणि आमच्या सर्व पत्रकार मित्रांनाही राज्यपालांच्या भेटीबद्दल सांगितलं. आम्ही सरपंच, ग्रामसेवक अशा सर्वांना सोबत घेतलं आणि संपूर्ण रात्रभर जागून आम्ही हॉल सजवला, हॉलच्या आजूबाजूच्या परिसराची साफसफाई करून तिथे लाल कारपेट अंथरलं. आमच्या स्वयंसेवक भगिनींनी प्रवेशद्वाराजवळ सुंदर रांगोळी रेखली.

सकाळी ७ वाजता आम्ही सर्वजण हॉलवर पोहोचलो. सरपंच, ग्रामसेवक, तहसीलदार... सर्वजण पुष्पगुच्छ घेऊन आले होते. सकाळी १० वाजण्याच्या सुमाराला श्वानपथकासह पहिली गाडी आली. त्यांनी सर्वत्र तपासणी सुरू केली. महाबळेश्वर ते पाचगणी या २० किलोमीटरच्या मार्गावरील वाहतूक थांबवली होती. अखेर राज्यपाल महोदयांचा मोठा ताफा दाखल झाला. ते गाडीतूनच उतरताच नीताने माझ्या हस्ते त्यांना पुष्पगुच्छ दिला. ते आम्हा दोघांसमवेत, सर्वांच्या शुभेच्छा स्वीकारत म्यूझिअममध्ये आले. मी त्यांच्यासोबत जिना चढताना त्यांना 'सनराइज कॅन्डल्स'च्या कामाची माहिती देत होतो, ती ते लक्षपूर्वक ऐकत होते. मग हॉलमध्ये आल्यावर त्यांनी सर्व पुतळे व इतर मेणबत्त्या पाहिल्या, त्यात १०-१५ मिनिटे गेली. सर्व पत्रकार राज्यपालांसोबत माझे फोटो काढत होते. तिथे उपस्थित असलेल्या आमच्या सर्व दृष्टिबाधित मित्रांशी राज्यपाल महोदयांनी हस्तांदोलन केलं, फोटो काढले आणि आम्हा सर्वांना शाबासकी देऊन त्यांनी आमचा निरोप घेतला.

इतकी मोठी व्यक्ती इतक्या विनम्रतेनं व साधेपणानं आमच्या म्यूझिअमला भेट द्यायला आली या गोष्टीचा आम्हाला खूप आनंद झाला. सातारा जिल्ह्यातील सर्व वृत्तपत्रांत माझा राज्यपालांसोबतचा फोटो आला होता. ते महाबळेश्वरहून परत जाणार होते त्या दिवशी त्यांनी आम्हाला निरोपसमारंभाला बोलावलं व आमचा अगत्यपूर्वक सन्मान केला.

आमच्या 'वॅक्स म्यूझिअम'ची प्रशंसा करताना ते म्हणाले, "मिस्टर भाटिया, आता कुणाला लंडनला जाऊन 'वॅक्स म्यूझिअम' बघायची आवश्यकता नाही. तुमच्यासारख्या कलाकारामुळे आपल्या देशातच असं 'वॅक्स म्यूझिअम' उपलब्ध झालं आहे. आम्ही एकदा तुमच्या संपूर्ण टीमला राजभवनात नक्की बोलावू."

त्या वेळी मला हे फक्त बोलण्यापुरतं आहे असं वाटलं होतं, पण त्यानंतर एका वर्षानं, १४ सप्टेंबर २०१६ रोजी त्यांच्या साहाय्यकाने मला व नीताला एका कार्यक्रमासाठी आमंत्रित केलं होतं. आम्ही एक मोठी मेणबत्ती तयार करून, ती भेट म्हणून घेऊन गेलो होतो. ते अगदी स्वप्नवत होतं... पण ते खरंखुरं घडलं होतं!

१३

मार्केटिंग : कला की आत्मसंतुष्टी?

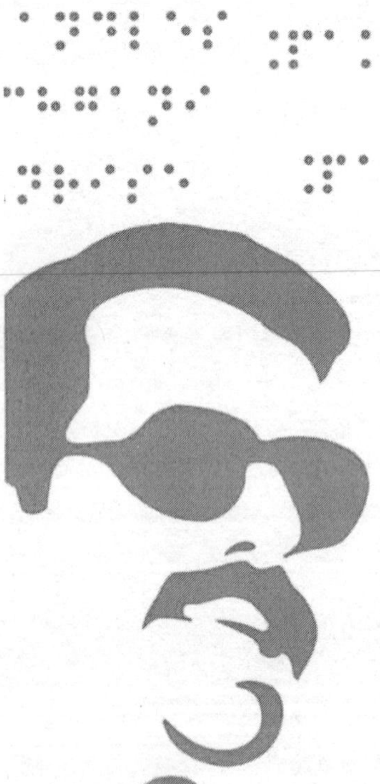

मी एक गोष्ट विशेष अधोरेखित करू इच्छितो, की आम्ही मेणबत्त्या बनवायला शिकलो, त्या विकायला शिकलो, ठीक आहे... पण सर्वांत आधी आपला स्वत:चा आपल्या उत्पादनावर विश्वास हवा ही गोष्ट मी माझ्या सर्व दृष्टिबाधित मित्रांना नेहमी सांगत असतो. एखाद्या कार्यक्रमाच्या निमित्ताने माझी कॉलेजच्या विद्यार्थ्यांशी भेट होते, तेव्हा मी त्यांना अगदी आवर्जून सांगतो, की तुम्ही भविष्यात काही निर्मितीचे अथवा सर्जनशील काम करणार असाल, तर तुम्हाला ज्या कामाची आवड आहे, ज्यामध्ये तुम्हाला आनंद मिळतो त्याच गोष्टी करा. आपल्या हातून काहीतरी वस्तू घडत आहे यापेक्षा समाधानाची गोष्ट कोणती असेल? कदाचित परमेश्वरलासुद्धा या संपूर्ण सृष्टीची निर्मिती करण्याचा असाच आनंद झाला असेल. या विलक्षण अनुभवाची चव आपल्यालाही चाखता यावी

यासाठी परमेश्वराने आपल्यालाही सर्जनशील बनवले आहे.

आमच्या मेणबत्त्यांच्या उद्योगातही सर्वप्रथम डिझाइन तयार करण्यापासूनच काम सुरू होतं ही अतिशय आनंदाची व समाधानाची गोष्ट आहे. मग त्यानंतर डाय वर्क, फिनिशिंग, एम्बॉस, कार्व्हिंग, पॅकेजिंग व मार्केटिंग हे टप्पे येतात. आपण सर्वप्रथम स्वत:च्या उत्पादनावर पूर्ण विश्वास ठेवायला शिकलो, तरच आपण त्याचे उत्तमरीत्या मार्केटिंग करू शकतो. मुळात आपल्यालाच आपल्या उत्पादनाबद्दल एक टक्का... अर्धा टक्का... किंवा पाव टक्का साशंकता असेल, म्हणजेच त्यावर पूर्णत: विश्वास नसेल, तर पुढे मार्केटिंगच्या टप्प्यावर अनेक अडचणींना तोंड द्यावे लागू शकते.

प्रत्येक उद्योगात काहीतरी 'वेस्टेज' असतं ही गोष्ट आपल्याला माहीतच आहे; पण आमच्या मेणबत्त्यांच्या उद्योगात कसलंही 'वेस्टेज' नसतं. या उद्योगात सर्व वेस्टेज 'रिसायकल' होतं. मेणाचा अगदी बारीक चुरासुद्धा शेवटी पूर्णत: 'रिसायकल' होतो. सुरुवातीला आम्हाला ही अडचण यायची, की डायवर्क, एम्बॉस, कार्व्हिंग व फिनिशिंग या सगळ्या टप्प्यांतून पार होताना मेणाचा वेगवेगळ्या रंगांचा वाळूपेक्षाही बारीक चुरा तयार व्हायचा, तोही मोठ्या प्रमाणात मग आम्ही तो चुरा वितळवून त्याच्या मेणबत्त्या बनवण्याचा प्रयत्न करून पाहिला, पण तो चुरा वेगवेगळ्या रंगाचा व इतका बारीक असायचा, की आमच्या स्वयंसेवकांना तो रंगांनुसार वेगळा करणं शक्य होत नव्हतं. अखेर आम्ही कंटाळून तो नाद सोडला, आणि सगळा चुरा आहे तसा गोळा करून वितळवला व डायमध्ये ओतला. यातून काहीतरी चांगलंच निष्पन्न होईल अशी आम्हाला खात्री वाटत होती, पण तसं घडलं नाही. ८-१० तासांनी मेण वाळल्यावर, डायमधून मेणबत्त्या बाहेर आल्या तेव्हा त्यांचा रंग अगदीच बेकार दिसत होता. तो वेगवेगळ्या रंगाच्या चुऱ्याचा परिणाम होता! मग आम्ही वेगवेगळे प्रयोग केले. त्या चुऱ्यात लाल, पिवळा, हिरवा, निळा असे बरेच रंग मिसळून पाहिले. या रंगांमुळे तरी चुऱ्यातून चांगल्या रंगाच्या मेणबत्त्या तयार होतील असं आम्हाला वाटत होतं. पण आम्हाला त्यात यश येत नव्हतं. प्रत्येक वेळी अनाकर्षक रंग मिसळण्याचाही काही उपयोग होत नव्हता. अखेर, सगळे प्रयत्न करून झाल्यावर आम्ही त्यात काळा रंग मिसळून पाहिला... आणि एकदम चमकदार अगदी ग्रॅनाइटसारख्या काळ्याभोर मेणबत्त्या तयार झाल्या! काळ्या रंगाने खरोखर कमाल केली होती. आपण काळ्या रंगासारख्या काही रंगांबद्दल आपल्या मनात किती व्यर्थ पूर्वग्रह बाळगून असतो या गोष्टीची मला त्या दिवशी करकरीत जाणीव झाली.

आम्ही मेणबत्ती उद्योगात प्रथमच काळ्या रंगाचा वापर केला होता. गेल्या

काही वर्षांपासून आमच्याकडे कित्येक टन चुरा जमा होत होता आणि त्याचा वापर होत नसल्यामुळे तो विनाकारण गोदामाची शोभा वाढवत पडून होता. आमची टीम जसजशी मोठी होत गेली, तसतसं आमचं उत्पादन वाढत गेलं, त्याबरोबरच हा चुराही वाढत गेला. तो साठवून ठेवणं हे एक कामच होतं आणि एकप्रकारे ते नुकसानही होतं. या चुऱ्यापासून सुटका कशी मिळवायची हा आमच्यापुढे प्रश्न असे, पण आमच्या काही मित्रांनी काळ्या रंगाच्या मेणबत्त्यांची प्रशंसा केली, तेव्हा हे उत्पादन नक्की चालेल अशी आम्हाला खात्री वाटली. मग आम्ही ४५ ते ५० दिवस बाकी उत्पादन थांबवलं व वर्षानुवर्षे गोदामांत पडून असलेल्या मेणाच्या चुऱ्यात काळा रंग व विविध प्रकारचे सुगंध मिसळून, त्यापासून वेगवेगळ्या आकाराच्या व विविध प्रकारच्या काळ्या मेणबत्त्या बनवायला सुरुवात केली. यामध्ये आपण काहीतरी वेगळ्या प्रकारचं 'हट के' उत्पादन बनवतोय याचा आनंद होता आणि त्या चुऱ्याच्या ओझ्यातून मुक्त झाल्यामुळे हायसं वाटत होतं.

आमच्या पॅकेजिंग टीमने रात्रंदिवस खपून त्या काळ्या मेणबत्त्यांना सुंदर वेष्टण चढवलं आणि अतिशय सुंदर गिफ्ट बॉक्स व प्रेझेन्टेशन बॉक्स बनवले, आणि आम्ही जराही वेळ न दवडता आमच्या सर्व स्टॉल्सवर या काळ्या मेणबत्त्या विक्रीसाठी रवाना केल्या. अखेर एके दिवशी मेणाचा सगळा चुरा एकदाचा संपला आणि आम्ही सुटकेचा नि:श्वास टाकला!

पण १५-२० दिवसांतच कळलं, की कोणत्याही स्टॉलवर एकही काळी मेणबत्ती विकली गेलेली नाही. मग आम्ही त्याचं कारण जाणून घेण्याचा प्रयत्न केला. तेव्हा आम्हाला धक्काच बसला... बहुतेकसे ग्राहक काळ्या रंगांच्या मेणबत्ती घ्यायला अजिबात तयार नव्हते. विविध रंगांच्या व आकारांच्या छान छान मेणबत्त्या सोडून या काळ्या मेणबत्त्या खरेदी करायला ग्राहक तयार नव्हते. "मेणबत्ती कधी काळी असते होय?" असं म्हणून ते या मेणबत्त्यांना हात लावत नव्हते. आता ही नवीनच समस्या निर्माण झाली होती. या मेणबत्त्या बनवण्याआधी जो मेणाचा चुरा होता, तो बरा म्हणण्याची वेळ आली होती. कंपनी इतकी वर्षे ते नुकसान सोसतच होती. आम्ही आमच्या उत्पादन खर्चात ते चुऱ्याचं नुकसान जमेत धरलेलंच होतं, पण आता या चुऱ्यावर इतका खर्चही केला होता. तो मेणाचा चुरा वितळवण्यासाठी ऊर्जा खर्च केली होती; तसंच ४५-५० कामाचे दिवस, पॅकेजिंग, वाहतुकीचा खर्च, लोकांचे पगार या सगळ्या गोष्टींचीही त्यात भर पडली होती. रात्रंदिवस इतकी मेहनत करूनही हे उत्पादन विकलं न जाण्याचं आम्हाला भयंकर दु:ख झालं होतं. हा एक मानसिक आघातच होता.

मग या समस्येतून मार्ग काढण्यासाठी आमच्या संपूर्ण दृष्टिबाधित टीमनं एकत्र येऊन विचारमंथन सुरू केलं. इतक्या मोठ्या प्रमाणात बनवलेल्या या

काळ्या मेणबत्त्या विकल्या जाणं हाच या समस्येतून बाहेर पडण्याचा मार्ग होता. या काळ्या मेणबत्त्या अतिशय सुंदर बनल्या होत्या, याबद्दल आम्हाला खात्री होती. आम्हाला आमच्या उत्पादनाबद्दल पूर्ण विश्वास होता, पण ते विकलं मात्र जात नव्हतं. बराच विचार केल्यानंतर आम्हाला एक मार्ग सुचला, की मनात आनंदाचं कारंज उसळलं! या मेणबत्त्या विकणारे लोक म्हणजे आमचे दृष्टिबाधित मित्रच होते. आम्ही त्यांना सांगितलं, की आता ग्राहक स्टॉलवर आला, की सर्वप्रथम त्याच्या हातात काळी मेणबत्ती ठेवा आणि त्याला सांगा की, तुमच्या घरातील, दुकानातील, ऑफिसमधील अथवा कारखान्यातील नकारात्मक ऊर्जा पळवून लावायची असेल, तर एकच उपाय आहे; तो म्हणजे या काळ्या मेणबत्त्या. तुम्ही रोज तुमच्या घरात, दुकानात, ऑफिसमध्ये, कारखान्यात एक काळी मेणबत्ती लावलीत, तरी तेथील सगळी नकारात्मक ऊर्जा दूर होईल.

त्यानंतर या मेणबत्त्या घेण्यासाठी ग्राहकांची प्रचंड गर्दी उसळली. सर्व ग्राहकांना त्या काळ्या मेणबत्त्या हव्या होत्या. ते बहुधा कोणत्या ना कोणत्या प्रकारच्या नकारात्मक ऊर्जेमुळे त्रस्त असावेत. या मेणबत्त्या खरेदी करणारे कुणी सामान्य शेतकरी किंवा मजूर, कष्टकरी वगैरे लोक नव्हते. हे सगळे बडे बडे 'हाय प्रोफाइल' लोक होते – डॉक्टर, वकील, उद्योगपती वगैरे. पुढे पुढे तर आम्ही बनवलेल्या सगळ्या काळ्या मेणबत्त्या संपल्या आणि आम्हाला पांढरे शुभ्र मेण काळे करून बऱ्याच ऑर्डर पूर्ण कराव्या लागल्या. अशाप्रकारे काळ्या मेणबत्त्यांची सुरुवात झाली!

यामध्ये कुणाला फसवणं किंवा खोटं बोलून मेणबत्त्या विकणं असा उद्देश नव्हता. लोक बाजारात जी गोष्ट शोधत होते, ती त्यांना मिळाली होती. या गोष्टीमुळे तेही खूश होते आणि आम्हीही खूश होतो. ज्या लोकांनी या मेणबत्त्या खरेदी केल्या, त्यांच्याकडची नकारात्मक ऊर्जा किती दूर झाली कोण जाणे. पण ते या मेणबत्त्यांवर इतके खूश होते, की त्यांच्याकडून आम्हाला काळ्या मेणबत्त्यांची वरचेवर ऑर्डर मिळू लागली. बऱ्याच मोठमोठ्या उद्योगपतींनी आमच्याकडून २० हजार, २५ हजार अशा संख्येत काळ्या मेणबत्त्या बनवून घेतल्या.

असाच आणखी एक आश्चर्यकारक प्रसंग घडला. महाराष्ट्रात विधानसभा निवडणुकीतील एका उमेदवाराचं निवडणूक चिन्ह होतं मेणबत्ती. त्यांना आमच्याकडून मोठमोठ्या मेणबत्त्या बनवून घ्यायच्या होत्या. मग आम्ही आमच्या मार्केटिंग व्यूहरचनेमध्ये हा पैलूही विचारात घेतला आणि सर्व निवडणुकांवर लक्ष ठेवू लागलो, मग ती ग्रामपंचायतीची निवडणूक असो वा लोकसभेची. आम्ही कोणत्या उमेदवाराला मेणबत्ती हे निवडणूक चिन्ह मिळतंय यावर लक्ष ठेवून असायचो, ते जाहीर झाल्याबरोबर आम्ही लगेच त्या उमेदवारांशी संपर्क करायचो आणि आम्हाला

त्यांच्याकडून चांगली मोठी ऑर्डरही मिळायची. त्या काळी त्यांच्या हातात भरपूर पैसाही असे. या सर्व उमेदवारांकडे इतका बक्कळ पैसा कुठून येतो हे मला आजतागायत समजलेलं नाही.

एक उमेदवार उत्तर मुंबईतील वसई-विरार भागातून निवडणूक लढवत होते. त्यांना भेटल्यावर आम्हाला समजलं, की त्यांनी बऱ्याच मेणबत्त्या पुरवठादारांबद्दल माहिती काढली होती, पण ते त्यासंदर्भात फारसे समाधानी नव्हते. मग त्यांनी आमची वेबसाइट पाहिली तेव्हा त्यातील सहा व आठ फूट उंचीच्या मेणबत्त्या पाहून ते खूश झाले. त्यांना अशाच तर मेणबत्त्या हव्या होत्या! मग त्यांनी आम्हाला सहा फूट उंच व एक फूट व्यासाच्या एकूण ३०० मेणबत्त्यांची ऑर्डर दिली. या मेणबत्तीच्या खालच्या बाजूला आम्हाला दोन व तीन फुटांच्या पायऱ्याही बनवायच्या होत्या. म्हणजे मेणबत्तीला धक्का लागला तरी न पडता भक्कम उभी राहू शकणार होती. या एका मेणबत्तीचं वजन जवळजवळ १५० किलोवर जात होतं. ती मेणबत्ती व्यवस्थित प्रज्वलित राहावी यासाठी आम्हाला त्यात बराच जाड धागा घालावा लागणार होता. या एका मेणबत्तीची किंमत १५५०० रुपये ठरली आणि त्यांनी अशा ३०० मेणबत्त्यांची 'पर्चेस ऑर्डर' आगाऊ चेकसह आमच्या हातात ठेवली.

या मेणबत्त्या त्यांचं निवडणूक चिन्ह उत्तमरीत्या समोर ठेवणार होत्या. त्या या उमेदवाराच्या निवडणूक प्रचार कार्यालयाच्या आजूबाजूला फुटपाथवर उभ्या केल्या जाणार होत्या. या अनोख्या निवडणूक प्रचारामुळे आचारसंहितेचं कुठल्याही प्रकारे उल्लंघन होणार नव्हतं.

त्या उमेदवारासोबत चहा घेताना आमच्या एका दृष्टिबाधित मित्राने त्यांना 'सनराइज कॅन्डल्स'च्या उत्पादनांची माहिती देता देता आमच्या काळ्या मेणबत्तीबद्दलही सांगितलं आणि घोटाळा झाला! काळ्या मेणबत्तीबद्दल ऐकल्यावर त्यांनी ताबडतोब त्यांच्या मदतनीसाला बोलावलं.

"असं करू या, आपण ऑर्डरमध्ये थोडा बदल करू या," ते म्हणाले, "आपण फक्त १५० मेणबत्त्या बनवून घेऊ या."

ते ऐकून आम्हाला पश्चात्ताप झाला... आपण कशाला चहा घ्यायला थांबलो आणि कशाला काळ्या मेणबत्तीबद्दल बोललो असं आम्हाला झालं होतं. पण त्यांचं पुढचं वाक्य ऐकलं आणि आम्हाला हायसं झालं!

"आपण असं करू या, सहा फूट बाय एक फुटाच्या १५० मेणबत्त्या पांढऱ्या रंगात बनवून घेऊ या आणि तेवढ्याच काळ्या मेणबत्त्या बनवून घेऊ या, प्रतिस्पर्ध्यांसाठी." ते त्यांच्या मदतनिसाला सांगत होते. बहुधा त्यांनीही नकारात्मक ऊर्जेच्या भीतीने अशी ऑर्डर दिली असावी.

काहीही असलं तरी आम्हाला ३०० मेणबत्त्यांची ऑर्डर मिळाली होती. त्या पांढऱ्या असोत वा काळ्या, त्यामुळे आम्हाला काहीही फरक पडणार नव्हता. मग आम्ही त्यांच्या ऑर्डरनुसार ३०० मेणबत्त्या बनवल्या व त्या चार ट्रकांमध्ये चढवून वेळेत त्यांच्याकडे पोहोचवल्या. मेणबत्त्या अगदी वेळेत मिळाल्यामुळे ते आमच्यावर एकदम खूश झाले. त्यांनी आमचं उर्वरित बिलही भागवलं.

त्यांनी त्यांच्या सर्व निवडणूक प्रचार कार्यालयांच्या आजूबाजूला त्या मेणबत्त्या ठेवल्या. यात कुठेही आचारसंहितेचं उल्लंघन होत नव्हतं. या मेणबत्त्यांमुळे त्यांना खूप चांगला प्रतिसाद मिळाला आणि ते चांगल्या भरघोस मताधिक्याने निवडणुकीत विजयी झाले. ही आमच्या काळ्या मेणबत्त्यांची करामत होती का त्यांच्या 'गुडविल'चा उपयोग झाला हा संशोधनाचा विषय ठरेल, पण त्याचा परिणाम असा झाला, की आजही त्या आमदार महोदयाचं आमच्या दृष्टिबाधित टीमवर कृपाछत्र आहे. आम्ही त्यांना कधीही भेटायला गेलो, तरी ते आम्हाला जेवल्याविना परत जाऊ देत नाहीत. त्यांच्या या ऑर्डरनंतर आमच्या कंपनीला त्यांच्याकडून व त्यांचे नातेवाईक, मित्र यांच्याकडून लग्नसमारंभ व विविध सण-उत्सवांसाठी मेणबत्त्यांच्या बऱ्याच ऑर्डर्स मिळाल्या.

या अनुभवावरून आम्हाला धडा मिळाला होता, की जर आपला आपल्या उत्पादनावर पूर्ण विश्वास असेल, तर ते उत्पादन काळं असू दे नाहीतर पिवळं असू दे आणि कोणत्याही आकाराचं असू दे, ते मार्केटमध्ये चालतंच! त्यानंतर आम्ही रेकी, ध्यान व अशा प्रकारच्या बऱ्याच थेरपिस्ट्ससाठी त्यांच्या गरजेनुसार वेगवेगळा रंग, आकार व सुगंधाच्या मेणबत्त्या बनवल्या.

एकदा एका थेरपिस्टने आम्हाला 'एंजल'च्या आकाराच्या ५० हजार मेणबत्त्यांची ऑर्डर दिली होती. त्यांनी नुकतीच 'एंजल थेरपी' सुरू केली होती. असंच एकदा एका माणसाने प्रत्येक राशीच्या चिन्हाच्या प्रत्येकी दहा हजार मेणबत्त्या आमच्याकडून बनवून घेतल्या होत्या. कुणाला काळ्या रंगाच्या १० हजार छोट्या मेणबत्त्या हव्या असतात, तर कुणाला लाल, जांभळ्या अथवा पिवळ्या रंगाच्या... प्रत्येकाची आपापली भावना असते आणि आपापली श्रद्धा असते. बस्, आम्ही फक्त त्यांना हव्या तशा मेणबत्त्या बनवून देतो. हे सगळे लोक आमच्याकडून ज्या आनंद व समाधानाने मेणबत्त्या खरेदी करतात, त्याचं आम्हाला खूप बरं वाटतं. आमच्यापैकी कुणीही दृष्टिबाधित असल्याचं सांगून मेणबत्त्या विकाव्यात किंवा सहानुभूतीचं आयुध वापरून मेणबत्त्यांचं मार्केटिंग करावं, अथवा अंध-लाचार-बिचारा बनून मेणबत्त्या विकाव्यात हे आम्हाला अजिबात मान्य नाही.

स्टॉलवर बरेचदा असा अनुभव येतो, की ग्राहक ८० रुपयांची मेणबत्ती खरेदी करतात आणि १०० रुपयांची नोट देऊन उरलेले पैसे न परत घेता "असू

देत'' किंवा ''रख लो'' असं म्हणतात. माझा अगदी सुरुवातीपासूनच या ''असू दे'' किंवा ''रख लो''ला कडाडून विरोध आहे. व्यवसाय करताना अशी भीक घातल्यासारखी ''असू देत'' किंवा ''रख लो'' अशी भाषा येता कामा नये. सहानुभूती, ओळख किंवा शिफारस या माध्यमांतून खूप कामे मिळू शकतात, पण त्यात काही पराक्रम आहे असं मला अजिबात वाटत नाही. असे मार्ग अवलंबण्यापेक्षा आपण कामच अशा उच्च दर्जाचं करावं, आपलं उत्पादन इतकं गुणवत्तापूर्ण बनवावं, की आपलं काम आणि आपलं उत्पादन हीच आपली खरी ओळख बनेल! आम्ही कायमच आमच्या कामाचा दर्जा उत्तम राखण्यावर लक्ष केंद्रित केलेलं आहे, त्यामुळे आज २४-२५ वर्षांनंतरही या अत्यंत गळेकापू स्पर्धेच्या युगातही आम्ही टिकून आहोत, एवढंच नव्हे तर पाय चांगले घट्ट रोवून उभे आहोत आणि प्रगतिपथावर वाटचाल करत आहोत. मला वाटतं, हे सगळं फक्त आमच्या कामाच्या व उत्पादनाच्या गुणवत्तेमुळेच घडू शकलं आहे. आम्ही पणत्या, दिवे व फ्लोटिंग कॅन्डल्स बनवून फक्त महिलांनाच 'सनराइज कॅन्डल्स'शी जोडलेलं नाही, आम्ही सर्वांनाच आकर्षित करू शकतील अशा प्रकारच्या मेणबत्त्या बनवत आलो आहोत. आम्ही लहान मुलांच्या आवडत्या कार्टून्सच्या आकाराच्या मेणबत्त्यासुद्धा बनवल्या आहेत... टेडीबेअर, पोलर बेअर, परग्रहवासी, ख्रिसमस ट्री, सांताक्लॉज, लाफिंग बुद्धा, डोरेमॉन, डोनाल्ड डक अशा कितीतरी आकारांच्या मेणबत्त्या आम्ही बनवल्या आहेत.

आम्ही बऱ्याच वायनरींसाठी वाइनच्या बाटलीच्या आकाराच्या मेणाच्या बाटल्या बनवल्या आहेत, औषधकंपन्यांसाठी हुबेहूब टॉनिकच्या बाटलीच्या आकाराच्या मेणाच्या बाटल्या बनवल्या आहेत. बऱ्याच कंपन्या व क्लब्जचे ट्रेडमार्क व सिम्बॉल मेणात बनवून दिले आहेत. आम्ही अशाप्रकारे सर्व प्रकारचे ग्राहक जोडत गेलो आहोत. सौंदर्यप्रसाधने बनवणाऱ्या काही कंपन्यांसाठी आम्ही त्यांच्या उत्पादनांच्या ट्यूबच्या रंगानुरूप मेणबत्त्या बनवल्या आहेत आणि कंपन्यांची नावेसुद्धा कार्व्हिंग वा एम्बॉसिंगद्वारे त्यावर लिहून दिली आहेत.

हा उद्योग खूप विशाल आहे. आजही कोट्यवधी रुपयांच्या मेणबत्त्या परदेशांतून आयात केल्या जातात आणि आपल्या देशात आपण कौशल्याअभावी काहीही करू शकत नाही. आम्ही त्या प्रकारचं कौशल्य आत्मसात करण्याचे प्रयत्न सुरू केले. आपण मेणबत्त्या का आयात करायच्या? आपल्या देशातील पैसा परदेशात का जाऊ द्यायचा?

आम्ही खऱ्या अर्थाने या उद्योगाला 'मेक इन इंडिया'चा प्रकल्प बनवलं. आम्ही मार्केटिंगचं कौशल्य ज्या प्रकारे विकसित केलं आहे, मार्केटिंगच्या प्रयत्नांना

जी लखलखीत धार लावली आहे, त्यामुळे आम्ही आमच्या मेणबत्त्या विकू शकलो आणि त्याची फलनिष्पत्ती म्हणजे– आमच्या अधिकाधिक दृष्टिबाधित मित्रांना मेणबत्त्या बनवण्याचा रोजगार मिळू लागला. आमच्या शेकडो अंध मित्रांना मेणबत्त्या विकण्याचं काम मिळू लागलं आणि आमची खूप मोठी टीम तयार झाली. आज संपूर्ण भारतातील १४ राज्यांत आमच्या दृष्टिबाधित मित्रांची ७१ उत्पादन केंद्रे आहेत. सर्वांना वर्षाचे सर्वच्या सर्व ३६५ दिवस रोजगार आहे. माझे सर्व अंधमित्र या उत्पादन व विपणनाच्या बळावर आनंदी व समाधानी आयुष्य जगत आहेत. या उपक्रमामुळे आज आमचे सुमारे २ हजार दृष्टिबाधित मित्र स्वत:च्या पायावर उभे राहिले आहेत. मला वाटतं, आम्ही 'मार्केटिंग'च्या योजना योग्यरीत्या अमलात आणू शकलो नसतो, तर कदाचित हे सगळं शक्य झालं नसतं.

आम्ही आमच्या उत्पादनांच्या गुणवत्तेबाबत कधीही अतिशयोक्त बढाया मारल्या नाहीत. एखादी मेणबत्ती १० तास जळू शकत असेल, तर आम्ही तिचे मार्केटिंग करताना १० तासच सांगितले, ती हजार तास जळेल असं फुगवून सांगितलं नाही. जे असेल, जसं असेल त्यानुसार आम्ही संपूर्ण विश्वास व उत्तम गुणवत्तेच्या जोरावर ग्राहक जोडत गेलो. त्यांनी आमच्यावर इतका विश्वास ठेवला, की ते स्वत: आमच्याशी जोडले गेलेच, शिवाय त्यांच्यामुळे आणखी हजारो नवे ग्राहक आमच्याशी जोडले गेले.

'मार्केटिंग' ही गोष्ट महत्त्वाची असतेच, पण त्या जोडीनं गुणवत्ता व प्रामाणिकपणाही गरजेचा असतो. तुम्ही जे काही आहात, तुमचे उत्पादन जसे आहे, ते आहे तसे लोकांसमोर सादर केले पाहिजे. ते तुम्ही बडे बडे दावे करून विकू नका. हाच प्रामाणिकपणा, गुणवत्ता व इमानदारी यांच्या बळावर 'सनराइज कॅन्डल्स'मध्ये बनलेली हजारो उत्पादने आम्ही साऱ्या जगभर पोहोचवू शकलो. लग्नसमारंभ, पार्ट्या, भेटवस्तू, परतभेट, कंपन्यांची गिफ्ट आर्टिकल्स, स्पा, मसाज सेंटर, हॉटेल्स अशा अनेक ठिकाणी आमच्या मेणबत्त्या वापरल्या जातात. आम्ही ऑर्डरनुसार विविध रंग व सुगंधांच्या आणि निरनिराळ्या आकार व प्रकारांच्या मेणबत्त्या बनवतो. आम्ही ईस्टर कॅन्डल, ख्रिसमस कॅन्डल बनवल्या आहेत, तसेच बिअरचा मगही बनवला आहे, तसंच तुळशीविवाहसाठी मेणाचं सुंदर तुळशी वृंदावनही बनवलं आहे.

आम्ही सर्व प्रकारच्या मेणबत्त्या बनवतो आणि यासंदर्भात आमचं संशोधनही सुरू असतं. आपण बऱ्याच गोष्टी टाकाऊ म्हणून फेकून देत असतो, उदाहरणार्थ, नारळाच्या शेंड्या, बांबू अशा सर्व गोष्टींचा उपयोग करून आम्ही 'बेस्ट आउट ऑफ वेस्ट' बनवायचा प्रयत्न करत असतो. मोठमोठ्या हॉटेलशृंखला, स्पा

ग्रूप्स, मोठमोठ्या शोरूम, बिग बाझार व डी मार्टसारखे नामांकित मॉल गेल्या अनेक वर्षांपासून आमचे ग्राहक आहेत. आमच्या उत्तम गुणवत्तेमुळे ५०० पेक्षा जास्त कंपन्या आमच्याशी जोडल्या गेल्या आहेत. त्या सर्वांसाठी गिफ्ट आर्टिकल्स बनवण्याचे काम आम्हाला मिळते.

उत्पादनाचे मार्केटिंग परिणामकारक बनवण्यासाठी 'सनराइज कॅन्डल्स' जाहिरातींच्या सर्व माध्यमांचा उत्तम उपयोग करते. पण ग्राहक जेव्हा व्यक्तिशः तुमच्यापर्यंत पोहोचतो, अथवा तुमच्या उत्पादनापर्यंत पोहोचतो, तेव्हा तुमच्या उत्पादनाची खरी कसोटी लागते, असं माझं मत आहे. आमच्याकडे येण्याआधी ग्राहकाची समजूत असते, की दृष्टिबाधित लोकांचं केंद्र आहे म्हणजे दोन-चार प्रकारच्या साध्या मेणबत्त्या बनत असतील. पण आमच्याकडची दहा हजारांवर डिझाइन्स आणि त्यांची गुणवत्ता पाहिली की त्यांना आश्चर्याचा सुखद धक्का बसतो आणि या उत्पादनांमुळे त्यांचे 'सनराइज कॅन्डल्स'शी आयुष्यभराचे भावबंध जुळतात. पुढे हेच ग्राहक आणखी १० ग्राहकांना याबद्दल सांगतात, ते दहा ग्राहक आणखी १०० जणांना सांगतात, ते शंभरजण आणखी एक हजार जणांना सांगतात... अशाप्रकारे मौखिक प्रसिद्धीद्वारे ग्राहकशृंखला तयार होत जाते. माझ्या मते, अशा प्रकारची जाहिरात व्यवस्था इतर कोणत्याही प्रकारच्या जाहिरात माध्यमापेक्षा कितीतरी चांगली! बरेचदा या ग्राहकांमध्ये एखाद्या कंपनीचे मुख्य कार्यकारी अधिकारी अथवा एखादे उच्चपदस्थ अधिकारी असतात. ते आमची उत्पादने प्रत्यक्ष पाहतात, तेव्हा ते ही उत्पादने त्यांच्या कंपन्यांपर्यंत पोहोचवतातच.

ग्राहकाचे संपूर्ण समाधान हीच 'सनराइज कॅन्डल्स'साठी यशाची व्याख्या आहे. ग्राहकाचे संपूर्ण समाधान झाले, तरच तो आगामी काळात तुमच्यासाठी हजारो नवे ग्राहक घेऊन येईल. त्यामुळे आमच्यासाठी प्रत्येक ग्राहक बहुमूल्य असतो. आमच्या सर्व उत्पादन केंद्रे व शोरूममध्ये सर्व दृष्टिबाधित मित्रांना अशाप्रकारे शिकवण देऊन तयार केलं आहे, की त्यांनी त्यांच्याकडे येणाऱ्या ग्राहकाचा नीट मान राखला पाहिजे, त्या ग्राहकाने तेथून पूर्ण संतुष्ट होऊनच परत गेलं पाहिजे आणि त्याची सगळी जिज्ञासा व कुतूहल याचं संपूर्ण समाधान झालं पाहिजे.

''सनराइज कॅन्डल्स'चे ध्येय आहे, की आमच्यासोबत काम करू इच्छिणाऱ्या हजारो दृष्टिबाधित मित्रांना लवकरात लवकर रोजगार मिळवून देणे... कारण गेलेला दिवस पुन्हा कधीही परत येत नाही आणि ही ध्येयपूर्ती तेव्हाच शक्य आहे, जेव्हा 'सनराइज कॅन्डल्स' अधिकाअधिक ग्राहक जोडेल आणि त्यांच्याकडून मिळणाऱ्या कामामुळे आगामी काळात अनेक दृष्टिबाधित मित्रांना स्वाभिमानाने जगता येण्यासाठी व स्वतःच्या पायांवर उभे राहण्यासाठी मदत होईल.

'सनराइज कॅन्डल्स' एक टीम म्हणून काम करते. इथे कुणी कर्मचारी किंवा

मालक नाही. हा एक खूप विशाल दृष्टिबाधित परिवार आहे आणि 'सनराइज कॅन्डल्स' प्रत्येक दृष्टिबाधित व्यक्तीच्या हितरक्षणाची उत्तम काळजी घेते. 'सनराइज कॅन्डल्स' आमच्या हृदयात वसते. ही आमच्यासाठी फक्त एक कला नाही... हा आमचा ध्यास आहे... ही आमच्यासाठी आत्मसंतुष्टी आहे.

मी 'सनराइज कॅन्डल्स'बद्दल म्हणेन -

ए खुदा, तेरी इनायत का शुक्रिया,
कि परेशानियों को आसान बना दिया ।
और अच्छाइयाँ समेटकर सारे जहाँ की,
उसमें से तुने हमारी 'सनराइज कॅन्डल्स'
और सभी दृष्टिबाधित मित्रों को बना दिया ।

१४

भाषण ते राशन...

भाषण देणं किंवा मार्गदर्शन करणं हे मी कधीच माझं काम मानत नव्हतो. मला हे काम नेते, अभिनेते किंवा मोठे उद्योगपती अशा लोकांचं आहे असं वाटायचं. पण गोंदिया ते नेपाळ या सायकलयात्रेनं लहान वयातच माझ्या आयुष्यात नवं वळण आणलं होतं. हा उपक्रम विक्रम बनला होता. या सायकलयात्रेनंतर गोंदिया व त्याच्या आजूबाजूच्या गावांतील बऱ्याच शाळा-कॉलेजांमध्ये व संस्थांमध्ये आम्हाला त्याविषयी बोलण्यासाठी आमंत्रित केलं जात होतं. आम्ही तिघेजण तिथे जात असू. आम्हाला प्रत्येकाला ५ मिनिटे बोलायला सांगितलं जात असे. ते भाषण करताना आपले पाय कापत आहेत, भीतीनं घाम फुटला आहे असं मला जाणवायचं. हे काही आपलं काम नव्हे असं मला वाटायचं. मला पडद्यामागे राहणंच बरं असं वाटायचं.

पण मी मेणबत्त्यांचा व्यवसाय सुरू केला त्यादरम्यान मी 'नॅब'च्या सातारा जिल्हा शाखेत माझं नाव घातलं होतं. तिथे दरवर्षी २७ जूनला डॉ. हेलेन केलर यांच्या जयंतीदिनी अंध मेळावा आयोजित केला जात असे. त्या दिवशी सर्व दृष्टिबाधित लाभार्थी एकत्र जमत असत. या कार्यक्रमात 'नॅब'साठी ध्वजदिन निधी जमवणाऱ्या शालेय विद्यार्थ्यांचा व शाळांचा सत्कार होत असे. तसंच, दृष्टिबाधित लाभार्थींना मदतीच्या धनादेशाचं वितरण व वेगळ्या वाटेवरून चालणाऱ्या दृष्टिबाधित लोकांच्या कार्याची समाजाला माहिती करून देणं, असे उपक्रम असत. या कार्यक्रमासाठी शासकीय अधिकाऱ्यांना प्रमुख अतिथी म्हणून आमंत्रित केलं जात असे. एक-दोन वर्षांतच मी 'नॅब सातारा'चा अविभाज्य घटक बनलो होतो. त्यामुळे २७ जूनच्या त्या मेळाव्याला मला उपस्थित राहावे लागत असे. माझ्यावर सोपविलेली जबाबदारीही पार पाडावी लागत असे. त्यानंतर जणू एक प्रथाच पडली, की दरवर्षी मला त्या कार्यक्रमात भाषण द्यायला उभं केलं जात असे. मला दहा-पंधरा मिनिटांच्या भाषणात स्वत:विषयी व संस्थेविषयी बोलायला सांगितले जात असे. १९९५-९६ सालापासून हा रिवाज सुरू होता. सुरुवातीला माइक हातात आल्यावर मला भयंकर भीती वाटायची, पाय लटपटू लागायचे. पण, भाषण तर द्यावेच लागत असे. मग पुढे २७ जूनला भाषण द्यायचंय म्हटल्यावर मी आठ-दहा दिवस आधीपासूनच भाषणाच्या तयारीला लागायचो, आणि आत्मविश्वास गोळा करण्याचा प्रयत्न करायचो.

लहानपणापासूनच मला वडिलांमुळे गझल व शायरी ऐकायची सवय लागली होती. त्यामुळे पुढे कॉलेजमध्ये गेल्यावर मी स्वत:च शायरी लिहू लागलो होतो. पुढे त्या शायरी माझ्या आयुष्याचा भागच बनल्या. मग मी माझ्या भाषणाच्या विषयानुसार शायरी लिहू लागलो, त्यामुळे भाषण आणखी प्रभावी बनते, ही गोष्ट माझ्या लक्षात आली होती. या शायरीबरोबरच काळजाच्या डोहातून जो आवाज यायचा तो श्रोत्यांच्या काळजाची तार छेडत त्यांना आरपार भिडत असे. प्रमुख अतिथीसुद्धा माझ्या भाषणाचं खूप कौतुक करत असत. त्या कार्यक्रमासाठी आलेले माझे छोट्या छोट्या गावांतले दृष्टिबाधित मित्र माझ्या भाषणाने खूप प्रभावित होत असत आणि आपणही काही करू शकतो, अशी प्रेरणा त्यांच्या मनात जागत असे. त्यानंतर नॅबच्या प्रत्येक कार्यक्रमाबरोबरच, मला या मेळाव्याला उपस्थित असलेल्या वेगवेगळ्या शाळांचे प्रतिनिधी त्यांच्या शाळांच्या वार्षिक संमेलनांत मला वक्ता म्हणून आमंत्रण देऊ लागले होते.

आता वक्ता म्हणून माझा आत्मविश्वास चांगलाच उंचावला होता आणि 'सनराइज कॅन्डल्स' ही एक इंडस्ट्री म्हणून नावारूपाला येत होती. बऱ्याच मॅनेजमेंट कॉलेजनी 'केस स्टडी' म्हणून आमची निवड केली होती. सिम्बायोसिस,

जमनालाल बजाज पासून ते वेगवेगळ्या राज्यांतील कॉलेज व इन्स्टिट्यूट मला खासकरून प्रेरणास्रोत म्हणून त्यांच्या विद्यार्थ्यांसमोर सादर करत होते. त्या हजारो विद्यार्थ्यांच्या मनात जर कुठल्या शंकाकुशंका, नैराश्य किंवा डिप्रेशन मूळ धरू लागलं असेल आणि माझ्या बोलण्यामुळे व भाषणामुळे ते दूर होऊ शकणार असेल, तर ती माझ्यासाठी अतिशय समाधानाची गोष्ट होती. कॉलेजमध्ये माझ्या भाषणांना हजर असणारे हे विद्यार्थी पुढे शिक्षण पूर्ण झाल्यावर राष्ट्रीय व बहुराष्ट्रीय कंपन्यांमध्ये काम करू लागल्यावर तिथेही मला 'मोटिव्हेशनल स्पीकर' म्हणून आमंत्रणे येऊ लागली. त्याचा आणखी एक फायदा म्हणजे मला तिथे भाषण देण्याबरोबरच मेणबत्त्यांचा स्टॉलही लावता येतो आणि याच संबंधांमुळे बरेचदा दिवाळी व ख्रिसमसच्या मोठ्या ऑर्डर्सही मिळतात.

मी त्या शाळा व कॉलेजांमध्ये दिलेल्या भाषणांनी मला मोठमोठ्या बहुराष्ट्रीय कंपन्यांपर्यंत पोहोचवण्यास मदत केली आणि त्यामुळे मी 'सनराइज कॅन्डल्स'ला नव्या उंचीवर नेऊ शकलो. हे माझ्यासाठी 'सनराइज कॅन्डल्स'च्या मार्केटिंगचेही एक उत्तम माध्यम बनले आहे. अधिकाधिक लोकांशी संपर्क येण्यामुळे बिझनेस वाढायला मदत होते. सध्या मला एका महिन्यात पाच ते दहा मोठमोठ्या परिषदांची व्याख्यानासाठी निमंत्रणे येतात.

त्या ठिकाणी हजारो बुद्धिजीवी लोक आलेले असतात, त्यांच्यासमोर विचार मांडताना एक वेगळाच आनंद मिळतो. हिंदीवर माझं चांगलं प्रभुत्व आहे व मी कविताही करतो, त्यामुळे मला यशस्वी व प्रभावी वक्ता बनण्यास मदत झाली आहे. मी प्रवासात असतो तेव्हा मला थोडा मोकळा वेळ असतो, त्या वेळी मी नव्या कविता रचतो.

२०१४ साली मला मुंबईच्या 'ग्रँड हयात' हॉटेलमध्ये आयोजित 'इंक टॉक'मध्ये वक्ता म्हणून आमंत्रित केलं होतं. त्या 'इंक टॉक'च्या होस्ट होत्या लक्ष्मी प्रतुरी. तीन दिवस चालणाऱ्या या कार्यक्रमात देशविदेशांतील मोठमोठे वक्ते येतात.

या कार्यक्रमाच्या दुसऱ्या दिवशी दुपारच्या सत्रात मला भाषणासाठी १२ मिनिटांचा वेळ दिला होता. माझ्या त्या छोट्याशा भाषणाला इतकी दाद मिळाली, की भाषणादरम्यान दर दोन-तीन मिनिटांनी लोक उभे राहून टाळ्या वाजवत होते.

या 'इंक टॉक'चा व्हिडीओ पुढे सहा महिन्यांनी यू-ट्यूबवर आला तेव्हा त्याला जबरदस्त प्रतिसाद मिळाला. तो व्हिडीओ आल्यानंतर पॉवरग्रीड, गुगल इंडिया, इन्फोसिस अशा मोठमोठ्या ठिकाणांहून व्याख्यानाची आमंत्रणे आली. माझ्या भाषणानंतर समोर बसलेले लोक मला भेटायला यायचे, मला आलिंगन द्यायचे. त्यांचे डोळे डबडबले असत.

''आमच्याकडं सारं काही असूनसुद्धा आजवर आम्ही आमचा इतका मौल्यवान वेळ रडण्याकुढण्यात आणि नशिबाला बोल लावण्यात विनाकारण वाया घालवला. तुमचं भाषण ऐकून आम्हाला नवी प्रेरणा मिळाली आहे, नवी उमेद जागली आहे. आता आम्ही आयुष्याकडे नव्या दृष्टिकोनातून पाहू,'' असं ते म्हणायचे.

श्रोत्यांपैकी काहीजण सांगायचे– ''दीड तास तुमचं भाषण ऐकलं. खूप आवडलं. आम्ही तुमच्या भाषणात इतके रंगून गेलो होतो, की आम्हाला बाकी सगळ्याचा विसर पडला होता... सगळी दु:खे, वेदना सगळं विसरून गेलो होतो. पण मिस्टर भाटिया, आम्हाला तुम्हाला एक गोष्ट विचारायची आहे, तुम्ही भाषण देताना मध्ये जराही अडखळला नाहीत, किंवा तुमचे पाय लटपटले नाहीत, हे कसं काय जमतं तुम्हाला? तुम्हाला भीती वाटत नाही? समोर हजारो श्रोते पाहून बरेचदा वक्त्याला धडकी भरते, पण तुम्हाला असं दडपण येत नाही का?''

त्यावर मी स्मित करत म्हणलो, ''मित्रांनो, मला दिसत असतं, तर मला नक्की भीती वाटली असती, दडपण आलं असतं. समोर १५ हजार लोक आहेत का १५ लोक आहेत, या गोष्टीनं मला काहीही फरक पडत नाही. हे अंधत्व माझी कमजोरी नाही, तर माझी ताकद आहे. आपण अशाच एखाद्या कमजोरीमुळे स्वत:भोवती एक भिंत घालत असतो. ही कमजोरी आपल्या मनात, आपल्या डोक्यात घट्ट बसलेली असते. मग आपण आयुष्यभर या भिंतीबाहेर पडूच शकत नाही. कुणी म्हणतो मला मधुमेह किंवा रक्तदाब आहे, मला दिसत नाही. या गोष्टींना काही अर्थ नसतो. आपण जसे आहोत तसे छान आहोत. आपण जसे आहोत त्याच रूपात स्वत:ला स्वीकारावं. मी कुठलं घटवलेलं भाषण ठोकत नाही. मी फक्त माझ्या काळजातल्या भावनांना शब्दरूप देण्याचा प्रयत्न करतो. त्या त्या वेळी माँ सरस्वतीची जशी इच्छा असेल तसं मी बोलतो.''

मला एक प्रसंग आठवतो. बंगळुरूला 'गुगल इंडिया'चा एक कार्यक्रम होता. त्या कार्यक्रमाचं आयोजन 'इंक टॉक'च्या लक्ष्मीजींनीच केलं होतं. त्या कार्यक्रमात मला व्याख्यानासाठी बोलावलं होतं. माझं भाषण शेवटी होतं. माझ्याआधी सर्वांनी आपापले विचार व्यक्त केले होते. मी मंचावर जाण्यासाठी निघणार इतक्यात लक्ष्मीजी म्हणाल्या,

''भावेश, गुगल इंडियाच्या सीईओंचं म्हणणं आहे, की सर्वजण खूप चांगलं बोलले, पण गुगलबद्दल कुणीच काही बोललं नाही. तुम्ही शेवटचे वक्ता आहात, तुम्हीच गुगलबद्दल काहीतरी बोला.''

मी म्हटलं, ''हो, मला गुगलबद्दल बरीच माहिती आहे... लॅरी पेज व त्यांच्या मित्राने गुगलची सुरुवात कशी केली वगैरे... ते तर मी जरूर बोलेन.''

त्यावर लक्ष्मीजी म्हणाल्या, "हे तर सगळ्यांनाच माहीत आहे. तुम्ही काहीतरी वेगळं बोला."

आता वेगळं काय बोलायचं... माझ्याजवळ विचार करायलाही वेळ नव्हता. मग मी मनातल्या मनात माँ सरस्वतीला चरणस्पर्श करून वंदन केलं आणि माझ्या मदतनिसासोबत सहा-सात पावले चालून मंचावर गेलो. तिथे जाताच माझ्या हातात माइक देण्यात आला. त्या वेळी मला माँ सरस्वती मला काहीतरी सांगत आहे असं जाणवलं. मग मी फक्त त्याच दिशेने लक्ष केंद्रित केलं आणि एक गंमतच झाली.

मी भाषणाला सुरुवात करताना म्हणालो,

"मित्रहो, माझी आई मला माझ्या लहानपणापासून महाभारतातील बऱ्याच गोष्टी सांगायची. मला त्यातील धृतराष्ट्र ही व्यक्तिरेखा खूप आवडायची, कारण तोसुद्धा माझ्यासारखाच दृष्टिबाधित होता. त्याच्याकडे जगभरातील माहिती असणारा संजय होता. ही गोष्ट मला फार विलक्षण वाटायची. तो दिव्यदृष्टीने जगातील कुठलीही गोष्ट पाहू शकत असल्यामुळे तो धृतराष्ट्राला त्या गोष्टी लगेच सांगायचा, ही मला अतिशय छान कल्पना वाटायची. ती गोष्ट ऐकली, की मला वाटायचं, अरे, माझ्याजवळसुद्धा असा कुणी संजय असता तर किती बरं झालं असतं. मी बरेचदा परमेश्वराकडे गाऱ्हाणंसुद्धा मांडायचो, की तुम्ही धृतराष्ट्राला अंध बनवलंत, पण त्याला संजय दिलात. मग मी काय पाप केलंय? तुम्ही माझ्या बाबतीत असा पक्षपात का केलात? तुम्ही मला दृष्टी दिली नाहीत, तर मलाही संजयसारखा कुणीतरी माणूस द्यायचात. मी परमेश्वराकडे बरेचदा अशी तक्रार केल्यानंतर एके दिवशी रात्री जणू आकाशवाणी झाली. परमेश्वराने मला सांगितलं,

"वत्सा, धृतराष्ट्र अंध होता आणि मी त्याला संजयच्या रूपाने एक शक्ती दिली होती. पण तू का वाईट वाटून घेतो आहेस? तू का नाराज होतो आहेस? आम्ही तुला दृष्टी दिली नाही, पण तुलाही आम्ही 'गुगल'च्या रूपानं असा संजय दिला आहे, तो धृतराष्ट्रवाल्या संजयपेक्षा हजारो-लाखोच नव्हे तर करोडो पट जास्त दिव्यदृष्टी व ज्ञान प्राप्त असलेला आहे. मी परमेश्वर असूनही त्याचे सामर्थ्य मानतो. ही गोष्ट तू लक्षात ठेव आणि दु:खी न होता 'गुगल'चा जयजयकार कर... आणि ती आकाशवाणी संपली..."

त्याबरोबर संपूर्ण सभागृह टाळ्यांच्या कडकडाटानं दणाणलं. समोर बसलेल्या गुगलच्या अधिकाऱ्यांना ही कल्पना खूप आवडली.

बरेचदा आपल्या डोक्यात काय सुरू आहे आणि आपण काय बोलणार आहोत, या गोष्टीला काही अर्थ उरत नाही. मी तर म्हणतो, जो माणूस ऐनवेळी दिलेल्या विषयावर बोलू शकेल तोच खरा वक्ता होय. त्या दिवशी माँ सरस्वतीच्या

आशीर्वादाने मी 'गुगल'बद्दल काहीतरी वेगळं बोलू शकलो. लक्ष्मीजींनी मला ज्या विश्वासाने मंचावर पाठवलं होतं, तो विश्वास मी राखू शकल्यामुळे लक्ष्मीजीही अतिशय खूश होत्या.

चेन्नईमधील एक कंपनी 'सक्सेस ज्ञान' व 'नॅशनल अचीव्हर्स कॉन्फरन्स' या नावाने मोठमोठ्या परिषदाचं आयोजन करते. त्या मंचावर नेहमी देशविदेशांतील मोठमोठे लेखक व बिझनेस गुरू नवनव्या उद्योगांमध्ये यशस्वी होण्याचे मार्ग याबद्दल व्याख्याने देतात या कॉन्फरन्सच्या मुख्य आयोजकांपैकी सुरेन्दजी, प्रवीणजी व राजीवजी तलरेजा. मागच्या वर्षी 'नॅशनल अचीव्हर्स कॉन्फरन्स' बंगळुरूमधील 'व्हाइट ऑर्किड हॉल'मध्ये आयोजित केली होती. त्यामध्ये मला व्याख्यानासाठी बोलवलं होतं. मला जो अर्ध्या तासाचा वेळ दिला होता, त्यादरम्यान मला बरेचदा 'स्टॅन्डिंग ओव्हेशन' मिळालं. माझं निम्मं व्याख्यान झालं असेल तेवढ्यात प्रवीणजींनी महाबळेश्वरला नीताला फोन केला आणि म्हणाले, ''तुम्ही भावेशना काय खायला घालून पाठवलं आहे?... इतक्या मोठमोठ्या लोकांमध्ये त्यांनी स्वत:चा जबरदस्त ठसा उमटवला आहे!''

परदेशातून आलेल्या इतर वक्त्यांनी माझ्या भाषणानंतर माझ्याजवळ येऊन हस्तांदोलन केलं आणि ते इंग्रजीत म्हणाले, ''तुमचं भाषण हिंदीत असल्यामुळे आम्हाला तुम्ही काय बोलत आहात ते समजलं नाही, पण तुमचं भाषण सुरू असताना निर्माण झालेल्या जबरदस्त ऊर्जेचा मात्र आम्ही अनुभव घेतला.''

कविता, शेरोशायरी, हलक्याफुलक्या गोष्टी यांच्या मदतीनं सांगितल्या जाणाऱ्या गोष्टींची छाप पडतेच, त्यांचा परिणामही राहतो. असाच अनुभव मला महाबळेश्वरपासून २०० किलोमीटरवर असलेल्या, कोल्हापूरजवळच्या कणेरी मठ येथील कार्यक्रमात आला. या ठिकाणी काडसिद्धेश्वर महाराजांचा मठ आहे. एका मोठ्या डोंगरावर शेकडो एकर जमिनीवर हा मठ वसलेला आहे. त्या ठिकाणी मला पुरस्कार प्रदान केला जाणार होता. मला हा पुरस्कार बाबा रामदेवजींच्या हस्ते दिला जाणार असल्यामुळे मला खूप मोठा सन्मान झाल्यासारखं वाटत होतं. श्री काडसिद्धेश्वर महाराजांची ख्याती व जोडीला बाबा रामदेव यामुळे सर्व भक्तांसाठी ही पर्वणीच होती. त्यामुळे त्या कार्यक्रमाला जवळजवळ साडेतीन लाख भक्तगण उपस्थित होते, त्यामध्ये वारकरी संप्रदायासह अन्य बऱ्याच संप्रदायांचे लोक होते.

पुरस्कार प्रदानाचा कार्यक्रम झाल्यानंतर बाबा रामदेवजी मला म्हणाले, ''बेटा, तू भाषण खूप चांगलं करतोस असं ऐकलंय आम्ही... मग १५-२० मिनिटांचं भाषण होऊन जाऊ दे. पण तू जराही घाबरू नकोस. समोर लाखो लोक बसले आहेत, पण मी तुझ्याजवळच आहे.''

मी त्यांना वाकून नमस्कार केला आणि म्हणालो,

''बाबा, तुम्ही सोबत असलात तर मग भीती कशाची! माझ्यासमोर लाखोंचा जनसमुदाय असेल... पण ते मला दिसत असतं, तर मी घाबरलो असतो! तुम्ही माझ्या डोक्यावर जो हात ठेवला आहे ना... बस, तो असाच कायम राहू द्या.''

त्यानंतर बाबा रामदेवजींचा आशीर्वाद खरोखर फळाला आला. माझ्या २० मिनिटांच्या भाषणानं मी वारकरी संप्रदायातील प्रत्येक व्यक्तीच्या हृदयात पोहोचलो होतो. हा सगळा अनुभव अनमोल, अद्भुत व अविस्मरणीय होता.

एके दिवशी मला कर्नाटकातील बिदरहून एक फोन आला. फोनवर पलीकडच्या व्यक्तीने डॉ. सुभाष असं नाव सांगितलं, आणि ते काही दिवसांपूर्वीच त्यांच्या परिवारासह मोळेश्वर युनिटमध्ये येऊन गेल्याचं सांगितलं.

''भावेशजी, मी वैद्यकीय व्यवसायाबरोबरच बिदरच्या बसव सेवा प्रतिष्ठानासाठी काम करतो. या प्रतिष्ठानातर्फे आम्ही दरवर्षी 'वचन विजयोत्सव' हा एक आठवड्याचा कार्यक्रम घेतो. यामध्ये वीस ते पंचवीस हजार तरुणांना संबोधित करण्यासाठी देशविदेशांतील व्यक्तींना आमंत्रित केलं जातं. मी तुम्हाला या कार्यक्रमात वक्ता म्हणून निमंत्रित करण्यासाठी फोन केला आहे, तसंच तुम्हाला एक आनंदाची बातमीही द्यायची आहे– प्रतिष्ठानच्या अध्यक्षा माननीय अक्का अन्नपूर्णाजी यांच्या नेतृत्वाखाली, प्रतिष्ठानतर्फे दरवर्षी दिल्या जाणाऱ्या 'अक्का नागालंबिका' पुरस्कारासाठी सर्वसंमतीने तुमची निवड करण्यात आली आहे.

मग नीता व मी सातारा, सोलापूर, उस्मानाबादमार्गे रात्री उशिरा बिदरला पोहोचलो. तिथे दुसऱ्या दिवशी माननीय अक्का अन्नपूर्णाजी, लोकदूत संतोष हेगडे व नाना पाटेकर यांच्या उपस्थितीत माझा व नीताचा पुरस्कार देऊन गौरव करण्यात आला. माझ्या समोर बसलेल्या हजारो बंधू-भगिनींशी मी माझ्या हिंदी भाषेमुळे कसा संवाद साधणार असं मला वाटत होतं, कारण पुरस्कार प्रदान करताना व त्यापूर्वीची– नंतरची सर्व भाषणे कानडीत होती. या भाषणांना श्रोत्यांचा प्रचंड प्रतिसाद लाभत होता. मला त्यातला सगळा भाग समजत नव्हता, पण भगवान बसवेश्वर हे नाव माझ्या परिचयाचं होतं. बसवेश्वरांनी १२व्या शतकात सामाजिक कार्यांचा जो दीप प्रज्वलित केला होता, तो पुढे नेण्यासाठी हे हजारो अनुयायी तनमनधन अर्पून प्रयत्न करत होते. मी त्या पावन भूमीत भगवान बसवेश्वरांना मनोमन वंदन करून भाषणाला सुरुवात केली... आणि मला साक्षात भगवान बसवेश्वर आशीर्वाद देत आहेत असा भास झाला. त्या विलक्षण अनुभवाने माझ्या मनातली भाषेची शंका पूर्ण नाहीशी झाली आणि मी हिंदीत भाषण देऊ लागलो...

माझ्या दीड तासाच्या भाषणावर सर्व उपस्थित बेहद्द खूश झाले. संतोषजी हेगडे व नाना पाटेकरजींनी तर मला व्यासपीठावर येऊन कडकडून मिठी मारली.

त्या दिवशीच्या भाषणाची आठवण झाली की मनात येतं, की आपण केवळ निमित्त होतो... एक माध्यम. माझ्या तोंडून कुठलीशी अदृश्य शक्ती ते शब्द वदवत होती.

असंच एकदा आम्हाला एक पत्र आलं. ते पत्र वाचून मी बालपणीच्या आंबटगोड आठवणींत हरवून गेलो. ते फक्त पत्र नव्हतं. ते आमंत्रण होतं. मी गोंदियात असताना दहावीपर्यंत ज्या शाळेत शिकलो त्या 'गुजराती नॅशनल हायस्कूल'ने मला २६ जानेवारी २०१८ या गणतंत्र दिनी ध्वजवंदनासाठी प्रमुख अतिथी म्हणून बोलवलं होतं.

२०१८ सालातील या कार्यक्रमाचं विशेष महत्त्व होतं, कारण ही शाळा ज्या संस्थेमार्फत चालवली जात असे, त्या 'गोंदिया एज्युकेशन सोसायटी'चा या वर्षी शतकमहोत्सव होता. यानिमित्ताने कुणी नेता वा अभिनेता यांना आमंत्रित करण्याऐवजी याच शाळेच्या एखाद्या माजी विद्यार्थ्यांना प्रमुख अतिथी म्हणून बोलवण्याचं शाळा व्यवस्थापनानं ठरवलं होतं. त्यानुसार माझी निवड करण्यात आली होती.

मी या खास दिनी सकाळी ६ वाजता नीतासोबत माझ्या लाडक्या शाळेच्या प्रांगणांत पोहोचलो. मग त्या परिचित स्तंभापाशी जाऊन तिरंगा फडकवला, मग राष्ट्रगीत झालं, त्यानंतर विद्यार्थ्यांची भाषणे झाली, माझ्या हस्ते विद्यार्थ्यांना पारितोषिके प्रदान करण्यात आली... मला ४० वर्षांपूर्वीच्या इतिहासाची पुनरावृत्ती होत असल्यासारखं वाटत होतं. फरक इतकाच होता, की पात्रे बदलली होती. स्थान तेच होतं. मी तिथे तासभर बोललो... त्या वेळी मला शाळेच्या मैदानात वाळूत उड्या मारणाऱ्या, अर्ध्या चड्डीतल्या छोट्या भावेशची सारखी आठवण येत होती.

माझ्या भाषणादरम्यान माझ्या शेजारी बसलेले प्राचार्य महोदय माझी पाठ थोपटत होते. मी दहावीत असताना ते विज्ञानाचे शिक्षक म्हणून शाळेत नवीनच आले होते. या वर्षी ते निवृत्त होणार होते. मी माझ्या भाषणात, माझ्या गुरूंसोबतच, जणू शाळेच्या प्रत्येक भिंतीशी, खिडक्यांशी, दरवाजांशी बोलत होतो... बऱ्याच काळानं भेटलेल्या सच्च्या जीवलग मित्राला आपल्या आयुष्याची कहाणी सांगावी, तसं त्यांच्याशी बोलत होतो. माझ्या समोर बसलेल्या शेकडो विद्यार्थ्यांतून अनेकदा टाळ्यांचा गजर घुमत होता... आणि माझे डोळे भरून येत होते.

माझ्यासमोर बसलेल्या विद्यार्थी मित्रांना माझे हे अश्रू दिसू नयेत याचा मी आटोकाट प्रयत्न करत होतो. ते अश्रू नक्की कशाचे होते... आनंदाचे की दुःखाचे हे मला अजूनही समजलेलं नाही. पण जेव्हा जेव्हा मी या प्रश्नाचा विचार करतो, तेव्हा हृदयाच्या तळातून हेच उत्तर येतं, की आता त्या स्वच्छंद, मुक्त, कुठल्याही

जबाबदाऱ्या नसलेल्या व पवित्र अशा विद्यार्थी जीवनात पुन्हा कधीही परत जाता येणार नाही, तो काळ आता पुन्हा कधीही जगता येणार नाही. यामुळेच ते अश्रू तरळले होते. याच विचारात असताना मला एक गझल आठवते –

‘यह दौलत भी ले लो, यह शोहरत भी ले लो,
भले छीन लो मुझसे मेरी जवानी,
मगर मुझको लौटा दो बचपन के वो दिन,
वो कागज की कश्ती, वो बारीश का पानी...’

अनेकवेळा भाषणांच्या ठिकाणी किंवा त्या शहरांमध्ये पोहोचणंही माझ्यासाठी मोठं आव्हान ठरतं. मला अनेकदा महाबळेश्वरहून झारखंड जमशेदपूरला ‘टाटा स्टील’च्या निरनिराळ्या कार्यक्रमात वक्ता म्हणून सहभागी होण्याची संधी मिळाली. या प्रवासासाठी पुणे ते रांची अशी थेट विमानसेवा उपलब्ध नाही. त्यामुळे महाबळेश्वर ते पुणे एअरपोर्ट, तिथून कोलकाता आणि कोलकात्याहून सकाळच्या इसपात एक्सप्रेसने जमशेदपूरला पोहोचायचं आणि परतीच्या प्रवासात कारने जमशेदपूर ते रांची, पुन्हा विमानातून रांची ते बेंगलोर, तिथे एअरपोर्टवर काही तास थांबून पुन्हा बेंगलोर ते पुणे आणि पुन्हा कारने पुणे ते महाबळेश्वर असा प्रवास करावा लागतो. अनेकदा या भाषणांमुळे मला एका वर्षांत जवळपास ऐंशी ते नव्वद वेळा विमान प्रवास करावा लागला आहे. विमान, ट्रेन, बस किंवा कार असं प्रवासाचं कोणतंही माध्यम असलं तरी प्रवास थकवणाराच असतो. पण या प्रवासाच्या दुष्परिणामांपासून मी स्वतःचा बचाव करू शकलो, याची दोन प्रमुख कारणं आहेत. पहिलं बाहेर हॉटेलातलं खाणं टाळून एखाद्या मित्राच्या घरी सात्विक भोजन घेणं आणि दुसरं नियमित ध्यान, प्राणायम आणि व्यायामासाठी वेळ काढणं. या सर्व प्रवासाचा एक बहुमुल्य फायदा असाही झाला की, वेगवेगळ्या शहरात, वेगवेगळ्या राज्यात राहणाऱ्या माझ्या हजारो दृष्टिबाधित मित्रांना भेटण्याची आणि त्यांच्यासाठी त्यांच्याच क्षेत्रात रोजगाराची व स्वयं रोजगाराची संधी निर्माण करण्याची मला संधी लाभली.

एकदा मला ओरिसास्थित ‘हिंदुस्थान एरॉनॉटिकल लिमिटेड’च्या कार्यक्रमात वक्ता म्हणून बोलावलं होतं. त्यावेळी मला पुण्याहून कोलकाता, कोलकात्याहून वाईजेट, पुन्हा वाईजेटहून कारने १७५ कि. मी.चा प्रवास करून कोरापट जिल्ह्यातील सोनाबेडास्थित एच.ए.एल. (HAL) टाउनशीपला पोहोचावं लागलं. या कार्यक्रमाचा सकारात्मक परिणाम असा झाला की, मला एच.ए.एल. बेंगलोरकडूनही निमंत्रण आलं. एच.ए.एल. बेंगलोरच्या व्याख्यानाचं खूप कौतुकही झालं. तिथल्या जनरल

मॅनेजर श्रीमती नेमी चंद्राजी यांच्यासोबत एच.ए.एल.च्या मुख्यालयात जाऊन डायरेक्टर श्री. व्ही. एम. चमोलाजी यांची भेट घेता आली. त्यांच्या आलिशान केबिनमध्ये आमच्या गप्पा रंगल्या असताना त्यांच्या एका वाक्याने मला अस्वस्थ केले. श्री. चमोलाजी म्हणाले की, ''भावेशजी, आम्ही तुमचं बेंगलोर ते पुणेचं विमान तिकीट रद्द केलं आहे. आमची इच्छा आहे की, तुम्ही पुण्यापर्यंत हेलिकॉप्टरने जावं.'' मला हे नीटसं समजायच्या आतच श्री. चमोलाजींनी बेंगलोरमध्ये तयार होत असलेल्या 'ध्रुव' हेलिकॉप्टरचं जवळपास दोन फुटांचं मॉडेल माझ्या हातावर टेकवलं. आजही मोळेश्वर येथील कार्यालयात श्री. चमोलाजींनी दिलेली सुंदर भेट त्यांच्या दिलखुलास व्यक्तिमत्त्वाची आठवण करून देत आमच्या कार्यालयाची शोभा वाढवत आहे.

निरनिराळ्या ठिकाणी जाऊन भाषण देणे हे आता नित्याचंच बनलं आहे. मी नीताला गंमतीनं म्हणतो, ''आता तू हा सगळा कारभार सांभाळ, माझं भाषणांवर भागू शकतं!''

१५

क्रीडाप्रकार : एक संस्कार

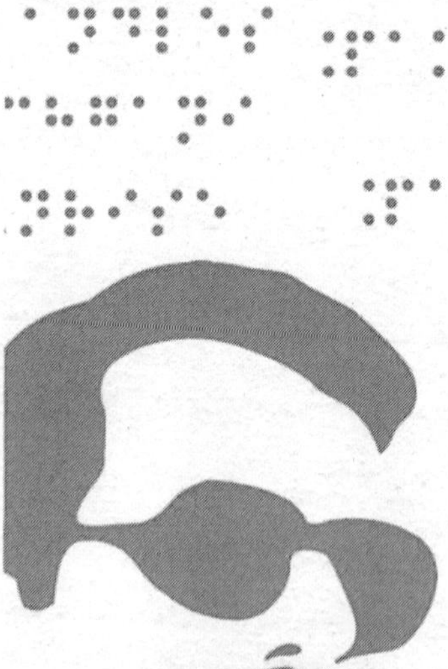

माझ्या आई-वडिलांना दोघांनाही उंची चांगली असल्यामुळे मलाही लहानपणापासूनच चांगली उंची लाभली आहे. प्राथमिक शाळेत असताना, चौथीपर्यंत मला माझ्या उंचीमुळे बऱ्याच खेळात भाग घेता आला नव्हता. आमच्या आंतरशालेय क्रीडा स्पर्धा असायच्या त्या वेळी आमच्या प्राचार्या यशोदाबेन त्यांच्या ऑफिसमध्ये सर्व विद्यार्थ्यांची उंची मोजून वेगवेगळ्या क्रीडाप्रकारांसाठी विद्यार्थ्यांची नावे निश्चित करायच्या. त्यावेळेपासूनच माझी उंची दोन-तीन इंच जास्तच असायची, त्यामुळे मी निर्धारित नियमांच्या चौकटीत बसायचो नाही. त्यामुळे मला या सर्व स्पर्धांमध्ये भाग घेता यायचा नाही आणि मी सगळ्या विद्यार्थ्यांचे डबे व दप्तरे सांभाळण्याचं काम करायचो. आज लक्षात येतं, की माझ्या उंचीपेक्षा माझं अंधत्व हाच माझ्या मार्गातील मुख्य अडसर होता. कारण या

अंधत्वामुळेच मी प्राचार्यबाईंचा विश्वास जिंकू शकलो नव्हतो.

त्या वेळी आम्ही जिथे राहायचो, तो बहुधा शहराच्या एका टोकाचा भाग असावा, कारण आमच्या घरापासून दूरदूरवर शेतेच शेते पसरलेली होती. त्या शेतांचे मालक शहराच्या मध्यवर्ती भागात एखाद्या आलिशान बंगल्यात राहत असतील, पण माझ्या त्या कोवळ्या वयात माझी सर्वाधिक जवळीक होती, ती त्या शेतांची देखभाल करणाऱ्या शेतकऱ्यांच्या मुलांशी. ती मुले माझ्याच वयाची होती. हे मित्र मला तूर, हरभरा व गव्हाच्या पिकानं बहरलेल्या शेतांच्या छोट्या बांधांवरून जपून नेत असत आणि मला शेतांची दूरवर सफर घडवत असत. सुट्टीच्या काळात माझ्या शाळेतले मित्रही हे स्वर्गसुख अनुभवण्यासाठी सायकली मिळवून, त्यावरून डबल-टिपल सीट बसून आमच्या घरी येत असत.

त्या हजारो एकरांत पसरलेल्या शेतांत कडुलिंब, चिंच, आंबा अशी मोठमोठी झाडे होती. त्या वेळी आम्हा सर्व मित्रांचा एक अतिशय आवडता खेळ होता– आम्ही एखाद्या मोठ्या झाडाखाली सुमारे दोन फुटांचा एक गोल आखायचो. त्यामध्ये एखादी फूट-दीड फुटाची सरळसोट फांदी ठेवायचो. ज्याच्यावर डाव असेल तो मुलगा बाकीच्यांनी जोरात दूरवर फेकलेली ती फांदी घेऊन पळायचा. तोवर बाकी सगळे झाडावर उंच चढायचे. माझे मित्र मलाही झाडावर बरंच उंच चढवायचे. मग ती फांदी घेऊन येणारा मित्र त्या फांदीने झाडावरच्या मित्रांना शिवायचा प्रयत्न करायचा. ज्याला फांदीचा आधी स्पर्श होईल, त्याच्यावर डाव... असा तो खेळ असे.

यामध्ये फांदीचा स्पर्श होऊ नये म्हणून स्वत:चा बचाव करत झाडावर उंच चढावं लागत असे. या खेळात मी इतका निपुण झालो होतो, की माझ्या नेतृत्वाखाली आम्ही सर्व मित्र या खेळाचा मनमुराद आनंद घ्यायचो.

माझा जन्म अगदी सामान्य, गरीब कुटुंबात झाला असला, तरी मी एकुलते एक अपत्य असल्यामुळे मला कधी खाण्यापिण्याची उणीव भासली नाही. माझ्या शरीराला आवश्यक असलेली सर्व पोषक तत्त्वे मला व्यवस्थित मिळत होती. त्यामुळे मी लहानपणापासूनच अगदी तंदुरुस्त व सुदृढ होतो.

उन्हाळ्याच्या सुट्टीत मी दोन महिने मुंबईला आजोळी जायचो तेव्हा मला लवकरात लवकर डोंबिवलीला मावशीच्या घरी जायचं असे. मी माझ्या दोन मावसभावांसमवेत जवळच्याच एका विहिरीवर जायचो. सुमारे ३० फूट व्यासाच्या त्या विहिरीला चांगलं पाणी असे, त्याची पातळी उन्हाळ्यातसुद्धा घटत नसे. त्या विहिरीला तीन फूट उंच कठडा होता. ती विहीर म्हणजे सगळ्या मुलामुलींसाठी मोफत स्विमिंग पूलच होता. सगळी मुले दिवसभर त्या विहिरीत मनसोक्त पोहत असत आणि मी मात्र त्या विहिरीच्या कठड्यावर बसून लोकांचे कपडे सांभाळायचो.

तिथे येणाऱ्या सगळ्या मुलांशी माझी ओळख झाली होती. एके दिवशी मी माझ्या दोघा मावसभावांसोबत त्या विहिरीच्या कठड्यावर बसलेलो असताना, तिथे रोज येणाऱ्या मुलीनं मला मागून पाण्यात ढकललं, क्षणभर मला वाटलं, आता आपण संपलो! माझ्या नाकातोंडात पाणी जाऊ लागलं... मी हात-पाय मारत चेहरा पाण्यातून वर काढण्याचा प्रयत्न करत होतो, पण व्यर्थ! तेवढ्यात माझ्या आजूबाजूला कुणी कुणी पाण्यात उड्या मारल्याचं जाणवलं आणि माझं निष्प्राण होत चाललेलं शरीर अनेक हातांनी सावरलं. मग माझ्या दोन्ही भावांनी मला विहिरीतून बाहेर काढून पालथं झोपवलं आणि माझ्या शरीरात भरलेलं पाणी काढलं.

थोड्या वेळानं मला बरं वाटू लागलं. सगळेजण त्या मुलीची खरडपट्टी काढत होते आणि मी त्या विहिरीच्या कठड्याला टेकून कडक उन्हात अंगावरचे कपडे वाळवण्याचा प्रयत्न करत होतो. अर्ध्या-पाऊण तासाने साऱ्यांना याचा जणू विसर पडला आणि सगळेजण काहीच न झाल्यासारखे पुन्हा विहिरीत हुंदडू लागले. माझ्यात कुठून हिंमत आणि ऊर्जा संचारली कोण जाणे, पण मीही अंगातला शर्ट काढला आणि विहिरीत उडी मारली! त्या उडीने माझी पाण्याबद्दलची भीती कायमची गेली आणि मी वयाच्या अकराव्या वर्षीच पोहायला शिकलो.

माझी आत्या मुंबईत अंधेरीला राहत असे. तिच्या घराजवळच नवीन अंधेरी स्पोर्ट्स कॉम्प्लेक्स झालं होतं. माझा आतेभाऊ भाविन त्याचा आजीव सभासद होता. त्यामुळे भाविनला त्याच्यासोबत आणखी एका व्यक्तीला तिथे घेऊन जाता येत असे. भाविनसोबत मीही तिथे जाऊन तिथल्या स्विमिंग पूलमध्ये पोहण्याचा आनंद लुटत असे. तिथे २० ते ३० फूट उंचीवरून खोल पाण्यात सूर मारण्याचा आणि त्या ऑलिम्पिक दर्जाच्या स्विमिंग पूलमध्ये पोहण्याचा आनंद काही वेगळाच होता. मी त्या संधीचा पूरेपूर लाभ घेतला.

घाटकोपरला माझ्या आजोळच्या घराजवळच 'ओडियन' नावाचं एक चित्रपटगृह होतं. त्याच्या शेजारीच एक छानसा जलतरण तलाव होता आणि तिथे प्रवेशासाठी मला तिकीट घ्यावे लागत नसे किंवा तिथे सदस्यत्वाचीही गरज नव्हती, कारण माझे एक दूरचे मामा तिथं कॅन्टीन चालवत असत.

मला पोहण्याची इतकी गोडी लागली होती, की मी गोंदियात सिमेंट पाइप्सच्या कारखान्यात जायचो तेव्हा तिथल्या पाण्याच्या टाकीत उतरल्यावाचून मला राहवत नसे. तिथे पाण्याच्या दोन मोठमोठ्या टाक्या होत्या, त्यात सिमेंटवालं पाणी असे, पण मला फरक पडत नव्हता. त्या कारखान्यात दोन मजूर चेनपुलीच्या मदतीनं त्या टाक्यांमधून सिमेंटच्या पाइप बाहेर काढण्याचं काम करत असत. मीही कित्येकदा ते साखळदंड ओढून पाइप वर काढण्याचा प्रयत्न करायचो व

त्यात यशस्वीही व्हायचो. बरेचदा मी त्या साखळदंडांना लटकून वयाच्या अकरा-बाराव्या वर्षीच स्वत:ला सिद्ध करण्याचा प्रयत्न करायचो, कारण माझ्या चुलतभावांना ते काम करता येत नसे. त्या काळी मला परमेश्वराने इतर लोकांपेक्षा थोडी जास्त ताकद दिली आहे असं वाटायचं. मी बरेचदा पाण्याबाहेर काढलेल्या पाइप ढकलण्याचा प्रयत्न करायचो. हे खूप ताकदीचं काम असे, जिममध्ये व्यायाम केल्यासारखं. या कामामुळे हात-पाय खडबडीत व्हायचे, संपूर्ण शरीर घामाने न्हाऊन निघायचं. मग मी थोडा मोठा झाल्यावर माझ्या त्याच मित्रांशी पंजा लढवायचो आणि प्रत्येक वेळी जिंकायचो!

माझी शाळा गोंदियातील सर्वांत चांगली शाळा होती. तिथे खूप शिस्त असे. आमची शाळा सकाळी साडेदहा वाजता सुरू होत असे. शाळेला यायला उशीर झाला तर त्या विद्यार्थ्याला शिक्षा म्हणून शाळेभोवती एक फेरी धावत मारावी लागत असे. माझे सगळे मित्र या शिक्षेला भयंकर घाबरायचे. कधीकधी मलाही शाळेला जायला उशीर झाला की हीच शिक्षा मिळायची. मग मी त्या दिवशी शिक्षा झालेल्या मुलांपैकी एखाद्याचा हात धरून, शाळेभावेती धावत फेरी मारायचो. पण मला हे धावणं खूप आवडायचं. माझ्याबरोबर धावणारा मुलगा निम्म्यातच गारद होऊन थांबवण्याच्या प्रयत्नात असायचा, पण मला मात्र पहिली फेरी पूर्ण करून पुन्हा धावत दुसरी फेरी मारण्याची इच्छा असे. माझ्यासाठी ही शिक्षा नव्हती, हा माझा आवडता खेळ होता. अशाप्रकारे माझ्यावर लहानपणापासूनच क्रीडासंस्कार झाले आहेत. आठवीत जाईपर्यंत मी पोहण्यात चांगला पारंगत झालो होतो.

आमच्या शाळेत हिवाळ्यात जवळजवळ पंधरा दिवस वेगवेगळ्या क्रीडास्पर्धा घेतल्या जात असत. मी आठवीत असताना ज्याला 'शॉटपुट' म्हटलं जातं त्या लोखंडी गोळ्याला पहिल्यांदा स्पर्श केला. त्या काळी गोळाफेक स्पर्धेत आम्हाला पाच किलोचा लोखंडी गोळा दिला जात असे. गोळाफेकीत माझा गोळा माझ्या बाकीच्या मित्रांपेक्षा अर्धा ते एक मीटर जास्त दूर जात असे. त्यामुळे आमच्या क्रीडाशिक्षकांनी माझं हे कसब लक्षात घेऊन, मला गोळाफेकीबरोबरच थाळी व भालाफेक हेही क्रीडाप्रकार शिकवायला सुरुवात केली होती. मी त्यांचा आवडता विद्यार्थी होतो. ते मला खूप मदत करत असत. त्यांच्या मार्गदर्शनामुळे मी दहावीत असताना आंतरशालेय क्रीडास्पर्धांमध्ये संपूर्ण गोंदिया तालुक्यात गोळाफेक, थाळीफेक व भालाफेक या प्रकारात बरीच बक्षिसं मिळवली.

मी शाळेत होतो त्या वेळी आमचे इतिहासाचे शिक्षक संगीताचा क्लासही घेत असत. मी त्यांच्याकडे गिटार शिकायला जात होतो. ते सर संवादिनीची साथ करायचे आणि दिनेश तबल्यावर साथ द्यायचा. त्या क्लासची फी वडिलांच्या

कंपनीतर्फे भरली जात असे. सामान्यत: गिटारचा संबंध पाश्चात्त्य संगीताशी जोडला जातो, पण मी गिटारवर यमन राग वाजवायचो. त्या रागाचा 'अरी-येरी आली पिया बिन' हा आलाप मला फार आवडायचा.

माझा एक मित्र या संगीत क्लासनंतर जवळच बांधलेल्या नव्या स्टेडिअममध्ये कराटे शिकायला जायचा. मला मोठ्या मुश्किलीनं कराटे शिकण्याची परवानगी मिळाली होती. तिथे दोन्ही हातांच्या मुठी मिटून वाळूवर पुश-अप्स मारावे लागत असत व घाम गाळून मेहनत घ्यावी लागत असे. चार वर्षांच्या कराटे प्रशिक्षणानंतर अखेर मला 'ग्रीन बेल्ट' मिळाला. कराटे शिकत असताना मी शास्त्रोक्त पद्धतीनं माझं शरीर मजबूत बनवू शकलो.

दहावी झाल्यानंतर मी कॉलेजमध्ये प्रवेश घेतला. त्यानंतर आम्ही तिघा मित्रांनी त्या सायकलयात्रेवर लक्ष केंद्रित केलं आणि काही महिन्यांच्या तयारीनंतर ती सायकलयात्रा यशस्वीरीत्या पूर्णही केली. त्यामुळे संपूर्ण गोंदियात आम्हाला ओळख मिळाली होती. आम्हाला सर्वजण आदरपूर्वक वागवत होते, खूप मानसन्मान देत होते. त्या वेळी माझ्या लक्षात येऊ लागलं होतं, की हा मानसन्मान मला नाहीये, तो या उपक्रमांना व त्यामध्ये सिद्ध करून दाखवलेल्या कर्तृत्वाला आहे. आयुष्यात पुढे जायचं असेल तर क्रीडाप्रकारांची साथ अत्यंत आवश्यक आहे हेही माझ्या लक्षात आलं. मग मी आणखी मेहनत घेऊन माझे आवडते क्रीडाप्रकार - गोळाफेक, थाळीफेक व भालाफेक पुढे शिकू लागलो. कॉलेजमध्ये गेल्यावर मला राज्य व राष्ट्रीय स्तरावर खेळून आलेल्या मित्रांचं मार्गदर्शन मिळू लागलं. खेळाच्या जोरावर सरकारी नोकरी मिळू शकते ही गोष्ट या मित्रांना माहीत होती, पण मला प्रत्येक वेळी नोकरी हा उद्देश डोक्यात ठेवून नव्हे, तर माझ्या आतंरिक आनंदासाठी खेळायचं होतं. कॉलेजमध्ये असताना मी सायकलयात्रेबरोबरच, अन्य खेळांतही बरीच प्रशस्तिपत्रे व पदके मिळवली.

एम.ए.पर्यंत पोहोचलो, तेव्हा मी राष्ट्रीय व आंतरराष्ट्रीय स्पर्धांचा विचार करू लागलो होतो. पण आईवर दीर्घकाळ सुरू असलेले कर्करोगावरचे उपचार आणि वडिलांचा मानसिक आजार यांमुळे या स्वप्नांचे तुकडे कधीच उधळले गेले होते. आई गेल्याच्या दु:खाने या स्वप्नांनाही जणू तिलांजलीच मिळाली होती. त्या वेळी माझ्यासाठी सर्वांत मोठी स्पर्धा होती ती वडील व मी, आम्हा दोघांसाठी दोन वेळच्या जेवणाची व्यवस्था करण्याची.

नीताने माझ्या आयुष्यात आल्यानंतर माझ्या भूतकाळातला क्षणन्क्षण जाणून घेण्याचा प्रयत्न केला होता. मी पुन्हा खेळ सुरू करावेत असा तिचा फार आग्रह असे. तिच्या त्या आग्रहाने मला एक नवी प्रेरणा दिली, आणि ज्या वयात खेळाडू मैदान सोडतात, त्या वयात २७-२८व्या वर्षी मी पुन्हा खेळू लागलो. आता

माझ्यासमोर घर चालवणं, घर सांभाळणं ही समस्या नव्हती. माझं धावपळीचं आयुष्य नीताची साथसोबत लाभल्यामुळे खूप सोपं झालं होतं.

ज्याप्रकारे ऑलिम्पिक स्पर्धा होतात, तशाच पॅराऑलिम्पिक स्पर्धाही होतात. आपण या पॅराऑलिम्पिक सर्धांत खेळायचं असं माझं कधीकाळी स्वप्न होतं, ते स्वप्न एका फोननं पुन्हा जागं झालं. साताऱ्याहून माझ्या एका दृष्टिबाधित मित्राचा फोन आला. त्याने सांगितलं, की या वेळी ३ डिसेंबरला जागतिक अपंगदिनी, सातारच्या शाहू स्टेडिअममध्ये पॅराऑलिम्पिक जिल्हास्तरीय स्पर्धा होणार आहेत. त्यासाठी एक दिवस आधी, म्हणजे २ डिसेंबरला तिथं पोहोचायचं होतं. राहण्याची व खाण्यापिण्याची व्यवस्था स्टेडिअममध्येच केली जाणार होती. मी दिलेल्या वेळी शाहू स्टेडिअमवर पोहोचलो, तिथे पॅराऑलिम्पिकच्या जिल्हास्तरीय समितीला भेटून त्यांना माझ्या सायकलयात्रेबद्दल आणि शाळेत असताना क्रीडास्पर्धांत मिळवलेल्या यशाबद्दल सांगितलं. त्या समितीमध्ये काही राष्ट्रीय स्तरावरील खेळाडू होते. या स्पर्धेत भाग घेण्यासाठी बरेच शारीरिकदृष्ट्या अक्षम व दृष्टिबाधित मुले-मुली आले होते. त्या दिवशी संध्याकाळी आमची वैद्यकीय तपासणी झाल्यानंतर आम्हाला वेगवेगळ्या गटांत घालण्यात आलं. मी १०० मीटर पोहण्याच्या स्पर्धेसह माझ्या आवडत्या तीन क्रीडाप्रकारांसाठीही नाव नोंदवलं.

दुसऱ्या दिवशी सकाळी ११ वाजता जिल्हाधिकाऱ्याचं भाषण झालं, तेव्हापासूनच स्पर्धास्थळी वातावरणनिर्मिती झाली होती. जिल्हाधिकाऱ्यांच्या हस्ते किमान एका तरी स्पर्धेचं उद्घाटन व्हावं अशी आयोजकांची इच्छा होती. त्यांनी पहिलीच स्पर्धा ठेवली होती बी १ श्रेणीतील आम्हा पूर्णतः दृष्टिबाधित लोकांची १०० मीटर पोहण्याची. जिल्हाधिकारी महोदयाचं भाषण सुरू असताना आयोजकांनी आम्हाला जलतरण तलावात उतरवलं. आम्ही पूर्णतः दृष्टिहीन असल्यामुळे आम्ही पाण्यात सूर न मारता, पाण्यात आहोत तिथंच उभे राहून, फक्त मागच्या भिंतीला पायाने रेटा देऊन पोहायला सुरुवात करायची होती.

डिसेंबर महिना होता, शिवाय वारंही जोरात सुटलं होतं. त्या थंडगार पाण्यात मी थंडीने अक्षरशः कुडकुडत होतो. मला अतिशय असाहाय्य वाटत होतं. आदल्या दिवशी मी माझ्या श्रेणीतल्या इतर स्पर्धकांना भेटलो होतो. त्यातले बरेचजण अनेक वर्षांपासून राष्ट्रीय स्तरावर खेळत आले होते, त्यामुळे मला आणखीनच नाउमेद झाल्यासारखं वाटत होतं. जवळच जिल्हाधिकारी महोदयाचं भाषण सुरू होतं. माझ्यासह सगळे स्पर्धक त्यांचं भाषण संपण्याची वाट बघत होते.

अखेर तो क्षण आला! मी बंदुकीचा आवाज ऐकताच मागच्या भिंतीवर

पायानं जोरात रेटा दिला आणि त्या ५० मीटर लांबीच्या जलतरण तलावात झपझप बरंच अंतर कापून पोहत पुढे गेलो. आजूबाजूचे लोक माझ्या नावाचा गजर करत टाळ्या वाजवत होते. त्यावरून काहीतरी चांगलं घडतंय एवढंच मला कळलं! मग मी ५० मीटरवरच्या भिंतीला स्पर्श करून पुन्हा परत वळलो, तेव्हा माझ्या लक्षात आलं, की माझे बाकीचे प्रतिस्पर्धी अजून ५० मीटरवरसुद्धा पोहोचलेले नाहीत. हे कळल्यावर माझ्या अंगात विलक्षण जोर संचारला आणि मी पूर्ण ताकदीनिशी १०० मीटर अंतर कापू लागलो. बऱ्याच वर्षांपूर्वीच्या प्रशिक्षणाचा आज उपयोग झाला होता. अखेर आयोजकांनी माझा हात धरून मला पाण्याबाहेर ओढलं.

मी ती स्पर्धा अगदी सहज जिंकली होती. जिल्हाधिकाऱ्यांनी मला व्हिक्टरी स्टॅन्डवर सुवर्णपदक दिलं. मी त्यांच्याशी हस्तांदोलन करतानाचे बरेच फोटो घेण्यात आले. या एका विजयाने मला त्या दिवशीच्या बाकीच्या स्पर्धांमध्येही सुवर्णपदक मिळवून दिलं. माझ्या रूपाने समितीला पदके मिळवून देणारा खेळाडू लाभला होता, त्यामुळे त्यांचीही मी त्यांच्यासोबत राहावं अशी इच्छा होती. इतक्या वर्षांपूर्वीचा जिल्हाधिकाऱ्यांसोबतचा हा फोटो व वृत्तपत्रात आलेल्या बातमीचं कात्रण आजही मोळेश्वरच्या कारखान्यात एका भिंतीवर लावलेलं आहे.

या जिल्हास्तरीय स्पर्धेनंतर दोन महिन्यांनी मला सातारा पॅराऑलिम्पिक समितीकडून फोन आला. पुढच्याच महिन्यात नाशिकमध्ये होणाऱ्या राज्यस्तरीय स्पर्धेसाठी माझे नाव पाठवण्यात आल्याचं त्यांनी सांगितलं. आता तयारीला थोडाच अवधी होता, पण मी त्या स्पर्धेच्या तयारीला लागलो. नाशिकमध्ये संपूर्ण महाराष्ट्रातून आलेले खेळाडू भेटले. आम्ही एकमेकांचे फोन नंबर घेतले. तिथे मला बऱ्याच राष्ट्रीय व आंतरराष्ट्रीय खेळाडूंना भेटण्याची संधी मिळाली. मी गोळाफेक, थाळीफेक व भालाफेक याव्यतिरिक्त २०० मीटर पोहण्याच्या स्पर्धेतही भाग घेतला होता. या स्पर्धांमध्ये दोन सुवर्ण व दोन रजतपदके मिळवून मी महाराष्ट्र पॅरॉलिम्पिक समितीवर एक चांगला खेळाडू म्हणून छाप पाडली. ज्या स्पर्धांमध्ये मला रजतपदक मिळालं होतं, तिथेसुद्धा माझं सुवर्णपदक अगदी थोडक्यात हुकलं होतं. पण या गोष्टींचा आनंद होता, की आता माझ्या डोक्यावर साताऱ्याच्या ऐवजी महाराष्ट्राची 'कॅप' येणार होती. माझ्या कामगिरीमुळे त्याच वर्षी बंगळुरू येथे येणाऱ्या राष्ट्रीय क्रीडा स्पर्धेसाठी माझी निवड झाली.

मग मी महाबळेश्वरला परत आल्यावर नीताच्या मदतीने गोळे, थाळी, भाले, दोरीवरच्या उड्यांसाठी दोरी वगैरे साहित्य आणलं. दोन विटाही मिळवल्या आणि त्यांच्या मदतीने पुश-अप्स मारायला सुरुवात केली. नीता मला सरावासाठी रोज जवळच्या एका मैदानावर घेऊन जात असे. मी सर्व शक्तीनिशी गोळे, थाळी

व भाले दूरवर फेकायचा प्रयत्न करायचो. मग नीता एक मोठा टेप घेऊन ते अंतर काळजीपूर्वक मोजायची, त्याची राष्ट्रीय विक्रमाशी तुलना करायची आणि मला आणखी उत्तम कामगिरी करण्यासाठी प्रोत्साहन द्यायची.

मी मेणबत्त्यांच्या उद्योगाबरोबरच राष्ट्रीय क्रीडास्पर्धेची तयारीही जोरात सुरू केली होती. त्या दरम्यान नीताने माझ्या आहाराकडेही विशेष लक्ष द्यायला सुरुवात केली होती. अखेर मी साऱ्यांच्या शुभेच्छा व अपेक्षा घेऊन राष्ट्रीय स्तरावर प्रथमच खेळण्यासाठी बंगळुरूला गेलो. तिथे माझी बऱ्याच दिग्गज खेळाडूंशी भेट झाली. ते माझ्याच श्रेणीत आशियायी क्रीडास्पर्धा व राष्ट्रकुल क्रीडास्पर्धांमध्ये खेळलेले होते. मी संपूर्ण ताकदीनिशी त्या स्पर्धेत उतरलो, पण बहुधा माझी मेहनत कमी पडली असावी, त्यामुळे मी चौथ्या-पाचव्या क्रमांकावर आलो आणि मला रिकाम्या हाताने परत यावं लागलं. पण या पराभवामुळे मला आणखी प्रेरणा मिळाली, माझा संकल्प अधिक दृढ झाला आणि मी त्या आठवडाभर चाललेल्या क्रीडास्पर्धांमध्ये नवनवीन माहिती घेऊन व माझ्या खेळाडू मित्रांचा निरोप घेऊन महाबळेश्वरला परत आलो.

२००३ सालची ती राष्ट्रीय क्रीडास्पर्धा माझ्यासाठी अविस्मरणीय अनुभव ठरला. ती स्पर्धा बंगळुरूच्या विशाल कांतीरवा स्टेडिअमवर आयोजित केली होती. त्या स्पर्धा डोळ्यांसमोर ठेवून माझ्या प्रशिक्षकांनी माझं पोहणं पूर्ण बंद केलं होतं. त्यांनी गोळाफेक, थाळीफेक व भालाफेक या तिन्ही 'थ्रो इव्हेंट्स'वर अधिक भर दिला होता. मी महिन्यातले १५ दिवस मुंबईच्या कांदिवली भागातील समतानगरमधल्या 'स्पोर्ट्स ॲथॉरिटी ऑफ इंडिया'च्या स्टेडिअममध्ये प्रशिक्षण घेण्यासाठी जात होतो. या तिन्ही क्रीडाप्रकारांसाठी व्यायाम व नियम सारखेच होते. बी १ श्रेणी व पूर्णत: दृष्टिबाधित विभागामुळे आम्हाला गोळा व थाळी फिरवून फेकण्याची परवानगी नव्हती. आम्हाला भालासुद्धा एका जागी उभे राहूनच फेकावा लागत असे. आमच्यासाठी जी रिंग असायची, ती जमिनीत ५ इंच दाबली जात असे व आम्हाला शरीराला झोका देत मागे-पुढे झुकून 'थ्रो' करावा लागत असे. या सर्व काळात नीताचं माझ्या आहारावर व व्यायामावर बारीक लक्ष असायचं. १९९९ ते २००३ या चार वर्षांत मी अनेक स्पर्धांत भाग घेतला. त्यामुळे मला बराच अनुभवही मिळाला होता. बी १ श्रेणीत खेळताना मी स्वत:ची वेगळी ओळख निर्माण केली होती. त्याआधीच्या क्रीडास्पर्धांमध्ये मला विशेष असं यश लाभलं नसलं, तरी मी खेळाडू म्हणून स्वत:च स्थान तयार केलं होतं.

त्या वेळी विजय मुनीश्वर महाराष्ट्र पॅराऑलिम्पिकचे अध्यक्ष होते. बार्सिलोना पॅराऑलिम्पिकमध्ये त्यांनी भारतीय संघाचं नेतृत्वसुद्धा केलं होतं. ते वेटलिफ्टर होते. मलाही हात व खांदे यांच्यावर जास्त भरवसा ठेवावा लागत असे. त्यासंदर्भात

मला त्याचं मोलाचं मार्गदर्शन लाभलं. मी एका जागी उभा राहून ११.५ मीटर अंतरापर्यंत गोळा फेकू शकत होतो, पण त्या दिवशी कांतीरवामध्ये मी १२.९ मीटर अंतर गाठून नवा राष्ट्रीय विक्रम केला! हा विक्रम झाल्याबरोबर मला 'डोपिंग' चाचणीसाठी पाठवण्यात आलं; पण मी कधीही शारीरिक क्षमता वा ताकद वाढवण्यासाठी कुठल्याही गैरमार्गाचा अवलंब केला नसल्यामुळे अगदी निर्धास्त होतो.

त्या वेळी पॅराऑलिम्पिक ऑफ इंडिया'च्या अध्यक्षपदी असलेल्या श्री. अहमद यांच्या हस्ते माझ्या गळ्यात सुवर्णपदक घालण्यात आलं. माझ्यासाठी ते सुवर्णपदक नवी उमेद व आशेचे नवे किरण घेऊन आलं. त्या दिवशी मला मी खऱ्या अर्थाने राष्ट्रीय खेळाडू बनल्यासारखं वाटलं. मी या क्षेत्रात माझी ओळख बनवली होती.

त्या एका पदकाने मी भारतीय खेल प्राधिकरण म्हणजे 'साई'शी (एसएआय) कायमचा जोडला गेलो. 'साई'चे तत्कालीन अध्यक्ष श्री. विजय भांडारकर यांनी माझी काही नव्या प्रशिक्षकांशी ओळख करून दिली. त्यातच माझी स्पेनच्या एका प्रशिक्षकांशी भेट झाली व मी त्यांच्याकडून प्रशिक्षण घेऊ लागलो. माझा वेळ वाया जाऊ नये म्हणून नीताने घरातच जिम उभारलं होतं. माझ्या नव्या प्रशिक्षकांनी तर माझा रोजचा दिनक्रमच आखून दिला होता. रोज पहाटे ४ वाजता उठून ५०० पुश-अप्स मारणे, वजने उचलणे, त्यानंतर एक ते दीड तास मैदानावर सराव करणे हे सगळं नित्याचंच बनलं होतं. या सर्व गोष्टी माझ्या प्रशिक्षकांना कळवायच्या असत. नीता दररोज सर्व 'थ्रो'च्या नोंदी ठेवत असे. मी स्टॅमिना वाढवण्यासाठी आठवड्यातून किमान ४ दिवस ६ ते ८ किलोमीटर धावणे आवश्यक असल्याचं माझ्या प्रशिक्षकांनी नीताला आवर्जून सांगितलं होतं. मग नीताने मला गाडीत बसवून महाबळेश्वरच्या पोलो ग्राउन्डवर नेलं. त्या मैदानाला एक फेरी मारायची तर ते अंतर होतं ८०० मीटर. मला अशा ८ ते १० फेऱ्या माराव्या लागणार होत्या. मला वाटलं होतं, नीताने तिथं कुणालातरी बोलावून घेतलं असणार, तो माणूस माझ्यासोबत धावायला येणार, पण तसं नव्हतं. नीताने गाडीच्या डिक्कीतून नॉयलॉनचा १५ फूट लांब दोरा काढला. त्याचं एक टोक गाडीच्या कॅरिअरला बांधलं आणि दुसरं टोक माझ्या हातात देत ती म्हणाली,

"भावेश, आता मी गाडी सुरू करते. तुम्ही हा दोर घट्ट पकडून मागून धावायला सुरुवात करा."

मी थक्क झालो होतो. नीतानं गाडीला हे नवीन कॅरिअर का बसवून घेतलं होतं ते आत्ता माझ्या लक्षात आलं होतं! मग मी आज्ञाधारक मुलासारखा गाडीच्या मागून धावू लागलो. मला आरामात धावता यावं अशा बेतानं नीता गाडीच्या वेगावर नियंत्रण ठेवत होती. तिच्या या विलक्षण युक्तीने मी भारावलो होतो.

काय डोकं होतं माझ्या बायकोचं! मी त्यादरम्यान तिला कळू नये अशा बेतानं तिला मनोमन कित्येकदा साष्टांग दंडवत घालायचो; पण माझा हा आनंद जेमतेम आठवडाभरच टिकला. धावण्याच्या या अनोख्या सरावाला सुरुवात केल्यानंतर काही दिवसांतच माझ्या लक्षात आलं, की काहीतरी गडबड आहे! तेव्हापासून मला माझ्या बायकोला खूप दबकून राहावं लागतं. तसं प्रत्येकच नवऱ्याला त्याच्या बायकोला दबकूनच राहावं लागतं, पण मला सर्वांत जास्त दबकून राहावं लागायचं, कारण दिवसभरातच तिच्याशी बोलताना माझा आवाज चुकून कधी चढला तर दुसऱ्या दिवशी धावताना गाडीचा वेग वाढल्याचं जाणवायचं! ती बोलायची काहीच नाही, पण तिच्या गाडीचा वेग जणू सांगत असायचा, ''ओरडा आणखी... आता पळा माझ्या मागून... सगळी ताकद लावून!''

पोलो ग्राउन्ड वेगवान घोडेस्वारीसाठी प्रसिद्ध आहे. तिथे घोडेस्वारीसाठी आलेले पर्यटक बाजूला उभे राहून माझा हा धावण्याचा सराव आश्चर्यचकित होऊन पाहात असत. श्री. संजय दस्तुरे व अन्य काही पत्रकार मित्रांनीही तिथे येऊन माझी ही तयारी पाहिली आणि आपापल्या वृत्तपत्रांमध्ये त्याबद्दल फोटोसह लेख लिहिले.

श्री. विजय भांडारकर व 'साई'चा पाठिंबा माझ्या प्रशिक्षकांचे मार्गदर्शन व माझ्या खेळाबद्दलची नीताची आस्था व समर्पित वृत्ती या सगळ्यामुळे मला खेळात अधिकाधिक चांगली कामगिरी करण्याची प्रेरणा मिळत होती. अशाप्रकारे सर्व तयाऱ्यांतून पार होता होता बीजिंग पॅराऑलिम्पिकचं 'काउन्टडाउन' सुरू झालं होतं. क्रीडा मंत्रालयाकडूनही साहाय्य मिळत होतं. दर दोन महिन्यांनी वेगवेगळ्या राज्यांतील पॅराऑलिम्पिक समितींकडून प्रशिक्षण शिबिरे आयोजित होऊ लागली होती. याखेपेला मी बीजिंग पॅराऑलिम्पिकमध्ये जरूर खेळावं अशी सर्वांचीच इच्छा होती. मीही पूर्ण शक्तीनिशी प्रयत्न करत होतो. अडतिसाव्या वर्षी माझा उत्साह शिखरावर पोहोचलेला होता. या खेपेला मी चांगली कामगिरी करू शकेन अशी मला अगदी खात्री होती, पण अंतिम पात्रता फेरी येईपर्यंत मी बीजिंगसाठी पात्र ठरण्याच्या अंतराच्या ६ ते ७ इंच मागे पडलो होतो. मैदानावर गोळाफेकीचा सराव करताना मी जोरात आवाज काढून ते पात्रता अंतर पार करण्याचा प्रयत्न करायचो तेव्हा असा आवाज काढताना त्यासोबत आपले प्राणही जातील असं वाटायचं.

शेवटच्या टप्प्यात अगदी आर या पार अवस्था होती, मला शेवटचे तीन थ्रो दिले होते. मी संपूर्ण शक्तीनिशी थ्रो केलं, तरीही मी ४ इंच मागे पडलो आणि या एवढ्याशा अंतराने माझ्या बीजिंगला जाण्याच्या आशेवर बोळा फिरवला. त्यामुळे खूप निराश झालो, पण आपण संपूर्ण प्रयत्न केले हा दिलासा होता.

आपली मेहनत थोडी कमी पडली, असं मी स्वत:ला समजावलं.

मी माझं ध्येय साध्य करू शकलो नसलो, तरी त्या वेळी एक विचार माझ्या मनात सतत फेर धरून होता-

'कधीकधी किल्ल्यांच्या जुडग्यातल्या शेवटच्या किल्लीनं कुलूप उघडतं, आपण फक्त शेवटच्या क्षणापर्यंत प्रयत्न करत राहायचं.' या विचाराने मला नवी हिंमत दिली. मी भविष्यावर नजर केंद्रित करून पुन्हा तयारीला लागलो आणि दक्षिण कोरियात होणाऱ्या आशियायी पॅराऑलिम्पिक स्पर्धांसाठी पात्र ठरलो!

आपल्या देशासाठी खेळणं ही भावना काय असते हे मला सेऊलला गेल्यावर कळलं, तिथे आपल्या देशाचा ट्रॅकसूट घातल्यावर! तिथे प्रशिक्षक, व्यवस्थापक, फिजिओथेरपिस्ट तुम्हाला प्रोत्साहन देत असतात. हजारो लोक तुम्हाला पाहत असतात, जगभर हे खेळ टेलिकास्ट केले जातात, तेव्हा छाती आणखी १० इंचानी फुगते!

मीही त्या खेळामध्ये जीव ओतला होता. आपण आपल्या देशासाठी खेळतोय ही भावना एक वेगळीच ऊर्जा देते. ही स्पर्धा मला २०१२ साली होणाऱ्या लंडन पॅराऑलिम्पिक स्पर्धांसाठी पात्र बनवणार होती. माझ्या विभागात चांगले मातब्बर खेळाडू होते. माझ्यासाठी मोड आलेले मूग व हरभऱ्याचं मोठं बाऊल आणि व्हे-प्रोटीनयुक्त दुधाचा ग्लास असा नाश्ता असे, कारण मी लहानपणापासूनच शुद्ध शाकाहारी होतो. मी माझ्या मेहनतीच्या बळावर इथवर पोहोचलो होतो. मात्र त्याचवेळी माझे प्रतिस्पर्धी मात्र प्रोटीन मिळवण्यासाठी फक्त नाश्त्यातच एक अख्खी कोंबडी फस्त करत होते. त्या सर्वांना मागे टाकून, अखेर मी पाचव्या स्थानावर आलो.

२०१२ सालच्या लंडन पॅराऑलिम्पिकच्या तयारीच्या वेळी पात्रता निकष बीजिंगपेक्षाही अवघड होते. यावेळीही अवघ्या काही इंच अंतरांच्या फरकाने माझी संधी हुकली होती. पण या तयारीदरम्यान मी सर्वांची मने जिंकली होती. त्यानंतर मला मास्टर ऑलिम्पिकसाठी सज्ज होण्याची सुवर्णसंधी लाभली.

या स्पर्धेत ३५ वर्षांवरील स्पर्धक भाग घेऊ शकतात. ३५ वर्षांवरील पाच-पाच वर्षांचे वयोगट केलेले असतात. त्यात अंध-अपंग असा मुद्दा नसतो. सर्व खेळाडू समान धरले जातात. तुम्हाला गोल फिरून फेकायचं असेल तर तसं, उभ्या जागेवरून फेकायचं असेल तर तसं, सर्वांना पूर्ण संधी मिळते. मी ऐंशी-नव्वदाव्या वर्षीसुद्धा खेळणारे खेळाडू पाहिले आहेत, त्यांना भेटलो आहे. मला वाटतं, प्रत्येक खेळ खिलाडूवृत्तीने खेळला पाहिजे. मी जेव्हा २०-२५ वर्षांच्या खेळाडूसोबत खेळताना राष्ट्रीय सुवर्णपदक मिळवतो, तेव्हा आपले वय खेळाच्या आड येऊ शकत नाही हे ठळकपणे लक्षात येतं.

याखेरीज 'इंडियन ब्लाइन्ड स्पोर्ट्स असोसिएशन'तर्फे पॅराऑलिम्पिकमध्ये आणखी क्रीडाप्रकारांचा समावेश करण्याचा प्रयत्न केला जात आहे. अलीकडेच पॉवर लिफ्टिंग, फुटबॉल, कबड्डी व ज्युडो अशा खेळात दृष्टिबाधित खेळाडू भाग घेऊ लागले आहेत. मीसुद्धा पुन्हा पॉवर लिफ्टिंग, ज्युडो व पोहण्याचे प्रशिक्षण घ्यायला सुरुवात केली आहे, त्यामुळे मी एकदम फिट आणि सुदृढ-निरोगी आहे. आज मी ४७ वर्षांचा असलो, तरी माझ्यात २७ वर्षांच्या खेळाडूची उमेद आहे. खेळ, व्यायाम, सराव... हा सगळा माझ्या आयुष्याचा अविभाज्य भाग आहे, जो मला उत्साही, तंदुरुस्त व ताजेतवाने ठेवतो.

आता तर मोळेश्वरच्या कारखान्यातसुद्धा एक प्रशस्त व्यायामशाळा आहे. रोज पहाटे ४ वाजता या व्यायामशाळेत जाऊन व्यायाम करण्याची, ते कष्ट घेण्याची सवयच झाली आहे. पहाटे ४ ते सकाळी ८ वाजेपर्यंतचा हा उपक्रम दिवसभरासाठी ऊर्जा पुरवतो. माझ्याकडे बरेच नवे दृष्टिबाधित मित्र गोळाफेक, थाळीफेक व भालाफेकीचं प्रशिक्षण घ्यायला येतात. माझ्याकडे राष्ट्रीय पॅराऑलिम्पिक व इंडियन ब्लाइन्ड स्पोर्ट्स असोसिएशन या दोन्ही संस्थांची मिळून एकूण ११४ पदके आहेत. त्यात ३९ सुवर्णपदके, ४० रजतपदके व उर्वरित कांस्यपदके आहेत. या खेळांमुळे मला बरेच चषक व मानसन्मान लाभले आहेत, खेळाडू म्हणून ओळख मिळाली आहे, इतकी वर्षे स्वत:च्या नावावर राष्ट्रीय विक्रम असण्याचा एक वेगळाच आनंद व समाधान लाभलं आहे, पण बीजिंग व लंडनच्या पॅराऑलिम्पिकमध्ये आपल्या देशासाठी खेळू न शकल्याचं मनात कुठेतरी दु:खही आहे. माझ्यासाठी हे स्वप्न राहिलं आहे. वय त्याच्या गतीनं पुढं सरकतंय, ठीक आहे, पण मी आजही स्वत:ला पूर्णत: फिट ठेवण्याचा प्रयत्न करत असतो.

वयाच्या या टप्प्यावर येईपर्यंत मला मधुमेह किंवा रक्तदाबाची औषधे घ्यावी लागलेली नाहीत, किंवा ताप अथवा डोकेदुखीसाठी गोळी घ्यावी लागलेली नाही. मला व्यायामाची फक्त सवयच नाही, तर चक्क व्यसनच जडलेलं आहे. आपले शरीर फिट असेल, तरच आपले मन, मेंदू व विचार फिट राहू शकतात. या सर्व गोष्टी निरोगी राहिल्या तर आपण सकारात्मकतेने आयुष्यातील महत्त्वाचे निर्णय योग्यप्रकारे घेऊ शकतो. आज आपण अधिकाधिक भौतिक सुखांकडे वळत आहोत आणि आपल्या आयुष्यातून व्यायाम व खेळ गायब होत आहेत. आपण लहान गावात राहत असा वा शहरात, दिवसभराच्या व्यग्र दिनक्रमात ध्यान, प्राणायाम, व्यायाम व खेळ यासाठी थोडा वेळ काढणे आवश्यकच नाही, तर अनिवार्य आहे असं माझं ठाम मत आहे. खेळणे म्हणजे स्पर्धा, शर्यत किंवा पदक जिंकणं एवढाच अर्थ नसतो. खेळ व खिलाडू वृत्ती आपल्याला परिपूर्ण बनवते व अंतर्बाह्य संपूर्ण माणूस बनवते.

आज कुणाल १९ वर्षांचा आहे. त्याने लहानपणापासून मला जिममध्ये जाताना, व्यायाम करताना व क्रीडास्पर्धांची तयारी करताना पाहिलं आहे. तो बरेचदा माझ्यासोबत राष्ट्रीय क्रीडास्पर्धांनाही उपस्थित राहिला आहे. या संस्कारांमुळे त्याने लहानपणापासूनच अभ्यासाबरोबर खेळांकडे लक्ष द्यायला सुरुवात केली होती. मला आजही तो दिवस आठवतो. तो दहावीत असताना शालेय क्रीडास्पर्धेत उंच उडी मारताना त्याचा उजवा हात मोडला होता. मी त्या वेळी हरियाणात रोहतकला राष्ट्रीय क्रीडास्पर्धेला गेलो होतो. त्याच्या हाताला प्लॅस्टर घातल्यावर तो माझ्याशी फोनवर बोलला होता. त्याच्या आवाजात खिन्नता होती, ती जाणवल्यावर माझ्यात आणखी शक्ती संचारली. मग मी त्या राष्ट्रीय स्पर्धेत तीन सुवर्णपदके जिंकली आणि महाबळेश्वरला परत आल्यावर पलंगावर आडव्या असलेल्या कुणालच्या गळ्यात ती तिन्ही सुवर्णपदके घातली तेव्हा आम्हा तिघांचाही आनंद गगनात मावत नव्हता. या साऱ्याचं फलित म्हणजे कुणाल वेटलिफ्टिंगमध्ये प्रगती करत यंदा राष्ट्रीय स्तरावर खेळणार आहे. तो कॉम्प्युटर इंजिनिअरिंगचं शिक्षण घेत आहे, त्यातून वेळ काढून तो सुट्टीत महाबळेश्वरला येतो तेव्हा आम्हा बापलेकांमध्ये कोण जास्त वजन उचलतोय याची स्पर्धा असते आणि नीतालाही कुणासाठी टाळ्या वाजवायच्या, कुणाला चिअर अप करायचं असा प्रश्न पडतो!

एरवी पिता आपल्या मुलाला खेळाचं प्रशिक्षण देतो, पण आमच्या बाबतीत उलटं आहे. बरेचदा कुणाल मला लॅपटॉपवर जगभरातले विक्रम शोधून सांगत असतो आणि माझाच प्रशिक्षक बनत असतो. मी या वयात ५०० पुश-अप्स काढतो व १५० किलोंपर्यंत वजन उचलतो हे बघून माझे प्रतिस्पर्धी अतिशय वैतागतात, 'तुम्ही आता खेळणं थांबवा' असं म्हणतात. राष्ट्रीय स्पर्धा जिंकण्याचं त्यांचं स्वप्न माझ्यामुळे दरवर्षी भंगतं. पण माझं ठरलंय, मी उद्योगपती म्हणून नव्हे तर खेळाडू म्हणून या जगाचा निरोप घेऊ इच्छितो.

माझ्या मते, खास आहार किंवा औषधे घेण्यानं काहीही फरक पडत नाही. तुम्ही नियमित सराव करत असाल, रोज नेमाने ठरावीक नियमांच्या चौकटीत आयुष्य व्यतीत करत असाल तर तुम्हाला अपेक्षित परिणाम नक्कीच दिसू शकतात. आपल्या शाकाहारात जी शक्ती आहे ती चिकन वा मटणात नसते. आपला आहार पौष्टिक असायला हवा. या आहाराच्या बळावर आपण नक्कीच यश मिळवू शकतो. १०० ते २०० ग्रॅम मोडाचे मूग किंवा हरभरे, अर्धा ते एक ग्लास दूध व दोन ते चार केळी आपल्याला दिवसभर ऊर्जासंपन्न व तंदुरुस्त राखू शकतात. त्या जोडीला आपण दोन-चार खजूर खाऊ शकतो. या छोट्या छोट्या गोष्टींना

फक्त वीस ते तीस रुपये खर्च येतो. माझ्याजवळ पैसे नाहीत म्हणून मला खेळात भाग घेता येत नाही, असं कुणी म्हणत असेल तर ते चुकीचं आहे. माझ्याजवळ फी भरायला पैसे नाहीत म्हणून मी जिमला जाऊ शकत नाही असं कुणी म्हणत असेल तर तेही चुकीचं आहे. तुम्ही नायलॉनची तीन मीटरची दोरी तर विकत घेऊ शकता, तुम्ही पाच-पाच रुपयांच्या दोन विटा विकत घेऊन आपलं स्वत:चं पुश-अप मशीन उभे करू शकता. यासाठी साधनांची गरज नसते, गरज असते ती प्रबळ इच्छाशक्तीची! माझे असे बरेच मित्र आहेत, ते अतिउत्साहाच्या भरात एखाद्या बड्या जिमची वर्षाची फी आधीच भरतात व पूर्ण वर्षात ५ दिवससुद्धा जिममध्ये जाऊ शकत नाहीत. ज्यांना क्रीडाक्षेत्रात खरोखर काही कामगिरी करायची असेल, त्या सर्वांनी स्वत:चे लक्ष्य, स्वत:चा विजय डोळ्यांसमोर सुस्पष्ट ठेवणं फार आवश्यक असतं.

२०११ साली मी काश्मीरला गेलो होतो. तिथे श्रीनगर, त्यानंतर सोनमर्ग व कारगिलपर्यंत जाण्याची संधी मिळाली. बर्फाची चादर पांघरलेल्या त्या पहाडांवर पायी चालण्याचा अनुभव मोठा रोमांचक होता. त्या अनुभवाने मला भविष्यात उंच उंच पर्वत सर करण्याची प्रेरणा दिली. महाबळेश्वरचा प्रतापगड मला प्रत्येक वेळी त्याच्याकडे खेचून घेतो. मला जेव्हा जेव्हा संधी मिळेल तेव्हा मी तिथल्या ४००-४५० मोठमोठ्या दगडी पायऱ्या चढून जाण्यासाठी अतिशय उत्सुक असतो. मी सिंहगडही कित्येकदा चढून गेलो आहे. महाराष्ट्रातील सर्वोच्च शिखर कळसूबाई शिखर मी तीन वेळा सर केलं आहे. ही सर्व डोंगरशिखरे सर करताना कुठल्याही दृष्टिहीन व्यक्तीला जी आव्हाने पार करावी लागतात, ती मला खूप आवडतात.

गिर्यारोहणाबद्दल अधिक माहिती मिळवता मला 'नेहरू माउन्टेनिअरिंग'बद्दल समजलं. ही संस्था खासकरून गिर्यारोहणविषय प्रशिक्षण देते. आता मी या संस्थेशी कायमचा जोडला गेलो आहे. या संस्थेच्या मार्गदर्शनाखाली मला कित्येक उंच पर्वतांवर चढाई करण्याची संधी मिळाली आहे. गिर्यारोहण हे फक्त एक माध्यम आहे. त्यामार्फत मी खेळांतील रोमांच अनुभवण्याची माझी अतृप्त तृष्णा भागवण्याचा प्रयत्न करत असतो. मी आजही गोळाफेक, थाळीफेक व भालाफेक हे क्रीडाप्रकार खेळतो, मी आजही वेळ काढून पोहायला जातो, ज्युडो व पॉवर लिफ्टिंग करतो, त्याचबरोबर गिर्यारोहणाची कोणतीही संधी मी दवडत नाही. एखादा मदतनीस अथवा मित्राचा हात धरून मी प्रत्येक उत्तुंग शिखर सर करण्यासाठी सदैव तयार असतो.

माउन्ट एव्हरेस्ट सर करणं हे माझं स्वप्न आहे. हे ८८४८ मीटर उंचीवर असलेलं जगातील सर्वांत उंच शिखर सर करून मला तिथे आपल्या देशाचा

तिरंगा झेंडा फडकवायचा आहे. त्या उत्तुंग स्थानी उभा राहून मी माझ्या आईला नक्कीच सांगू शकेन की,

"आई, मी आज अशा ठिकाणी उभा आहे, जिथून मी जग पाहू शकत नसलो तरी सगळं जग माझ्याकडे पाहतंय."

माझा हा फक्त कल्पनाविलास नाहीये. स्वप्न साकार करण्यासाठी मी जीवतोड मेहनत करत आहे.

मी क्रीडाक्षेत्रात जसं चीन, जपान, मलेशिया, इंडोनेशिया, थायलंड आदी देशांच्या प्रतिस्पर्ध्यांना मागे टाकून पुढे गेलो, तसंच मी या सर्व देशांतून आयात केल्या जाणाऱ्या कोट्यवधी रुपयांच्या मेणबत्त्यांच्या स्पर्धेचा सामनाही 'सनराइज कॅन्डल्स'च्या माध्यमातून उत्तमरीत्या केला आहे. या आयात केल्या जाणाऱ्या मेणबत्त्यांना मी खेळातील प्रतिस्पर्ध्यांसमानच मानतो. आयुष्यात पुढे जायचं असेल, तर स्पर्धा खूप गरजेची असते. या स्पर्धेमुळेच 'सनराइज कॅन्डल्स'ने आपल्या प्रत्येक उत्पादनाची गुणवत्ता आंतरराष्ट्रीय मापदंडाच्या कसोटीतून पार करण्यासाठी खूप मेहनत घेतली आहे. खेळ असो वा बिझनेस त्यामध्ये स्पर्धा, त्रास व अडचणी येतातच, पण आपण घाबरून पाठ दाखवून पळायचं नसतं, कारण–

मुश्किलों से भाग जाना आसान होता है,
हर लम्हा एक नया इम्तहाँ होता है।
डरकर जीनेवालों को कुछ नहीं मिलता जिंदगी में,
जो लडकर जीते है, उनके कदमों में सारा जहान होता है।

१६

अविस्मरणीय

जगन्नाथ पुरी

एके दिवशी आम्हाला एक फोन आला. त्या फोनने आमच्या घरात आशेचे दीप उजळले. तो फोन होता नीताच्या एका नातेवाइकांचा. ते ओरिसातील भुवनेश्वरहून बोलत होते. त्यांच्या ओळखीचे डोळ्यांचे एक नामवंत डॉक्टर जगन्नाथ पुरीच्या रथयात्रेसाठी इंग्लंडहून येणार होते. नीताला व मला त्यांनी सांगितलेल्या दिवशी जगन्नाथ पुरीला पोहोचायचं होतं.

मग आम्ही दोघे डोळ्यांच्या तपासण्यांच्या आत्तापर्यंतच्या सर्व रिपोर्ट्सच्या फायली सोबत घेऊन, दोन दिवसांचा रेल्वे प्रवास करून भुवनेश्वरला गेलो. दुसऱ्या दिवशी आम्ही त्या डॉक्टरांना भेटलो, पण त्यांच्याकडूनही तेच उत्तर मिळालं, जे आजवर प्रत्येक डॉक्टरकडून ऐकलं होतं. माझ्या आजारावर काहीही उपाय नाही.

मला त्यांचा निरोप घेऊन लवकर घरी

परतायचं होतं. माझ्या आत कुठेतरी या गोष्टीचं दु:ख सलतं हे नीताला कळत होतं. म्हणून माझ्या मनावर फुंकर घालून मला त्या मनोवस्थेतून बाहेर काढण्यासाठी नीताने आग्रह धरला, की आपण इतक्या दूरवर आलो आहोत, तर रथयात्रा पाहूनच जाऊ या. माझी फारशी इच्छा नव्हती, तरी मी तिच्या आग्रहाचा मान ठेवला.

दुसऱ्या दिवशी आम्ही भगवान जगन्नाथाच्या मंदिराजवळ गेलो. रथयात्रेचा उत्सव अतिशय उत्साहाने सुरू होता. नीता मला सगळं वर्णन ऐकवत होती. त्या लाखो भक्तांच्या गर्दीत दुरून का होईना पण रथाचं दर्शन झाल्यामुळे नीता खूश होती. गर्दीच्या त्या महासागरात मला सोबत घेऊन रथापर्यंत पोहोचणं अशक्य होतं. आम्ही दोघे त्याबद्दलच बोलत होतो, तितक्यात त्या गर्दीतला कुणीतरी माणूस माझा हात धरून मला त्याच्या दिशेने ओढतोय असं मला जाणवलं. मी स्वत:चा तोल सांभाळण्याचा प्रयत्न करण्याआधी किंवा नीताने काही बोलण्याआधीच त्या सद्गृहस्थांनी मला ओढत गर्दीत दूरवर नेलं. वाटेत मी बऱ्याच लोकांना धडकलोसुद्धा मग एके ठिकाणी त्यांनी अचानक मला थांबवलं आणि मोडक्यातोडक्या हिंदीत त्यांनी मला त्या महाकाय रथाच्या पायऱ्या त्यांच्यासोबत चढायला सांगितलं. त्यानुसार पायऱ्या चढत असताना, काही पायऱ्या चढल्यावरच मला रथाची उंची जाणवू लागली, कारण इतका वेळ गर्दीचा जो आवाज येत होता, तो आता खालून येऊ लागला होता. मग त्या सद्गृहस्थांनी मला एक बाजूला झुकवून माझ्या उजव्या हाताचा भगवान जगन्नाथाच्या मूर्तीच्या पायाला स्पर्श घडवला आणि ते जसे मला ओढत वर घेऊन गेले होते, तसेच पण सांभाळून, त्यांनी मला रथावरून खाली उतरवलं आणि त्या गर्दीतून वाट काढत त्यांनी मला नीताजवळ आणलं. नीताच्या शब्दांत ताण, भीती, आश्चर्य या साऱ्याचं मिश्रण जाणवत होतं. मी नीताशी काही बोलणार, सद्गृहस्थांना धन्यवाद देणार... त्याआधीच ते आम्हा दोघांना 'नमस्ते' करून त्या गर्दीत हरवले!

मी रथापर्यंत जाऊन सुखरूप परत आलोय या गोष्टीवर नीताचा विश्वासच बसत नव्हता. ती बराच वेळ या सद्गृहस्थांना गर्दीत शोधत होती. तिलाही त्यांचे आभार मानायचे होते. आम्ही बराच वेळ तिथे होतो, पण आम्हाला ते सद्गृहस्थ पुन्हा दिसले नाहीत.

ते कोण असतील? कुठून आले असतील?... आजही मला तो प्रसंग आठवतो तेव्हा मी भगवान जगन्नाथाच्या चरणी नतमस्तक होतो.

लिंगमळा धबधबा

भरतशी मैत्री झाल्यापासून माझी चैन होती, कारण त्यालाही माझ्यासारखीच डोंगरदऱ्या व जंगलात पायी फिरण्याची खूप आवड होती. आर. के. वाडीच्या पूर्वेला असलेला लिंगमळा धबधबा हे आमचं दोघांचं सर्वांत आवडतं ठिकाण होतं. डांबरी रस्त्यावरून तिथे जायला सात किलोमीटर अंतर पार करावं लागत असे, पण जंगलातून पायवाटेवरून गेलं, तर डोंगरउतारावरून दोन किलोमीटरचं अंतर पार केलं की धबधब्यापर्यंत जाता येत असे. आम्ही बरेचदा या पायवाटेवरूनच तिथे जात असू.

तिथे जाताना आम्ही सोबत पिण्याचे पाणी व खाऊ घेत असू, कारण झऱ्याच्या वाहत्या पाण्यात काही तास डुंबल्यावर कडकडून भूक लागत असे. पावसाळ्यात त्या पायवाटेवर दोन्ही बाजूला चार ते पाच फूट उंचीची बरीच झाडं वाढत असत. त्यातून वाट काढत आम्ही त्या धबधब्यापर्यंत जात असू व पुन्हा त्याच वाटनें आर. के. वाडीत परत येत असू.

त्या पायवाटेवरून चालणं म्हणजे भयंकर दिव्य असे. पावसामुळे पायाखालची जमीन निसरडी झालेली असे. तिथून जाताना भरत वाटेत दिसणाऱ्या काही प्राण्यांचा, किडे-मुंगी वगैरेंचा उल्लेख करत असे – बेडूक, खेकडे, गोम, विंचू वगैरे. आम्हा दोघांच्याही पायात बूट असत व अँकलेटही घातलेले असत, त्यामुळे आमचा जवळजवळ गुडघ्यापर्यंतचा भाग सुरक्षित राहात असे. आम्हा दोघांच्याही हातात पाच-सहा फुटांची बांबूची मजबूत काठीही असे, त्यामुळे त्या सगळ्या जीवजंतूंना दूर ठेवत भरत त्यांच्या कडेनं वाट काढत मला पुढे घेऊन जात असे.

काही वेळा तो वाटेत पडलेली सापाची कात उचलून माझ्या हातात देत असे, व तिच्या लांबीवरून साप केवढा असेल याचा अंदाज बांधत असे.

असंच एकदा आम्ही त्या धबधब्याजवळ पाण्यात डुंबून, उंच वाढलेल्या झाडांतून वाट काढत घरी परत येत असताना, अचानक भरतने माझी कॉलर पकडून मला मागे ओढलं. एरवी भरत नेहमी पुढे असायचा, पण त्या दिवशी कसं कोण जाणे, मी हातात काठी घेऊन पुढे चालत होतो.

भरतने मला मागे ओढलं आणि तो माझ्या कानात कुजबुजला, "भावेश, अजिबात आवाज करू नकोस आणि जराही हालचाल करू नकोस. आपल्या समोर थोड्या अंतरावर एक मोठा काळा साप वेटोळं घालून बसला आहे."

तो साप कमीत कमी ९ ते १० फूट असेल, असंही भरतनं सांगितलं. मग आम्ही दोघे जागीच पुतळ्यासारखे स्तब्ध उभे राहिलो. पण समोरचा साप जागचा हलायला तयार नव्हता. अखेर आम्ही दोघे हळूहळू मागे सरकलो आणि सात

किलोमीटरचा लांब वळसा मारून संध्याकाळी उशिरा घरी परतलो.

त्या दिवशी भरतचं लक्ष समोर नसतं तर... त्याने मला मागे ओढलं नसतं तर?... आता प्रसंग आठवला की अंगावर काटा येतो. त्यानंतर आम्ही दोघे बरेचदा त्या झऱ्यात डुंबायला गेलो, पण डांबरी रस्त्यावरून!

अझीम प्रेमजी

त्या दिवशी मोळेश्वरच्या कारखान्यात मी माझ्या काही दृष्टिहीन मित्रांसमवेत मॅन्युफॅक्चरिंगच्या कामात गर्क होतो. नीता काही कामासाठी बाहेर गेली होती व इतर कुणी स्वयंसेवकही आमच्यासोबत नव्हता. आमची सगळी दृष्टिबाधित टीम आपापल्या कामात होती. तेवढ्यात बाहेर कार थांबल्याचा आवाज ऐकून माझे मित्र आलेल्या पाहुण्यांच्या स्वागताला दारात गेले. आम्ही सर्व ग्राहकांचे स्वागत अशाच प्रकारे करायचो. आमच्या संपूर्ण टीमवर अशाप्रकारचे संस्कार होते.

आम्हाला आवाजावरून कळलं, की आपल्याकडे एकच पाहुणा आलेला आहे. मग काही दृष्टिबाधित मित्रांनी 'डिस्प्ले'मध्ये ठेवलेल्या वेगवेगळ्या प्रकारच्या मेणबत्त्यांची माहिती देत त्या पाहुण्यांना आपल्या मार्केटिंग कौशल्याचा परिचय घडवला. मग काही वेळातच त्या पाहुण्यांनी मला जवळ बोलावून विचारलं, ''तुम्ही इतकं मोठं केंद्र चालवण्यासाठी निधी कुठून आणता?''

त्यांना कुतूहल असणं स्वाभाविकच होतं. कारण माझे हे मित्र तिथे आलेल्या लोकांना मेणबत्त्यांची माहिती देता देता सनराइज कॅन्डल्स, हॉस्टेल व माझ्याबद्दल थोडक्यात सांगतच असत.

मी त्यांच्या प्रश्नाचं उत्तर दिलं, ''मेणबत्त्यांच्या विक्रीतून आम्हा सर्वांचा उदरनिर्वाह चांगल्या प्रकारे होतो.''

मग त्यांनी काही वेळाने पुन्हा त्याबद्दलच प्रश्न केला,

''मिस्टर, तुम्ही कुठलीही सरकारी व खासगी मदत, कुठलीही देणगी वा अनुदान घेत नाही असं तुमच्या मित्रांनी सांगितलं, पण मग तुमच्या इतक्या लोकांचा खर्च कसा भागतो? मी जेव्हा अशा केंद्रावर जातो, तेव्हा तिथल्या पदाधिकाऱ्यांजवळ त्यांच्या मागण्यांची व अडचणींची मोठी यादी तयार असते. ते सर्वजण पावतीपुस्तक घेऊन सज्जच असतात. मला देणगी देण्यासाठी तुमचा हा प्रकल्प खूप आवडला. तुमची इच्छा असेल तर मी तुमच्या केंद्राला मोठा निधी देईन.''

त्यावर मी शक्य तितक्या विनम्रतेने त्यांना सांगितलं,

''मला तुमच्याकडून कोणत्याही प्रकारची आर्थिक मदत नकोय.''

एव्हाना आम्ही बोलत बोलत बाहेर व्हरांड्यात आलो होतो. मग मी सर्व

ग्राहकांना विचारायचो तोच प्रश्न विचारला,

"सर, तुम्ही कुठून आला आहात?"

"बंगळुरूहून," ते म्हणाले.

"सर, तुम्ही कोणत्या क्षेत्रात काम करता?" मी पुढचा प्रश्न विचारला.

"एक छोटी आयटी कंपनी चालवतो," उत्तर मिळालं.

त्या 'छोट्या' आयटी कंपनीच नाव 'विप्रो' असल्याचं मला पुढच्या संभाषणात समजलं.

मग मी विचारलं, "सर, विप्रो म्हणजे अझीम प्रेमजी सरांची कंपनी?"

"तुम्ही ओळखता त्यांना?"

"हो, सर मी त्यांचा खूप मोठा प्रशंसक आहे."

"इतके मोठे प्रशंसक आहात, तर कधी भेटला नाहीत त्यांना?"

"सर, भेटायची खूप इच्छा आहे, पण कधी योग आला नाही."

"मग त्यात काय मोठंसं? आत्ता भेटा... मी तुमच्या समोरच तर उभा आहे."

असं म्हणून त्यांनी बाहेर गाडीजवळ उभ्या असलेल्या त्यांच्या ड्रायव्हरला हाक मारली आणि गाडीत ठेवलेला त्यांचा मोबाइल फोन मागवून घेतला. ड्रायव्हरने तो तत्परतेनं आणून दिला. श्री अझीम प्रेमजी त्याला म्हणाले,

"माझ्या फोनवर यांच्यासोबत माझा छानसा फोटो काढ. हा मोठा विलक्षण माणूस आहे. याला कुणाकडून मदत नकोय."

त्यांच्या ड्रायव्हरने आज्ञाधारकपणे आमचा दोघांचा फोटो काढला. त्यानंतर ते जाता-जाता माझ्या हातात व्हिजिटिंग कार्ड देत मला म्हणाले,

"कधी कसलीही गरज असेल, तर मला अवश्य सांगा."

आणि मला काही कळण्याआधी व मी आणखी काही बोलण्याआधी ते गाडीत बसून निघून गेले.

थोड्या वेळाने नीता परत आल्यावर मी तिच्या हातात ते व्हिजिटिंग कार्ड ठेवलं व तिला सगळा वृत्तान्त सांगितला. तो ऐकल्यावर नीताने विचारलं,

"अझीम प्रेमजी सरांसोबत फोटो काढलात की नाही?"

मी म्हणालो, "फोटो काढलाय, पण त्यांच्या मोबाइल फोनवर. आनंद आणि आश्चर्याच्या भरात मी आपल्या फोनवर फोटो काढायचं विसरूनच गेलो!

मग नीताने लगेच त्या व्हिजिटिंग कार्डवर दिलेल्या ई-मेलवर संपर्क साधून माझा व अझीम सरांचा फोटो पाठवण्याची विनंती केली आणि अर्ध्या तासात तो संस्मरणीय फोटो नीताला मिळाला. आजही तो फोटो असलेला फ्लेक्स आमच्या सेंटरवर आम्ही अभिमानाने लावलेला आहे. आमच्याकडे येणारे ग्राहक तो फ्लेक्स

पाहून मला आश्चर्याने विचारतात, की अझीम प्रेमजी इथं आले होते?... तेव्हा मला या थोर व्यक्तीच्या साधेपणाला व नम्रतेला सलाम करावा असं वाटतं. त्यांना त्या फोटोच्या रूपाने मला त्यांचा स्नेहच पाठवला आहे. भविष्यात मला कधीही इतर काही मागण्यासाठी त्या व्हिजिटिंग कार्डचा उपयोग करावा लागणार नाही, अशी मला आशा आहे.

नारायण मूर्ती

चारू शर्मांचे कबड्डी लीगवरचे भाषण झाले होते आणि आता कुणीतरी वरिष्ठ पत्रकार – ते बहुधा पद्मभूषण विभूषितही होते – 'इलेक्ट्रॉनिक मीडियाचे स्वातंत्र्य व भवितव्य' या विषयावर विचार व्यक्त करत होते.

त्या दिवशी हॉटेल ताज गेटवे, हुबळी-कर्नाटक, देशपांडे फाउंडेशन, 'जीतो' (जैन इन्टरनॅशनल ट्रेड ऑर्गनायझेशन) व टॉयकॉन यांच्या वतीने एका सुंदर परिषदेचं आयोजन केलं होतं. त्या परिषदेचे मुख्य आकर्षण होते नोबेल पुरस्कार विजेते सुप्रसिद्ध अर्थतज्ज्ञ श्री. मोहम्मद युनूस आणि श्री. नारायण मूर्ती. त्या एकदिवसीय परिषदेत मलाही वक्ता म्हणून आमंत्रित केलं होतं. मला संध्याकाळी ४ ते ५ हा एक तासाचा वेळ दिला होता, पण मी इतक्या दिग्गज वक्त्यांची व्याख्याने ऐकण्यासाठी सकाळपासूनच तिथे उपस्थित होतो. वक्ता म्हणून माझी पुढच्या बाजूला सोफ्यावर बसण्याची व्यवस्था केली होती. पत्रकार महोदयांचे भाषण सुरू असताना, सोफ्यावर माझ्याशेजारी एकजण येऊन बसले. मी औपचारिकता म्हणून खिशातून व्हिजिटिंग कार्ड काढून देत त्यांना माझी ओळख करून दिली व त्यांना विचारलं, "आपण?"

त्यावर त्यांनीही त्यांचं कार्ड माझ्या हातात ठेवत माझ्याशी हस्तांदोलन केलं आणि माझ्यासारखंच हळू आवाजात सांगितलं, "मी नारायण मूर्ती."

मी हर्षभरित झालो होतो. ज्यांना मी खूप मानत होतो. अशा व्यक्तीशेजारी बसण्याचा मान मला लाभल्यामुळे मला माझा मोठा सन्मान झाल्यासारखं वाटत होतं. तेवढ्यात आयोजक श्री. नारायण मूर्तींना मंचावर घेऊन गेले. त्या वेळी दुपारचे १२ वाजले होते. आता १ तास फक्त श्री. नारायण मूर्तींना ऐकण्याची संधी मिळाली होती! तो एक तास कधी संपला ते कळलंच नाही. त्यांच्या भाषणानंतर संपूर्ण सभागृह उभे राहून टाळ्यांचा कडकडाट करत होतं. मी पुन्हा सोफ्यावर बसणार इतक्यात माझ्या हातांना त्याच हातांचा स्पर्श झाला, तो स्पर्श मी तासाभरापूर्वी अनुभवला होता. समोरून आवाज आला, "मिस्टर भाटिया, मी तुमच्याबद्दल बरंच ऐकलं आहे. तुम्हाला खूप खूप शुभेच्छा!"

एवढं बोलून ते आयोजकांसोबत सभागृहातून बाहेर पडले. त्यांच्यानंतरच्या

वक्त्याचं भाषण सुरू झालं, पण माझ्या मनात फक्त आणि फक्त नारायण मूर्तींचाच विचार सुरू होता. ते मंचावरून उतरून, सर्वांचे अभिवादन स्वीकारत थेट बाहेर जाऊ शकले असते, पण ते मंचावरून उतरून माझ्याजवळ आले, मला शुभेच्छा दिल्या. त्यावरून त्या थोर व्यक्तीची माणुसकी, सरळपणा व पाय जमिनीवर घट्ट रोवून असणं या गोष्टी दिसून येतात.

श्री. धनंजय चंद्रचूड

एके दिवशी महाबळेश्वर नगरपालिकेच्या ऑफिसमधून मुख्याधिकारी पवारजींचा फोन आला, ''भावेशभाई, आम्ही थोड्या वेळात तुमचा प्रकल्प पाहायला येतोय.''

आम्ही सगळे त्या वेळी आमच्या नेहमीच्या कामात गर्क होतो. थोड्याच वेळात १० ते १२ गाडयांचा ताफा मोळेश्वर युनिटमध्ये आला. नीताने मला आश्चर्ययुक्त स्वरात सांगितलं, की पवारजींच्या सोबत एक दाम्पत्यही दिसतंय, आणि नगरपालिकेचे काही लोक आहेत, तसेच मोळेश्वरधले काही मान्यवर लोकही आले आहेत, पण त्यांच्यासोबत पोलिसांचा इतका फौजफाटा कशासाठी आहे ते आमच्या लक्षात येत नव्हतं. तितक्यात पवारजी माझ्या जवळ येऊन म्हणाले, ''भावेशभाई, आज तुम्हाला सर्वांना भेटायला, तुमचा हा सुंदर प्रकल्प पाहायला एक खूप खास पाहुणे आले आहेत.''

मग त्यांनी माझी त्यांच्याशी ओळख करून दिली, ''हे सर्वोच्च न्यायालयाचे न्यायमूर्ती श्री. डी. वाय. चंद्रचूड आणि त्यांच्या पत्नी...''

मी त्यांना भेटून अगदी धन्य झालो होतो! पोलिसांचा इतका फौजफाटा कशासाठी होता तेही माझ्या लक्षात आलं होतं, कारण सर्वोच्च न्यायालयाच्या न्यायमूर्तींसाठी ही मोठी सुरक्षाव्यवस्था होती. मी टीव्हीवर बातम्या ऐकताना चंद्रचूड सरांचे नाव नेहमी ऐकत होतो, पण आज त्यांना प्रत्यक्ष भेटण्याची संधी मिळाली होती.

श्री. चंद्रचूडजी व त्यांच्या पत्नीने आमचा संपूर्ण प्रकल्प पाहिला आणि आम्हाला शाबासकी व आशीर्वाद दिले. माझ्या मित्रांनी त्यांच्यासमोर काही गीते सादर केली त्यामुळे वातावरण आणखी ऊर्जासंपन्न झालं होतं. आमची त्यांना काही मेणबत्त्या भेट द्यायची इच्छा होती, पण त्यांनी सर्व मेणबत्त्यांचे पैसे दिले व मगच त्या मेणबत्त्या घेतल्या. मग मला व नीताला दिल्लीला येण्याचं आमंत्रण देऊन त्यांनी आमचा निरोप घेतला. इतक्या मोठ्या पदावरची व्यक्ती इतक्या साध्यासरळ स्वभावाची कशी असू शकते याचं आम्हाला आश्चर्य वाटत होतं.

ते गेल्यानंतर मी मनोमन परमेश्वराला प्रार्थना केली, की श्री. डी. वाय. चंद्रचूड सर लवकरच त्यांच्या पित्याच्या पाऊलखुणा गिरवत सर्वोच्च न्यायालयाच्या

मुख्य न्यायमूर्तीपदी विराजमान होवोत!

गुलजार दादीमाँ

महाबळेश्वर व पाचगणी येथील ब्रह्माकुमारी केंद्रातून सविता दीदी व सुषमा दीदी 'वॅक्स म्यूझिअम'मध्ये आल्या ते सोबत अतिशय आनंदाची बातमी घेऊनच!

''भावेशभाई, आज संध्याकाळी पाच वाजता गुलजार दादीमाँ इथे येणार आहेत,'' त्यांनी सांगितलं.

ही बातमी ऐकून आम्हा सर्वांना खूप आनंद झाला. खूप वर्षांपूर्वी दर गुरुवारी महाबळेश्वरच्या ब्रह्माकुमारी केंद्राकडून प्रसाद म्हणून भरपूर मिठाया मिळत असत त्यामुळे मी माझ्या छोट्याशा स्टॉलवर गुरुवार येण्याची वाट बघत असायचो. पण हा प्रसाद भक्तीत कधी रूपांतरित झाला ते मला कळलंच नाही. हॉस्टेलमध्ये राहणाऱ्या दृष्टिहीन मित्रांसाठी सविता दीदी बरेचदा त्यांचा अमूल्य वेळ देत असत. त्या सर्वांना ध्यान, प्राणायाम व अध्यात्माशी जोडण्याचा प्रयत्न करत असत. पुढे माझे सर्व मित्र त्यांना 'ओम शांतीवाली दीदी' म्हणून ओळखायला लागले होते. आज एकविसाव्या शतकात आपण महिला सबलीकरण वगैरे गोष्टी करतो व ऐकतो, पण कित्येक दशकांपूर्वीच पूज्य ब्रह्माबाबांनी संपूर्ण ब्रह्माकुमारी अभियानाचे नेतृत्व भगिनींकडे सोपवलं होतं. त्या सर्वांत पूज्य आहेत जानकी दादीमाँ वयाच्या १०३व्या वर्षीसुद्धा आजही त्या अभियानाचे नेतृत्व करत आहेत. या पूज्य दादीमाँच्या पंक्तीतील दुसरं नाव आहे गुलजार दादीमाँ यांचं. त्या वयाच्या ९१ वर्षी चाकाच्या खुर्चीत असूनही ब्रह्माकुमारी अभियानाचा संपूर्ण जगभर प्रचार व प्रसार करत आहेत.

आज गुलजार दादीमाँ वॅक्स म्यूझिअममध्ये येणार आहेत या कल्पनेनं मनात आनंदाचं कारंजं थुईथुई नाचत होतं. त्यांच्या स्वागताची तयारी करण्यात संध्याकाळी ५ वाजेपर्यंत या अभियानाशी निगडित असलेले शेकडो बंधू-भगिनी वॅक्स म्यूझिअममध्ये आले. नीता सांगत होती, की शुभ्र पांढऱ्या वस्त्रांतील लोक आणि पाचशेपेक्षा जास्त पांढऱ्या गाड्यांचा ताफा अवतरल्यानंतर संपूर्ण मोळेश्वर गाव सफेद प्रकाशात न्हाऊन निघाल्यासारखं दिसतंय. अखेर पूज्य गुलजार दादीमाँची गाडी आली. योगिनी दीदी व आनंदभैया चाकाची खुर्ची घेऊन बाहेर सज्ज होते. त्यावर गुलजार दादीमाँना बसवून वॅक्स म्यूझिअममध्ये आणलं. त्या तिथे फक्त ५ मिनिटेच थांबतील असं आम्हाला आधीच सांगितलं होतं. महाबळेश्वर परिसरातील बऱ्याच मोठमोठ्या हॉटेल व रिसॉर्टचे मालक गुलजार दादीमाँचा आशीर्वाद घेण्यासाठी व त्यांना आपल्या हॉटेलमध्ये येण्याचं निमंत्रण देण्यासाठी आधीच येऊन थांबले हाते. पण दादीमाँ आज खास आम्हा दृष्टिहीन बंधू-भगिनींना आशीर्वाद

देण्यासाठी आल्या होत्या. गुलजार दादीमाँ चाकाच्या खुर्चीत बसूनच 'डिस्प्ले'मध्ये मांडलेल्या मेणबत्त्या पाहत होत्या. काही मेणबत्त्या त्यांनी हाताळूनसुद्धा पाहिल्या. आम्हा सर्वांची पाठ थोपटता थोपटता त्यांच्या मुखातून अमृतवाणीही बरसत होती. त्यांच्या सहवासात मी अपार व सकारात्मक ऊर्जा अनुभवत होतो... 'डिस्प्ले-मध्ये ठेवलेल्या सगळ्या मेणबत्त्या आपोआप प्रज्वलित होऊन उजळल्या आहेत असं वाटत होतं!

दादीमाँ फक्त ५ मिनिटे थांबतील असं आम्हाला सांगण्यात आलं असलं, तरी प्रत्यक्षात त्यांनी वॅक्स म्यूझिअममध्ये २ तास घालवले. त्यांनी व्यक्तिश: आमच्या प्रत्येक दृष्टिहीन बंधू-भगिनीला आशीर्वाद दिले. त्यांनी मला व नीताला ब्रह्माकुमारीचे प्रतीक असणारी एक फोटोफ्रेम आशीर्वाद म्हणून दिली. त्या आमचा निरोप घेऊन गाडीत बसेपर्यंत त्यांच्या अमृतवाणीनं आम्ही धन्य धन्य झालो!

गुलजार दादीमाँ येऊन गेल्यानंतर आम्हाला माउंट आबू येथे शांतीवन आश्रमात जानकी दादीमाँ यांना भेटण्याचे आमंत्रण मिळाले. आबू रोड येथील आश्रमात नीताबरोबर जानकी दादीमाँ यांना भेटायला गेलो. तिथे उपस्थित असलेल्या शिष्यामधून जानकी दादीमाँ यांनी आम्हाला त्यांच्या आसनाजवळ बोलावले. आम्ही ज्या मेणबत्त्या त्यांच्यासाठी घेऊन गेलो होतो, त्या देऊन त्यांचे आशीर्वाद घेतले. दहा मिनिटांची ती भेट म्हणजे उर्जा व शांतीचा अनुभव देणारी होती. आम्ही दोघे भाग्यवान होतो की लाखो करोडो लोकांची आस्था असणाऱ्या पूजनीय जानकी दादीमाँ यांचे आशीर्वाद घेता आले.

श्री. दादा वासवानी

पुणा कॅम्प परिसरस्थित 'साधु वासवानी मिशन ट्रस्ट' तर्फे आयोजित एका कार्यक्रमात सहभागी होण्यासाठी मला निमंत्रण मिळालं. या कार्यक्रमात मी आणि हिवरे बाजार गावचे सरपंच श्री. पोपट पवार प्रमुख वक्ता म्हणून उपस्थित होते. त्या कार्यक्रमानंतर १९२९ साली सुरू झालेल्या 'साधु वासवानी मिशन'च्या सर्वोच्च स्थानी असलेल्या श्री. दादा वासवानी यांचे आशिर्वाद घेण्याची संधी मिळाली. काही अनुयायांच्या मदतीने मी त्यांना त्यांच्या खोलीत जाऊन भेटलो. ९७ वर्षांचे पुजनीय दादा व्हीलचेअरमध्ये बसले होते. मी त्यांना नमस्कार करत त्यांच्या व्हीलचेअर शेजारीच बसलो. पुजनीय दादांची मातृभाषा सिंधी तर माझी कच्छी. या दोन भाषांमध्ये बरचसं साम्य आहे. त्यामुळे आम्ही कच्छी आणि सिंधीमध्येच जवळपास १५ मिनिटं संवाद साधला.

वयाच्या १०० व्या वर्षी पुजनीय दादा वासवानीजी यांनी आपल्या मागे विविध सामाजिक कार्यात गुंतलेलं देश-विदेशातील 'साधु वासवानी मिशन'चं

मोठं साम्राज्य सोडून जगाचा निरोप घेतला. संपूर्ण सिंधी समाज आणि करोडो अनुयायांचं श्रद्धास्थान असणाऱ्या या पुण्यातील पवित्र जागी भेट देण्याची जेव्हा जेव्हा संधी मिळते तेव्हा तेव्हा मी पुजनीय साधु वासवानीजी यांच्या मंदिराला भेट देतो. या दोन महान हस्तींच्या चरणांना वंदन करताना असामान्य शांती आणि आनंदाचा अनुभव प्राप्त होतो.

राष्ट्रीय विज्ञापन पुरस्कार

१० व ११ एप्रिल २०११ रोजी पुण्यातील ऑर्किड हॉटेलमध्ये लायन्सच्या आंतरराष्ट्रीय परिषदेचं आयोजन केलं होतं. ११ एप्रिल रोजी महाराष्ट्राचे तत्कालीन मुख्यमंत्री श्री. पृथ्वीराज चव्हाण सर्व लायन्स सदस्यांना संबोधित करणार होते. त्या कार्यक्रमात मला मुख्यमंत्र्यांच्या हस्ते एक पुरस्कार प्रदान केला जाणार होता. पण त्या कार्यक्रमाच्या एक आठवडा आधी आम्हाला मुंबईहून रिलायन्स फाउंडेशन-दृष्टीच्या एका पदाधिकाऱ्यांचा फोन आला.

ते म्हणाले की, "भावेशजी गोव्यातील वारका येथील 'व्हाइट सॅन्ड रिसॉर्ट'मध्ये ८ ते १० एप्रिल दरम्यान 'राष्ट्रीय विज्ञापन पुरस्कार वितरण समारंभ' आयोजित केला आहे. या समारंभाला देशातील नामवंत उद्योगपती व पत्रकार उपस्थित राहणार आहेत. माझ्याकडे त्या समारंभाचे दहा मोफत पास आहेत. तुम्ही त्या पाहुण्यांसमोर तुमच्या मेणबत्त्यांचं भव्य प्रदर्शन मांडावं अशी माझी इच्छा आहे. या एका पासची किंमत १२ हजार रुपये आहे. पासधारक व्यक्तीला सकाळपासून रात्रीपर्यंत जेवण नि:शुल्क मिळेल, तुम्ही फक्त येण्याजाण्याची व राहण्याची व्यवस्था तुमच्या सोयीने करा."

मी त्यांचे आभार मानले व त्यांना ताबडतोब होकार दिला. रिलायन्स फाउंडेशन दृष्टीकडून आम्हाला अशा सुवर्णसंधी बरेचदा मिळाल्या होत्या. १० एप्रिलला रात्री गोव्यातून निघून ११ एप्रिलला सकाळी पुण्यात ऑर्किडमध्ये पुरस्कार स्वीकारायला पोहोचता येईल अशी माझी कल्पना होती.

त्याच दिवशी संध्याकाळी माझे काही मित्र मला भेटायला आले होते. ते महाबळेश्वरमधील हॉटेलमालक होते. बोलता बोलता मी त्यांना गोव्याला जायचे असल्याबद्दल सांगितल्यावर त्यातील दोघा मित्रांनी सपत्निक गोव्याला येण्याची इच्छा व्यक्त केली व मेणबत्त्यांच्या प्रदर्शनाची संपूर्ण जबाबदारी घेण्याचं कबूल केलं.

माझ्याकडे आणखी चार पास शिल्लक होते. मग मी गोव्यात राहणाऱ्या दोन मित्रांना आमच्या प्रदर्शनासाठी सपत्निक आमंत्रण दिलं. त्याच मित्रांनी आमची गोव्यात राहण्याची व्यवस्था केली. मग दुसऱ्याच दिवशी आम्ही प्रदर्शनाची सर्व

सामग्री ट्रान्सपोर्टने गोव्याला रवाना केली.

एका मित्राने गोव्याला जाण्यासाठी त्याच्या इनोवा गाडीची व्यवस्था केली व आम्ही तीन जोडपी ७ एप्रिलला रात्री गोव्याला निघालो. ४०० किलोमीटर प्रवास करून आम्ही सकाळी गोव्याला पोहोचलो. तिथे गोव्यातले दोन मित्र सपत्निक आले आणि आम्ही सर्वांनी 'व्हाइट सॅन्ड रिसॉर्ट'मधील मेणबत्ती प्रदर्शन यशस्वी करण्यासाठी कंबर कसली. आमच्यासोबत आठ मित्र असल्यामुळे आता आम्हाला स्वयंसेवकांची कमतरता नव्हती. मलाही आमच्या मैत्रीचा व त्या सर्व मित्रांचा अतिशय अभिमान वाटत होता; पण लवकरच या अभिमानाचं वैतागात रूपांतर झालं! आमचे १२ हजार रुपयेवाले पास तिथल्या अनेक बिअर स्टॉलवरसुद्धा चालत असल्यामुळे, माझ्या त्या मित्रांना हवी तितकी बिअर, तीसुद्धा मोफत उपलब्ध झाली, त्यामुळे त्यांना प्रदर्शनात स्वयंसेवक म्हणून जमेरा धरणं अशक्य बनलं. हा सोहळा तीन दिवस मनमुराद सुरू होता.

मी व नीता, आम्ही दोघांनी अत्यंत मेहनतीने १० एप्रिलला रात्रीपर्यंत आम्ही आणलेल्या सगळ्या मेणबत्त्या विकल्या. मग मी आयोजकांना भेटून कृतज्ञता व्यक्त केली आणि त्या एखाद्या गावाएवढ्या मोठ्या हॉटेलमध्ये माझ्या मित्रांना शोधू लागलो. हा आमच्या मुक्कामाचा शेवटचाच दिवस आहे या गोष्टीची या मित्रांनाही जाणीव होती. त्यामुळे त्यांनी फुकटची बिअर इतकी ढोसली होती, की त्यांना धड उभंसुद्धा राहता येत नव्हतं.

मग आम्ही गोव्यातल्या मित्रांना टॅक्सीत बसवून त्यांची त्यांच्या घरी रवानगी केली आणि महाबळेश्वरहून आलेल्या दोन जोडप्यांना आधार देऊन कसंतरी गाडीत बसवलं. त्या दिवशी नीताचं गाडी चालवण्याचं कौशल्य कामी आलं. आम्ही रात्री ११ च्या सुमाराला गोव्याहून पुण्याच्या दिशेने निघालो, पण अद्याप आमच्या आणखी काही परीक्षा बाकी असाव्यात... वाटेत तुफान पाऊस सुरू झाला. त्यात भरीस भर म्हणून इनोवाचे वायपर काम करत नव्हते. मी नीताला म्हटलं, आपण हायवेवर एखादं हॉटेल बघून सगळेजण तिथे थांबू या, पुरस्कार काय, पुन्हा कधीतरी मिळेल, पण नीताचा दृढ निर्धार होता. ती म्हणाली,

"मुख्यमंत्र्यांच्या हस्ते सारखा सारखा पुरस्कार मिळत नाही. तुम्ही फक्त माझ्यावर विश्वास ठेवा आणि या फडक्यानं मधून मधून काच पुसून घ्या, बाकी मी बघते."

रात्रभर गाडी चालवून नीताने आम्हा सर्वांना सकाळी ८च्या सुमारास ऑर्किड जवळच्या एका हॉटेलवर आणलं. पुरस्कार प्रदान समारंभ सकाळी १० वाजता होता. मग आम्ही त्या हॉटेलमध्ये तीन खोल्या घेऊन आवरायला सुरुवात केली. रात्रभर झोप मिळाल्यामुळे ते चौघे बिअरप्रेमी जरासे भानावर आले होते.

मला पुरस्कार प्रदान केला जात असताना, विविध राज्यांतून आलेले लायन्स सदस्य टाळ्या वाजवत होते, पण त्या वेळी मला वाटत होतं, या टाळ्या माझ्यासाठी नाहीत... या टाळ्या नीतासाठी आहेत. तिने जराही तक्रार न करता रात्रभर गाडी चालवून जी हिंमत दाखवली होती. त्याबद्दल तो पुरस्कार तिला मिळायला हवा होता, मला नाही.

महाराष्ट्र दिव्यांग भूषण उद्योजकता पुरस्कार

नीताने माझ्या हातात त्या दिवशी आलेलं सगळं टपाल ठेवताना दोन पत्रांचा विशेष उल्लेख केला. त्यातील एक पत्र होतं महाराष्ट्र राज्याच्या सामाजिक न्याय व अधिकारिता मंत्रालयाचं, तर दुसरं पत्र महाराष्ट्र अपंग वित्त महामंडळाकडून आलं होतं. नीताने मला दोन्ही पत्रे वाचून दाखवली. दोन्ही पत्रांचा विषय एकच होता. मला २७ मार्च २०१६ रोजी नागपूरला पोहोचायचं होतं. २७ मार्च रोजी डॉ. वसंतराव देशपांडे सभागृहात मला त्या वर्षीचा 'दिव्यांग भूषण उद्योजकता पुरस्कार' महाराष्ट्राचे मुख्यमंत्री श्री. देवेन्द्र फडणवीस यांच्या हस्ते दिला जाणार होता. नीताने मला ही पत्रे वाचून दाखवली तो दिवस होता ८ मार्च. या 'महिला दिना'चे औचित्य साधून भावसा कुसुम माँ सह मोळेश्वरला आले होते. त्या दिवशी आमचे सुमारे २०० दृष्टिहीन बंधू-भगिनींसाठी ध्यानाचा कार्यक्रम आयोजित केला होता. या कार्यक्रमाला श्री. संजय दस्तुरे यांची सपत्निक विशेष उपस्थिती होती. भावसा त्यादरम्यान 'कृतघ्न मी कृतार्थ मी' या त्यांच्या पुस्तकावर अखेरचा हात फिरवत होते. ध्यानानंतर त्यांनी सर्व मित्रांना त्यांच्या पुस्तकातील आईबद्दलचं प्रकरण वाचून दाखवलं. ते प्रकरण इतकं हृदयस्पर्शी होतं, की ते ऐकताना सर्वांच्याच डोळ्यांतून अश्रुधारा वाहत होत्या. त्यानंतर माझ्या मित्रांनी 'आई' या विषयावरच्या गीतांचा सुंदर कार्यक्रम सादर केला. संजय दस्तुरेंनी आम्हाला न सांगता या संपूर्ण कार्यक्रमाचं व्हिडीओ शूटिंग केलं होतं. तो व्हिडीओ आयुष्यभर आठवण म्हणून जपून ठेवावा लागेल याची त्या वेळी आम्हाला जराही कल्पना नव्हती.

२७ मार्चला सायंकाळी मी पुरस्कार स्वीकारण्यासाठी नीतासोबत मंचावर गेलो, तेव्हा तिथे मुख्यमंत्री महोदयांसह अन्य मंत्रीही उपस्थित होते. मीही छान तयार वगैरे होऊन, सुटाबुटात गेलो होतो. मला त्यानिमित्ताने मुख्यमंत्र्यांशी हस्तांदोलन करण्याची संधी मिळाली. त्यांनी मला पुरस्कार प्रदान केला आणि अनेक शुभेच्छा व आशीर्वाद देत ते म्हणाले,

"अरे भाई, तुम्ही इथं उपस्थित असलेल्या आम्हा सर्व मंत्र्यापेक्षाही जास्त सुंदर दिसत आहात."

मी त्यांचे आभार मानून व सर्वांचे अभिवादन स्वीकारत मंचावरून खाली उतरलो. त्यानंतर सभागृहात उपस्थित मित्र व पत्रकार यांना भेटून मी व नीता रवी भवन गेस्ट हाउसवर गेलो.

दुसऱ्या दिवशी मी नीताला आमच्या लग्नानंतर पहिल्यांदाच गोंदियाला घेऊन जाणार होतो. नागपूरहून गोंदिया फक्त १५० किलोमीटरवर आहे. गोंदिया ते रायपूर हे अंतरही जवळजवळ तेवढंच आहे. इथपर्यंत आलो आहोत तर रायपूरला जाऊन चंपारण महाप्रभू श्रीवल्लभाचार्यांच्या जन्मस्थळी दर्शनाला जाऊन यावं अशी नीताची इच्छा होती.

आम्ही रात्री १०:३०च्या सुमाराला रवी भवनमध्ये पोहोचलो होतो. त्यानंतर पुढच्या प्रवासाच्या तयारीत असतानाच, रात्री साडेअकरा वाजता श्री. अभय बागमार यांचा फोन आला. नीताने पुरस्कार स्वीकारतानाचे फोटो व्हॉट्स ॲपवरून सर्वांना पाठवले होते, त्यामुळे अभयभाईंचा त्या संदर्भात फोन आला असेल असं वाटलं. पण फोनवर त्यांनी जे सांगितलं, ते ऐकून माझ्या पायाखालची जमीन सरकली. माझ्या बोलण्यावरून, काहीतरी अघटित घडलंय एवढं नीताच्या लक्षात आलं होतं. ती माझ्याजवळ येऊन उभी राहिली होती. मी फोन बंद केला आणि नीताला एवढंच म्हणालो, "आपलं छत्र हरपलं गं!"

भावसा आम्हा दोघांसाठी पिता, गुरू, मार्गदर्शक, मित्र... सर्व काही होते. भावसांनी तासाभरापूर्वी जगाचा निरोप घेतल्याचं अभयभाईंनी सांगितलं होतं.

त्या रात्री आम्ही दोघे पुण्याला जाण्यासाठी व्याकूळ झालो होतो. पण नागपूरहून पुण्याला जाण्यासाठी दुसऱ्या दिवशी दुपारी १ वाजता विमान होतं. आम्हाला घ्यायला सुहासभाई दुपारी २ वाजता विमानतळावर हजर होते.

भावसा सच्चे संन्यासी होते, त्यामुळे त्यांना अखेरचा निरोपही संन्यासी म्हणूनच दिला जाणार होता. त्यासाठी देशविदेशांतील अनेक लोक, हजारो ओशो संन्यासी उपस्थित होते. ते नाचत, गाणी म्हणत, ढोल वाजवत मनातल्या दुःखाला उत्सवाचं रूप देण्याचा पुरेपूर प्रयत्न करत होते. पण मी व नीता एका कोपऱ्यात उभे राहून ढसाढसा रडत होतो. सर्वजण आमच्या जवळ येऊन आमचं सांत्वन करत होते. पण ज्यांनी आम्हा दोघांना जगायला शिकवलं, आभाळझेप घ्यायला मदत केली, तेच आमचे भावसा त्याच आभाळात दूर... खूप दूर... देवलोकांत गेले होते...

आम्ही त्याच दिवशी रात्री मोळेश्वरला पोहोचलो. मी 'वॅक्स म्यूझिअम'च्या ऑफिसमध्ये एका कोपऱ्यात मूकपणे बसलो होतो... आतून पूर्ण मोडून पडलो होतो... तेवढ्यात मला भावसांचा परिचित, मधुर आवाज ऐकू आला. नीताने

ऑफिसमधल्या कॉम्प्युटरवर संजय दस्तुरेंनी ८ मार्चला घेतलेला भावसांचा व्हिडीओ लावला होता...

हे वास्तव... की स्वप्न!

ज्या 'जीतो' व 'टायकॉन' हुबळीच्या परिषदेने मला श्री. नारायण मूर्ती, श्री. मोहम्मद युनूस अशा दिग्गजांना प्रत्यक्ष भेटण्याची संधी दिली, तसेच त्याच परिषदेमुळे मला हुबळी, धारवाड, बेळगाव या जवळजवळ असलेल्या शहरांतील काही नामवंत लोकांनाही भेटता आलं.

त्यानंतर काही महिन्यांनी मला बेळगांव (कर्नाटक)मध्ये आयोजित केलेल्या, 'जीतो'(JITO)च्या दोनदिवसीय परिषदेसाठी वक्ता म्हणून आमंत्रण आलं. त्यादरम्यान माझी भयंकर धावपळ सुरू होती, त्यामुळे मला हे आमंत्रण स्वीकारणं फारच मुश्कील होतं. पण आयोजकांचा खूपच आग्रह होता आणि त्यांनी माझ्या दृष्टिबाधित मित्रांच्या शिक्षणासाठी व वैद्यकीय उपचारांसाठी मोठी रक्कम मानधन म्हणून देऊ केली असल्यामुळे मी एका दिवसासाठी का होईना पण बेळगावला जायचं ठरवलं. तसंही मी माझ्या या मित्रांचा लाभ होणार असेल तर त्यासाठी प्रयत्न करण्याची कुठलीही संधी सोडू शकत नव्हतो.

या परिषदेचं आयोजन अतिशय उत्तमरीत्या केलं होतं. यानिमित्ताने मला आणखी काही लोकांना भेटता आलं. त्यापैकीच एक म्हणजे श्री. विजयकुमार कचुनूर. ते संघाचे कार्यकर्ता होते आणि बेळगावमधील अनेक सामाजिक कार्यांत अग्रेसर होते. तिथे माझी श्री. सिदु अलगुर यांच्याशीही भेट झाली. ते कर्नाटक सरकार संचालित राणी चन्नम्मा विद्यापीठाचे कुलसचिव होते. काही मिनिटांच्या भेटीतच माझे त्यांच्याशी मैत्रीचे बंध जुळले. हे दोघेही मान्यवर वयाने माझ्यापेक्षा ज्येष्ठ होते. त्यांना माझ्याबद्दल थोरल्या भावासारखी आत्मीयता होती.

त्यांनी मला विद्यापीठातील विद्यार्थ्यांसमोर व्याख्यान देण्यासाठी पुन्हा बेळगावला येण्याचं आमंत्रण दिलं. मी त्या कार्यक्रमानंतर महाबळेश्वरला परत आलो. या गोष्टीला दोन वर्षे उलटली तरी मला उद्याप बेळगावला जायला जमलं नव्हतं. पण बंगळुरू, गुलबर्गा, बिदर आदी शहरांत राहणाऱ्या माझ्या बऱ्याच दृष्टिबाधित मित्रांना मी 'सनराइज कॅन्डल्स' सोबत जोडून घेतलं होतं व त्यांच्यासाठी स्वयंरोजगाराच्या नव्या संधी मात्र शोधल्या होत्या.

त्यानंतर नोव्हेंबर २०१८मध्ये एके दिवशी अचानक बेळगावहून विजयकुमारजींचा फोन आला. त्यांनी मला माझा संपूर्ण परिचय, मी आजवर केलेल्या कार्याचे फोटो, त्याबद्दल वृत्तपत्रांत आलेल्या लेख व बातम्यांची कात्रणे आणि मला आजवर मिळालेल्या राष्ट्रीय व आंतरराष्ट्रीय पुरस्कारांची संपूर्ण यादी बेळगावला

लवकरात लवकर पाठवून द्यायला सांगितलं. त्यांच्या बोलण्यावरून मला वाटलं, की मला कुठल्यातरी कार्यक्रमात वक्ता म्हणून आमंत्रित करण्यासाठी त्यांनी हे सगळं मागवून ठेवलं असेल.

मागच्या वेळी बेळगावला गेलो होतो तेव्हा विद्यार्थ्यांना भेटता न आल्याची खंत वाटत होतीच, त्यामुळे मी या वेळी विजयजी व अलगुरजींचे आमंत्रण टाळायचं नाही असं ठरवलं. त्यांनी पाठवायला सांगितलेल्या सर्व गोष्टी नीताने लगेचच बेळगावला पाठवून दिल्या.

या गोष्टीला जवळजवळ चार महिने झाल्यानंतर, मे २०१९ मध्ये एके दिवशी नीताला विजयकुमारजींचा फोन आला. मी त्या दिवशी काही कामासाठी दिल्लीला गेलो होतो. पुण्याच्या विमानतळावर उतरून, १५० किमीचा प्रवास करून मी मध्यरात्री महाबळेश्वरला परत आलो तेव्हा दिवसभराच्या धावपळीने प्रचंड शिणलो होतो. मी पहाटे ३ वाजता महाबळेश्वरहून निघालो होतो. मला पुणे विमानतळावर सकाळी ८ वाजताचं विमान धरायचं होतं.

मी घरी परत आलो तेव्हा नेहमीप्रमाणे नीता माझी दारात वाट बघत उभी होती. मी जेव्हा एकटा प्रवासाला जातो तेव्हा रात्री कितीही उशीर झाला असला तरी नीता माझी वाट बघत थांबलेली असते. ती दारात उभी असली की माझा दिवसभराचा शीण कुठल्याकुठे पळून जातो.

त्या दिवशी नीता माझ्या हातातली बॅग घेतना हसत म्हणाली, ''या डॉ. भावेश भाटिया... आपलं स्वागत आहे!''

मग तिने मला विजयकुमारजींचा फोन आल्याचं सांगितलं आणि माझं अभिनंदन करत ती म्हणाली, ''कर्नाटक सरकार राणी चन्नमा विद्यापीठातर्फे तुम्हाला डॉक्टरेट देणार आहे. आपल्याला दोघांना २९ मेला बेळगावला जायचं आहे.''

विजयकुमारजींनी आमच्याकडून जी कागदपत्रे वगैरे मागवून घेतली होती. ती कर्नाटकचे राज्यपाल श्री. वजुभाई वाला यांच्या ऑफिसमध्ये पाठवली होती. राणी चन्नम्मा विद्यापीठातर्फे दिल्या जाणाऱ्या डॉक्टरेटसंदर्भात अंतिम मोहर राज्यपाल कार्यालयाद्वारेच उमटवली जात असे.

मग मी दुसऱ्या दिवशी विजयकुमारजी व सिदुजी अलगुर यांना फोन करून कृतज्ञता व्यक्त केली, त्या वेळी ते म्हणाले, ''आम्ही काहीही केलं नाही, आम्ही फक्त योग्य सन्मानासाठी योग्य व्यक्ती निवडण्यात सरकारची थोडीशी मदत केली आहे. भावेशभाई, आम्ही तुम्हाला पहिल्यांदा भेटलो होतो तेव्हाच आम्हाला डॉक्टरेटसाठी तुम्ही खरी पात्र व्यक्ती आहात असं वाटलं होतं. तुमच्याबद्दल आणखी माहिती गोळा करण्यात विनाकारण दोन वर्षे वाया गेली, हा सन्मान तर तुम्हाला त्याच वर्षी मिळायला हवा होता.''

नीता व मी बेळगावला एक दिवस आधी पोहोचलो. १८० एकरांच्या विस्तीर्ण क्षेत्रात पसरलेल्या विश्वेश्वर टेक्नॉलॉजी युनिव्हर्सिटीमध्ये २८ मे रोजी माझं दोन तासाचं व्याख्यान ठेवलं होतं.

विद्यापीठाच्या आलिशान अतिथीगृहात आमची राहण्याची व्यवस्था केली होती. तिथे माझी भेट 'इस्त्रो'चे माजी अध्यक्ष डॉ. कस्तुरी रंगन यांच्याशी झाली. रात्री भोजनाच्या वेळी त्यांच्याशी गप्पा मारण्याचा व त्यांचा सहवास लाभण्याचाही योग आला. विद्यापीठाच्या दीक्षान्त समारंभासाठी कर्नाटक सरकारने त्यांना मुख्य अतिथी म्हणून निमंत्रित केलं होतं. पद्मविभूषण डॉ. कस्तुरी रंगन यांच्या उपस्थितीने संपूर्ण वातावरण भारून गेलं होतं.

दुसऱ्या दिवशी सकाळी अकरा वाजता विद्यापीठाच्या प्रशस्त सभागृहात कार्यक्रम सुरू झाला. कुलगुरू श्री. डॉ. शिवानंदजी होसमणी, कुलसचिव श्री. सिदुजी अलगुर व मंचावर उपस्थित सर्व समिती सदस्यांनी कार्यक्रमाची संपूर्ण सज्जता केली होती. माझ्यासाठी हा मोठा विलक्षण अनुभव होता. मी एम.ए. झाल्यानंतर आपल्या आवडीच्या एखाद्या विषयावर पीएच.डी. करायचं खूप मनात होतं, पण परिस्थितीच्या आवर्तनात मी असा भिरभिरत होतो, की मनातली ही इच्छा तशीच राहिली होती. पण आज माझ्या काळजाच्या सर्वांत जवळ असलेल्या 'सनराइज कॅन्डल्स'ने व त्याच्याशी निगडित 'सामाजिक उद्योजकता' या विषयाने मला या महान मंचावर येण्याची संधी दिली होती.

मी डॉक्टरेट स्वीकारण्यासाठी उभा राहिलो, तेव्हा त्या मंचावर माझे कोट्यवधी दिव्यांग मित्रही आले आहेत, ज्यांचा स्वयंरोजगार, मेक इन इंडिया, स्किल इंडिया या गोष्टींवर विश्वास आहे, असं मला वाटत होतं.

'जीतो'च्या कार्यक्रमात माझी विजयकुमारजी व अलगुरजींची भेट झाली आणि त्यांनी खरोखर थोरल्या भावाच्या मायेनं माझे प्रयत्न समाजापर्यंत पोहोचवले आहेत व आदर्श घालून दिला आहे. माझी खात्री आहे, की विजयकुमारजी व अलगुरजीप्रमाणेच जागरूक समाज देशाच्या कानाकोपऱ्यात काम करणाऱ्या अशा कित्येक भावेशना अशाच उंचीपर्यंत पोहोचवण्याचा प्रयत्न करेल.

मी, नीता व माझे सर्व दृष्टिहीन मित्र– आम्ही कर्नाटकचे राज्यपाल श्री. वजूभाई वाला, कर्नाटक सरकारचे मंत्रिमंडळ, डॉ. कस्तुरी रंगन, विद्यापीठाचे कुलगुरू व 'जीतो' परिवाराला खूप खूप धन्यवाद देतो!

१६ नोव्हेंबर २०१९ रोजी मला नाशिकच्या 'सह्याद्री फार्म'वर व्याख्यानासाठी बोलावले होते. माझे मित्र विलास शिंदे यांनी द्राक्षउत्पादक शेतकऱ्यांसाठी एक

'फार्मर्स प्रॉड्यूसर कंपनी' स्थापन केली आहे. या कंपनीशी लाखो शेतकरी जोडले गेले आहेत. या वर्षी महाराष्ट्राला जो अतिवृष्टीचा तडाखा बसला, त्यामुळे अनेक शेतकरी, त्यांची तरुण मुले आत्महत्येस प्रवृत्त झाली. आज शेतकरी असे पाऊल उचलत आहेत हे ऐकून मला अतिशय दु:ख झाले. पण जर माझ्या व्याख्यानामुळे काही लोकांचे मनपरिवर्तन झाले, त्यांच्यात उमेद जागली, मी त्यांच्यापर्यंत एक सकारात्मक ऊर्जा पोहोचवू शकलो, तर ही माझ्यासाठी खूप समाधानाची गोष्ट ठरणार होती.

मी या व्याख्यानाच्या निमित्ताने या सर्व शेतकऱ्यांशी संवाद साधला. मी त्यांना म्हणालो, की आपण पूर्वीपासून गोष्टीच्या पुस्तकांतसुद्धा 'एक गरीब शेतकरी होता.' असे वर्णन वाचत आलो आहोत. शेतकरी म्हटले की 'गरीब', 'लाचार' असे चित्र का? हे शब्द त्याच्यासोबत का जोडले गेले आहेत? खरे तर, शेतकरी उत्पादक किंवा उद्योजक बनला पाहिजे. आपण निसर्गाला बदलू शकत नाही, पण आपण निसर्गानुरूप बदलणे अत्यंत गरजेचे आहे. माझे दिव्यांग बांधव बरेच त्रास सोसत असतात, पण तेसुद्धा कधी आत्महत्येचा विचार मनात आणत नाहीत, आणि तुम्ही असा जीवन संपवण्याचा विचार का करता? आज तंत्रज्ञान इतके प्रगत झाले आहे व ते सर्वांना सहज उपलब्धही आहे. बाकीचे देश एकरी उत्पादनात आपल्या कितीतरी पुढे आहेत, मग आपण अशी प्रगती का साधू शकत नाही? यासाठी आपले विचार बदलण्याची गरज आहे आणि सकारात्मक वृत्तीने वाटचाल करण्याची गरज आहे.

माझ्या या दोन तासांच्या व्याख्यानानंतर अनेक शेतकरी मला येऊन भेटले. त्यांच्यामध्ये उमेद जागलेली पाहून मला खूप आनंद झाला.

मला माझ्या मुलाच्या नावाने ओळखलं जातं...

२६ मार्च २०१६ रोजी भावसांच्या आकस्मिक निधानाने माझं छत्रच हरपलं होतं. पण ते गेल्यानंतरही संपूर्ण बागमार परिवार त्याच आत्मीयतेने 'सनराइज कॅन्डल्स' व 'ओशोनिक व्हिजन' सोबत राहिला आहे. अभयभाईपासून कुसुममाँपर्यंत सर्वजण, तसंच गंगारामजी पाटील, मनोज खैरकर हे सर्वजण आम्हाला भावसांची उणीव कधीही जाणवू न देण्याचा प्रयत्न करतात. कृष्णकांतभाई व अनुराधाबेन मोळेश्वरला यायचे तेव्हा भावसांच्या आठवणी पुन्हा ताज्या व्हायच्या...

२०१४ साली मला राष्ट्रपती पुरस्कार मिळाला तेव्हा भावसा म्हणाले होते, "भावेश, तुम्हाला पुन्हा राष्ट्रपती पुरस्कार मिळेल तेव्हा मी तुमच्यासोबत दिल्लीला नक्की येईन..." पण भावसांच्या निधनानंतर २०१६ सालीच आम्हाला 'सर्वश्रेष्ठ

नियोक्ता' म्हणून दुसरा राष्ट्रपती पुरस्कार जाहीर झाला. त्या वेळी मनात आलं... खेळ कुणाला दैवाचा कळला?

२०१६ सालच्या राष्ट्रपती पुरस्कार प्रदान समारंभासाठी दिल्लीला यायला वडील अजिबात तयार नव्हते, कारण त्यांना दिल्लीची थंडी मानवण्यासारखी नव्हती. २०१४ सालीही ते याच कारणामुळे आमच्यासोबत दिल्लीला आले नव्हते. आम्हाला दोन दोन राष्ट्रपती पुरस्कार मिळाल्यामुळे नीता व मी एका नव्या आत्मविश्वासाने आमच्या उद्दिष्टपूर्तीच्या मागे होतो. पण आयुष्य मात्र नित्य नवी कसोटी पाहात होतं. भावसांच्या निधनाने बसलेला घाव काळासोबत हळूहळू भरू लागला होता, त्यांची उणीव पचवून घ्यायचा प्रयत्न करतच होतो, तितक्यात... २७ डिसेंबर २०१७ रोजी आणखी एक दु:खद बातमी येऊन आदळली. श्री. कृष्णकांतभाईंनी जगाचा निरोप घेतला होता. ते आजारी होतेच, अखेर वयाच्या ८४व्या वर्षी त्यांची प्राणज्योत मालवली. मुंबईच्या नाना चौकातील तेजपाल सभागृहात कृष्णकांतभाईंची शोकसभा आयोजित केली होती. त्या शोकसभेला मुंबईतील अनेक नामवंत उद्योगपती, व्यापारी, राजकारण-शिक्षण-समाजकार्य या क्षेत्रांतील हजारो लोक उपस्थित होते.

श्री. कृष्णकांतभाईंनी आयुष्यात खूप माणसे जोडली होती. आता फक्त त्यांच्या आठवणी उरल्या होत्या. गेल्या दीड वर्षाच्या काळात मी आधी भावसा व आता कृष्णकांतभाई या माझ्यासाठी गुरुतुल्य व पितृतुल्य असलेल्या दोन व्यक्तींना कायमचं गमावलं होतं.

याचदरम्यान वडिलांना मूत्रपिंडाचा त्रास सुरू झाला होता. नीता व मी त्यांना जगातील चांगल्यात चांगले उपचार मिळवून देण्याचा प्रयत्न करत होतो. ते अशा अवस्थेतसुद्धा आर. के. वाडी ट्रस्टमध्ये काम करतच होते. त्यांनी आता पूर्ण विश्रांती घ्यावी अशी माझी इच्छा होती, पण आर. के. वाडीतल्या या एका खोलीच्या घराशी तुझ्या आईच्या बऱ्याच आठवणी गुंफलेल्या आहेत असं म्हणून ते मला गप्प करत होते. त्यांच्या या भावपूर्ण शब्दांपुढे मी नि:शब्द व्हायचो.

आईच्या निधनानंतर मी त्यांच्याशी फक्त मुलगा या नात्याच्या चौकटीत न राहता, त्यांचा मित्र बनून त्यांना आग्रहानं सांगितलं होतं, की तुमची इच्छा असेल तर तुम्ही दुसरं लग्न करा, त्याला माझी काहीही हरकत असणार नाही. पण हा विषय काढला की ते प्रत्येक वेळी माझं बोलणं उडवून लावत म्हणायचे, "आता कुठं मला पाशांत गुंतवतोस! आता तू आयुष्यात स्थिरस्थावर झालास म्हणजे झालं... माझ्यासाठी तेवढं पुरे आहे."

याबरोबरच ते प्रत्येक वेळी सांगायचे, की ज्या मुलांच्या आई-वडिलांना

सकाळी सकाळी ब्रह्ममुहूर्तावर स्वर्गवास होतो, त्या मुलांची खूप प्रगती होते. तुझी आईसुद्धा तुला सकाळी सकाळी भरभरून आशीर्वाद देऊन गेली आहे, तुझं भविष्य खूप उज्ज्वल आहे. पण माझ्या आयुष्यात पुन्हा एकदा याचीच पुनरावृत्ती होणार आहे हे मला माहीत नव्हतं. पिताजी मूत्रपिंडाच्या विकाराशी बराच काळ लढा देत होते. यादरम्यान त्यांनी माझ्या सर्व दृष्टिबाधित मित्रांना प्रगतिपथावर वाटचाल करताना पाहिलं. मीही आजवर त्यांच्याच आशीर्वादांची कवचकुंडले धारण करून आयुष्यातल्या सगळ्या लढायांना सामोरा गेलो होतो. पण ते त्यांच्या आजारपणाशी लढता लढता मूकपणे शस्त्रे खाली ठेवत होते... अखेर २९ एप्रिल २०१९ रोजी पहाटे साडेतीन वाजता नीता, कुणाल व मी हॉस्पिटलच्या अतिदक्षता विभागात त्यांना भेटायला गेलो असताना, वडलांनी माझ्या डोक्यावर थरथरता हात फिरवला. ते अतिशय कष्टाने बोलत होते. ते म्हणाले,

"प्रत्येक मुलगा त्याच्या वडिलांच्या नावावरून ओळखला जातो, पण बेटा, मी असा बाप आहे, जो त्याच्या मुलाच्या नावावरून ओळखला जातो. माझे आशीर्वाद सदैव तुझ्या पाठीशी आहेत..." एवढं बोलता बोलता त्यांना धाप लागली. मग डॉक्टरांनी आम्हाला अतिदक्षता विभागाच्या बाहेर जाऊन बसायला सांगितलं. त्यानंतर थोड्याच वेळात... पहाटे ४ वाजता, ब्राह्ममुहूर्तावरच वडलांनी अखेरचा श्वास घेतला.

आजही जेव्हा कधी वडिलांची आठवण येते तेव्हा मन सुन्न होते. त्यांनी कधीही गरीब परिस्थिती माझ्या सुखाच्या मार्गात येऊ दिली नाही. मला आजही आठवते, की बालपणी प्रत्येक दिवाळीला ते सायकलच्या दुकानात जाऊन ५० पैसे तासाने सायकल भाड्यावर घेऊन मला गावात चक्कर मारून आणायचे. सायकलच्या दांड्यावर बसून फटाक्यांची आतिषबाजी ऐकायची मजा काही वेगळीच. जणू काही मीच फटाके फोडतो आहे, असे वाटायचे. खरी मजा तर तेव्हा यायची जेव्हा वडील मला फेरीवाल्याकडून शेंगदाणे घेऊन माझ्या खिशात भरून देत.

आजही त्या दिवसांची आठवण आली की, हात आपोआप पँटच्या खिशात शेंगदाणे शोधू लागतो. मला माहीत आहे आज हजारो लाखो रुपये खर्च करूनही वडिलांसोबतच्या सायकल सवारीचा आनंद आणि ती शेंगदाण्याची पाकिटं मी कधीही खरेदी करू शकणार नाही.

१७

समर्पण

"पापा, चला!" कुणालच्या आवाजाने मी जणू गाढ झोपेतून जागा झालो. विज्ञान भवनातील त्या विशाल मंचावरून सर्वांना राष्ट्रगीतासाठी उभे राहायला सांगण्यात येत होतं. गेला अर्धा तास मी भूतकाळातील अनेक क्षण जणू पुन्हा जगलो होतो... आठवणींच्या पडद्यावर मी माझं बालपणापासून आजपर्यंतचं सगळं आयुष्य एखाद्या चित्रपटासारखं पुन्हा पाहिलं होतं. त्या आठवणींच्या डोहात पुन्हा बुडी घेण्यासाठी माझं मन एखाद्या लहान मुलासारखं व्याकूळ झालं होतं. राष्ट्रगीतानंतर शेकडो उपस्थितांच्या गलबल्याने अखेर मला वर्तमानात परत आणलं.

एव्हाना माननीय राष्ट्रपतीजी व त्यांच्यासोबत आलेले सर्व मंत्री आणि अन्य मान्यवर विज्ञान भवनातून बाहेर पडले होते. ते गेल्यानंतर उपस्थित सर्वांना जोरजोरात बोलण्याची जणू मुभाच मिळाली होती.

संपूर्ण विज्ञान भवनात प्रचंड गलका सुरू होता. दोन दिवस या समारंभाच्या रंगीत तालमीदरम्यान बऱ्याच लोकांची एकमेकांशी ओळख झाली होती. सर्वजण अभिनंदन व शुभेच्छा देण्या-घेण्यात व आपापसात फोटो काढण्यात गुंग होते. हा सर्व सोहळा आटोपल्यावर लोक चहापाण्याकडे वळत होते. आम्हाला सामाजिक न्याय व अधिकारिता मंत्रालयातर्फे ज्या बसमधून विज्ञानभवनापर्यंत आणलं होतं, त्याच बसमधून आम्हाला पुन्हा गेस्ट हाउसवर नेऊन सोडण्यात आलं. त्या दिवशी सायंकाळी आम्हाला मंत्रालयातर्फे राष्ट्रपतींच्या हस्ते पुरस्कार स्वीकारतानाचे नीताचे काही फोटो व संपूर्ण कार्यक्रमाची व्हिडीओ सीडी तयार करून देण्यात आली.

कुणालने लगेच ते सर्व फोटो व व्हिडीओ महाराष्ट्रात मित्रांना, कुटुंबीयांना आणि इलेक्ट्रॉनिक व प्रिंट प्रसारमाध्यमांना पाठवण्याची व्यवस्था केली. दुसऱ्या दिवशी, ४ डिसेंबरला मंत्रालयातर्फे दूरवरून आलेल्या पाहुण्यांसाठी दिल्ली दर्शनाची व्यवस्था करण्यात आली होती; पण २०१४ साली राष्ट्रपती पुरस्कार स्वीकारल्यानंतर आम्ही अशा प्रकारच्या व्यवस्थांचा भरपूर आनंद लुटला होता, त्यामुळे आम्ही सर्वांचा निरोप घेऊन ४ तारखेलाच सकाळी दिल्लीहून विमानाने पुण्याला निघालो.

विमानात बसल्या बसल्या भगवान महावीरांचे एक सूत्र मला सारखे आठवत होते. मुंबई जैन युवक संघाच्या त्या 'पर्युषण' प्रसंगी मी ते ऐकलं होतं –

"सोचा जाणिय कल्याणं
सोचा जाणिय पापगम,
तम्यंती जाणिय सोचा
जम समयतम समायरे ।"

अडीच हजार वर्षांपूर्वी भगवान महावीरांनी या सूत्राद्वारे उपदेश केला आहे की– डोळ्यांचा उपयोग न करता, केवळ श्रवणाद्वारे आपण बरेच काही प्राप्त करू शकतो. पण तसं न करता, कितीतरी दृष्टिबाधित मित्र हताश व नैराश्याच्या गर्तेत जातात व त्यामुळे श्रवणाच्या जबरदस्त शक्तीकडे दुर्लक्ष करतात. 'नॅशनल असोसिएशन फॉर द ब्लाइन्ड'च्या जिल्हा, राज्य व राष्ट्रीय संघटनांच्या अनेक पदांवर काम करत असताना, तसेच अन्य काही राज्यांतील दृष्टिबाधित संस्थांसाठी काम करत असताना मला हजारो दृष्टिबाधित मित्रांना भेटण्याची व त्यांना जवळून जाणून घेण्याची संधी मिळाली. काही अपवाद वगळता, माझे जवळपास सर्व दृष्टिबाधित मित्र हताश आहेत; हे नशीब समजून त्यांनी त्यापुढे शस्त्रे टाकून दिली आहेत.

या अंधत्वाशी दोन हात करण्याऐवजी या मित्रांनी आपली शारीरिक अक्षमता

फुगवून सादर करत समाजाकडून अधिकाधिक सहानुभूती व फायदे मिळवण्याचं अनोखं काम शोधलं आहे. असं वाटतं, की माझे दृष्टिबाधित मित्र माणूस न राहता समाजाच्या हृदयातून दया व करुणा बाहेर काढणारी यंत्रे बनली आहेत. पुढे समाजाची हीच दया व करुणा मदतीच्या रूपाने वस्तू व पैशांचा वर्षाव सुरू करतो. जंगलांमध्ये पावसाळ्याच्या दिवसांत लाकडांवर अगणित मश्रूम उगवतात. तशाप्रकारे आज आपल्या देशात धर्मादाय आयुक्तांच्या कार्यालयात अशा हजारो संस्थांची नोंदणी होत आहे. या दिव्यांग मित्रांना समाजासमोर सादर करून अनेक संस्था कोट्यवधी रुपयांच्या देणग्या गोळा करतात. त्या पैशातला अगदी किरकोळ हिस्सा आमच्या या मित्रांपर्यंत पोहोचतो.

काही अंध संस्थांमध्ये माझ्या लक्षात आलं आहे, की तिथे कौशल्य विकासाचे बरेच कार्यक्रम चालवले जातात, पण दु:खाची गोष्ट अशी, की ज्या प्रशिक्षणासाठी फक्त काही आठवडे, पंधरा दिवस किंवा दोन महिने आवश्यक असतात, ते प्रशिक्षण वर्ष-दोन वर्षे इतके ताणून या अंध लाभार्थींच्या आयुष्यातील बराच अनमोल वेळ वाया घालवला जातो. काही संस्था खरोखर अतिशय चांगले काम करत आहेत, पण त्यांची संख्या खूप कमी आहे. मी व्यक्तिश: ज्या संस्थांच्या कार्याने प्रभावित झालो आहे त्यामध्ये नॅब : महाराष्ट्र, एन.एफ.बी. : बंगळुरू, बी.आर.ए. : दिल्ली, एन.आय.व्ही.एच : डेहराडून, पी.बी.एम.ए. : पुणे, अंधजन मंडल : अहमदाबाद, सी.यू.शाह प्रज्ञाचक्षू महिला सेवाकुंज : गुजरात, श्रीकृष्णकुमार सिंहजी अंध उद्योगशाळा : भावनगर, हेल्पर्स ऑफ द हॅन्डीकॅप्ड, कोल्हापूर 'दृष्टी प्रजा' मुंबई, 'प्रयास फाउंडेशन' अमरावती, 'दीपस्तंभ फाउंडेशन' जळगाव आदी संस्था मुख्य आहेत.

एका सर्वेक्षणानुसार, भारतात दीड कोटी नोंदणीकृत दृष्टिबाधित आहेत, त्यापैकी बहुतांशजण गावात राहणारे आहेत. अंधश्रद्धांच्या पगड्यामुळे मुलांना डॉक्टरकडे नेलं जात नाही, दवाखाना हा अगदी अखेरचा पर्याय असतो. गोवर, कांजिण्या, टायफाईड अशा आजारांना दैवी प्रकोप मानून त्यावर अंगारे-उतारे व तशाच प्रकारच्या अंधश्रद्धांत गुरफटून मौल्यवान वेळ बरबाद केला जातो. त्यामुळे आजारी मुलांच्या डोळ्यांवर त्याचा अपायकारक परिणाम होतो आणि त्यांना कायमची दृष्टी गमवावी लागते.

बरेचदा आईवडील गरीब व अशिक्षित असल्यामुळे ते अशाच कुठल्यातरी अंधश्रद्धेच्या विळख्यात सापडतात. मग पुढे या दृष्टिबाधित मित्रांना ओझं मानलं जातं आणि त्यांना दोन वेळा पोटाला मिळतंय ना, एवढंच पाहून त्यांना एखाद्या संस्थेच्या हवाली केलं जातं. अशा संस्थांना पन्नास रुपये मानधन देऊन अशी जास्तीत जास्त पोस्टर्स जमवायचीच असतात. काही संस्थांमध्ये तर तिथल्या

कर्मचाऱ्यांची नजर ग्रामीण भारतातील दृष्टिबाधित मित्रांवर अगदी रीतसर बसते. या दृष्टिबाधित मित्रांच्या घरच्यांनी या मुलांना ओझं न मानता, त्यांना कुठल्याही संस्थेत पाठवण्याआधी त्या संस्थेची पूर्ण माहिती घ्यावी व थोडी जागरूकता दाखवून आपल्या मुलाचं शोषण होऊ देऊ नये.

बऱ्याच वर्षांपूर्वी मी काही कामानिमित्त अशाच एका संस्थेत गेलो होतो. तिथे दृष्टिबाधित मित्रांना हातमागाचं प्रशिक्षण दिलं जात असे. त्या ठिकाणी दृष्टिबाधित लाभार्थी व्यक्तीला एक मीटर कापड विणण्याचं फक्त एक रुपया मानधन दिलं जात होतं. तिथले मित्र दिवसभर कष्ट करून दिवसभरात फक्त १ ते १० मीटर कापड विणायचे, ज्याची त्यांना फक्त १० रुपये मजुरी मिळत असे आणि महिन्याची कमाई ३०० रुपयांच्या जवळपास होत असे. या मित्रांनी बनवलेलं कापड 'दृष्टिबाधित व्यक्तीने बनवलेलं कापड आहे' असं सांगून १५० ते २०० रुपयांना विकलं जात असे, हे समजल्यावर मला अतिशय दुःख झालं. कुठं एक रुपया मजुरी... आणि २०० रुपये कमाई! त्याचबरोबर सरकारकडून मिळणारी आर्थिक मदत, समाजाकडून मिळणारी सर्व प्रकारची मदत दोन्ही हातांनी गोळा करून ट्रस्टींनी स्वत:च्या मोठमोठ्या इमारती बांधल्या होत्या. त्यांच्यासाठी वातानुकूलित कार्यालय, गाड्या व घरे आहेत; पण हे अंध लाभार्थी वर्षानुवर्षांनंतरही अजून तिथेच आहेत.

माझ्या मते, शिक्षणाचा अभाव हेही या शोषणाचं एक मोठं कारण आहे. मी सर्व आईवडिलांना आवर्जून सांगेन, की तुमच्या घरी जर एखादे दृष्टिबाधित मूल असेल, तर त्याला कुठल्या दृष्टिबाधितांच्या शाळेत अथवा संस्थेत प्रवेश न घेता, त्याला सामान्य मुलांच्या शाळेत घाला. आता तिथेही अभ्यासाबरोबरच कौशल्य विकासाच्या विविध प्रकारांचे शिक्षण दिले जाते. हे मूल मोठे होईल तेव्हा अखेर त्याला समाजातील सामान्य लोकांमध्येच राहून सर्व प्रकारच्या स्पर्धेला तोंड द्यायचे आहे, मग लहानपणापासूनच त्याची त्यादृष्टीने जडणघडण करायला नको का?

बरेचदा अशा संस्थामध्ये राहून एक तर वाईट सवय लागते. समाजामध्ये सुरू असलेल्या जागृतीमुळे लोक त्यांचा स्वत:चा अथवा त्यांच्या कुटुंबातील सदस्यांचा वाढदिवस, लग्नाचा वाढदिवस वगैरे अशा संस्थांमध्ये साजरा करू लागले आहेत असं दिसतं. या संस्थांमध्ये राहणाऱ्या लाभार्थींना अशा निमित्तानं विविध वस्तू वाटल्या जातात. शारीरिक अक्षमतेमुळे लाभार्थींही या वस्तू म्हणजे स्वत:चा हक्कच समजतात. हे लाभार्थी जोवर अशा संस्थांत राहत असतात, तोवर त्यांना फक्त समाजाकडून अशा वस्तू घेण्याची सवय लागते. पुढे हेच संस्कार त्यांची आयुष्यभरासाठी तशीच मानसिकता बनवतात. समाजाकडून सतत

काही ना काही घेत राहायचे! मग असा लाभार्थी कधी समाजाला काही देण्याचा विचारही करू शकत नाही. या सगळ्या कुप्रवृत्तींपासून दूर राहण्याचा एकच मार्ग आहे. माझ्या सर्व दृष्टिबाधित मित्रांना सामान्य शाळेतच शिक्षण मिळावे. सर्व शिक्षा अभियानांतर्गत हे शक्यही आहे.

माझ्या सर्व दृष्टिबाधित विद्यार्थ्यांसाठी केंद्र सरकारने कोट्यवधी रुपये खर्च करून मोबाइल शिक्षकाची व्यवस्था केली आहे. या दृष्टिबाधित विद्यार्थ्यांना शिक्षण घेताना येणाऱ्या अडचणी दूर करण्याचं काम या मोबाइल शिक्षकांवर सोपवलेलं असतं. या सर्व विद्यार्थ्यांना लिहिता-वाचता यावं, त्यांनी घरातल्या एखाद्या कोपऱ्यात मोडक्या फर्निचरसारखं धूळ खात पडून न राहता, शिकून काही काम करावं, समाजात स्वत:चं स्थान निर्माण करावं हा यामागचा उद्देश आहे.

सोनेरी भविष्याचे स्वप्न दाखवून अनेक दिव्यांग मित्रांना चुकीचा मार्ग दाखवण्याचं काम समाजात सुरू आहे. पण आपल्या परमेश्वराने स्वत:चे बरेवाईट समजण्याची उत्तम शक्ती दिलेली आहे. तिचा वापर करून त्यांनी पुढे वाटचाल करावी. चुकीचा मार्ग धरून कुणाच्या हातातली कळसूत्री बाहुली बनू नये.

१९९५ साली दिव्यांगांसाठी जे कायदे होते, ते २०१६ सालापर्यंत कितीतरी जास्त मजबूत बनवण्यात आले आहेत. त्या कायद्यांचा बारकाईने अभ्यास करून तुम्ही तुमचे अधिकार नीट समजून घ्या व त्यासाठी लढायला शिका. आज 'अंध निधी'च्या नावाखाली कोट्यवधी रुपये जमवले जातात. शाळेतील लहान लहान मुलांच्या हातात 'अंध निधी'चे कार्ड देऊन त्यांना समाजाकडून पैसे मागायला लावलं जातं. लोकांकडून गोळा केलेली ही एक-दोन रुपयांची रक्कम कोटींच्या घरात जाते. ज्यांच्यासाठी हे पैसे जमवले जातात, प्रत्यक्षात त्यांच्या उत्थानासाठी त्याचा उपयोग होतो का, ही गोष्ट लक्षात घेणं फार आवश्यक आहे. समाजाला जागरूकताच सक्षम बनवू शकते. अन्याय करणे हा गुन्हा आहेच, पण अन्याय सोसणे हा त्याहीपेक्षा मोठा गुन्हा आहे आणि दिव्यांगांवर होत असलेला अन्याय पाहत राहणे व गप्प बसणे हा तर सर्वांत मोठा गुन्हा आहे.

हे जे अंध, अपंग, लाचार, बिचारा अशासारखे शब्द आहेत, ते शब्दच चुकीचे आहेत. आज आम्ही शरीराने अंध-अपंग असलो तरी एकविसाव्या शतकात खूप काही करण्यासाठी सक्षम आहोत, पण ज्या क्षणी आपण मनाने अंध-अपंग होतो, त्या क्षणी सगळंच संपतं! आपण आपले शारीरिक त्रास आपल्या मनापर्यंत, आपल्या मेंदूपर्यंत जाऊ देऊ नका, त्यांचा सामना करा. माझा वैयक्तिक अनुभव आहे, की आयुष्यात संकटे येतात तेव्हा फक्त दोनच गोष्टी होऊ शकतात.

आपण एकतर मोडून पडतो किंवा तावून सुलाखून निघतो. मग आपण तावून सुलाखून का निघू नये?

आम्ही 'सनराइज कॅन्डल्स'च्या माध्यमातून एका प्रकल्पांतर्गत दरवर्षी काही अंध संस्थांना मेणबत्त्या बनवण्याचं मोफत प्रशिक्षण द्यायला सुरुवात केली. या संस्थांचा आग्रह असतो, की हे प्रशिक्षण आधी त्यांच्या शिक्षक-शिक्षिकांना द्यावं, मग ते अंध लाभार्थींना शिकवू शकतील. पण आमचा यासंदर्भातील अनुभव अतिशय दु:खद आहे. त्या शिक्षक-शिक्षिकांनी आमच्याकडून मोफत प्रशिक्षण घेतल्यावर त्या संस्थांना टाटा केलं आणि स्वत:ची दुकाने उघडली. यातून धडा घेऊन अखेर आम्ही फक्त अंध लाभार्थींनाच तयार करायला सुरुवात केली.

काही संस्था तर अशा प्रकारचं कुठलही प्रशिक्षण घ्यायला साफ नकार देतात. त्याचं म्हणणं असतं, की आधी प्रशिक्षण घेण्यात वेळ वाया जाईल, त्यानंतर दृष्टिबाधितांकडून वस्तू बनवून घेण्यात व अखेर त्या वस्तू विकण्यात सर्वांत जास्त वेळ वाया जाईल. इतकी मेहनत घेण्यापेक्षा थोडासा प्रयत्न केला तर समाजाकडून हव्या तेवढ्या देणग्या मिळतात, मग समजूनउमजून पायावर धोंडा का पाडून घ्यायचा? इतके कष्ट का घ्यायचे?

असा विचार करणाऱ्या संस्थांतील लाभार्थींचा परमेश्वरच तारणहार आहे!

आज संस्थांना खऱ्या अर्थाने काम करायचे असेल, तर त्यांना कुणा अध्यक्ष वा सचिवाची आवश्यकता नाही; त्यांना गरज आहे ती सकारात्मक वृत्तींची. त्यांना गरज आहे ती प्रबळ इच्छाशक्तीची.

आज सर्व शिक्षा अभियानामुळे कोणत्याही दृष्टिबाधित विद्यार्थ्याला पदव्या मिळवणं बरंच सोपं झालं आहे. त्याने थोडीशी मेहनत केली, तर त्याला पदवीधर होणं, पदव्युत्तर शिक्षण घेणं सहज शक्य आहे. आता आम्हाला परीक्षेत पेपर लिहायला मदतनीस उपलब्ध होतो, सामान्य विद्यार्थ्यांपेक्षा आम्हाला पेपर लिहिण्यासाठी अर्धा तास जास्त वेळ दिला जातो. अभ्यास करण्यासाठी तंत्रज्ञान उपलब्ध आहे; पण आता वेगळीच समस्या आहे- बहुतेकसे दृष्टिबाधित मित्र पदवी मिळवल्यानंतर सरकारी नोकरीची व बँकांमधल्या नोकरीची स्वप्ने पाहू लागतात. अशी स्वप्ने पाहण्यात गैर काहीच नाही, पण ही स्वप्ने साकार करण्यासाठी रात्रंदिवस खूप मेहनत करणं आवश्यक आहे. या सर्व नोकऱ्यांमध्ये दृष्टिबाधितंसाठी फक्त एक टक्का आरक्षण आहे. त्यामुळे बरेचजण त्यात आपला नंबर कधी येणार याची वाट बघण्यातच अनेक वर्षे घालवतात. मला वाटतं, अशा नोकऱ्या मिळवण्यासाठी तुम्ही जरूर प्रयत्न करा, पण त्याची वाट पाहण्यात तुमचा अमूल्य वेळ न दवडता कुठलातरी स्वयंरोजगार निर्माण करण्याचा प्रयत्न करा. अभ्यासाबरोबरच

कोणत्या तरी प्रकारच्या कौशल्यविकासाकडेही लक्ष द्या. आता तर प्रत्येक राज्यात कौशल्य विकास मंत्रालय आहे, त्यांच्या मार्गदर्शनाखाली स्वत: काहीतरी उद्योग सुरू करा. त्यायोगे आपण आपल्या पंतप्रधान महोदयांचे 'मेक इन इंडिया'चे स्वप्न साकार करू शकतो. आपण काम मागायचं का? आपण काम देणारे बनू या ना!

मला असेही काही दृष्टिबाधित मित्र भेटले, ज्यांनी त्यांच्या आयुष्यातील पाच ते सात वर्षांचा अनमोल काळ फक्त 'संजय गांधी निराधार योजने'त स्वत:चे नाव नोंदवण्यात घालवला होता. त्यांची जेव्हा जेव्हा भेट व्हायची, तेव्हा ते तहसीलदार कार्यालयात हेलपाटे घालत असायचे. केंद्र सरकारच्या या योजनेअंतर्गत अंध-अपंगांना सरकारकडून दरमहा ६०० रुपये मिळतात. महिना ६०० रुपये मिळवण्याच्या नादात इतका वेळ वाया घालवणं ही गोष्ट माझ्या बुद्धीपलीकडची आहे. माझी त्या मित्रांशी जेव्हा जेव्हा भेट होते, तेव्हा मी त्यांना आवर्जून सांगतो, की या फुकटात मिळणाऱ्या ६०० रुपयांच्या नादी लागण्यापेक्षा तुम्ही कुठलंतरी काम शिकायला सुरुवात करा आणि रोजचे ६०० रुपये अथवा एका तासाचे ६०० रुपये मिळवण्याबद्दल विचार करा.

माझे विचार बरेचदा या दृष्टिबाधित मित्रांना पटत नाहीत, पण मला लहानपणापासूनच आईचे जे संस्कार लाभले, त्यांनी मला सदैव सकारात्मक राहून आयुष्यात सर्व प्रकारच्या अडचणींचा सामना करून पुढे जायला शिकवलं आहे. जसे मला माझ्या आईकडून उत्तम संस्कार मिळाले, तसंच कुणालही या बाबतीत स्वत:ला अतिशय भाग्यवान समजतो. त्यानेही त्याच्या आईकडून प्रेरणा घेऊन अंधत्वाविरुद्धच्या आमच्या या लढाईत पूर्ण झोकून दिलं आहे. नीता जसं दुर्गम भागातल्या खेडोपाडी जाऊन वर्षानुवर्षे घराच्या चार भिंतीत बंदिस्त असलेल्या अनेक दृष्टिबाधित भगिनींना भेटते, त्यांच्या घरातील अन्य सदस्यांना विश्वासात घेऊन, या भगिनींना शिक्षण मिळण्यासाठी व त्याचबरोबर विविध कौशल्ये शिकवण्यासाठी– ज्यामध्ये त्यांना हार, तोरणे, कागदी पिशव्या, फिनेल, लिक्विड सोप, उदबत्त्या वगैरे गोष्टी बनवायला शिकवलं जातं– प्रयत्न करते. या भगिनींना स्वयंरोजगारासाठी प्रेरित करून, त्यांना स्वत:च्या पायावर उभे करून आर्थिकदृष्ट्या सक्षम बनवण्यासाठी तिची सतत धडपड सुरू असते; तसंच कुणालही त्याचा अभ्यास सांभाळून 'सनराइज कॅन्डल्स'च्या बहुतेकशा कामांमध्ये मदत करत असतो. त्याने त्याच्या कॉलेजमित्रांसोबत 'सनराइज कॅन्डल्स' सोशल मीडियावर पोहोचवण्याची संपूर्ण जबाबदारी उचलली आहे. त्याचबरोबर माझ्या सर्व दृष्टिबाधित मित्रांना कॉम्प्युटर प्रशिक्षण देण्यापासून ते अॅन्ड्रॉईड फोन वापरायला शिकवण्यापर्यंत

अनेक उपक्रमांत त्याचं योगदान असतं. त्यामुळे 'सनराइज कॅन्डल्स'शी संबंधित सर्व दृष्टिबाधित मित्र आता कॉम्प्युटर व अॅन्ड्रॉईड फोन व्यवस्थित वापरू शकतात! 'सनराइज कॅन्डल्स'ला काळासोबत पुढे न्यायचं असेल, तर तंत्रज्ञानाच्या हातात हात घालून पुढे जाणं आवश्यक आहे असं त्याचं मत आहे.

माझं गेल्या कित्येक जन्माचं पुण्य असलं पाहिजे, त्यामुळेच मला पूज्य भावसा व कृष्णकांतभाईंच्या रूपाने सच्चे मार्गदर्शक लाभले. नाहीतर या दोघा मान्यवरांना मला इतकी मदत करायची, प्रोत्साहन देण्याची, मार्गदर्शन करण्याची काय गरज होती? आपण नेहमी ऐकतो, की परमेश्वर अदृश्य आहे, पण भावसा व कृष्णकांतभाई या दोन्ही पूज्य व्यक्तिमत्त्वांनी हा समज खोटा ठरवला. ते माझ्या व 'सनराइज कॅन्डल्स'शी निगडित सर्व दृष्टिबाधित मित्रांच्या आयुष्यात परमेश्वर बनून आले.

त्यांनी आम्हा सर्वांना आपल्या पायावर उभं केलं आणि आम्हाला आयुष्यातल्या सगळ्या आनंदाची चव चाखण्याची संधी दिली, पण आज ते दोघेही आम्हाला आशीर्वाद द्यायला आपल्यात नाहीत या गोष्टीचं अतीव दु:ख आहे. आता आम्ही अधिकाधिक दृष्टिबाधित मित्रांना रोजगार देऊन, त्यांना स्वत:च्या पायावर उभे करून व त्यांचे अश्रू पुसून, नीता व मी त्यांना खरी श्रद्धासुमने अर्पण करू शकतो.

आपण सर्वजण परिवर्तन व बदल घडवण्याच्या गप्पा मारत असतो, पण मी एक उदाहरण असं अनुभवलं, की मनात आलं. यापेक्षा मोठं परिवर्तन काय असू शकेल! ऑगस्ट २०१८ मधली गोष्ट आहे. एके दिवशी सकाळी आमच्या सामूहिक प्रार्थनेनंतर, 'सनराइज कॅन्डल्स'च्या महाबळेश्वर युनिटमधले माझे दृष्टिबाधित मित्र माझ्याकडे आले आणि म्हणाले, "भावेशभाई, आम्हाला एक महिना कंपनीकडून एकही पैसा नकोय."

ते ऐकून मला आश्चर्य वाटलं. मनात आलं, आता इथेही युनियन वगैरे स्थापन होणार आहे की काय? पण त्यानंतर माझ्या या मित्रांना जी कल्पना मांडली ती ऐकून माझ्या डोळ्यांत आनंदाश्रू आले!

त्यांनी मला सांगितलं, "भावेशभाई, आम्ही रेडिओवर केरळमधील पुराच्या बातम्या ऐकतोय. या पुरात सगळं काही वाहून गेलंय. कितीतरी दिवसांपासून तिथे वीजपुरवठा बंद आहे. आज तिथल्या लोकांना खाण्यापिण्याच्या सामग्रीसह मेणबत्त्यांचीही खूप गरज आहे. आम्ही सर्वांनी मिळून ठरवलं आहे, की एक महिना मोफत श्रमदान करून त्या पूरग्रस्तांसाठी जास्तीत जास्त मेणबत्त्या बनवायच्या. तुम्ही फक्त आम्हाला कच्चा माल द्या."

त्यांचं बोलणं ऐकून मला वाटलं, आज 'सनराइज कॅन्डल्स'चा उद्देश खऱ्या अर्थाने सफल झाला!

मी त्यांना म्हणालो, ''तुम्हाला एका महिन्याचे पैसे नको आहेत; पण तुम्हाला 'सनराइज कॅन्डल्स'कडून या एका महिन्यातच तीन महिन्यांचा पगार मिळावा अशी आता माझी इच्छा आहे. आपण सगळे मिळून या सत्कार्याची सुरुवात करू या.''

माझे मित्र हर्ष मरीवाला– ते 'मॅरिको' कंपनीचे संचालक आहेत– यांनी या कामासाठी सहकार्य द्यायचं कबूल केलं आणि आमची संपूर्ण टीम केरळमधील पूरग्रस्तांसाठी मेणबत्त्या बनवण्याच्या कामाला लागली. सर्वजण रात्रंदिवस राबत होते. अखेर एक महिना कठोर परिश्रम घेऊन आम्ही शंभर तास जळू शकणाऱ्या सुमारे एक लाख मेणबत्त्या बनवल्या व त्या केरळमधल्या पूरग्रस्तांसाठी पाठवल्या.

माझ्या ज्या दृष्टिबाधित मित्रांना समाजाकडून फक्त घेणंच माहीत होतं, ते आता 'सनराइज कॅन्डल्स' सोबत येऊन त्याच समाजाला ते व्याजासहित परत करायलाही शिकले आहेत. माझ्या दृष्टीने हे खरे परिवर्तन आहे... हा खऱ्या अर्थाने घडलेला बदल आहे!

त्यानंतर हा सिलसिला असाच सुरू राहिला. २०१९ मध्ये महाराष्ट्रातील सांगली, कोल्हापूर जिल्ह्यात आलेला भीषण पूर असो, बिहारातील पटनात पुराने माजवलेला हाहाकार असो, २०२०मध्ये महाराष्ट्रातील कोकण परिसरात आलेलं चक्रीवादळ असो, सनराईज कॅन्डल्सनं या सर्व भागात आपलं सामाजिक योगदान दिलं. आमच्या टीमने या सर्व बाधित भागामध्ये जास्तीत जास्त मोफत मेणबत्त्या पाठवून आपलं सामाजिक उत्तरदायित्व पार पाडलं. मला वाटतं हे सर्वांत मोठं परिवर्तन आहे.

अलीकडेच जेव्हा कोव्हिड-१९च्या टाळेबंदी दरम्यान माननीय पंतप्रधान नरेंद्र मोदीजींनी ५ एप्रिल २०२० रोजी संध्याकाळी कोरोना योद्ध्यांच्या सन्मानार्थ संपूर्ण देशाला दिवे आणि मेणबत्त्या प्रज्वलित करण्याचे आवाहन केले, तेव्हा तर आमच्या सर्व केंद्रांवर एकच गर्दी उसळली. पोलीस खात्यापासून जिल्हाधिकारी कार्यालयापर्यंत सर्व सरकारी कार्यालयांनी आमच्याकडून मेणबत्त्या आणि दिव्यांची मागणी केली. त्या दिवशी आमच्या अधिकांश केंद्रांवर एकही मेणबत्ती शिल्लक राहिली नाही.

'सनराइज कॅन्डल्स'च्या माध्यमातून नीता व माझा सदैव हाच प्रयत्न असतो, की आम्हाला नव्याने भेटलेल्या दृष्टिबाधित मित्रांच्या डोळ्यांवर काही उपचार करता येणं शक्य असेल किंवा त्यांना शस्त्रक्रियेद्वारे दृष्टी मिळणार असेल तर त्यासाठी शक्य ते सगळं करायचं. यामध्ये आम्हाला थोडंफार यश मिळतंही, पण

प्रत्येक वेळी गाडी 'कॉर्निया' (डोळ्याच्या बाहुलीचा पारदर्शक पडदा) वर येऊन अडते. कॉर्नियाची आवश्यकता असलेल्या अशा मित्रांची नावे आम्ही बऱ्याच नेत्रपेढ्यांमध्ये नोंदवली आहेत. त्यांना एक कॉर्निया मिळाला तर हे सुंदर जग पाहणं शक्य होऊ शकेल. पण कॉर्नियाची मागणी व पुरवठा यात जमीन-अस्मानाचं अंतर आहे. श्रीलंका क्रिकेटमध्ये आपल्याकडून जास्त वेळा पराभूत झाला असला तरी कॉर्नियाची उपलब्धता व पुरवठा याबाबतीत त्याने आपल्याला बरेचदा मात देऊन आपल्याला खूप मागे टाकलं आहे. काही कडक कायद्यांमुळे श्रीलंका हा कॉर्नियाचा मुख्य निर्यातक देश बनला आहे, तर आपल्या इतक्या विशाल देशात कॉर्नियाची लाखात मागणी असते, पण उपलब्धता काही हजारांतच होते. मागणी व पुरवठा यातील अंतर कमी करण्यासाठी काही कायद्यांमध्ये बदल करण्याबरोबरच सागाजिक जागृतीचाही नक्कीच उपयोग होऊ शकेल. नेत्रदान चळवळ मोठ्या प्रमाणात पुढे नेण्याची व यासंदर्भात क्रांती घडण्याची खूप गरज आहे.

या चळवळीशी संबंधित असलेल्या प्रत्येक कार्यकर्त्याच्या वतीने मी फक्त एवढंच सांगू इच्छितो –

"तेरी रुख्सत के बाद तेरी आँखे मिट्‌टी में मिल जाएँगी,
गुरूर था तुझे जिस रोशनी पर वह,
मौत के अँधेरे में गुम हो जाएगी।
बस, तू एक बार नेत्रदान का परचा भर ले,
तेरे पीछे तेरी सात पुश्तें सुखी हो जाएँगी,
देखे थे ख्वाब तूने जिन आँखें से,
अब उन ख्वाबों को वह दूसरी व्यक्ति पूरा कर जाएँगी,
तू अपनी मौत को एक उत्सव बना ले मेरे दोस्त,
तेरे साथ-साथ तेरी आँखें भी अमर हो जाएँगी।"

मी मनाशी काही अशी स्वप्ने गुंफली आहेत जी मला निवांत झोपू देत नाहीत. प्रत्येक धर्मात आपण अप्रमाद, निर्वाण, मोक्ष, स्वर्ग व समाधी अशा गोष्टींची चर्चा करत असतो; पण माझ्या मते, या जगाचा निरोप घेण्याआधी माझ्या पंचवीस-पन्नास हजार दृष्टिबाधित मित्रांना तरी मी स्वत:च्या पायांवर उभं करू शकेल, 'सनराइज कॅन्डल्स'च्या माध्यमातून त्यांना रोजगार मिळवून देऊ शकलो, तर मला जिवंतपणीच मोक्ष लाभेल. मी कुठल्या मंदिरात अथवा मशिदीत जात नाही. माझे मित्र मला नास्तिक म्हणतात, पण मी तिथे गेलो तरी मला काय

दिसणार आहे? माझे हे हजारो दृष्टिबाधित मित्र - जे स्वत:च परमेश्वराचे रूप आहेत - त्यांना सोडून मी कुठल्या मंदिर-मशिदीत जाऊ?

माझी खात्री आहे, एक दिवस असा येईल, जेव्हा आपल्या देशात प्रत्येक दिव्यांगाला रोजगार मिळेल, कॉर्नियाअभावी कुणालाही अंधत्व सोसावे लागणार नाही, सगळीकडे बंधुता असेल, शांती असेल. माझ्या स्वप्नातला हा दिवस नक्की येईल... त्याला यावेच लागेल!

दरम्यान, 'लॉकडाऊन'च्या निमित्ताने आपल्याला आत्मचिंतनासाठी वेळ मिळाला आहे असे मला वाटते. आम्ही या वेळेचा उपयोग मेणबत्त्यांखेरीज इतरही उत्पादनांबद्दलच्या अभ्यास व संशोधनासाठी केला. कागदी पिशव्या, कागदी बशा, हँडवॉश, फिनेल अशा उत्पादनांबरोबरच चॉकलेट्स बनवण्याचाही आम्ही प्रयत्न करत आहोत. त्यासाठी लागणारा कच्चा माल, यंत्रसामग्री या सगळ्यावर आम्ही काम करत आहोत. 'लॉकडाऊन संपल्यानंतर आमच्या सर्व युनिट्समध्ये आम्ही या उत्पादनांची निर्मिती व मार्केटिंग यादृष्टीने काम सुरू करणार आहोत. यामुळे केवळ आमच्या दिव्यांग बांधवांनाच नव्हे, तर इतर हजारो सक्षम लोकांनाही रोजगाराच्या संधी उपलब्ध होतील असा मला विश्वास आहे. 'लॉकडाऊन' हा अडथळा न मानता, ती एक संधी आहे असे मानून आम्ही कार्यरत आहोत व माननीय पंतप्रधान महोदयांच्या मार्गदर्शनाखाली सुरू असलेल्या 'आत्मनिर्भर भारत' अभियानात आमचे योगदान देत वाटचाल करत आहोत.

१

पुरस्कार

१. भारताचे उपराष्ट्रपती श्री. वेकंय्या नायडू यांच्या हस्ते राष्ट्रीय पुरस्कार - रोल मॉडेल, २०१९
२. भारताचे राष्ट्रपती श्री. प्रणव मुखर्जी यांच्या हस्ते राष्ट्रीय पुरस्कार - बेस्ट ब्लाइन्ड सेल्फ एम्प्लॉयमेन्ट पुरस्कार, २०१४.
(मेणबत्ती उद्योगासाठी दिला गेलेला पहिला राष्ट्रीय पुरस्कार)
३. भारताचे राष्ट्रपती श्री प्रणव मुखर्जी यांच्या हस्ते राष्ट्रीय पुरस्कार - बेस्ट एम्प्लॉयर ऑफ द इअर, २०१६.
४. डॉ. बत्रा फाउंडेशन, मुंबई यांच्यातर्फे 'सकारात्मक स्वास्थ्य पुरस्कार' (राष्ट्रीय पुरस्कार), २०१७.
५. टाटा समूह, पुणे यांच्यातर्फे 'सामाजिक प्रासंगिकता पुरस्कार', २०१४.
६. समाजसुधारक के. एस. शैलाताई रतन माळी स्मारक समिती, पुणे यांच्यातर्फे 'राष्ट्रीय लोकसेवा पुरस्कार', २०१३.
७. 'नॅब' इंडिया तर्फे श्रीमती पिलू डी. खंबाटा मेमोरिअल अॅवॉर्ड फॉर एम्प्लॉयर ऑफ द ब्लाइन्ड, २०१५.
८. 'नॅब' इंडिया तर्फे श्रीमती पिलू डी. खंबाटा मेमोरिअल अॅवॉर्ड फॉर बेस्ट ब्लाइन्ड सेल्फ एम्प्लॉयमेन्ट, २००८.
९. हेल्पर्स ऑफ द हॅन्डीकॅप्ड, कोल्हापूर तर्फे 'भरारी' पुरस्कार.
१०. 'नॅब' रत्नागिरी तर्फे 'रतनबाई घरडा पुरस्कार'.
११. कर्ण फाउंडेशन, सातारा यांच्यातर्फे 'कर्ण पुरस्कार'.
१२. चेतना अपंगमती विकास संस्था कोल्हापूर यांच्यातर्फे डॉ. हेलेन केलर

पुरस्कार, २०१५.

१३. पी.एम.शाह फाउंडेशन व वर्धमान प्रतिष्ठान, पुणे यांच्यातर्फे 'वर्धमान पुरस्कार'.

१४. शिवसेना अपंग साहाय्य केंद्र, मुंबई यांच्यातर्फे 'निर्धार पुरस्कार'.

१५. सी. यू. शाह प्रज्ञाचक्षु महिला सेवाकुंज, सुरेंद्रनगर, गुजरात यांच्यातर्फे 'पंडित सुखलालजी पुरस्कार', २०१५.

१६. बसव सेवा प्रतिष्ठान, बिदर, कर्नाटक यांच्यातर्फे अक्का नागलाम्बिका पुरस्कार.

१७. द कोल्हापूर जिल्हा पॅरालिम्पिक असोसिएशद्वारे 'द स्पिरिट ऑफ द डिसेबल्ड' पुरस्कार, २०१२.

१८. के. बी. अण्णा तळवलकर मेमोरिअल ट्रस्ट पुणे यांच्यातर्फे 'अनुकरणीय उद्योग पुरस्कार', २०१८.

१९. स्वयंसिद्धा, कोल्हापूर यांच्यातर्फे 'परिवर्तन दूत पुरस्कार'.

२०. महाराष्ट्राचे मुख्यमंत्री श्री. देवेन्द्र फडणवीस यांच्या हस्ते दिव्यांग उद्योगभूषण पुरस्कार, २०१६.

२१. महाराष्ट्राचे माजी मुख्यमंत्री पृथ्वीराज चव्हाण यांच्या हस्ते 'अपंग उद्योगभूषण पुरस्कार', २०११.

२२. पुण्यश्लोक सद्‌गुरू शिव-पार्वती प्रतिष्ठान, एम. एस. गोसावी एज्युकेशन सोसायटीतर्फे 'आदर्श संस्था पुरस्कार', २०१७.

२३. वेद वासुदेव प्रतिष्ठान, पुणे यांच्यातर्फे 'वासुदेव जीवनदृष्टी गौरव पुरस्कार'.

२४. जायंट्स ग्रूप ऑफ सातारा हार्मनी तर्फे 'चतुरंग क्रीडाभूषण पुरस्कार', २०१६.

२५. मनोहर विचारे प्रतिष्ठान मुंबई यांच्यातर्फे 'मराठी गौरव पुरस्कार', २०१६.

२६. अटल फाउंडेशन, मुंबई यांच्यातर्फे 'समाज गौरव पुरस्कार', २०१६.

२७. श्रीमती इंदुमती पारिख अपंग साहाय्य केंद्र, सांगली यांच्यातर्फे 'जिद्द पुरस्कार'.

२८. 'नॅब' महाराष्ट्र यांच्यातर्फे 'विशेष पुरस्कार', २०१४.

२९. पीपल्स बँक ऑफ जळगांव यांच्यातर्फे 'उद्योजकता पुरस्कार'.

३०. रिलायन्स फाउंडेशन तर्फे 'श्री. धीरूभाई अंबानी बेस्ट ब्लाइन्ड स्वयं-उद्योजकता पुरस्कार', २००८.

३१. ऑल इंडिया समस्त भाटिया फेडरेशन, मुंबई तर्फे 'भाटिया गौरव पुरस्कार'.

३२. ह्यूमन राइट्स ऑर्गनायझेशन तर्फे 'सिंप्ली अनस्टॉपेबल पुरस्कार'.

३३. लायन्स क्लब इन्टरनॅशनल, सातारा यांच्यातर्फे 'लायन्स लाइफटाइम

अचीव्हमेन्ट पुरस्कार'.

३४. निपमॅन फाउंडेशन तर्फे 'निपमॅन संधी पुरस्कार', २०१६.

३५. रोटरी इन्टरनॅशनल, मुंबई यांच्यातर्फे 'व्होकेशनल एक्सलन्स पुरस्कार', २०१४.

३६. भारताचे उपराष्ट्रपती श्री. व्यंकय्या नायडू यांच्या हस्ते राष्ट्रीय पुरस्कार - रोल मॉडल कॅटेगरी, २०१९

३७. राणी चन्नम्मा विद्यापीठ, बेळगांव यांच्यातर्फे मानद डॉक्टरेट ('सोशल आंत्रप्रेनरशिप'साठी); कर्नाटकचे राज्यपाल श्री. वजूभाई वाला व 'इस्त्रो'चे माजी अध्यक्ष श्री. कस्तुरी रंगन यांच्या हस्ते, २०१९.

३८. समाजभूषण पुरस्कार, यशवंतराव चव्हाण व्याख्यानमाला, युवक जागृती सप्ताह, २०१८.

३९. दीपस्तंभ विवेकानंद पुरस्कार, 'दीपस्तंभ', जळगाव.

४०. 'नॅब'तर्फे 'ब्लाईंड ॲम्बॅसडर' म्हणून नियुक्ती, २०१८

४१. साई शिक्षण संस्थेतर्फे 'जीवन यांना कळलं हो' पुरस्कार, फिल्म प्रोड्यूसर प्रविण तरडे यांच्या हस्ते २०१९.

४२. गोंदिया शिक्षण सोसायटी तर्फे 'आयडियल ॲल्युम्नि पुरस्कार' हस्ते राज्यपाल आनंदीबेन पटेल (उत्तर प्रदेश).

४३. शिवसेना अपंग साहाय्य केंद्र तर्फे 'निर्धार पुरस्कार' हस्ते श्री. बाळासाहेब ठाकरे व माजी मुख्यमंत्री श्री. मनोहर जोशी.

४४. दिव्यरत्न पुरस्कार २०२०, दिव्यांग इंडियन चेंबर ऑफ कॉमर्स ॲण्ड इंडस्ट्रीजतर्फे.

४५. Role Model Supporter of Increased Employment opportunities for persons with disabilities from National Centre for Promotion of Employment for Disabled People. (NCPEDP)

४६. साप्ताहिक जनमंगल आणि महाराष्ट्र पत्रकार संघामार्फत 'महाराष्ट्र नवरत्न पुरस्कार'

आपल्या सर्वांच्या शुभेच्छांमुळे, ३ डिसेंबर २०१९ रोजी, जागतिक अपंग दिनी, केंद्र सरकारच्या सामाजिक न्याय व अधिकारिता मंत्रालयातर्फे मला 'रोल मॉडल' कॅटेगरीमध्ये सलग तिसऱ्यांदा राष्ट्रपती पुरस्कार (राष्ट्रीय पुरस्कार) माननीय राष्ट्रपती श्री. रामनाथ कोविंदजी यांच्या हस्ते प्रदान करण्यात आला. आपल्या सर्वांची आपुलकी, स्नेह व प्रोत्साहन यांना हा पुरस्कार समर्पित!

◆

जोहड

रॅमन मॅगसेसे पुरस्काराने सन्मानित जलयोद्ध्याची प्रेरणादायी कहाणी

सुरेखा शहा

एका जमीनदाराचा मुलगा. डॉक्टर झालेला. पंचविशीचा तरुण. ध्येयवादाने भारून जाऊन एका कुग्रामात येतो. त्या परिसरात नसते पाणी, नसते जीवन, असते केवळ मृत्यूचे सावट. दारिद्र्य, उपासमार, थेंब थेंब पाण्यासाठी, अस्तित्वासाठी चाललेला संघर्ष. ते पाहून त्या क्षणी त्याचा निर्णय होतो की इथे जलजीवन आणायचे.

या कार्यासाठी सुरुवातीला ना कुणाचे सहकार्य ना कसल्या सुविधा! हा अतिरेकी असावा असा गावकऱ्यांचा संशय. त्याच्या शहरीपणाची, शिक्षणाची टर उडवली जाते. कुदळ तरी धरता येते का? असे विचारले जाते.

परंतु त्याचा निर्धार अभंग असतो आणि राजस्थानच्या त्या रणरणत्या उन्हात, थंडीवाऱ्यात एकट्यानेच कुदळ घेऊन चार चार महिने तो जोहड तलाव खणतो, थेंब थेंब पाण्याला वंचित झालेल्या गावकऱ्यांसाठी.

अखेर त्या भगीरथी प्रयत्नांचा, त्याच्या श्रमयज्ञाचा विश्वास गावकऱ्यांना वाटतो आणि सुरू होते एक तेजस्वी कहाणी, सुरू होतो एक प्रवास मरणाकडून जीवनाकडे, अंधारातून प्रकाशाकडे, विनाशातून समृद्धीकडे.

राजेंद्रसिंह यांच्या या विलक्षण, असामान्य कार्याच्या कहाणीने माझ्या अंतर्मनाचा वेध घेतला आणि त्या क्षणी हृदयावर कौल झाला की या तरुण वीरनायकाची, या जोहडवाल्या बाबाची आणि त्याने केलेल्या संघर्षाची चरित कथा शब्दबद्ध करायची.